XÁ
LỢI
ĐỎ

LIÊU THÁI

XÁ LỢI ĐỎ

Tiểu thuyết

NHÀ XUẤT BẢN MŨI TÊN

I

ĐẤT MA

1. Phổ hệ

Đó là một cuốn sách dày, nó được chép tay, từ đời này qua đời khác, từ trước thời cụ Tổ, đến các chi, phái, các nhánh lẻ, gia đình, nó là một cây thư mục huyết hệ. Những cuốn phổ hệ của người miền Trung mỏng hơn phổ hệ của người miền Bắc, nó có thể chỉ bằng một nửa hoặc một phần ba về độ dày của phổ hệ ngoài Bắc và đương nhiên, nó vẫn dày hơn các cuốn phổ hệ của người miền Nam. Nhưng, còn một yếu tố khác, độ dày, mỏng của một cuốn phổ hệ không hoàn toàn phụ thuộc vào chiều dài lịch sử của một dòng tộc mà có vẻ như nó dựa trên mức độ chi phối cũng như sức hút của dòng tộc đó. Hơn hết là nó dựa trên những biến cố, thăng trầm lịch sử. Cuốn phổ hệ của nhà ông cố mi và dòng họ Ngô là một ví dụ.

May mắn hơn một chút, dòng họ Ngô có thể chẳng còn giữ trong tay cuốn phổ hệ nào, bởi sau biến cố đảo chính 1963, dường như họ không còn mấy ai để nối dõi và chẳng ai còn đủ can đảm để ghi chép phổ hệ. Những ai mang họ Ngô sống sót trên làng Đại Phong, Lệ Thủy đã trốn đi, đổi sang một họ khác và chẳng bao giờ dám dính tới cái họ đã vương chết chóc này. Bộ phổ hệ vốn nhiều cuốn với bề dày hãnh tiến của nó nhanh chóng bị đốt bỏ. Cuốn phổ hệ nhà ông cố mi cũng không nằm ngoài số phận này, nhưng hình như nó tội nghiệp hơn nhiều.

Nhà từng có tên, có tiếng và cả có tuổi, nơi có giếng nước cổ, một cái đìa do bom đào ở góc trái ngoài cùng khu vườn, có giàn trầu bên phải, đắp trên một gò cao, giếng nước nằm lệch về bên trái, xét về phong thủy, cách bố trí trên là đắc địa, Tả Thanh Long, Hữu Bạch Hổ, Tiền Chu Tước, Hậu Huyền Vũ. Tuy nhiên, sau lưng nhà là một bụi tre, nó làm ranh giới với gò mả hoang, phía trước nhà là miếu cô hồn, nghe đâu có thờ thổ thần ở bên trong nữa.

Mi lấy làm lạ vì cách chọn đại cục của ông cố mi. Bởi chẳng mấy ai đi chọn làm nhà ngay trên một mảnh đất có địa cục quá dữ như vậy. Miếu nằm ngay trước nhà, đóng vị trí Chu Tước, mộ nằm sau lưng nhà, đóng vị trí Huyền Vũ. Giếng nằm bên trái nhà, đóng vị trí Thanh Long, tạm xem là tốt nhưng đá giếng lấy về từ những ngôi mả vôi bỏ đi, nghe đâu năm đầu tiên xây giếng, ông ngoại mi ra múc nước vào buổi tối, khi gánh nước vào nhà thì có tiếng đất cục chọi rào rào, thùng nước chứa đầy đất bùn. Quay lại chẳng thấy ai, ông hỏi: "Nếu là ma thì hãy ném một cục vào trong lòng bàn tay tôi xem!". Ông vừa xòe tay ra thì có ngay một cục đất ném vào giữa lòng bàn tay.

Ông cố mi cũng không muốn tin chuyện này, mặc dù ông ngoại mi rất hãi. Sau đó không lâu, con nít trong nhà bị vật đau ốm liên miên, mấy đứa cháu nội chết một cách bí ẩn. Nhưng ông cố cũng không tin, bảo con chết là do mẹ. Ý ông muốn ám chỉ đến việc con dâu ông vì ghen tuông, đã bỏ các con nhỏ ở nhà để đi theo giữ chồng. Còn ông bác, tức con trai trưởng của ông cố mi, người cha của những đứa con bị chết, thì đi theo một bà vốn là vợ Tây, ông Tây chết trận, bà thành góa phụ với một khối tài sản kếch xù ở thành phố Đà Nẵng. Ông bác mi là một trong những kiến trúc sư đầu tiên, cùng lớp với kiến trúc sư họ Ngô, người nhận giải Khôi Nguyên La Mã đầu tiên của châu Á. Nghe đâu ông thiết kế cầu Vồng ở Đà Nẵng và cầu Hang ở Gò Vấp, Sài Gòn.

Cuộc sống là một chuỗi dây mơ rễ má, dù con người có chọn hay không, nó vẫn thế. Bởi có những thứ con người không được phép chọn mà chính số phận chụp lấy con người, chọn họ như một kiểu múa lửa lắc vòng của định mệnh.

Những người tộc Ngô sống bên dòng Kiến Giang, Lệ Thủy, Quảng Bình có gốc gác từ Ninh Bình vào đã nhanh chóng đổi sang họ Trương, Trần và Nguyễn vì biến cố năm 1963. Trước đó, dòng họ ông cố mi cũng vậy. Thời cụ Tiên, tức ông của cụ Tổ, đã phò quân Tây Sơn, dưới trướng Nguyễn Nhạc. Nghe đâu ông là một quan văn võ song toàn, thân tín của Nguyễn Nhạc. Đến khi Nguyễn Nhạc lên ngôi Hoàng Đế, chọn thành Đồ Bàn làm kinh đô, cũng là lúc các mối quan hệ giữa cụ Tiên với Nguyễn Nhạc trở nên xấu không thể xấu hơn. Một cái lệnh tru di tam tộc ban ra, không tha mạng nào sau khi cụ Tiên tiếp tay thả Thái tử Nguyễn Ánh trong trận đầm Thị Nại. Cụ Tổ lúc đó mười bốn tuổi, dắt hai đứa em bỏ trốn lên núi, sau đó chạy tản ra theo ba hướng, một người chạy về Phan Thiết, một người chạy ngược về Tam Quan thay vì chạy thật xa, và cụ tổ thì chạy ra tận Quảng Nam, đổi họ và gây dựng cơ đồ cho đến ngày hôm nay.

Nhiều khi mi tự hỏi, không biết dựa vào sức mạnh nào mà một đứa trẻ mười bốn tuổi dắt theo hai đứa trẻ nhỏ hơn chạy trốn, sau đó phân ra thành ba hướng, cái hướng đi này không đơn thuần để chạy kiếm ăn hay chơi trốn tìm, thậm chí không đơn thuần chạy giữ mạng sống mà ngay cả việc phân chia mỗi đứa một hướng để bảo toàn đứa còn lại nếu đứa kia chết đi có lẽ đã là một hành vi bảo vệ nòi giống, duy trì dòng máu một cách có ý thức và là một thứ quyết tâm mang tính sử lịch.

Một cơ đồ mang nhiều màu sắc và có tính thách thức số phận, đến đời ông cố thì mọi sự thách thức còn mạnh hơn. Bởi ông dám thách thức sự mê tín, thách thức thế giới khác và thách thức cả giới lãnh đạo còn sống. Ông là cụ Nghè, một học vị tương đương với tiến sĩ bây giờ, không rõ ông làm chức vị gì, nhưng tỉnh trưởng muốn vào nhà thăm ông thì phải dừng xe trước ngõ, cho lính vào nhà xin phép ông, khi nào ông đồng ý tiếp thì mới được vào.

*

"Đây là con gấu, nó được nuôi trong sở thú, ngày xưa, ai đi Sài Gòn cũng cố gắng vào thăm sở thú để chụp hình, tham quan." - Bà Phương vừa chỉ vào tấm ảnh trắng đen một con gấu xám trong chuồng vừa nói với con.

"Nó sống trong một cái giếng phải không mẹ?".

"Ừ, đúng rồi con!".

"Nó ăn cái gì vậy mẹ?".

"Nó ăn thịt".

"Nếu lỡ có ai rơi xuống giếng thì…".

"Thì nó ăn thịt thôi!" – Con bé Minh, bằng tuổi mi, ngồi bên cạnh nói chen vào.

"Như vậy làm sao đền được con người?" – Mi hỏi lại, đương nhiên, lúc đó mi lên sáu và bé Minh cũng vậy.

"Ai bảo xớ rớ đó chi cho rớt xuống thì nó ăn. Mà nó ăn thì ráng mà chịu chứ đền ai!".

Mẹ mi im lặng, còn mi thì thấy vô lý không thể tưởng tượng nổi. Con bé Minh cười mỉm, tỏ ra sung sướng với lý lẽ của nó.

Thằng Sung ngọng ngồi im lặng, hình như nó nghĩ tới mẹ nó. Nó vốn im lặng, ít có đồ chơi, mà hình như cũng không có đồ chơi thì phải, hầu hết là chơi ké đồ của mi. Ai đó cho nó một lá bài tây, nó cứ lật qua, lật lại, nhìn như muốn soi thử bên trong lá bài có thứ bí mật nào đó. Nó và bé Minh là hai đứa mồ côi, con của người bà con họ hàng, vợ ông mất sớm vì một căn bệnh lạ, ông suốt ngày đi làm đất gạch để mua gạo. Hai đứa nó quanh quẩn chơi với mi. Ngay cả việc làm giấy khai sinh cho hai đứa, ông cũng không biết làm ở đâu và làm như thế nào, thân phận của một người lính may mắn giải ngũ vào những năm 1970 đã giúp ông không phải đi trại cải tạo nhưng ông vẫn thuộc diện kinh tế mới.

Ông từng có hơn một năm dài trên vùng kinh tế mới, khai thác, đốt rẫy để trồng khoai mì. Nhưng rồi chịu không nổi, lại quay về quê. Ông may mắn hơn người khác bởi cha mẹ ông vẫn còn ở quê, ông có chỗ để về. Ông hay kể cho mi nghe những buổi chiều ở vùng kinh tế mới, không có điện, đương nhiên, thời sau 1975, đồng bằng cũng không có điện thì vùng núi hiểm trở lấy đâu ra điện. Nhiều khi đang ngủ, bị ai đó đập giật mình, ông nghĩ đó là do khỉ, vượn chơi nghịch, bởi nhiều lúc chúng vào tận bếp nhà ông để ăn cắp thức ăn, nhưng rồi không phải thế. Nhưng cho dù gan lì cỡ nào thì ông vẫn không thể trụ lại vùng kinh tế mới được bởi nó quá buồn, nó khiến ông muốn tự tử. Mà đã chọn cái chết thì chẳng điên gì lại chết ở nơi hoang vu, hẻo lánh này, ông quyết định bỏ nhà cửa, mang mấy bộ áo quần lên xe về quê.

*

Thằng Định đã ngoài bốn mươi, hắn gặp con Cơ trong một dịp mà theo hắn nói là quá may mắn, bởi hắn chưa và không bao giờ nghĩ rằng mình sẽ có được vợ. Hắn tuy không may mắn như bất kì thằng con trai nào khác ở chỗ học hành, hắn chỉ học hết lớp hai trường làng, lần đó hắn bị đuổi học vì lỡ tay đốt trường. Trường làm bằng tranh, chỉ cần một mồi lửa nhẹ thì mọi thứ thành mây khói. Mọi người mang thùng, gàu, thau múc nước chữa cháy, hắn đứng nhìn và cười ngặt nghẽo. Sau lần đó, hắn bị đuổi học và bạn bè gọi hắn là Định Khùng. Hắn lại thấy thích cái tên này bởi sau khi người ta gọi hắn là Định Khùng thì chẳng còn ai dám động đến, dám hù dọa hắn nữa. Khùng là một lợi thế, hắn nghĩ vậy và lấy làm vui vì được cái tên mới.

Cơ từ thành phố cổ Thu Xà, một thành phố chỉ còn cái tên ở tỉnh Quảng Ngãi, lưu lạc ra một xã nghèo ở Quảng Nam, nơi có cái lò mổ gà, vịt, chủ lò hứa với Cơ sẽ giúp cho cuộc đời cô trở nên sung sướng vì ngoài việc mổ gà, vịt, hắn còn là đệ tử của cha hắn, một thầy phù thủy kiêm xác đồng. Cái ông thầy phù thủy kiêm xác đồng tên Tích này lại là tay thợ thiến heo khét tiếng một thuở. Hồi đó khó khăn quá, không có chỗ ở, lão xin tá túc trên nền nhà cũ của ông Lương, đến Khoán 10, năm 1995, ông Lương cũng chẳng để ý tới nhà cũ của mình, vậy là lão Tích khai luôn quyền sử dụng đất. Bởi lúc đó, nếu ông Lương có quay lại nhà cũ cũng đã quá muộn, lão Tích đã sửa nhà, đã sống quá lâu trên mảnh đất này, và hơn hết là nó cũng không phải là đất ông Lương được nhà nước cấp, nó là mảnh đất bỏ hoang của một bà Hương góa bụa thời xa xưa. Nhưng với con cái ông Lương, đây là một tài sản bị đánh mất. Về phần lão Tích, từ ngày có cái bìa đỏ trong tay, lão yên tâm và tự tin về khả năng thần kỳ của mình, cho dù lão không rõ đó có phải là khả năng thật hay không, nhưng lòng tự tin thì lão có thừa, gái lỡ thì và bà góa đến với lão như cơm bữa. Bù cho lúc lão mới về, vợ lão phải uống thuốc độc tự tử. Và người ta đồn với nhau rằng đây là mảnh đất có ma, nó khiến cho người ta tan nhà nát cửa...

Cơ thì không quan tâm đến chuyện đó, cô chỉ cần một ngày có ba bữa ăn, không ai đụng chạm đến cô và cũng đừng hỏi cô từ đâu đến. Mỗi khi có chuyện ẩn ức, lão Tích là người hiểu cô nhiều nhất, và thằng con trai của lão, tuy nhỏ con nhưng lại có cái của quý như củ khoai, với Cơ, ngần ấy là đủ, bởi sống ở nhà, cha mẹ, anh em cũng xem như không hề có mặt cô. Cơ không có nghề nghiệp, không có chữ và hơn hết là thị giác của cô cũng bất thường, lúc mờ lúc tỏ. Cơ chỉ muốn được sống với lão Tích, với thằng con trai của lão, nhưng có vẻ như vợ của nó là đứa rất thính.

Đôi khi cô nghĩ tới người vợ đã chết của lão Tích và nghĩ đến bà vợ đã chết của ông Lương, cô nghĩ rằng đời sống già nhân ngãi non vợ chồng lại là cái hay cho cô, bởi con đất này chỉ vật các bà vợ, cô không làm vợ ai cả, cô cũng tứ cố vô thân và hơn hết là cô cũng chẳng có ai cưới hỏi, cô chỉ đến đây, kiếm chén cơm, qua ngày đoạn tháng, bù cho những ngày lang thang Sài Gòn bán gương lược bữa đói bữa no. Với cô, danh dự hay phẩm hạnh chỉ nên dành cho người có cái chữ, người có của ăn của để, còn với người thiếu chữ và thiếu cả nhan sắc, nghèo khổ như cô thì ba bữa cơm mới là cứu cánh.

*

Ông gặp bà trong đoàn cải lương, sau một đêm xem hát, bà là đào chính, vẻ điển trai, có chút phong trần và bụi bặm của ông hút bà ngay lập tức. Hai người không đám cưới rình rang như bao người khác, chỉ mang một buồng cau, một mâm trầu cau, nhờ ông trưởng tộc tới thăm nhà và chở bà về nhà, bởi quá nghèo, nhà chỉ có ba chỉ vàng, gởi chỗ nhà người bác dâu, đến lúc cần tiền cưới vợ, hỏi ra thì không còn. Vậy là một mâm trầu cau, hai họ ngồi lại với nhau thành duyên. Con Minh và thằng Sung ngọng là kết quả của mối tình sét đánh này. Nhưng cuộc tình không kéo dài thêm nữa bởi căn bệnh lạ của người vợ. Ông đấm ngực thùm thụp kêu trời. Mấy mươi năm sau, nhiều lúc ngồi nghĩ lại, ông khóc, ông nói rằng nếu như bây giờ thì bà không chết, bởi hồi đó, y tế quá kém, nó chẳng có chi để hi vọng sống. Bà chỉ giẫm một cây gai lưỡi long, sưng chân, đi bệnh viện, thay vì cho thuốc chống viêm và tiểu phẫu để lấy nọc độc thì người ta lại dùng dao mổ rạch một đường dài, nặn máu và băng bó, tới giờ lại làm thuốc, thuốc uống bữa có bữa không, cũng chẳng có thuốc gì để uống ngoài một lọ Ampicillin bột màu trắng cứ tới giờ thay băng thì rắc lên vết thương. Bà nằm được năm ngày thì chuyển sang hôn mê, nằm hôn mê năm ngày thì mất. Phương pháp điều trị hồi đó là mỗi lần bà sốt, hôn mê, bác sĩ cho một bịch cao su có chứa nước đá bên trong để chườm lên trán, bao giờ nhiệt độ cơ thể giảm xuống thì ngưng.

Bệnh viện sau chiến tranh, mọi thứ xơ xác, bệnh viện nằm bên cạnh thành tỉnh cũ, sát bên một hồ sen, cái hồ sen này vốn là con hào bọc quanh thành tỉnh, hồ sen chạy bọc khu đất thành tỉnh, có bốn chiếc cầu, chia làm bốn cửa, gọi là cửa Tả, cửa Hữu, cửa Tiền, cửa Hậu, trước sân bệnh viện có một bậc tam cấp làm bến họ, nói theo cách của người Huế mẹ ông, tức cái bến có những bậc tam cấp bước từ trên bờ xuống hồ, người ta xuống đó để giặt áo quần, rửa chân hoặc múc nước tưới cây… Cái bến họ bên cạnh bệnh viện hình như không được dùng, người nhà bệnh nhân ra đây ngồi hóng mát là chính.

Trước bệnh viện là một cái tiệm hàn gò, anh chủ tiệm là một nhà thơ, anh hình như không đi lính cho chế độ nào, anh có gương mặt hiền lành, sống chậm và thích đọc thơ ở những cuộc gặp mặt.

*

"Nếu tao biết tộc họ mình như thế này, hồi xưa tao đã ôm cái phổ hệ về tao cất. Bây giờ ngồi lập nó lại là chuyện không thể!". Ông Lương, người ông họ, cháu gọi ông cố mi bằng bác ruột, chép miệng với mi.

"Nhà mình mối nhiều quá!".

"Ừ, nó đốt sạch. Mà giờ cũng phân năm xẻ bảy rồi, còn chi nữa đâu! Dòng họ người ta ngày càng mạnh lên, dòng họ mình buồn quá! Năm nay tao sẽ tổ chức cúng chạp mả ở nhà tao, tao mệt mỏi rồi! Biết vậy hồi xưa tao ở luôn trên khu kinh tế mới, giờ có khi lại hay!".

"Ui, hồi đó nếu ông chọn ở luôn, không chừng giờ ông xanh cỏ rồi đó chứ, vì ông chịu không nổi cái buồn với sốt rét, ông khác người chỗ này, ông không biết à!".

"Ừ, cũng khó nói. Mà không chừng giờ tao có một mớ đất cà phê, con cái cũng đỡ khổ!".

"Dạ…".

Mi dạ bâng quơ, bởi lúc ấy, mi đang nghĩ đến cái đang di chuyển, mang tên con người, nó đầy mâu thuẫn và đau đớn, lúc mới sinh ra nó đã phải mang một chùm nhau ở rốn và bà mụ cắt cái chùm ấy đi để nó tồn tại. Sự tồn tại này nối tương lai mà móc đầy quá khứ, nó vừa phải gánh cả một gánh nặng nào đó trong tương lai lại vừa cõng một cái phổ hệ dày cộm trên lưng, đó là số phận, nó không thể tránh được. Mà đáng buồn hơn là cái phổ hệ khiến cho con người trở nên nặng nhọc khi bước đi không được phép để nó rời khỏi lưng, bởi chỉ cần đánh rơi nó, con người trở nên mất thăng bằng trước tương lai hoặc mất luôn cả màu sắc trước người khác.

2. Thiên táng

Những con mối, nó luôn làm y giật mình khi ngủ. Nhiều lúc y nằm mộng, thấy hai bàn tay của mình đã bị mối ăn sạch bên trong, trống rỗng. Nó dựng lên một hòn núi và xô ngã một hòn núi. Đó là chuyện thật. Như quả núi thiên táng cụ nội của Ngô Tổng Thống, đây là câu chuyện đáng nhớ và người ta nhớ mãi, cho dù mọi thứ đã không còn dấu vết nào.

Cụ nội của Ngô Tổng thống là một di dân, nói lưu dân cũng có thể đúng, bởi không sống nổi ở bản quán Ninh Bình, cụ vượt đèo Ngang, vào Quảng Bình, tá túc bên dòng Kiến Giang với nghề chèo đò, rồi bán nước chè. Những cái quán nước chè một thuở, nó chỉ mới vắng bóng khi các quán nước, quán cà phê hiện đại nổi lên sau này. Nghĩa là chừng hai mươi năm trước, nó vẫn còn lác đác ở một số chợ quê. Người bán nước chè đặt một cái bếp củi, ông kiềng làm bằng ba hòn đá, trên ông kiềng đặt một chiếc thùng hoặc chiếc nồi to chứa nước sôi và chè. Lửa luôn cháy riu riu và chè xanh ngày càng đậm đặc trong nồi nước. Bên cạnh nồi chè xanh đang sôi là một thùng nước lạnh. Người bán nước cầm một cái gáo dừa có cán bằng tre dài chừng năm, sáu tấc. Có ai đó trong chợ gọi nước thì người bán mở nắp, thò gáo dừa vào nồi chè đang sôi, múc lưng nửa gáo, cho chè đậm đặc, bốc khói đó vào một cái bát sành, sau đó cho thêm nửa gáo nước lạnh và mang tới cho khách. Thường thì người bán nước đặt thêm một vài cái ghế đẩu gỗ cho khách vãng lai ngồi. Các hàng nước chè của miền Trung rất khác so với hàng chè xanh miền Bắc. Nếu như hàng chè xanh miền Bắc có bán thêm bánh đa, thuốc lào và kẹo vừng, thì hàng nước của miền Trung chỉ bán nước, không bán thêm thứ gì. Một bát nước chè có giá chừng hai xu, một bát gạo có giá hai hào. Mười bát nước có thể mua được một bát gạo. Nghề bán nước đơn giản nhưng dễ sống.

Cụ nội của Ngô Tổng thống cũng từng bán nước chè bên bến họ, nơi dẫn vào chợ Kiến Giang, chợ nằm sát bên sông. Nghe đâu cụ tính tình hiền hòa, lanh lợi và khá thông minh, một người ở đậu nhưng không bao lâu đã được vào dự đám cúng làng, được đề bạt làm chân trưng biện để trông nom, mua sắm hoa quả, pha nước cho các quan viên. Cái chức trưng biện vốn là chức danh thấp nhất trong các vai vế của làng nhưng không phải ai cũng may mắn có được, muốn có nó, trước tiên phải là dân gốc, trưng biện có khá hơn mõ làng một chút vì được tin tưởng. Cụ nội của Ngô Tổng thống được giao cho công việc này trọn đời để lo quét dọn miếu, sắp đặt trái cây, thu tiền dân đóng góp để mua sắm lễ vật và pha nước chè cho các quan viên trong làng khi có họp hành, cúng kính. Cụ lấy một người phụ nữ trong làng, đẻ ra người con trai, đặt tên Khả.

*

Đó là ngôi mộ thiên táng, tức mộ của cụ nội của Ngô Tổng Thống. Cụ nội chết trẻ, sau bữa cúng làng, nghe đâu cụ bị đau bụng, tiêu chảy và chết sau hai ngày liệt giường. Dân làng đưa xác anh trưng biện lên gò Mụ Đẻ để chôn. Khi các dân đinh đưa áo quan anh trưng biện lên tới gò, hì hục đào huyện thì trời mưa giông, nước tuôn xối xả, sau đó là tiếng cọp gầm. Dân đinh sợ quá, bỏ quan tài, lên thuyền bơi về. Sáng mai họ quay lại để tiếp tục chôn cất thì không thấy quan tài đâu nữa, cái huyệt đã đào hôm qua, nước đưa đất lấp đầy trở lại, bằng phẳng. Còn quan tài đã bị mối đụn lên thành một ụ đất bao phủ. Người cao niên trong làng bảo rằng đây là mộ thiên táng, điềm lành, dòng họ này sẽ có người làm vua theo mệnh trời, làng sẽ nở mày nở mặt.

*

"Thằng Sung nó làm tao buồn quá, lẽ nào mọi thứ đến đây lại chẻ mảnh ra nữa hay sao!". Câu nói của ông Lương nghe nhẹ hẫng, nhưng cũng nặng như chì, nó chứa bên trong cả một cú đập mà thằng Sung đã dùng chiếc ghế xếp bằng gỗ phạng vào vai ông. Với ông, có vẻ như mọi thứ đã kết thúc, nhưng rồi cuối cùng, mọi thứ vẫn trở lại từ đầu, nghĩa là nó vẫn là con ông và ông vẫn cứ phải là cha nó. Càng đau, ông càng nghĩ tiếc thời kinh tế mới, bởi nếu bám trụ, ông có một vườn cà phê, bây giờ con của ông đỡ khổ. Nhưng nghĩ lại, ông lại thấy quyết định trở về cũng có cái hay, bởi ông chỉ có vài trăm mét đất mà mọi chuyện cứ rối như canh hẹ, mọi thứ không đơn giản như ông nghĩ, con người mà, cầm được rồi nhưng khi thả ra là rất khó, cho dù thứ đó không thuộc về mình.

"Mình phải rào hết phần đất của bà Phán lại. Vì mình ở đây thờ phượng bà, ai giỗ bà ngoài mình!" – Ngọc, vợ Sung nói.

"Mình ở đây thì ai dám nói chi mình!" – Sung cười gằn.

Ông Lương thở dài, thời của ông đã hết, cái thời vàng son, nói con cái chịu nghe và cũng không phải xót xa vì chuyện đất đai. Cả cuộc đời của ông, nghèo, khổ, đói, buồn tủi... ông từng trải. Nhưng ông tự tin để ngẩng mặt với cuộc đời, rằng ông không ăn cắp của ai bất kì thứ gì. Từ nhỏ, khoảng cách giữa ông và thằng Sung xa quá, mặc dù ông thương yêu nó hết mực, nhưng nó vẫn xa cách ông. Nó luôn làm ngược với ông.

*

Mấy bữa nay Định không về nhà, có bữa Định ở lại luôn nhà bạn gần hai tuần, sáng ra, hắn đi dọn vườn, quơ củi khô, câu cá, trưa lại mang một xâu cá về đưa cho vợ bạn nấu ăn. Bạn hắn vốn không muốn sự có mặt quá lâu của hắn trong nhà, vợ bạn cũng phàn nàn nhiều lần, nhưng hắn cũng hết đường lui, rồi cũng thông cảm cho hắn. Vợ hắn chửi té tát mỗi khi gặp mặt hắn, vì không có nghề ngỗng gì nên hắn làm gặp chăng hay chớ, ai kêu phụ hồ thì đi phụ, ai gọi chặt cây thì đi chặt, may lắm thì người ta nhờ đi bốc mộ, có chút tiền kha khá, hắn mang về đưa vợ rồi lại đi. Vợ hắn chửi hắn vì hắn không chịu bán đất, Cơ bảo rằng đất bây giờ có giá, bán một lô sẽ có tiền đổi đời. Nhưng Định lắc đầu, hắn không muốn nhắc tới chuyện này.

Dù sao, Định cũng cảm ơn Cơ, mà chính xác hơn là cảm ơn sự lang bạt của nó, bởi thời buổi bây giờ, có người có năm bảy vợ, lại có thêm năm bảy cô chân dài vây quanh mặc dù pháp luật chỉ cho hôn nhân một vợ một chồng, bù cho Định, suốt đời không mảnh tình vắt vai, Cơ là đứa đầu tiên cho Định nếm cảm giác ăn nằm với đàn bà. Nói ra điều này người ta chắc cười vào mũi, bởi đất nước phát triển, kinh tế phát triển, xe hơi, xe máy đầy đường, quan chức ăn mặc sáng chóe, lóng lẫy, gái gú cũng đầy các quán cà phê, mát xa, chỉ cần thò ra vài trăm ngàn là biết ngay mùi đàn bà, ngắn dài xấu đẹp tính sau. Thời bây giờ, công phụ hồ thành phố thì trăm rưỡi ngàn đồng một ngày, ở quê chừng trăm, cho dù công ở quê hay thành phố cũng dư sức để chơi gái. Một cuốc chơi gái loại bình dân dao động từ năm mươi ngàn tới hai trăm ngàn đồng, thời buổi đĩ với dân nhiều tương đương, lẫn lộn nên người ta kén chọn cá canh, đĩ thất nghiệp, đĩ quá lứa nhiều vô kể, vậy mà một thằng vai u lực điền như Định không kiếm nổi một cô đĩ để chơi là chuyện hết sức khó tin và éo le gay cấn. Thế nhưng đó là thật, bởi con người, làm để đủ ăn thì không khó mấy, cho dù không đơn giản. Nhưng đâu phải làm chỉ để ăn rồi lại làm, có nhiều thứ không muốn nó cũng đến, nhất là những đứa sống một mình, đại diện cho gia đình, thậm chí cho dòng tộc như Định, tiền gỗ quảy, cúng chạp, các thứ cứ đến lia lịa. Mà đại diện kiểu gì, thôi thì việc đến giờ vẫn chưa biết mùi đàn bà cũng đủ hiểu cái khó của nó rồi.

May sao Cơ nó chịu lấy Định, một phần có lẽ do Định mắc vợ nên mọi yêu cầu Cơ đưa ra Định đều thấy hợp lý. Nó hợp lý bởi Cơ yêu cầu những thứ Định không có thật, những thứ trong trí tưởng tượng của Định cũng không có và Định chưa bao giờ hình dung tới. Mà yêu cầu một thứ không có thật thì chẳng khác nào nói chơi cho vui, chẳng hạn như yêu cầu Định thi thoảng phải đưa mẹ con Cơ đi siêu thị, đi shopping, đi ăn chè kem ở quán Tây ở Hội An và nhiều thứ yêu cầu khác. Trong khi đó Định chỉ mới có được chiếc xe đạp cũ của thằng bạn bán giá rẻ lại, mà xe đạp thì làm sao đạp vài chục cây số đưa mẹ con Cơ đi siêu thị được. Cũng giống như việc yêu cầu Định phải đưa tiền lương cho Cơ giữ, rồi có tài sản thì hãy đưa cho Cơ giữ nuôi con. Đương nhiên là Định gật đầu, bởi nếu có, Định cũng sẽ làm thế. Định gật đầu nhanh quá nên Cơ cũng rời nhà lão Tích về với Định nhanh chóng, mọi thứ nhanh chóng và gọn gàng chưa từng thấy. Bởi Cơ cũng chỉ có mấy bộ áo quần mang theo, chẳng có gì hơn.

Nhưng đùng một cái đất quê lên giá, khu vườn vốn là cái nơi khỉ ho cò gáy nhà Định có người tới hỏi thăm, họ bảo Định hãy cắt bán bớt cho họ một lô, giá vài trăm triệu đồng, cái khoảng đất Định đang bỏ cỏ mọc bấy lâu nay, hãy bán cho họ. Định chưa thể quyết định được bởi đây là đất của cha mẹ để lại, ngoài Định ra còn con của các anh chị ruột đã chết và các chị em gái, Định phải đợi chúng nó nói gì. Cơ thì khác, Cơ trách Định tại sao lâu nay không chuyển tên sổ đỏ sang cho Định, và bây giờ nếu còn kịp thì phải chuyển tên sang cho Định và Cơ đứng tên.

Cơ muốn Định phải bán đất, phải có tiền để sống, Cơ không muốn sống cảnh suốt ngày vào ra với mấy cây cỏ, gốc mít, gốc cà. Nghe vậy, Định chỉ thấy buồn cười, còn Cơ thì tha hồ chửi bới Định. Bao nhiêu tức giận và cảm giác bị đè nén từ lúc sống cùng gia đình, đi bán hàng rong, rồi sống nhờ vả ăn bám nhà lão thiến heo tự dưng dồn hết lên cuống họng và Cơ chửi, cơ chửi từ đầu làng đến cuối xóm đều nghe, mặc, Cơ cứ chửi, chửi cái bọn bất công vô hình làm cho cuộc đời cô trở nên bẹp nhẹp, chẳng còn ra con người, chửi cái bọn tham lam vô hình đã ăn hết phần tươi sáng của cuộc đời cô, chửi cái bọn dâm đãng vô hình đã gieo rắc những thứ ý nghĩ dâm đãng trong đầu cô, chửi cái bọn không biết thương người khiến cô lây lất đầu đường xó chợ với hai con mắt ngày càng mù đen, chửi cái bọn giàu có lấy mất phần sung sướng trong cuộc đời, bỏ cho cô toàn cay đắng và nhục nhã... Nhưng chung qui, cô chửi thằng Định, cái thằng bất lực cô phải gọi là chồng, một loại chồng không có chó bắt mèo ăn cứt và khi bị chửi thì ngồi cười... Cơ tiếp tục chửi...

3. Long mạch

Tháng 7 năm 1954, cụ Ngô về nước, sau những cuộc đấu đá và chơi cờ chính trị với Quốc trưởng Bảo Đại, cụ Ngô đứng vững ở vị trí Thủ tướng Chính phủ, vài năm sau thì cụ Ngô chính thức làm Tổng thống. Việc đầu tiên cụ làm là dẹp loạn, các nhóm vũ trang, các lực lượng có trang bị vũ khí như Bình Xuyên, Hòa Hảo, Cao Đài là thách thức của cụ. Sau mấy năm kết nối với người Hoa ở Chợ Lớn để kiến tạo vành đai quyền lực và kinh tế, củng cố lực lượng người Nùng tinh nhuệ đã theo cụ trong đợt di cư 1954 vào miền Nam, cụ dần vãn hồi trật tự, một thứ trật tự luôn chực phát nổ khi người ta sơ hở. Sau ba đợt thay đổi chiến lược quản lý, cấp đất cho dân và thiết lập những thiết chế về quân sự, khu dân cư, từ Dinh Điền đến Khu Trù Mật và cuối cùng là Ấp Chiến Lược, từ việc kiến thiết những khu dân cư mở, nhà nối nhà trong một kiến trúc có ao, hồ, công viên, bệnh viện, trường học theo kiểu phương Tây đậm chất lãng mạn cho đến khu dân cư theo mô hình cũ nhưng tăng cường quân sự và cuối cùng là khu dân cư khép kín trong các ấp chiến lược với đầy đủ hàng rào kẽm gai, lính gác và lực lượng phản gián, mọi thứ cố gắng để loại người phía Bắc lọt vào miền Nam của cụ đều đã thực hiện một cách rốt ráo. Thế nhưng không lâu sau đó, cụ phải thừa nhận rằng mình vẫn không thể quản lý được có bao nhiêu Việt Cộng đang trà trộn trong các ấp chiến lược, tình hình ngày càng xấu đi, vấn đề tôn giáo được gắn thêm nhiều động cơ, cái chết của anh em nhà cụ năm 1963 là một sự chấm dứt thời kỳ tưởng chừng như an bình và phồn thịnh của miền Nam.

Nhưng theo ông Lương, việc cụ Ngô bị giết là do long mạch bị đứt. Mà không phải tự dưng long mạch bị đứt, chuyện này đã có từ thời Cao Biền thời nhà Đường cho đến nay, nó còn kéo dài mãi bằng cách này hay cách khác. Từ thời Cao Biền làm Tiết Độ Sứ trên đất Việt, y đã nghĩ ra trăm phương nghìn kế để sát hại dân tộc này. Lúc đương chức, đầu đời Đường, nghĩa là chừng những năm 619 đến cao lắm là 650, Cao Biền nhiều lần đi thăm dò long mạch của nước Việt. Vì nước Việt lúc ấy chỉ là một quận nhỏ, kéo dài tới gần đèo Ngang bây giờ, nên việc đi lại trong nước không phải quá tốn thời gian. Việc đầu tiên là chặt đứt long mạch ở Ninh Bình, bởi vừa tới nơi, nhìn thế núi, Cao Biền phát lạnh gáy, sương khói cuồn cuộn, mây bay như rồng cuốn, thế núi đẹp mà đầy hiểm trở. Với thế đất tựa lưng vào núi, mở mạch bằng sông và nhìn ra biển Đông, khí thiêng chất ngất như vậy, chắc chắn nơi đây phải sinh kỳ nhân, vĩ nhân và hiền tài. Nghĩ đến đây, Cao Biền cho người đào đất, cắt đứt long mạch xứ Hoa Lư. Chẳng may cho y, đang đào mương, đào sông cắt long mạch thì mùa mưa tới, mọi công trình trở thành công cốc, lính tráng chết thảm. Cao Biền nghĩ rằng đây là điềm trời, nên dừng.

Quay về núi Ba Vì, một lần nữa Cao Biền lại nhìn thấy thế núi ở đây sừng sững, bàng bạc, lại lo sợ, tìm cách trấn yểm để triệt khí, đuổi thần. Nhưng đàn cúng vừa lập, chưa kịp cúng thì một trận gió lớn nổi lên, cuốn tất cả khăn ấn, chu sa thần sa, bùa chú, nhang đèn lại thành một đống chất cao ngang đầu, sau đó bốc cháy. Thần Tản Viên hiện ra rượt y một trận nên thân. Cao Biền biết sức mình không thể nào địch lại thần khí ở đây, tìm cách hành phương Nam, vào xứ Lâm Ấp, ngược lên rừng. Tương truyền Biền đã chặt đứt long mạch ở suối Khe Thẻ, con suối trong xanh chảy băng qua một thung lũng, nơi có khu đền tháp bằng gạch, là khu đền thiêng của thị tộc Dừa, gần trung tâm kinh thành Sư Tử. Sau cú chặt long mạch này, suối Khe Thẻ chuyển sang màu đỏ, cho đến nay, người ta đến thăm khu đền tháp, vẫn thấy nước suối có màu đỏ, người ta nói đó là tảo đỏ. Nhưng những ai từng nghe qua chuyện này lại thấy rùng mình bởi cái món tảo đỏ này.

Câu chuyện chặt đứt long mạch, ám hại bằng cách phá âm phần có vẻ như là câu chuyện hậu cảnh của chính trị các nước Á Đông, đặc biệt là những nước bị ảnh hưởng bởi văn hóa Trung Hoa. Bởi các môn Kinh Dịch, Chu Dịch, Thuật Toán Số, Bói Dịch, Bốc Phệ, Địa Lý Cục, Thiên Văn Cục, Mai Hoa Dịch, Kỳ Môn Độn Giáp... thiên về duy tâm và nhuốm màu mê tín này lại thuộc về Trung Hoa. Và các lãnh đạo chính trị dùng các chiêu trò liên quan đến địa lý, âm phần như một ác chủ bài trong trò chơi chính trị. Và thực ra, nó cũng có cơ sở đáng tin cậy của nó, long mạch chính là những dòng năng lượng bao bọc vỏ trái đất, nó có liên quan đến điện trường con người. Đã là năng lượng thì việc kết nối quá khứ, hiện tại với tương lai cũng chỉ một dòng, cắt đứt dòng thì xem như mất mọi liên lạc, hoặc xấu đi, hoặc tốt hơn. Nhưng phần lớn là xấu đi. Không phải tự dưng mà một doanh nghiệp người Pháp, có quan hệ khá thân tín với Quốc Trưởng Bảo Đại tìm cách đầu tư vào vùng đất Lệ Thủy, Quảng Bình, một vùng quê cằn cỗi, quạnh quẽ, mùa mưa thì nước ngập như biển, mùa nắng thì đồng khô cỏ cháy để đầu tư khai khẩn đồn điền. Và kết quả là mọi thứ vốn liếng đổ vào đây đều tan thành mây khói. Nhưng bù vào đó, địa cục thay đổi, long mạch bị cắt đứt, đồi Mụ Đẻ trở nên khô khốc bởi người ta đào sông, đào mương ngang dọc chung quanh. Thời gian đó là thời gian hết sức nguy cấp của cụ Ngô, trước lúc bước lên làm Tổng thống, thời gian bị ám sát hụt.

Nhưng người tính không bằng trời tính, một trận mưa lớn gây lũ lụt, sông ngòi trở lại bình thường, các kênh, mương dẫn thủy của khu đồn điền bị lấp sạch sau lụt. Phong thủy kết nối, mọi rắc rối của nhà họ Ngô cũng dừng. Bởi nói cho cùng, vị trí đặt quan tài và ngẫu nhiên được thiên táng của cụ nội Ngô Tổng thống là nơi hội tụ khí thiêng sông núi. Đất Lệ Thủy có hai điểm tụ khí thiêng là gò Bến Đẻ và làng An Xá. Cùng thời với câu chuyện thiên táng ngôi mộ của một người ở đậu tên Niêm còn có câu chuyện cây dừa bị sét đánh cụt ngọn sau lưng đình làng An Xá.

Một cây dừa chừng hai mươi năm tuổi, sây trái và nước ngọt khác thường, mỗi khi cúng kính, dân làng hái dừa lấy nước dâng cúng thành hoàng bổn xứ, trong một trận mưa sấm sét, nhiều người cho rằng trận sấm sét ấy diễn ra cùng lúc với trận sấm sét trên gò Bến Đẻ và tạo ra ngôi mộ thiên táng của cụ Niêm. Cây dừa bị sét đánh gãy ngang, dân làng lo sợ, nghĩ điềm chẳng lành. Một bậc cao niên khuyên dân làng hãy khoan chặt bỏ gốc dừa mà chờ đợi ba tháng mười ngày sau xem sao. Đúng thời gian trăm ngày sau, thân dừa mọc ra hai nhánh. Đây là chuyện hiếm hoi, thậm chí quá hi hữu trên trái đất. Người ta nói rằng nơi đây sẽ sinh ra nhà cách mạng. Làng An Xá là quê của Tướng Võ sau này.

*

"Nhân định không bằng thiên định." – Ông Lương nói một mình, như không hề có mi đang ngồi trước mặt.

"Câu này con nên hiểu ở bối cảnh nào vậy ông?" – Mi hỏi.

"Cái phổ hệ.".

"Nghĩa là sao?".

"Cái phổ hệ nhà cụ Diệm và dòng tộc này không được viết bằng bút mực bình thường, nó viết bằng thiên bút. Số phận của một tộc họ phạm vào thiên bút thật khó để nói.".

"Con rối mù!".

"Cái vĩ tuyến 17 quyết định số phận gia đình họ Ngô, và đương nhiên trong cuộc hiệp thương này, ta nghĩ phải có bàn tay Trung Hoa, bởi họ là chuyên gia về độc dược với phong thủy. Phong thủy để chơi những yếu nhân, độc dược để chơi những tập thể. Nếu không có hai thứ này, Trung Hoa sẽ mất hết sức mạnh. Một khi âm phần của một gia đình nguyên thủ nằm trong phần đất của đối phương, nhất là đối phương của người Á Đông, sẽ khó mà lường chuyện gì xảy ra. Thử nhìn cách của Quang Trung đối đãi với mộ phần của nhà Nguyễn và ngược lại, vua Gia Long đã trả thù cho cha ông bằng cách đối xử với phần mộ nhà Tây Sơn thì sẽ hiểu. Mà câu chuyện này không phải là đặc biệt đâu, nó đầy rẫy, vấn đề là nó không được ghi vào chính sử thôi".

"Nhưng vĩ tuyến 17 thì sao?".

"Thì long mạch lại một lần nữa bị cắt đứt do người ta đào giao thông hào để sản xuất vũ khí. Gia đình họ Ngô tan tác. Cái phổ hệ của họ Ngô cũng bắt đầu thay đổi. Nó làm ta nhớ đến cái phổ hệ của dòng tộc này. Ta nghĩ rằng bây giờ, những người họ Ngô mang họ khác, cũng đang có một cái phổ hệ khác và không chừng…".

"Không chừng như thế nào ông?".

"Những con mối".

Mi vẫn không hiểu được cuối cùng ông muốn nói đến điều gì. Bởi sách bằng giấy, bị mối ăn là chuyện bình thường, ở xứ sở có nhiều mối, nếu không kịp diệt bỏ hoặc phòng thủ với nó, chuyện nó đục ruỗng một ngôi nhà gỗ, cho đến khi có một trận gió đi qua, ngôi nhà đổ sập với cột kèo bên ngoài vẫn còn lành lặn cũng là chuyện bình thường.

4. Mối đất

"Khi nào làm xong thủ tục đất đai, em sẽ làm thủ tục li hôn".

Ngọc nói với Đặng.

"Anh đã chờ đợi quá lâu. Cứ như thế này mãi, trước sau gì cũng sẽ có chuyện lớn".

"Anh yên tâm đi, cái gia đình đó nát rồi, lão già thì cần rượu, thằng con trai thì cần cái để hít, không có thì nằm rên đau, cào cấu...".

"Vậy em còn chần chừ gì!".

"Chuyện hệ trọng, sao anh nói nghe đơn giản vậy. Giờ thằng chồng em nó chịu, lão già cũng chịu khi thiếu rượu, bơm cho lão, chứ mấy đứa còn lại nó đâu có dễ chịu!".

"Thì chia lấy phần của em thôi!".

"Phần của em thì có là bao, vì sau khi chia đều ra, đến khi ly hôn, em chỉ được một nửa phần cái nhà, đất thì sao, đó!".

"Vậy em còn chờ vào cái gì nữa?".

"Cái em cần lớn hơn nhiều, nó mới đảm bảo tương lai cho tụi mình. Bởi vì mình còn phải tiếp tục sống những ngày sau. Thì anh chả từng nói với em vậy sao?".

Câu chuyện đến đây tạm dừng, thay vào đó là tiếng lục đục, loạt xoạt và thở, và rên la, chửi thề, tiếng phát tay vào thịt da nghe beng bét... Cuộc sống là vậy, đôi khi người ta chẳng biết nói gì ngoài hai chữ "thôi kệ", bởi hai chữ ấy hàm chứa cả sự thông cảm, thương hại và trách móc, thậm chí cả sự không tha thứ. Nhưng rõ ràng, ở đây đã có sự loại bỏ từ sâu thẳm về một thứ gì đó không còn tồn tại trong tâm thức mặc dù nó hiện hữu. Mi cũng không thể nói gì khác ngoài hai chữ "thôi kệ" khi mọi thứ cứ diễn ra trước mắt mi.

Mi cũng thừa hiểu rằng cái mà Ngọc cần ở đây là một sự thay đổi về danh dự xã hội theo cách của cô. Bởi dù sao, Đặng cũng là một Phó Chủ tịch xã trẻ, tràn đầy triển vọng, một người khỏe khoắn và hơn hết là không rơi vào bất lực giống như Sung. Với Sung, chỉ cần mỗi ngày Ngọc đưa một ít tiền, Sung có thể gọi bạn bè đến nhậu nhẹt, hát hò, sau đó là rủ nhau vào phòng chích choác. Thậm chí, Sung rủ cả những đứa con gái hư hỏng về nhà cùng ca hát, nhảy nhót và cuối cùng là kéo vào phòng, khóa trái cửa lại.

Ban đầu, Ngọc chỉ thấy buồn và lo sợ mấy đứa nhỏ bị ảnh hưởng, nhưng dần dà, cô đưa các con về nhà ngoại của chúng, xem như an toàn. Ngọc đi đường Ngọc, Sung đi đường Sung, nhưng nhà thì ở chung, giấy chứng nhận kết hôn vẫn còn hiệu lực, bởi còn nhiều thứ phải giải quyết với nhau, nó liên quan tới đất và những con mối. Bởi có một điều mà Ngọc tin chắc rằng mình sẽ lấy được mảnh đất của bà Phán.

*

Những con mối tuyệt vời, với Đặng, không có loài vật nào tuyệt vời hơn loài mối, bởi chúng có thể giúp người ta xóa hết ký ức, những thứ ký ức đã được định chế hóa, luật hóa và xem như bất di bất dịch. Nhưng con mối cũng biết phùng thời, nó biết chọn ai để thờ. Với Đặng, chúng đã chọn đúng chủ, y đã nhiều lần nghĩ như vậy. Không chừng, loài mối lang thang dưới lòng đất, chúng đã ăn quá nhiều não người nên chúng cũng thông minh chẳng khác gì con người. Nhưng cái thông minh chết chóc lại rất khác biệt. Bởi hùm chết để da, người ta chết để tiếng, cái tiếng xấu muôn đời, khi chết xuống mang theo, và trong hàng tỉ nơ-ron thần kinh kia, còn vài cái sống sót sau khi người ta đã vào đất. Có thể, chúng đã ăn được những cái sống sót trong hàng tỉ kia, và chúng biết phùng thời, biết xu thời, biết phục vụ cho cái ác, biết xóa đi mọi dấu vết thiết thân của con người. Trường hợp một tờ bản đồ bị biến mất, hàng ngàn gia đình nếu may mắn còn giữ bìa đỏ hay bằng khoán thời trước thì có thể tiếp tục sống, nếu không giữ bìa đỏ thì có thể mất đất. Bởi tình trạng mất giấy tờ gốc tại các cơ quan nhà nước sau khi số hóa là cái trái núi bự tổ chẳng trước mắt.

Điều quan trọng nhất không phải là hệ thống làm việc kém mà là hệ thống chưa thể làm việc theo nhịp được. Những ngày mới có internet, mọi thứ dần số hóa, nhà nước đã bỏ ra một số tiền rất lớn để tổ chức số hóa. Nhưng, đây là chuyện chuyên gia, hầu hết các suất chuyên gia số hóa đều rơi vào tay nhóm cán bộ lão làng, nhóm này hoàn toàn không thể tiếp thu các kĩ năng mới về tin học, thậm chí bọn họ còn thớ mớ trong việc gõ một cái văn bản. Thời gian để số hóa thì quá ngắn, hầu hết cán bộ này được nhận gói đào tạo, nhận gói số hóa và giao công việc lại cho các sinh viên mới ra trường, họ được trả một số tiền nhỏ trong cái gói mà cán bộ nhận về. Với các sinh viên, đây là khoản tiền quá lớn, xong gói, có thể mua được một cái laptop để làm việc.

Quá trình số hóa bị méo mó, ăn bớt và dẩm dúi ngay từ trứng nước, một số giấy tờ bị bỏ qua, làm ước định, lấy lệ. Mãi đến sau này mới được bổ sung thêm. Và khi nó được bổ sung thì đã có hàng loạt hệ lụy, mối mọt cũng lấy đi một số thứ, người ta dễ dàng đổ thừa do thiên tai. Coi như xong phim. Miếng đất của bà Phán là một trường hợp nhỏ trong hàng ngàn trường hợp. Và nó như một miếng bánh ngon nhưng không dễ nuốt.

*

"Ta nghĩ là đã đến lúc." – Ông Lương nói bâng quơ, dường như lần nào trò chuyện với mi, ông cũng như đang nói một mình, với ai đó.

"Ông nói đến lúc, là đến lúc gì ông?" – Mi hỏi.

"À, lúc hệ trọng".

Nói xong, ông Lương châm thuốc hút. Gương mặt xương xẩu, hơi nhọn, mũi trúc cao, thẳng đứng từ sơn căn xuống ấn đường, nhân trung như mũi Phật nhưng hai thùy châu và vành tai lại nhỏ, lép và khóe miệng trễ, hơi buồn, ánh mắt lúc nào cũng nhìn xa lắc xa lơ mặc dù đôi mắt hiển thần, sáng và linh hoạt trông giống như mắt sói, một sản phẩm lỗi của Thượng Đế. Một gương mặt đầy mâu thuẫn giữa lương thiện và tàn nhẫn, giữa buồn bã với tự tin, giữa toan tính với buông xả, giữa chơi đẹp với bần tiện... Nhìn ông cũng giống với rất nhiều người trong xã hội nhưng cũng chẳng giống ai trong cuộc đời này. Mỗi con người là một hữu thể đầy mâu thuẫn và dị biệt. Mi tin điều đó hơn. Ông vừa thương thằng Sung lại vừa ghét nó, bởi nó sinh ra như một đối trọng, một thái cực khác của đời ông. Thứ gì ông ghét thì nó có, thứ gì nó cần thì ông không có. Sợi dây nối tình cha con của ông và nó, có lẽ là một sự mâu thuẫn tận cùng.

"Ông nội ta ngày xưa nuôi các chí sĩ ăn học, mảnh đất này từng là nơi các chí sĩ ghé qua để luận bàn chuyện thời thế và bình phẩm thơ ca. Cha của ta là người thông tuệ. Nhưng đến đời ta thì mọi thứ không những không còn gì mà nó ngược lại. Đến đời con ta, nơi đây trở thành cái ổ chứa. Ta cảm thấy kinh tởm!".

"Nhưng vẫn có người ăn học tới nơi tới chốn mà ông!".

"Ừ, học ít thì chứa ít, học có bằng cấp càng cao thì chứa càng nhiều. Nhưng chứa thứ chi thì không ai biết được! Ta nghĩ cái lỗi lớn nhất chính là cái lỗi văn chương".

"Nghĩa là sao, ông càng nói con càng rối mù?".

"Mọi thứ giá trị tình người gần như vắng bóng trong hầu hết văn chương, điện ảnh, báo chí sau ngày độc lập. Mọi nơi, đi đâu, xem chi, đọc chi đều thấy hừng hực lửa cổ động, thi đua, ganh đua, quyết thắng, con người hãnh tiến đến độ bỏ qua mọi thứ, đạp qua mọi thứ. Đến bây giờ thì, mọi thứ đều qui ra tiền, một nhà văn, trước khi đặt bút viết đã nghĩ đến tiền. Mà không phải là nhuận bút hay tiền bán sách đâu, bởi hắn thừa biết cơ hội bán sách kiếm ăn thời bây giờ cả ngàn người mới gặp một, hai người. Nên hắn nghĩ đến những cơ hội do ngòi bút tạo ra. Chưa bao giờ ta thấy hai chữ văn tài sánh đôi với văn nô uyển chuyển, nhịp nhàng như bây giờ!".

"Nhưng ông đâu phải là nhà văn?".

"Thì bởi vậy, ta mới thấy được điều này!".

Ý chừng ông Lương muốn nhắc tới thằng Khô, con đời vợ sau của ông. Đời vợ đầu được hai đứa thì bà qua đời, ông đi tiếp bước nữa, đẻ được bốn đứa, ba trai một gái, tổng cộng bốn đứa con cộng với hai đứa đời trước, ông có sáu đứa con. Nhưng khi thằng Khô chưa đầy hai tuổi thì bà vợ sau cũng ngã bệnh rồi chết. Cái số đơn độc vẫn hoàn đơn độc. Nhưng đơn độc trong nghèo khổ lúc nào cũng vui hơn đơn độc khi có tiền, mặc dù đơn độc trong nghèo khổ bị người đời coi khinh hoặc xa lánh nhưng con cái lại gần gũi. Còn đơn độc khi ôm một thứ gì đó, khả năng người ta nhắm vào để xâu xé là rất cao. Mà những kẻ xâu xé đầu tiên bao giờ cũng là người trong gia đình, những người có quyền thừa kế trước nhất.

*

"Cha có thể cho con mượn bìa đỏ được không?" – Thằng Khô hỏi.

"Để làm chi?" – Ông Lương hỏi lại.

"Con cần vay một ít tiền, một công việc quan trọng".

"Để ta xem, không biết các anh em con nó tính sao. Ta định cắt riêng cho mỗi đứa mỗi lô".

"Cái vụ này cha hãy từ từ tính sau đi. Vì nếu bây giờ làm thủ tục này tốn thời gian lắm. Con đang cần gấp!".

"Con cần vay bao nhiêu?".

"Dạ, không nhiều lắm đâu, chừng hơn tỉ thôi!".

"Con thấy miếng đất mình bán được bao nhiêu?".

"Cái này con không rõ lắm. Thì kệ, con coi vay được chừng nào hay chừng đó".

Ông Lương im lặng, không nói gì thêm, ông dắt chiếc xe đạp đi ra ngõ. Thằng Khô ngồi lầm bầm gì đó một mình. Cái dáng ông Lương nhỏ thó, hơi khòm, hơi thất thểu trên đường bê tông băng qua đám ruộng còn sót lại sau mấy đợt qui hoạch đất trông có gì đó buồn thảm, khó tả. Mi thấy ông như một con dế già đang lần mò tìm những giọt sương trên một vệ cỏ đã bê tông hóa. Những giọt sương của con dế, có lẽ với ông Lương, đó là những giọt rượu cay chát ngoài quán ngã ba làng. Ở nơi đó, những con dế già ngồi với nhau, hớp từng ngụm sương đắng.

Ông Lương hay nói vui với mi rằng ông có hội dế già của ông, những con dế già, chúng không phân biệt chiến tuyến. Nơi mà mỗi chiều, chừng sáu giờ, nhóm những con dế già từng một thời phiêu lưu khắp nội đồng, trung du, rừng núi Trung Việt, có người vào tận miền Nam, chẻ dọc Trường Sơn ra Bắc, có người từng là biệt kích vào tận rừng Sát để giết bộ đội đặc công. Ông Huy, bạn ông Lương nói rằng ông là một trong những biệt kích như vậy, nhưng ông không giết ai. Bởi khi vào rừng Sát, nơi có một lực lượng đặc công nước hùng hậu của quân Giải Phóng Miền Nam, tốp lính của ông chỉ đánh bọc hậu, nghĩa là vét cú chót. Nhưng rất may không có đụng độ nào. Nghĩa là một tuần trước đó, đội quân Thần Rắn của Thái Lan đã làm xong việc của họ. Thần Rắn là một đội quân biệt kích thứ dữ, nói về độ thiện chiến của họ chẳng kém bất kì đội quân biệt kích nào, nghe đâu họ cũng được đào tạo bởi đội biệt kích Seal của Mỹ. Nhưng họ còn đáng sợ hơn bởi họ luyện được đội quân rắn, loại rắn cực độc, đầu hình tam giác, thân mình chỉ bằng chiếc đũa, chúng được cho ăn thức ăn đặc biệt và thổi kèn thôi miên mỗi ngày. Nọc của chúng được nuôi dưỡng và giữ gìn hết sức cẩn thận, chỉ để dùng cho một lần nào đó trong năm. Lần đó, đội quân Thần Rắn đã đi trước đội quân của ông Huy một tuần, họ bí mật đổ bộ, trước khi vào rừng, họ nhận cơ số vũ khí xong thì được cho uống một viên thuốc đặc biệt, loại thuốc này uống vào, sức khỏe kéo dài cả một tuần mà không cần ăn uống gì mấy. Ông Huy cũng được uống một viên như vậy trước khi được cấp cho một chiếc xuồng và vũ khí, bộ đàm để tự bơi vào rừng.

5. Lá thư Rừng Sát

Huy nhớ, rằng lúc đó, khi anh tiếp cận được mục tiêu thì không còn gì, chỉ có xác bộ đội trôi nổi dưới những gốc bần, đước, sú, vẹt. Xác đã thâm tím và bốc mùi. Nhưng anh vẫn phải tiếp tục bơi xuồng đi tiếp, vòng các kênh, rạch. Thi thoảng giữ liên lạc với trung tâm chỉ huy bằng bộ đàm và báo cáo tình hình. Lần đó anh không giết ai, không bắn được phát súng nào. Sau này, nghe người ta nhắc tới đặc công rừng Sát, tự dưng anh hơi lạnh người nhớ lại cái đêm ấy, đêm đầu tiên vào rừng, mặc dù đã được diễn tập và thực chiến nhiều lần. Nhưng lần này anh thấy sợ một cách lạ lùng. Bởi những cái xác cứ chập chờn, trôi nổi. Anh luôn tưởng tượng mình cũng là một trong những cái xác như vậy, và tự hỏi không biết vợ con mình sẽ ra sao nếu mình bỏ xác ở nơi này. Anh nhớ đến gia đình, chưa bao giờ anh nhớ đến gia đình như lần này. Anh chỉ muốn bơi xuồng quay ngược ra, nhưng điều đó là bất khả, bởi nếu anh không tiếp tục tìm bộ đội để giết hoặc bị họ giết, anh bỏ cuộc sớm mà bơi ra thì chính chỉ huy của anh sẽ tử hình anh ngay tức khắc, cuộc chiến không có đường cho kẻ bỏ đội ngũ, mà chiến tranh thì chẳng bao giờ có đường lui. Anh nhớ tới cái đêm đầu tiên anh cưới vợ, người ta đã cố tình trải một tấm drap trắng dưới chiếu, anh buồn cười, bởi hơn ai hết, anh và vợ anh hiểu nhau, anh cưới cô về từ quán bar, hay nói đúng hơn là từ nhà thổ, mà khi làm lễ cưới, người chủ lễ lại giới thiệu đây là cặp đôi trai anh hùng gặp gái thuyền quyên, trai mày râu gặp gái tiết hạnh, cả anh và vợ cố gắng nín cười vì lời giới thiệu này.

"Anh chi đó ơi...!" – Tiếng kêu trong đêm khiến Huy giật mình, xốc súng, chuẩn bị dao găm và mọi thứ chỉ cần nhả đạn.

"Anh biệt kích gì đó ơi, đừng lo, vì tôi không giết được anh, tôi đã chết!".

"..."

"Anh hãy tin tôi đi, chúng ta đã bắn giết thật vô nghĩa, tôi chết cũng thật vô nghĩa, anh vào đây cũng thật vô nghĩa, mọi thứ đều vô nghĩa, chỉ có hai chữ chính nghĩa lúc sống người ta nói với nhau là có nghĩa. Nhưng cái nghĩa ấy là vô nghĩa!".

"...".

"Anh không cần phải siết tay vào cò súng như vậy. Bởi nếu thật tôi định giết anh, thì tôi đâu cần dài dòng, nếu tôi giết anh được, thì nãy giờ anh có còn siết tay như vậy được không! Tôi muốn nhờ anh một việc, tôi muốn nói với anh là tôi không hề thù ghét anh, bởi đơn giản, khi vào cuộc chiến, giết là giết, hơn nữa anh cũng không phải kẻ đã giết tôi!".

"Lạy Chúa!" – Huy buộc miệng khi cảm nhận một luồng khí lạnh sau lưng và chỉ biết ngồi im trên xuồng như một bức tượng.

"Tôi chỉ nhờ anh một việc thôi. Sáng mai, anh hãy mang lá thư này về cho cô ấy, nhà cô ấy ở trên thành đô Sài Gòn, anh hãy đưa cho cô ấy giúp tôi!".

"Nhưng, anh là ai? Cô ấy là ai?".

"Tôi có ghi rõ họ tên trong lá thư và tôi cũng sẽ chỉ anh đến nhà cô ấy. Nhờ anh an ủi cô ấy giùm tôi, việc này thì anh làm được, tôi tin anh!".

"Nhưng…?!".

"Thôi, khuya rồi, đồng đội của tôi không còn ai nữa đâu, tôi đã xin họ tha cho anh, họ sẽ không quấy phá anh đâu. Anh ngủ một giấc đi! À, sáng mai anh nhớ trèo lên cái cây này, nhớ nha!". Nghe đến đây, tự dưng hai mắt Huy ríu lại, không tài nào mở ra được, đầu óc lơ mơ, chìm dần vào khoảng không.

Sáng hôm sau, anh tỉnh giấc bởi bộ đàm liên tục gọi anh báo cáo, anh báo cáo tình hình xong thì được lệnh rút lui. Anh cố nhớ lại chuyện đêm qua, anh sờ tay lên vai, cây súng không còn. Anh hốt hoảng nhìn ra chung quanh, chỉ có đước, sú, vẹt. Có thứ gì đó nhão giống như bùn rơi trên đầu anh, anh ngước nhìn. Vắt giữa thân cây là cây súng AR15 của anh và bên cạnh nó là xác của một người trương sình, nằm vắt trên cây. Anh sực nhớ, đêm qua thủy triều dâng, sáng nay nước rút, cự ly rút và dâng của nó quá khủng khiếp, gần hai mét nước. Mọi thứ đêm qua bên cạnh xuồng thì sáng ra phải ngước nhìn. Huy leo lên cây, nhặt cây súng đeo vào vai và nhìn liếc vào xác chết. Một gương mặt hiền, không ra dáng sát thủ cho mấy, nhưng lúc còn sống từng làm tốn không biết bao nhiêu súng đạn của chính phủ. Mặc dù đã trương sình nhưng gương mặt vẫn còn hiện ra nét điển trai, thông minh, không phải ù lì và tàn ác như người ta vẫn nói. Huy nhớ đến lá thư, Huy thò tay vào túi, lá thư gói trong túi giấy nilon, nằm ép chặt trong túi vải của chiếc áo quá căng do thịt da trương sình. Huy cố gắng thò tay vào, nghe "bục", chiếc túi áo rách một đường cùng với một ít mỡ chảy ra. Huy không thấy sợ, cũng không thấy buồn nôn, anh chỉ muốn khóc thật to. Bộ đàm liên tục gọi anh tập trung. Anh không trả lời, cố gắng vác cái xác xuống khỏi ngọn cây nhưng không tài nào vác nổi. Anh sực nhớ, khi thủy triều lên, xác sẽ nằm trên mặt nước và cũng có thể "người ấy" đã cố tình nằm lại trên chạc cây này để đợi Huy. Nghĩ vậy, Huy lui xuống, lẩm nhẩm "Anh ở lại, tui đi đây!".

Có một dòng sông cạn nào đó vừa đi qua anh, nó không đủ gây thác lũ, nó khiến anh nghèn nghẹn, hụt hẫng...

*

"Hồi đó lão ngầu như vậy, sao giờ lão lại hèn?" – Câu hỏi đột ngột của ông Lương khiến ông Huy khựng lại, ly rượu đưa lên cụng như đứng yên giữa không trung.

"Thời thế mà lão, sao lão lại nặng lời với tui vậy? Mình già cả rồi...!".

"Tui chỉ thấy buồn, vì lão là bạn lâu năm của tui, hồi nhỏ tụi mình chơi với nhau ra sao lão biết rồi. Tự dưng lão thay đổi nhiều quá. Tui không kịp đỡ!".

"Thì mình làm chi được thì làm, ai nghĩ chi, mai mốt sáu tấm ván đóng lại rồi người ta thấy mình đúng sai thôi lão ơi!".

"Có cần thiết lão phải lăng xăng mấy cái chân trưởng xóm, rồi họp hội cúng kính các thứ, tui thấy mâm nào cũng có lão, ngay cả việc họp đại hội trù bị gì đó cũng có lão tham gia. Mình già rồi!".

"Tui chơi với lão lâu năm, mỗi khi uống với nhau, lão là kẻ nói sốc tôi nhiều nhất. Nhưng lão nói thật. Mà thôi, chuyện dài quá, làm sao nói hết ở cái chỗ này được hả lão Lương!".

"Nhưng tui nghĩ, mình già rồi lão à. Làm chi thì làm, đừng chấp nhận mọi thứ dễ dãi quá, tới khi nói ra, con cháu nó buồn!".

Bàn rượu trở nên im lặng, năm người già ngồi với nhau, chỉ có vài câu nhát gừng của ông Lương và ông Huy. Hình như thi thoảng, những người già lại ngồi với nhau theo cách này, không ai lên tiếng, hai người nói cho ba hoặc bốn người nghe. Hai người nói với nhau nhưng có vẻ như đang độc thoại nhiều hơn là nói với nhau. Những người kia ngồi im lặng, không biết họ có tự độc thoại hay không. Chỉ có bà Tuyết là âm thầm lấy sổ ra ghi ghi chép chép. Đương nhiên bà Tuyết cũng không quên bật chế độ ghi âm của điện thoại.

*

Thằng con út ông Lương đã thắng, trong một đất nước có phân định thắng thua quá rõ thì trong gia đình, tế bào của đất nước đó, chắc chắc không ngoại lệ, thằng Khô đã tách riêng cho nó một cái bìa đỏ, mà cái bìa của nó chiếm gần nửa mảnh đất của gia đình, nghĩa là nó đã rất khéo léo dụ những anh em, chị em cùng cha cùng mẹ và cùng cha khác mẹ của nó ký vào trong lúc mắt mũi kèm nhèm kiểu gì không rõ mà mất toi phần đất lẽ ra có một ít thuộc về của họ. Khi ký xong, tách bìa xong, nó mang thế chấp ngân hàng để mua một lô đất thị trấn và vay theo diện cán bộ khấu trừ vào lương hằng tháng. Bây giờ các anh em của nó phải im lặng bởi chính họ đã ký, còn Khô, chắc mẩm sẽ có lô đất thị trấn, lại có lô đất chia phần rộng gần bốn trăm mét ngay ở nhà sau khi nhà nước trừ đủ khoản tiền vay vào lương của nó. Việc của nó bây giờ là phải làm một cán bộ mẫu mực, ăn biết chùi mép để giữ cái chân biên chế, vậy thôi. Thời đại mới, thủ đoạn khác nhau giữa kẻ có chữ và người không chữ là đây.

Với ông Lương, chuyện này hình như chẳng khiến ông buồn hay vui, nó chỉ làm ông thấy mọi thứ càng xa lạ hơn, đời sống dường như đang tự nó rút vào một chân trời nào đó, và con người dần quay trở lại với thời đại hái lượm của mình. Thời tổ tiên, việc hái lượm diễn ra trên các cánh đồng và vật hái lượm hay săn bắt là vài que củi, vài hòn sỏi hay vài con thú lang thang, còn thời bây giờ, người ta hái lượm ngay trong ngôi nhà của mình, ngay trong đất nước của mình và vật hái lượm có khi là mảnh đất, có khi là một khoản tiền trong ngân khố quốc gia mà cũng có khi là một bộ phận nào đó trong cơ thể đồng loại, cái khác nhau là thời bây giờ, người ta hái lượm bằng thủ đoạn, thời ông bà hái lượm bằng tính hồn nhiên, thời bây giờ người ta hái lượm những thứ mà trước đây, tổ tiên luôn xem là vùng thiêng liêng, vùng cấm kị, nó thuộc đạo đức nhân loại. Chính vì kiểu hái lượm khác nhau nên con người cũng trở nên dị dạng ngay với bản thân mình.

Ông Lương chỉ thấy thương thằng Sung, một thằng con không may mắn, nó không may mắn bởi mẹ nó mất sớm, cái không may mắn nữa là nó làm con của ông, nó thừa hưởng ở ông sự nóng nảy và chút khắc khổ, thậm chí có chút gì đó luôn rắp tâm trả thù cuộc đời trên gương mặt lầm lì. Mà đôi khi ông tự hỏi, không biết ông từng rắp tâm trả thù ai chưa mà gương mặt ông lại luôn có nét như vậy. Đôi khi ông thấy nhớ bà, người vợ đầu của ông, bà có gương mặt trái xoan, mắt lúc nào cũng mọng mọng, ngân ngấn một nỗi buồn, uất ức nào đó, cho đến lúc chết...

6.   Trận lụt lịch sử

"Lần này mình thua một keo, nhưng thứ em cần không phải là nó" – Ngọc nói, ả vừa nói, ám chỉ vụ chia đất với thằng Khô, vừa chui đầu vào nách của Đặng, cánh tay to, khỏe, lực lưỡng và bờ vai rộng của một cán bộ đang lúc diều gặp gió của Đặng cũng như cách làm tình đầy thu hút của y khiến cho ả đê mê, sẵn sàng trao mọi thứ cho y. Và bằng chứng của việc này là ả đã đưa cho Đặng toàn bộ số tiền có được sau trận lụt năm đó để y làm nhà, ả biết chắc là y làm nhà chứ không phải đầu tư đất đai gì sất. Ngọc có niềm tin vào Đặng bởi vợ của Đặng xấu xí, ăn nói cục mịch và hơn hết là theo Đặng nói thì cô ta làm tình cứ như kho cá nục, mặn nhạt gì cũng qua một bữa cơm. Ngọc tin rằng khi mọi sự tới nơi tới chốn, việc Đặng hất cô vợ ra khỏi nhà thì Ngọc bước vào cũng là chuyện đương nhiên, bởi đó là tiền của ả. Một khoản tiền ả đưa cho Đặng mà không cảm thấy ray rứt chút nào với chồng con, bởi nó tới tay Ngọc, từ một trận lụt.

Lúc đó, Ngọc nhớ lại, ả đang cố bơi theo con heo nái trong lúc thằng chồng nát rượu của ả ngủ li bì, nước đã vào đến giường hắn vẫn nằm ngủ như chết, tiếc của, ả bơi theo để thộp cho được con heo nái vừa sổng chuồng, nhưng càng bơi, nó càng trôi ra xa, ả cảm thấy sức lực đang đuối dần, nước và khí lạnh đang nhấn chìm ả. Cái cảm giác hết muốn sống bởi nếu có cố gắng bơi trở lại thì việc mất con heo nái sau trận lụt sẽ khiến cho gia đình ả không chỉ thêm phần đói kém mà thằng chồng nát rượu có cớ để chì chiết, đánh đập, rủa sả ả. Nghĩ đến đây, ả cảm thấy việc quay về quá vô nghĩa, việc cố gắng chống chọi với cái lạnh thật vô nghĩa.

Ả nghĩ vậy, và đương nhiên việc buông tay để cho dòng nước cuốn đi lúc này thật là dễ nhưng lại rất khó, càng muốn buông tay, ả càng cố gắng cưỡng lại để cân nhắc, suy nghĩ thêm. Và nó đến, khiến ả thay đổi quyết định. Một thứ linh cảm lạ làm ả quyết sống, bám lấy nó và bơi trở lại. Nó là cái phao thần diệu, một cái phao chứa giấc mơ và sự đổi đời, nó đến tình cờ.

Cuộc đời của ả cũng thay đổi từ đó, bỏ hẳn đám ruộng, chuyển sang làm nhà buôn, ban đầu buôn ve chai, nhôm nhựa, mở một đại lý ve chai, sau đó chuyển sang cò đất, mọi thứ đến cứ như một giấc chiêm bao, nhiều khi ả tự hỏi cuộc đời này là thật hay chiêm bao. Bởi từ nhỏ, ả chỉ ước mơ mình có được chiếc xe đạp, áo quần để đi học, được cha mẹ cho tiếp tục đến trường, không phải bỏ học nửa chừng để lăn ra đám ruộng, nhưng rồi mọi thứ xô đẩy, ả không những không được học mà phải đi lấy chồng theo ý muốn của cha mẹ, một gia đình thuần nông, gia đình cha mẹ chồng từng là những thầy cãi cho làng và hiện tại, sau nhiều đợt thăng trầm, thay đổi chỗ ở, từ kinh tế mới về tới đồng bằng, trụ lại với đám ruộng, dường như chẳng còn gì ngoài mảnh thổ cư, đó là tương lai bên chồng của ả, cùng một bầy em chồng. Mọi thứ cứ như ám lấy cuộc đời ả, chưa bao giờ ngóc đầu lên khỏi đám ruộng, chồng ả, thay vì chia sẻ, cáng đáng mọi chuyện giúp vợ, thì mỗi ngày, ả phải có một lít rượu đặt vào cái bàn gỗ giữa nhà, đó coi như một thứ thuế thân để khỏi bị đánh đập.

Nhiều lần ả muốn bỏ đi nhưng lại thương con, rồi đâu cũng vào đó. Một lần muốn chết ai dè là lần ả được sống lại đúng nghĩa ước mơ của một con người, ả đổi đời, ả được rủng rẻng tiền bạc, được ăn mặc theo cách của một bà chủ và đương nhiên, được chỉ tay năm ngón trước những người lao động, trong đó có cả cha chồng, em chồng và thi thoảng là chồng của ả. Mọi thứ có vẻ như đều phụ thuộc vào đồng tiền, khi làm chủ, có nhiều tiền, hình như người ta có tất cả và lấy lại được tất cả những thứ bị mất đi, bị tước đoạt trước đây.

*

"Thằng Sung không những nát rượu, nó có dấu hiệu…".

"Ông nói vậy là sao?" – Y hỏi ông Lương.

"Nó chơi ma túy đá thì phải, bây giờ ta sợ nó lắm, thời đại kỳ lạ quá, hiếm có cái thời nào mà cha sợ con như sợ cọp, ta sợ nó lắm, mỗi khi nó la con nó thì ta có cảm giác nó gầm lên như cọp và không biết nó sẽ ăn thịt con nó giờ nào…".

"Vợ chú Sung không nói gì sao ông?".

"Gần đây nó ít ở nhà, công việc nó nhiều quá, đi về là ngủ li bì, bỏ mặc cơm nước đó ai làm chi thì làm, tội tụi nhỏ…".

Y im lặng, nhìn ông Lương, chỉ trong vòng chưa đầy nửa năm kể từ khi vợ Sung làm ăn trở nên khấm khá, dường như ông Lương già sọm đi, thêm vụ thằng con út chia đất để vay tiền, ông Lương thêm lần nữa buồn bã. Đời ông Lương, chỉ có thể nói là buồn, nghèo cũng buồn mà có tiền càng thêm buồn. Nhiều khi y thử lý giải tại sao con người lại quá kì cục như vậy, nhưng mọi thứ bế tắc, bởi có một thứ mà y và ai cũng có thể nhìn thấy, dường như có tiền chưa hắn là giàu, thậm chí có thật nhiều tiền cũng không hẳn đã giàu, bởi cái đồng tiền từ mồ hôi, nước mắt của người lao động bao giờ cũng co ro cụm rụm, buồn bã thân phận, và cái đồng tiền có được do đất tăng giá, trúng đền bù giải tỏa thì chứa đầy uất nghẹn, thậm chí uất hận, cừu thù. Con người, nếu là người lao động, dân đen, nông dân, thành phần công dân hạng hai... sẽ chẳng bao giờ có hạnh phúc.

Mà chưa chắc các loại công dân quyền thế, các loại quan chức đã có hạnh phúc, bởi bọn họ cũng đánh đổi rất nhiều thứ, có người đánh đổi cái ghế quyền lực bằng nhan sắc cô vợ, có người đánh đổi bằng danh dự, phẩm hạnh, bằng chút gì đó thuộc về con người còn sót lại trên gương mặt, và điều đó cho thấy rằng, chưa hề có một kẻ quyền lực nào thực sự có quyền lực trên xứ sở này, bởi quyền lực thực thụ thuộc về những bóng ma.

*

"Anh không thể chờ đợi lâu thêm!".

"Thì anh cũng phải chờ thôi, giờ này em có thể làm gì được!" - Ngọc tỏ ra bực bội, hất tay Đặng ra khỏi ngực, nằm quay mặt vào tường.

"Em cũng đừng bỏ chuyện của mình lên facebook nữa, lỡ nó biết, mệt lắm!".

"Nó là ai?".

"Thì vợ anh, rồi chồng em chứ ai vô đây nữa. Muốn chạy cho bền thì đừng hống hách trên đường đua, đừng đùa giỡn, con ếch nó chết vì cái miệng...".

"Anh còn thua cả con ếch, à, mà đâu riêng gì anh, hình như người mình, nói cho cùng là tệ hơn con ếch, không bao giờ dám lên tiếng bất kì chuyện gì vì tin rằng mình không hơn con ếch".

"Thôi, em đừng nghĩ quẩn nữa, muốn đi đường dài thì phải dưỡng sức, anh nói vậy thôi, còn việc bỏ con gà em mua cho anh cúng đất lên facebook là một chuyện quá nguy hiểm, lỡ xì ra thì mất trắng. Mọi thứ chỉ còn khi anh lên được chức Chủ tịch xã, lên cao nữa, em phải hiểu như vậy!".

"Em xin lỗi, em biết mình sai rồi!!". Câu chuyện tạm dừng. Lại tiếng thở, tiếng rục rịch, rên...

Ông Huy chủ nhà trọ dường như đã quen với cặp đôi ồn ào này rồi, nhưng họ là con gà đẻ trứng vàng của ông. Họ đến như các thần tài quen thiếu chịu, chừng mươi ngày, nửa tháng, đôi ba tháng, họ lại thanh toán cho ông cả chục triệu đồng tiền thuê trọ, có bận lên vài chục triệu đồng, với ông, làm dịch vụ này, không có cảm giác nào sướng bằng cảm giác cầm một cục tiền bự tổ chảng của khách. Với một chủ nhà trọ, không có đồng tiền nào sướng hơn đồng tiền của các cặp đôi ngoại tình, bởi bọn họ cần những bí mật, và muốn có bí mật, đương nhiên phải bỏ tiền ra. Thời buổi này, như ông bà đã nói, người ta mạnh vì gạo bạo vì tiền cả!

*

"Chúng nó đối xử với nhau như súc vật!". – Ông Lương vừa nói vừa đặt cái túi nilon chứa nửa con gà luộc bóp rau răm muối tiêu lên bàn. Trên bàn chưa có món nhắm nào cho khá hơn nửa con gà bóp rau răm kia. Thường thì nhóm ông Lương ngồi uống rượu với mấy cái trứng luộc, có bữa trứng cút, có bữa trứng gà chiên hoặc luộc chấm muối tiêu, mà trứng cút là chính, ngoài ra thì có thêm cách uống hoa quả sơn, tức uống rượu cay, nhắm một trái mận chua hoặc một trái ổi chát chấm muối ớt, nếu có trái ổi vừa chua ngọt thì càng ngon. Ngoài ra, chiêu sáng tạo của nhóm ông Lương để đổi vị là người nào chưa ăn sáng sẽ mua một ổ bánh mì thịt và lấy miếng lá chuối, gắp toàn bộ số thịt trong ổ bánh mì, trải lên miếng lá và cứ như vậy mà nhâm nhi, mỗi người mâm một chút đưa cay sau khi uống ly rượu, khà một cái rõ to. Nói về khả năng đốt đời bằng cách thu hẹp dinh dưỡng và tăng cường nồng độ cồn trong cơ thể, hình như nhóm của ông Lương thuộc vào hàng thần sầu. Thế nhưng uống mãi vẫn cứ sống nhăn răng. Thế mới biết ông xanh có một kiểu chơi hết sức trêu ngươi, thằng nào ưa chết, thách thức với cái chết thì sống dai nhách, thằng nào sợ chết thì trước sau gì cũng bị gọi. Ông Lương đôi lần muốn đốt cuộc đời bằng một bữa say mà sau đó, ông tin chắc rằng ông sẽ say và không còn tỉnh dậy, bởi không có gì sung sướng, thăng hoa và bốc đồng trước khi chết hơn là uống một trận rượu, bao nhiêu giận hờn, thương ghét, thù hận hay đau buồn trút thẳng ra giữa bàn nhậu, để cho thiên hạ ngắm cái linh hồn đã được lột trần, dám ăn dám nói và chẳng biết sợ hãi cái gì của ông. Nhưng tiếc thay, càng làm vậy, ông càng đâm lo lắng mỗi sớm mai, khi tỉnh dậy, miệng khô đắng, môi lột từng lớp da cũ và thèm một miếng nước, thèm nghe tiếng chim sau vườn, thèm cả chút ân cần của bà vợ ngày xưa và thèm nghe tiếng cười của con trai với con dâu...

Nhưng mọi thứ đâu có đơn giản như vậy, chim vẫn hót, cỏ vẫn xanh và nắng vẫn rực rỡ, chỉ có nỗi sợ hãi vì đêm qua mình đã nói quá lời khiến cho ông Lương tự đẩy mình ra một góc xa đứng nhìn lại chính mình đang ngồi co ro, cụm rụm, nằm chòng queo hay đứng khúm núm dưới một vòm trời nào đó, vô hạn định. Ông bỗng thấy mình là trẻ con và thèm khóc, ông thấy đứa trẻ trong mình đang gọi mẹ, một người mẹ đã giã biệt ông từ rất lâu, mỗi khi nghĩ về mẹ, nhớ mùi mồ hôi trên lưng mẹ, ông chỉ biết khóc. Bởi đời sống là một cuộc rũ bỏ, hôm nay ta rũ bỏ đi những bụi bặm và một ít tế bào hay nói đúng hơn là một thân xác của ngày để chuẩn bị cho một giấc ngủ và sáng mai ra lại đón nhận một thân xác mới, im lặng hơn và nhiều tì vết hơn...

Nhân rộng cái cơ thể người hay cái tâm thức người của mình, ông Lương tự thấy mình là một chấm nhỏ giữa triệu triệu cái xác di động giữa cuộc đời này, vũ trụ này, mà đã có di chuyển thì ắt hẳn phải có va chạm, va đập, may lắm thì hút vào nhau, không may thì va quẹt khiến tổn thương nhau mà khi đã tổn thương thì luôn trong tình trạng người này mang một ít của người kia trong mình để tự ngẫm ngợi cái đau do cái phần kia mang lại và hành hạ. Ông cũng tin rằng khi người ta chửi mắng nhau, hạ nhục nhau có nghĩa rằng người ta cùng dấu, cùng mang chung một nỗi đau, sự thù hận và cả những vết thương na ná nhau. Nên chuyện cùng cảnh ngộ có thể đồng cảm nhau là chuyện rất hi hữu, bởi người đồng cảnh ngộ chỉ có thể thông cảm và chia sẻ với nhau khi cả hai mảnh đều thiếu thốn, đau đớn và quằn quại giống nhau. Khi có một trong hai mảnh hay các mảnh trở nên mập mạp, béo ú và sinh trưởng lành mạnh thì chắc chắn rằng người ta – các mảnh còn lại khó mà cảm thông với nhau được. Còn vì sao mà không cảm thông được, thì có lẽ phải hỏi ông xanh.

"Nhưng hai đứa nó vẫn sống với nhau mà!" – Ông Huy nói chậm, nhìn ông Lương.

"Sống để hành hạ nhau thì được chi!".

"Tôi tin là tụi nó hạnh phúc!" – Ông Huy nói với ông Lương nhưng không dám nhìn thẳng vào ông Lương, bởi hai chữ "hạnh phúc" mà ông Huy nói ra, ông tự thấy nó có gì đó không thật, sai sai và đểu giả với người bạn già của mình. Ông chưa bao giờ dám cho ông Lương biết rằng bữa nào cả bàn uống bia loại xịn, uống được chai rượu ngoại của ông mua tặng là bữa đó ông mới lấy tiền nợ từ một cặp đôi ngoại tình. Ông thấy mình có lỗi với bạn già của mình, cái lỗi càng lớn hơn mỗi khi nghe bạn mình khen rượu ngon, bia uống mát họng hay những câu khen đại khái, na ná vậy. Nhưng một khi đã vướng vào cái nghiệp, cho dù đó là cái nghiệp kiếm tiền giữa thời đại mọi chuyện đều trắng đen lẫn lộn này, thì ông không có đường lui.

7. Thời khói lửa

Rừng U Minh, cái tên đất này nghe rối mù với ông Huy, bởi ông chỉ nhớ những rễ bần, rễ đước, mắm, sú, vẹt... nhớ những bộ rễ sù sì nhô lên khỏi mặt nước, chúng kết lại thành một chùm từ thân cây tỏa ra, cắm sâu xuống đất nhão, nhìn từ xa, chúng như những xúc tu của một con mực đang chống xuống đất mềm để nâng thân hình lên khỏi mặt nước. Chúng có tự bao giờ? Chúng chỉ có ở biển miền Nam hay cả miền Bắc? Những câu hỏi đơn giản hút lấy chàng trai trẻ tên Huy lúc ấy.

Và cô gái ấy là ai? Tìm đâu ra lúc này, khi mà khói lửa chiến tranh đã liếm dần mọi thứ trên mặt đất này, có nhiều người hôm qua hẹn cuối tuần sẽ gặp nhau, đi xi nê, đi thăm sở thú, đi đại nhạc hội, thì hôm nay, một lá cờ phủ lên áo quan, người nào may mắn có vợ con, còn người để khóc, người nào chưa vợ con, là lính chiến xa nhà thì chẳng có gì để nói thêm, dường như mọi thứ thoáng qua chốc lát. Và cô gái ấy giờ đang ở thành đô hay đã trôi dạt về một phương trời nào. Giữa xứ sở này, khi mà đồng gáy xanh, gáy đỏ có sức hút lạ thường như vậy, nó hút người ta vào quân đội để nuôi gia đình mặc dù trong đời này chẳng có ai là không sợ chết, nó hút người ta rời bỏ chốn quê thân thương để bước vào những quán bar làm kỹ nữ nếu may mắn, trường hợp không may mắn thì chẳng có gì để nói thêm. Và cô gái ấy bây giờ ra sao?

Huy nghĩ như vậy và tiếp tục chèo xuồng ra khỏi rừng ngập mặn. Dường như đường vào bao giờ cũng xa hơn đường ra mặc dù cùng một cự ly, nhưng trong một số trường hợp, đường ra lại rất xa, nó xa đến độ người ta phải phân định bằng hai thế giới, như những ngôi mộ nằm rải rác dưới các rặng dừa nước này. Huy lấy làm lạ bởi cách xây mộ của người dân nơi đây, dường như mộ không chỉ là mộ, mà mộ còn đóng vai trò tấm bằng khoán để giữ đất, xác lập chủ quyền về đất đai của người ta. Những ngôi mộ được xây bằng xi măng hẳn hoi. Điều này làm Huy nhớ đến những thành phố nghĩa trang ở Huế. Cái nơi mà sau này, trong những ngày cận kề thống nhất hai miền, có một tiểu đoàn dù đã cố thủ, lùi dần ra bờ biển Thuận An, họ vừa chiến đấu vừa chờ chuyến tàu cuối cùng của đồng minh đang đậu ngoài khơi thả xuồng cứu hộ vào rước họ. Bộ đội Bắc Việt liên tục nã pháo vào họ, và điều họ chờ đợi đã không xảy ra, tức các chiếc thuyền cứu hộ không thể vào đón họ. Một nấm mồ tập thể gần trăm người được chôn qua quýt trên bãi biển. Điều đó cũng giống như ở Phú Ninh, bên bờ đập, nơi nhìn ra mênh mông nước và tựa lưng vào núi, có những người đã được di dời về đây sau khi nằm tập thể sau lưng một ngôi chùa. Những ngày cuối của chế độ Việt Nam Cộng Hòa, dường như binh sĩ đã giải giáp, nản chí, các quan chức và sĩ quan cấp cao cũng đã lên máy bay. Bởi lúc đó, phía Mỹ đã tuyên bố giảm gần như toàn bộ viện trợ cho Việt Nam, cụ thể là miền Nam Việt Nam, thay vì hàng tỉ đô la như trước, họ chỉ cung cấp vài triệu đô la, và hình như thực nhận chỉ vài trăm ngàn đô la. Người ta nhìn thấy áo quần, súng ống của binh sĩ nằm rải rác các cung đường, từ cổ lũy ra tận thành phố, xa lộ hay quốc lộ, những người lính đã về làm thường dân tự nguyện, không ai bắt buộc ai và cũng chẳng ai buộc tội ai. Khi chén cơm đã bị úp, mọi chuyện có thể xảy ra.

Trận đánh ở Phú Ninh, một trận đánh mà Huy cho rằng nó đẹp ngoài sức tưởng tượng, cả bên thắng và bên thua đều đẹp giống nhau. Đến phút chót, bên Bắc Việt kêu gọi đầu hàng, trung đội biệt kích này quyết tâm không đầu hàng, họ không giải giáp vũ khí, mặc dù mọi nguồn lương thực dường như đã cạn kiệt. Huy nhớ rằng đây là một phiên bản khác của trung đội biệt kích Tây Hồ, một trung đội khét tiếng thiện chiến và tàn ác do đại úy Tám chỉ huy. Đại úy Tám từng là một trung úy được tặng Huân chương Bắc Đẩu Bội Tinh. Nhưng thứ huân chương lớn nhất của tay trung úy được nâng hàm lên đại úy này không phải là cái huân chương như một thứ kim bài miễn tử kia, mà là những xâu chuỗi dây chuyền bằng lỗ tai của phe đối phương. Chiến tích lẫy lừng của hắn nằm trong xâu chuỗi lỗ tai phe đối phương đeo trên ngực mỗi khi ra trận. Người ta đồn rằng đại úy Tám là một người tu luyện theo phái Năm Ông, một phái võ thần quyền, dùng tha lực làm sức mạnh, và càng nhiều lỗ tai đeo trên người cộng với chiếc nanh sanh của heo rừng trên người sẽ giúp cho hắn không bị hòn tên mũi đạn thâm nhập. Đương nhiên mọi chuyện có vẻ bịa đặt, nhưng chuyện hành xử tàn nhẫn và những trận đánh khét tiếng của Tám là có thật.

Điều này làm cho đại úy Tám xem thường các biệt đội khác, cụ thể là đội biệt kích Phan Chu Trinh ở Phú Ninh, hắn cho rằng đội này không quả cảm và tầm thường. Nhưng hình như câu trả lời ở trận đánh cuối, khi quân Bắc Việt tiến vào làm cỏ các đồn ở miền Trung, mà hầu hết là đi tiếp quản chứ quân đội gần như không có, toán biệt kích Tây Hồ cũng cao chạy xa bay, bỏ áo quần lính, vứt súng mà chạy tuốt lên núi, chạy ra thành phố với vai phu xe, bốc vác, Tám cũng trốn chui trốn nhủi, sau đó nhờ một người họ hàng tập kết ngoài Bắc về đỡ đầu nên tránh được trả thù. Đội biệt kích Phan Chu Trinh thì khác, họ trụ lại, chiến đấu tới giây cuối. Địa điểm trận chiến xảy ra là một ngôi chùa nhỏ, xây dựng từ thời chúa Nguyễn, ở thôn Dương Lâm, một bên là trung đội đặc công của Bắc Việt, bên kia là trung đội biệt kích, một bên ngoài rừng bắn vào, phía trong chùa, các tay súng biệt kích cố thủ, dường như không có bên nào nhường bên nào và việc bắn nhau cũng chỉ mang tính dọa dẫm, thử hỏa lực. Phía Bắc Việt bắc loa kêu gọi đầu hàng, phía trong chùa không có động tĩnh, cho đến lúc một trinh sát đặc công của Bắc Việt bò vào sát chùa, tiếng súng lại nổ, người lính đặc công Bắc Việt gục tại chỗ, lần này phía Bắc Việt nã pháo cối vào chùa và nguyên một trung đội biệt kích tử trận. Đánh xong, kiểm tra chiến trường rồi phía Bắc Việt bỏ đi, người dân trong thôn đợi gần một tuần, không thấy tiếng súng, chỉ nghe mùi tử khí và họ lén lút đào một hố chôn tập thể sau chùa. Chiến tranh kết thúc ở miền Trung bằng một trận đánh của hai toán lính thiện chiến, lúc đó, Huy đang mãi miết ở thành đô Sài Gòn để tìm lại cô ấy, nhưng sau khi cầm lá thư, cô đã dời đi.

8. Mộ tập thể

Trong cuộc đời vốn dĩ buồn bã của Định, hình như chẳng có gì khiến hắn vui hơn là việc bốc một ngôi mộ của ai đó, rửa sạch từng miếng xương, trân trọng đặt vào hộp sành hình chữ nhật nho nhỏ, sắp phần nào ra phần đó, đốt một nén nhang trầm và đưa đến nơi an nghỉ mới. Nhưng có vẻ như lần này, Định thấy sợ, bởi cái công việc hết sức đơn giản, không đòi hỏi trình độ, kiến thức gì của hắn lại có cái phức tạp riêng. Hắn chỉ quen bốc từng bộ hài cốt lẻ, hắn chưa bao giờ nghĩ rằng đây là công việc để kiếm nhiều tiền. Nhưng lần này, mức tiền khoán dành cho hắn quá cao, mỗi bộ hài cốt được trả nửa triệu đồng. Hắn cứ nghĩ rằng mỗi lần đào và xử lý xong thì có được nửa triệu đồng, đơn giản vậy thôi. Nhưng khi khui những nhát xẻng cuối cùng, hắn muốn té xỉu, càng pheng đất bao nhiêu, hắn càng gặp nhiều xương, hắn đếm, có đến hơn ba chục hộp sọ. Lúc này, hắn chỉ muốn bước ra khỏi cái hố. Nhưng hình như có ai đó đang níu chân hắn lại, trời như tối sầm lại mặc dù chỉ mới chừng mười giờ trưa.

Lúc này, Định sực nhớ, hình như cũng là lần đầu tiên Định lại nhớ tới Cơ, dường như cô chẳng quan tâm đến công việc hay bất kì thứ gì của Định ngoài khoản tiền hằng ngày mang về cho cô. Cô dùng để mua thuốc bổ, mua kem dưỡng da và còn một ít cô dành mua thức ăn cho đứa con nhỏ. Tự dưng, lần đầu tiên trong đời Định đếm số hộp sọ và lẩm nhẩm nhân ra số tiền. Định nhớ tới cha của mình, một người lính, sau tháng Tư năm 1975, ông đi cải tạo một thời gian ngắn và về làm nghề hớt tóc. Ông nói rằng thời làm lính, ông cũng chỉ quanh quẩn với công việc hớt tóc chứ chẳng bắn giết chi ai. Ông đặc biệt yêu miệt Tây Nam Bộ và yêu những cô gái Chăm ở Châu Đốc, có lẽ vì vậy mà mẹ của Định chấp nhận đi hàng ngàn cây số về miền Trung theo ông, mặc dù với người Chăm, gái làng bỏ theo trai Việt như vậy là xem như đứt gốc. Những năm đầu cha của Định làm thợ hớt tóc. Định còn thấy bà thỉnh thoảng dệt vải, nuôi tằm, trồng cây bông, bà dệt những tấm thổ cẩm có in hình những bông cúc, bông thược dược hoặc những cổ tháp, được vài tấm bà mang ra chợ bán, thành quả dệt cả tháng trời của bà đôi khi bán chỉ được vài đồng, chỉ đủ mua một con cá ngừ vừa vừa về đổi bữa cho cả nhà. Thỉnh thoảng, bà mang thổ cẩm ra hục bom trước nhà để giặt. Một cái hục bom nhỏ, rộng chừng mười mấy thước tây, cha của Định trồng vài cây dừa bên bờ ao, làm một cái cầu tre để bà ra ngồi giặt. Những ngày đói rã họng sau 1975 lại yên bình hơn bây giờ, dường như người ta chẳng mấy ai quan tâm tới đất đai, nó như một thứ tạm bợ và nó chẳng thể nào phá hỏng được tâm tính ai, cũng chẳng thể là cái cớ đổ máu cho gia đình nào. Còn bây giờ thì khác, bất kì chuyện gì cũng có thể xảy ra, tới một đứa vốn cục mịch, suốt đời đi lang thang rày đây mai đó để kiếm chén cơm như Cơ, vợ hắn cũng nghĩ tới chuyện đất đai.

*

Suốt ba tháng giãn cách, tuy rằng không thuộc vùng giãn cách đặc biệt, phong tỏa theo chỉ thị chính phủ nhưng nhà nghỉ của ông Huy gần như tê liệt, không có đồng ra đồng vào. Ông nghĩ tới đứa con trai đang ở Sài Gòn, hiện giờ thành phố đang cách ly với thế giới bên ngoài gần như tuyệt đối. Đương nhiên ông không thể khăn gói lên đường thăm con như trước đây. Mà cũng dễ chừng gần mười năm nay ông không ghé thăm nó nữa. Bởi trâu trắng vẫn hoàn trâu trắng, ông gọi nó là con trâu trắng của gia đình ông, mặc dù bà vợ phản đối kịch liệt về cách gọi này nhưng ông thấy đứng ở góc nào gọi nó như vậy cũng hợp lý.

Mỗi khi gặp nó, ông nhớ tới con trâu trắng của gia đình. Cái thời hợp tác xã mới thành lập, ông là một sĩ quan biệt kích, mới đi cải tạo về, thực ra, do ông sớm giác ngộ và được biệt đãi nên sớm ra trại, hai năm cải tạo thay vì năm, sáu, thậm chí mười năm như những chiến hữu của ông. Trả giá cho việc này, không một chiến hữu nào nhìn mặt ông, khi ông ra trại, không có lời từ biệt. Nhưng ông lại được về với vợ con và nghiễm nhiên được ngay một chân đội phó sản xuất nông nghiệp, được cấp một con trâu để đi cày bừa. Tính ra, thời nào ông cũng đắc lợi. Nhưng ông lại ghét cay ghét đắng con trâu trắng, khi hợp tác xã phân bổ, ông mất mấy cặp gà để được con trâu đen nhưng cuối cùng, ông chỉ được trâu trắng. Bởi tiêu chuẩn trâu đen dành cho những gia đình có công, ông dù sao cũng từng là lính ngụy, khó mà có như mong muốn. Và hình như một mặt cố đấm ăn xôi để được trâu đen, mặt khác ông cũng rất mãn nguyện với con trâu trắng. Bởi đây chắc chắn không phải phần của ông, nhưng cái hay của ông là chỗ này, ông nghĩ vậy và chấp nhận mọi chuyện. Bởi đôi khi, chấp nhận lại là nguyên lý tồn tại khôn khéo nhất trong thời đại mới.

*

Kính đã về, mi nghĩ là vậy, Kính là bạn học của mi hồi cấp hai, mi tin là hắn đã về, chí ít trong lúc này, khi các nhà sư bắt đầu lâm râm tụng niệm, cầu siêu cho linh hồn của Kính. Nhưng rồi mi toát mồ hôi và trống rỗng khi nghe người ta móc một cái loa sắt để tụng cho thật to. Lẽ nào cần phải có một tần số âm thanh điếc đặc bởi cường độ cực đại của nó mới giúp cho linh hồn nghe thấu? Bởi cho dù lúc này, người ta mở điện thoại gọi zalo cho Kính và tụng vào đó thật nhiệt tình, chắc gì Kính còn để nguồn điện thoại và chắc gì Kính có thể nghe. Vậy việc gọi vào zalo, không cần bắt máy có ý nghĩa gì? Tượng trưng? Tưởng nhớ? Thông linh? Mi nghĩ rằng điều quan trọng của ông Huy lúc này là làm sao phải liên lạc, xin cho được hủ tro của Kính về. Sài Gòn và miền Trung, cách nhau non ngàn cây số tính từ nhà của Kính, nhưng bây giờ, nó xa hàng thế kỉ và xa cả một kiếp người.

II

TÂM HỒN
NGƯỜI CHÂU THỔ

1. Xóm Việt kiều

Có lẽ biển hôm nay không được đẹp, có thể như vậy, bởi lòng hồ cũng cuồn cuộn, gió đâu đó từ đại ngàn cứ dộng thẳng vào lòng hồ, gầm thét như đàn sói bị thương. Xóm Việt Kiều đong đưa, nhưng nếu không có gió, xóm Việt Kiều cũng đong đưa. Cái đong đưa ghé đến khi bọn trẻ bắt đầu say ngủ, chúng không cần thuốc an thần hoặc thuốc ngủ, bởi suốt ngày rong ruổi chơi phá bằng cái bụng đói sẽ làm chúng rất nhanh ngủ khi đêm đến.

Hắn đã đưa nó cho nàng và dặn: "Anh chỉ có thứ này, em không được làm mất nó!".

Nàng nhận lấy và không biết cất vào chỗ nào, bởi ở nơi này, không ai có tủ, cũng không ai có nhà, tuy là xóm nhưng nói đúng hơn thì nhìn giống một chỗ cắm trại, mà ví như vậy cũng không đúng, những căn nhà lụp xụp, tạm bợ không thể tạm bợ hơn khiến cho hắn nhớ đến xóm nhà chồ trên sông Hàn, Đà Nẵng những năm 1980 hoặc xóm chài bên sông Tiền, sông Hậu bây giờ. Nhưng những xóm chài vậy có gì đó vững chắc hơn, ít tạm bợ hơn xóm Việt Kiều. Xóm nhà chồ lợp tôn, xóm chài cũng lợp tôn còn xóm Việt Kiều lợp giấy bạt hoặc bao nilon, vì xóm không có ai có của nên không sợ mất của, nhưng xóm có những con chó mập ú, chó và người ngang nhau, vì chó thấy được hạnh phúc khi sống trong xóm và người cũng thấy được cảm thông từ chó, hình như chỉ có chó và người.

Những con chó mập ú, mãi cho đến bây giờ nàng cũng không hiểu chúng được mang về từ đâu và bao giờ. Nàng chỉ nhớ mang máng, rằng mọi người đã vượt một đoạn đường khá dài, ở bên đất Campuchia, trên Biển Hồ, nước mùa này cạn, dường như tôm cá không còn bao nhiêu, các gia đình đang phải trốn tránh cảnh sát bởi chính phủ đã chính thức hủy quyền cư trú của xóm, như vậy cũng đồng nghĩa với cả xóm có thể bị cảnh sát ập đến bắt bất kì giờ nào. Nhưng nếu quay về Việt Nam thì quay bằng cách nào? Những người cao niên nói rằng nếu quay về Việt Nam, thảm cảnh cũng không khác mấy hiện tại, bởi không ai có giấy tờ tùy thân. Nhưng theo thầy giáo Ngo, người đã suốt nhiều năm nay vẫn bám trụ với xóm Việt Kiều để dạy con chữ cho trẻ em nói thì: "Ngôn ngữ chính là giấy tờ tùy thân của quí vị. Nó là hi vọng của chúng ta!".

"Nhưng ai tin rằng chúng tôi là người Việt Nam, bởi người Campuchia ở Hà Tiên vẫn nói được tiếng Việt!".

"Chỉ còn một chút đó để vịn vào, nếu các anh từ chối thì không còn cách nào khác".

"Nguy cơ nạn cáp duồng sẽ trở lại, làng đã từng bị cáp duồng".

Hai chữ "cáp duồng" khiến cho không khí trở nên rờn rợn. Bởi đó là thứ ám ảnh lớn nhất của không riêng gì xóm Việt Kiều. Theo như ông nội nàng kể thì đây là một câu chuyện đã lâu lắm rồi và khi nó trở thành mối thù huyết tộc thì khó có cơ hội bước ra được. Con người có hai thứ thù không thể nào hóa giải, đó là mối thù về bội ước trong hôn nhân và mối thù về điền thổ. Mối thù này sẽ dai dẳng từ đời này sang đời khác, mặc dù mối thù về điền thổ được đặt nằm sau mối thù bội ước hôn nhân nhưng nói có vẻ như ghê gớm hơn. Bởi thời bây giờ, nếu bội ước hôn nhân, đôi bên đi tìm một cuộc hôn nhân khác và mọi thứ có thể ném vào sọt rác quá khứ mặc dù nhắc tới vẫn đau lắm, nhưng không đến nỗi dai dẳng, đến thế hệ thứ hai ra đời thì mọi thứ đã chấm dứt. Bởi chẳng mấy ai rảnh để đi báo thù giùm cha mẹ vì chuyện yêu đương nhăng nhít xưa cũ, hoặc giả chẳng ai đủ dày mặt để nhắc với con cái mình chuyện xưa vốn chôn kín và đôi khi xem là vết thương hoặc vết nhơ. Thế nhưng mối thù về điền thổ thì khác, đời sau có khi còn ghê gớm hơn đời trước bởi đất ngày càng chật, người ngày càng đông. Việc kiếm chỗ ở là câu chuyện càng lúc càng trở nên nan giải và mối thù của thế hệ trước dễ dàng trút sang cho thế hệ sau. Câu chuyện tranh cướp, giành giật và đổ máu vì đất vẫn chưa bao giờ ngưng.

Ông của nàng nói rằng thực ra, nếu nói gia đình nàng là người Việt thì cũng chưa đúng lắm, nhưng không còn lựa chọn nào bởi bây giờ, tiếng Việt, như thầy giáo Ngo đã nói, nó trở thành giấy thông hành hay bổn mạng của gia đình. Vì ngày xưa, theo trí nhớ mang máng của ông về lời kể của cụ Tổ thì người Việt sống từ vùng Châu Ô trở lui sang phần giáp giới Trung Quốc. Từ châu Ô trở vào đến Phan Rang, Phan Thiết bây giờ thuộc về lãnh thổ vương quốc Chăm Pa, từ Phan Rí vào gần tới Sài Gòn thuộc về vương quốc Phù Nam, vùng từ Sài Gòn, nói đúng hơn là phía Nam sông Sài Gòn đổ xuống miệt Tây Nam Bộ thuộc về vương quốc Chân Lạp, tức Campuchia bây giờ. Thế rồi mọi sự vật đổi sao dời, Chăm Pa là vương quốc hùng mạnh nhất, họ có một hải đoàn thiện chiến có thể chinh nam phạt bắc. Họ từng đánh thẳng ra đến tận Thăng Long và đánh ngược vào tận giáp giới Chân Lạp. Nước Phù Nam biến mất vào chừng thế kỉ thứ chín hay thứ mười một gì đó, mà cũng có thể là thế kỉ thứ mười. Thủy tổ của gia đình nàng là một trong những cư dân Phù Nam sống sót, lưu lạc ra tận phía Bắc dãy Trường Sơn sau nhiều tháng ròng băng rừng vượt suối. Và việc đầu tiên là ông phải quên đi mọi thứ, phải học nói tiếng Việt, học sống như một người Việt. Những người H'Mong đã dạy cụ Tổ nhiều thứ.

Nước Phù Nam biến mất bởi sức mạnh Chăm Pa, cuối cùng, nước Chăm Pa cũng không còn sau nhiều biến dịch, đặc biệt là sau cuộc đổi chác oan nghiệt của một vị vua có tên Chế Mân để cưới công chúa Huyền Trân. Rồi sau đó vài thế kỉ, mọi chuyện dần trở nên đen tối bởi những cuộc phục thù của Chế Bồng Nga, một vị vua được xem là mãnh tướng của mọi mãnh tướng. Nghiệt nỗi, số phận quốc gia trở nên hẩm hiu và mong manh, sự hùng mạnh của một cá nhân như ông cùng với các thuộc hạ không đủ sức cứu lấy quốc gia hoặc lấy lại những gì đã mất của tổ tiên. Đất nước Chăm Pa ngày càng thu hẹp. Mãi cho đến lúc nó không còn trên bản đồ, chỉ còn một nhóm cư dân nhỏ nhoi với mối hận thiên thu. Nhưng câu chuyện vẫn chưa dừng ở đó, năm 1698, một lãnh tướng của người Việt tên Nguyễn Hữu Cảnh đã dẫn một đoàn lưu dân Nam tiến, và ba quận Sài Gòn, Gò Bích, Nam Vang của Chân Lạp nhanh chóng bị thu phục bởi bàn tay của tướng Cảnh. Nước Chân Lạp lui hẳn về kinh đô. Thêm một vùng đất mới cho người Việt chinh phục mà nói cho cùng thì nó quá xấu xí đối với người Chân Lạp bởi sình lầy và muỗi mòng, thú hoang...

Thực ra, trong cuộc Nam tiến này, vẫn có đổ máu nhưng dường như hai bên không có thù hận, việc thái tử Nặc Tôn bị giết trong một cuộc chiến cũng không làm cho mối hận của người Chân Lạp trở nên cay đắng và không đội trời chung với người Việt. Và mọi sự được an bài khi Pháp vẽ lại bản đồ Đông Dương, vẽ ranh giới Việt Nam gồm cả phần cựu lãnh thổ của Chăm Pa, Phù Nam và ba quận Sài Gòn, Gò Bích, Nam Vang, tức Sài Gòn và Tây Nam Bộ bây giờ. Mọi chuyện tưởng chừng đã an bài. Nhưng thực ra, sự an bài ấy không phải do tự thân nó có mà lại do một thứ nguyên nhân khác, đó là đệ nhị thế chiến cũng như công cuộc khai thác thuộc địa của các đế quốc. Khi Đông Dương rơi vào tay Pháp, việc đầu tiên Toàn Quyền Đông Dương làm không phải là xây dựng đường sá, thành phố Đà Lạt, thị trấn Sapa hay Hà Nội, Đà Nẵng... Mà họ vẽ lại bản đồ, chính người Pháp đã vẽ lại bản đồ Việt Nam, Lào, Campuchia. Và hiện trạng bây giờ có vẻ như thuộc vào công trạng của Pháp. Hay nói khác đi, nhà Nguyễn đi mở cõi, Pháp đến lật đổ nhà Nguyễn và xác lập cái cõi ấy bằng văn bản. Sau đó một thời gian, Cộng sản Trung Quốc nổi lên, tìm cách lấy Đông Dương để mở rộng thế lực và họ dùng những thủ đoạn độc ác.

Quan trọng nhất Đông Dương, chắc chắn là Việt Nam, có bờ biển dài, thềm lục địa phong phú, trữ lượng đất hiếm nhiều nhất thế giới, dầu mỏ cũng kha khá so với khu vực, đó là chưa nói đến việc chiếm Việt Nam làm một tỉnh tiền đồn thì mọi thứ giao thương, du lịch, hàng hải, hàng không, đường bộ trở nên thuận lợi và đắc địa, xem như đã lấy trọn Đông Dương. Chính vì vậy mà Cộng sản Trung Quốc nuôi dã tâm bằng mọi giá chiếm cho được Việt Nam. Và để làm được điều này, chúng đã xé nhỏ Đông Dương, ngay từ thời Pháp Thuộc, chúng đã dựng ra những bằng chứng giả về xác người cổ trên các đảo thuộc chủ quyền Việt Nam và tung ra những tin đồn Nguyễn Hữu Cảnh, rồi Phan Thanh Giản, những ông tướng Việt lưỡi dài, răng nanh nhọn, chuyên bắt gái Chân Lạp để hiếp rồi giết, rồi thêm chuyện các tướng Việt đã giết thái tử Nặc Tôn, sau đó chém đầu ba vị tướng của họ và đặt chiếc nồi đồng lớn lên trên ba cái đầu làm ông kiềng, bỏ đầu thái tử Nặc Tôn vào đó mà nấu chín, uống rượu... Toàn những chuyện xằng bậy không hề ghi trong bất kì văn bản lịch sử nào của cả hai phía Việt Nam và Campuchia nhưng lại có ghi trong lời giáo huấn của Pol Pot, điều đó xem như một kiểu nằm gai nếm mật để trả thù dân tộc. Trong khi đó, Pol Pot được Trung Cộng nuôi và đào tạo từ nhỏ để lãnh đạo Campuchia một khi Campuchia thuộc về Trung Quốc, một kiểu thái thú dự bị, đương nhiên có nhiều thái thú dự bị như vậy ở bán đảo Đông Dương.

Trở lại chuyện Pol Pot, thứ chủ nghĩa dân tộc cực đoan của hắn, nhắm vào người Việt Nam để giết, để trả thù và lấy lại đất đai của cha ông đã nhanh chóng đẩy lên mức độ tàn khốc. Ban đầu là cáp duồng (Cap Young – Giết bọn Bắc) trong nước, toàn bộ các Việt kiều là đối tượng nhắm vào của chúng. Và đáng sợ hơn cả là những Việt kiều giàu có là thử nghiệm cáp duồng để vừa cướp của, vừa bắt được con cá mập. Có hàng ngàn người Việt tại Campuchia chết sau một đêm Pol Pot tràn qua. Và chưa dừng ở đó, chúng nhắm đến những người Việt ở vùng biên giới, những người Việt trên Biển Hồ.

*

Y ngồi xe buýt từ Long Xuyên, một thị xã cũ của tỉnh An Giang, bây giờ gọi là thành phố, xe chạy ước chừng bốn giờ đồng hồ là đến Châu Đốc. Thế nhưng đường quá hẹp, một con đường nhựa nhỏ, rộng chừng tám mét cho hai làn xe ngược chiều, xe máy, xe đạp. Đây là thông lộ của cả vùng đồng bằng châu thổ này. Mọi chuyến xe về thành phố sẽ đi qua đây mà không phải tốn thêm khoản lộ phí nào khác nếu như ngày hôm đó không gặp cảnh sát giao thông đứng đường. Nếu muốn đi con đường rộng hơn và xe có thể chạy ở tốc độ cao thì người ta chọn cao tốc Trung Lương, một con đường mới xây dựng sau khi cầu Cần Thơ hợp long. Nhưng vào con đường này thì các xe buýt không thể đón khách và phải chạy đạt tốc độ yêu cầu, tức thấp nhất là 60km/h và cao nhất là 100km/h. Hầu hết các xe buýt muốn sống được phải giỏi bắt khách, và việc đi xe buýt ở Việt Nam khác với các nước phương Tây ở chỗ người ta có thể trả chác giá cả, nhà xe có thể nói thách cước phí, nếu hành khách biết trả chác một chút thì giá cước có thể xuống còn 70% giá họ hét, trong một số trường hợp giá chỉ còn 50%.

"Ở đây có loại nhãn hạt tiêu rất ngon, nếu cậu muốn ăn thì cùng hợp tác với tôi, mỗi người 30 ngàn đồng, mua một ký chia đôi". Tài xế rủ y.

"Tôi mời anh luôn đi!".

"Không cần đâu, người ở đây sống thiệt tình, cứ chung với nhau cho vui. À, cậu đi miệt này nhiều lần chưa?".

"Cũng được đôi lần rồi".

"Ờ, cậu thấy đó, cứ đi chơi lang thang, gặp anh em trai tráng uống rượu mời uống là cứ uống vài ly, nếu thấy hợp cạ thì ngồi uống tới chiều cũng không sao, cứ hùn thêm vào mà uống thôi. Ở đây mời là mời thật. Trước đây thật tình lắm!".

"Như vậy bây giờ có gì khác trước?".

"Có chứ, bây giờ người Bắc người ta vào đây định cư, rồi có người làm trong chính quyền, mọi sinh hoạt của người dân ở đây cũng phải thay đổi cho hợp với thời đại mới. Người ta biết khách sáo hơn!".

"Vậy là người Nam thay đổi tính nết?".

"Không hẳn, ban đầu là đối phó, bởi nếu không khách sáo, cứ nói thực lòng, nói thẳng ruột ngựa thì một là bị quở trách, bị ảnh hưởng đời sống, ví dụ như lên cơ quan xin cái giấy khai sinh cho con mà nói theo kiểu miền Nam, không có xun xoe bợ đỡ một chút thì đi năm lần bảy lượt. Nên họ đành phải tập xun xoe. Hơn nữa, dân Bắc vào đây rồi khôn lắm. Tôi nghe nói dân Bắc ở ngoài đó sống chân chất, thật tình hơn, mấy thành phần di dân vào đây là ở quê họ chịu không nổi, không có đất sống nên vào đây. Họ bắt đầu giở thói để cán của họ ra, khổ. Tôi từng ra ngoài Bắc làm ăn, đi chơi nhiều lần, tôi thấy dân Bắc gốc sống thật tình lắm, thành phần hổ lớn bị đẩy vào đây, làm mưa làm gió trong này. Chuyện này chẳng khác chi ba trăm năm trước!".

"Ba trăm năm trước thì sao?".

"Thì ba trăm năm trước, đoàn lưu dân phía Bắc kéo vào Nam, những người đi cũng đủ thành phần, trong đó gồm cả thành phần bất hảo, thành phần bị đẩy ra ngoài lề xã hội cũng nhiều, rồi những tướng Tàu phản Thanh phục Minh. Mà ngay cả ông tướng Cảnh cũng là thành phần chướng tai gai mắt ở kinh thành nên bị lưu đày biên ải. Nhìn chung, tổ tông của người miền Nam chúng ta bị đẩy ra khỏi đất Bắc một cách cay đắng, có lẽ do vậy mà người miền Nam có một sự thù ghét như một thứ vô thức tập thể đối với người Bắc. Cái này có khi do di truyền nữa là khác!".

"Anh có vẻ quan tâm nhiều đến lịch sử! Những cái anh vừa nói với tôi anh đọc ở đâu vậy?".

"Nghiệm, cuộc đời là chiêm nghiệm, một thằng tài xế xe như tôi, nếu dùng cả ngày để lạn lách, bắt khách, kiếm tiền nuôi vợ con, rồi tạo quĩ đen để ăn chơi, xài bát, vợ khắp nơi... Cũng qua một đời. Mà mình chiêm nghiệm ở mỗi nơi mình đi qua, như cái cầu Xẻo Bướm này (chỉ tay vào chiếc cầu bên đường) nếu không tìm hiểu thì nghĩ nó thô lậu. Thực ra, Xẻo là phương ngữ của người Nam, chỉ những con lạch nhỏ, Còn Bướm hay Hoa hay Cồn... là những địa danh con xẻo đó đi qua. Vậy đó".

"Bây giờ tôi có thể tin và đối đãi với người miệt vườn như trước đây không?".

"Được, bởi cậu không phải người Bắc, người ta sẽ tin cậu, miễn cậu chơi thật lòng. Chút nữa tới bến, cậu cứ đi xe ôm, nhớ lưu số điện thoại của tôi, nếu gặp chuyện gì không hay, cứ gọi cho tôi, tôi hứa sẽ giúp cậu! Nói vậy thôi chứ người miệt vườn hiền lắm, chỉ sợ dân ba rọi thôi!".

Xe dừng ở bến, nói là bến nhưng thực ra là một miếng đất rộng dưới một gốc phượng vĩ bên đường, hình như gần đó là cây bần, bên một bờ sông, đường và sông liền sát nhau. Y nhìn lên vòm lá xanh không mấy nên thơ của nó, vẫn còn một ít trái mẫy, chắc cũng vừa độ chua, loại trái cây có vị chua đặc trưng của miền sông nước Tây Nam Bộ này có cuống rốn nhọn về phía trước và màu trái xanh láng, màu xanh của trái mẫy đầy sức sống, nó ngược hẳn với màu xanh của tán lá, nhìn có vẻ rậm rạp nhưng quá đỗi âm u. Cái cây gợi ra một gia đình người miệt vườn với sức sống lan tỏa nhưng cũng bí ẩn trong cái nghèo giản dị của nó.

*

Nàng chỉ có thể cất nó ở một chỗ đơn giản, càng đơn giản càng tốt, có nghĩa là nàng phải làm sao mà trong mắt người lớn, đó là một thứ tầm thường, vứt lắc đâu đó không ai thèm đụng, còn trong mắt trẻ con, đó là một thứ gớm ghiếc, đụng đến nó sẽ mang tai họa. Nghĩ mãi, cuối cùng nàng quyết định đặt nó lên bàn thờ và thắp nhang. Đương nhiên điều này không khiến cho nàng thấy có lỗi với tổ tiên bởi xóm chài ở đây không ai có tổ tiên. Nghĩa là chẳng có một ngày giỗ hay chạp mả đối với dân xóm chài, kể từ khi còn lây lất bên Biển Hồ cho đến lúc lây lất bên bờ hồ Dầu Tiếng này. Thứ căn cước duy nhất mà người ta có được, để tin rằng mình có gốc gác Việt Nam chính là khả năng nói tiếng Việt của mỗi người.

Hãy về, về như một thứ men chạy trong máu huyết mỗi người nhưng không phải ai cũng có may mắn thấy được. Nghĩa là trong một con người có đầy đủ mọi tính khí của vạn vật, từ cọp beo, voi, sư tử, khỉ, ngựa vằn, cáo chồn, rắn rết, tắc kè, chuồn chuồn, châu chấu, kiến, nhện, cá tôm và cả những con vi trùng không nhìn thấy được. Mọi thứ đang ẩn náu nơi linh hồn con người. Nàng tin vào lá số tử vi theo cách của nàng, đó không phải thứ định luật được lý giải siêu hình và rối mù như các thầy toán số vốn dĩ học không mấy giỏi toán nhưng lại ưa làm toán về số phận của người khác và đưa ra những đáp số bệnh hoạn, chết chóc cho dù đó là một đáp số đầy hấp dẫn và hạnh phúc. Mà đơn giản, cuộc đời là một dòng sông, khi anh chào đời cũng có nghĩa là anh đang rơi từ trời cao xuống dòng sông ấy, việc chui ra khỏi bụng mẹ cũng giống như đang rơi từ trời xanh, lúc rơi, may mắn anh là cọp beo rơi đúng rừng già, nếu không may mắn rơi phải đồng bằng thì anh phải tìm cho được rừng già, điều này cũng đòi hỏi may mắn nếu như rừng chưa bị đốn trụi và cao hổ cốt chưa đắt giá... Giả sử có những con người khi rơi trong trạng thái tắc kè hay rắn mối nhưng không rơi trúng lùm cây mà rơi ngay vào một cụm bèo, sau đó cụm bèo trôi từ nguồn ra biển, anh không dám bơi vì sông quá rộng, nước quá xiết và cụm bèo trôi quá suông sẻ, cứ như vậy. Cuối cùng, cuộc đời của anh được định nghĩa bằng các cánh hoa bèo và một cụm lá xanh, thế giới của anh cũng vậy, mặc dù anh đã được đi từ nguồn xanh tới tận đại dương.

Nàng nghĩ tới Biển Hồ và những cái hố linh hồn, nàng tin rằng có những con người mặc dù trải qua nhiều quãng thời gian rất dài do biến chuyển thời cuộc nhưng họ không có bất kì biến chuyển hay thay đổi nào. Bởi linh hồn của họ có những cái hố sâu và nó mắc kẹt ở đó, điều này cũng giống như (hay lý giải cho) những oan hồn hay những ngôi nhà ma mà nghe thi thoảng ở Đà Lạt, Buôn Mê Thuột, Gia Lai hay Sapa lại dấy lên chuyện có những người ngủ không được vì tiếng ồn, tiếng trò chuyện rì rầm hoặc đang ngủ giữa khuya có ai đó đến ngồi bên giường nhìn, hoặc giả có một ánh mắt bí ẩn nào đó cứ nhìn sau gáy...

Nói chung là có rất nhiều kiểu hố thẳm linh hồn mà ở đó, người trước khi chết đã gắn tư tưởng và ý chí, rớt vía của họ vào đó nên họ không thể tiếp tục một bước chuyển mới sau khi chết.

Nhưng có một loại hố thẳm linh hồn khác, nó chôn chặt tuổi trẻ trong đó, người ta không thể bứt thoát ra được và cho đến lúc năm mươi, sáu mươi rồi mà cái tuổi hai mươi vẫn cứ bám chặt lấy suy nghĩ và hành xử, người ta trở nên lạc điệu và chưa bao giờ sống với tuổi thực, với thực tại.

Nàng từng nghe một nhà thơ đàn anh, cũng là khách của nàng kể rằng giữa trung tâm Sài Gòn có vài khu biệt thự rất lớn theo kiến trúc Pháp, đương nhiên là chỉ có Sài Gòn, Đà Nẵng và Hà Nội mới có những khu biệt thự kiểu này, bởi đây là các trung tâm lớn của Việt Nam trong con mắt của Toàn Quyền Đông Dương, mọi cơ quan lớn và ông lớn đều ở đây, trải qua nhiều thời kỳ, từ Pháp đến Cộng Hòa rồi Đệ Nhị Công Hòa rồi Cộng sản, dường như chỉ đến thời Cộng sản thì mọi thứ mới thay đổi nhanh chóng, chứ các thời kỳ trước đó không có sự thay đổi đáng kể, Sài Gòn vẫn cứ lấp lánh theo cách riêng của nó. Và khi hòn ngọc viễn đông này bị bụi than, muội khói ám lấy thì cũng là lúc người ta gặp nhiều oan hồn. Anh ta kể với nàng rằng khu biệt thự đó có chừng năm chục phòng, rất rộng, đặc biệt có một tầng hầm dùng để tránh bom đạn. Đây cũng là nơi sau khi chế độ mới tiếp quản, người ta bỏ hoang và câu chuyện của thế giới khác hình thành trong khu biệt thự này sau nhiều năm không ai ngó ngàng.

Anh bạn nhà thơ thường ở lại trong biệt thự để viết lách và nghiên cứu, bởi anh không có nhà, thời chính sách tập trung bao cấp nên mọi căn nhà đều bị xé nhỏ để chia cho nhiều hộ gia đình, khu biệt thự chỗ anh ở may mắn không bị xé nhỏ bởi nó được biến thành cơ quan nhà nước và chia riêng một số phòng cho các chuyên viên, anh là chuyên viên văn hóa, cũng có tiêu chuẩn ở đây. Căn phòng tiêu chuẩn của anh đủ rộng để sống cho cả một gia đình. Thường thì các gia đình sống trong các phòng tập thể, tức phòng từ nhà của chế độ cũ để lại và chia ra thành nhiều căn cho nhiều hộ (khái niệm căn hộ cũng hình thành từ kiểu chia căn như vậy chăng?), mỗi căn hộ rộng chừng mười đến mười bốn mét vuông có thể chứa từ bốn đến năm người, sau này thì chỉ chứa chừng bốn người. Những căn hộ này có mặt khắp đất nước, ở thành phố Đà Nẵng, ngay đường Trần Quốc Toản, gần ngã năm trung tâm có một căn hộ nổi tiếng là nhà số 40 cũng chia nhà theo cách này, người ta chen chúc sống trong các gác xếp bằng gỗ ọp ẹp và khó thở, nhất là khi kinh tế mở cửa, các hộ nấu bún bò bán trước cổng khu tập thể, tức khu biệt thự cũ, than đá xông khói lên các căn gác phía trên khiến cho nhiều người bị bệnh hô hấp, bệnh tim mạch, nhưng chẳng mấy ai quan tâm đến sức khỏe của ai, mạnh ai nấy sống.

Anh bạn nhà thơ của nàng thì không vậy, anh không sống theo kiểu bầy đàn hay mạnh ai nấy sống mà anh thích yên tĩnh, chỉ đơn giản là yên tĩnh phù hợp với anh hơn những kiểu xô bồ, hôi của hay lục lợi. Nhưng anh chỉ có mỗi thói quen lục lợi vào những kho sách cũ, anh biết có một kho tàng văn học miền Nam nằm dưới thư viện tầng hầm, nơi không có ai tới và người ta kháo nhau rằng tầng hầm bị ma ám, những ai vào đó một lần thì sau đó sẽ bị đau ốm liên miên, chết dần chết mòn. Anh nhiều lần cười thầm chuyện này và khen ai đó thật thông minh, bởi giữa lúc nhà nhà đốt sách chế độ cũ, mọi thứ sách vở, tư tưởng liên quan đến chế độ cũ đều bị mang ra đốt không thương tiếc như vậy thì thư viện dưới hầm kia cũng không sớm thì muộn sẽ bị mang ra bãi đốt. Nhưng không ai dám xuống tầng hầm vì người ta sợ, nhờ vậy mà các báo cáo về tầng hầm đều trống không, bỏ hoang.

Sài Gòn sau biến cố thay đổi chế độ, dường như mọi thứ đều xơ xác, người ta chẻ những bộ bàn ghế salon bằng gỗ huỳnh đàn ở các biệt thự để làm củi. Bởi thời gạo châu củi quế, mọi thứ khó khăn, tận dụng thứ gì làm lương thực, chất đốt được thì người ta tận dụng. Cả thành phố nháo nhào lên vì những cửa hàng mậu dịch, công ty lương thực nhà nước với hàng ngàn người rồng rắn xếp hàng chờ nhận khẩu phần. Những con đường cũ, hàng cây năm xưa, xà cừ, me, phượng, sấu, gõ, lim, gụ... đặc biệt là vườn cổ thụ trong dinh Độc Lập, sở thú vẫn may mắn sống sót bởi nó được quản lý, bảo vệ, chẳng mấy ai dám hạ, nó quá lớn và muốn đốn hạ phải có máy móc, nhờ vậy mà nó sống sót.

Chạng vạng Sài Gòn vắng và lạnh lẽo, anh chán bởi không tìm đâu ra một quán bia trên đường, ngồi tự do mà nhâm nhi. Một trí thức của chế độ cũ, được chế độ mới giữ lại để phục vụ như anh, so ra có hơn con vật chút xíu, anh biết vậy. Anh lang thang đi tìm xóm nhà lá của mình, nơi còn một ít rượu ngoại và gái điếm cũ, chuyên phục vụ cho những khách cũ. Xóm nằm lọt thỏm sau lưng nghĩa trang Hồi Giáo, một nghĩa trang nằm lẻ loi trên đường Cách Mạng Tháng Tám mà trước đó không lâu, nó là đường Lê Văn Duyệt, bên những lớp nhà lô nhô. Đi qua khỏi con hẻm cách nghĩa trang mấy căn nhà, đi vòng phía sau nghĩa trang là thế giới của họ.

Cái cảm giác uống chút rượu còn sót lại của thời đại trước không những không giúp anh thấy sảng khoái mà nó mang đến một thứ say mụ mị, cho người ta một thứ ánh sáng của chiều tà, chạng vạng, thứ ánh sáng chứa những tia nắng le lói cuối cùng bên kia bờ tường, bên kia cửa sổ. Ánh sáng hắt lên khu nghĩa trang đã ủ rêu và khô khốc càng khiến cho mùa hè trôi qua một cách nặng nhọc. Anh thọc tay vào túi quần, vắt những đồng cuối bỏ lên bàn và ra về, mặc cho các cô rủ rê qua đêm. Anh đi bộ, có thể nói rằng thời tuổi trẻ của anh chưa bao giờ có những cuộc đi bộ dài thăm thẳm trong thành phố vắng như bây giờ. Sài Gòn mới hôm qua còn là thành phố của những đêm không đêm, ánh sáng khắp mọi hang cùng ngõ hẻm, thì hôm nay, một Sài Gòn vắng lặng và tịch liêu như một thế giới xa lạ nào đó, nó khiến người ta nghĩ tới những bóng ma trong chiến cuộc Mậu Thân 1968, những người lính trẻ phía bên kia mà bây giờ có người may mắn sống sót trong bọn họ đang làm chủ Sài Gòn lúc ấy còn mặt búng ra sữa, trên tay xăm dòng chữ "Sinh Bắc Tử Nam", mặc áo quần lính Việt Nam Cộng Hòa và móc võng nằm la liệt ở các nghĩa trang, vườn thơm, vườn chuối Gò Vấp. Dường như chính quyền lúc đó đã rất lơ tơ mơ. Vì cả hàng binh đoàn lính Việt Cộng mặc áo quần của Quân Lực Việt Nam Cộng Hòa vào thành phố đóng giả phía bên này mà người ta không nhận ra thì không còn gì để nói thêm.

Tự dưng anh nhớ tới căn phòng dưới tầng hầm, nơi người ta khuyên nhau rằng những ai yếu bóng vía không nên bước vào. Anh quyết định thắp một cây nến và bước xuống hầm, anh mọ mẫm đi qua dãy phòng đóng cửa, nơi đây, bên trong chỉ toàn sách, anh biết, bởi chỉ có anh biết duy nhất điều này, không ai ngoài anh cố tình giấu một ít sách quí vào những kệ sách toàn tiếng La Tinh, tiếng Anh, Pháp... Anh nghĩ rằng mình đã thành công vì cái tin do chính mình đưa ra. Thời đại mới, người ta chống mê tín dị đoan nhưng người ta lại rất sợ ma. Vì sau chiến tranh, chứng kiến cái chết quá nhiều, người ta không sợ chết nhưng người ta sợ những người đã chết. Và ngay cả khi chưa có biến cố lịch sử 1975, người miền Nam cũng chẳng mấy ai sợ chết bởi cái chết luôn cận kề, họ luôn chuẩn bị và sẵn sàng đón nhận nó. Thế nhưng sợ người đã chết là câu chuyện có thật. Người ta sợ bức tượng than thở trên đồi nghĩa trang, người ta sợ những con hẻm đã đôi lần thấy bạn bè cũ vốn đã chết vài năm trước về ngồi uống rượu và mặt mày ủ ê, buồn thảm. Tự dưng, nghĩ tới đây, giữa lúc đang một mình dưới đường hầm, anh muốn quay lên.

Nhưng tính hiếu kỳ tiếp tục dắt anh đi. Mà kể cũng lạ, có gì đâu mà hiếu kỳ, bởi đây là nơi mỗi ngày anh vào ra vài lần, cứ tranh thủ giờ rảnh rỗi thì anh xuống để xem một thứ gì đó, đôi khi anh bỏ quên không đóng cửa phòng sách và khi quay lại thì anh hoảng hốt, vì nếu có người vô tình bước vào đây, tò mò lục lợi, nhìn thấy những cuốn sách quí thì anh không những mất việc mà còn có thể mất mạng. Thời đại mới, thứ gì cũng mới, kể cả cách hành xử của người với người hay cách đoạt mạng một ai đó cũng diễn ra rất dễ dàng, mới lạ. Lần này cũng vậy, anh phát hiện mình để quên cánh cửa, anh bước lại. Một luồng khí lạnh xâm chiếm lấy anh, anh nửa muốn bước vào phòng, nửa lại muốn quay ra. Nhưng chân anh vẫn tiếp tục bước. Và ngay chỗ bàn anh hay ngồi, một cô gái đang xõa tóc, ngồi bất động nhìn vào giá sách. Anh định hỏi cô là ai, sao lại biết nơi này mà đến. Nhưng anh không dám hỏi thêm câu nào, bởi dáng vẻ và gương mặt không rõ gương mặt của cô khiến anh lạnh toát cả người. Anh im lặng quay ra như không có gì. Nhưng cảm giác ai đó đang đi sau lưng khiến anh khó chịu và rợn gáy. "Có lẽ đây là chủ nhân của ngôi nhà, cũng có thể đây là con gái của chủ nhân ngôi nhà, cô ấy đang sống cùng với thời vàng son của mình". Anh nghĩ vậy.

2. Chùa núi

Chỉ cần đi đến hầm số 6, tàu sẽ chạy chậm và mi có thể nhảy xuống. Tàu chợ, chuyến hai giờ chiều từ ga Đà Nẵng đến Huế. Lúc tàu băng qua đèo Hải Vân, sẽ đi qua tổng cộng tám hầm, trong đó có hai hầm rất dài, bốn hầm dài vừa và hai hầm ngắn. Ngoài ra, tàu còn qua hai cây cầu nằm sát chân núi Hải Vân, nhìn ra thấy biển xanh thăm thẳm. Những lúc tàu qua hầm, không gian trở nên tối om và giống như đang nuốt chửng lấy ánh sáng yếu ớt của cái bóng đèn trên toa tàu, mọi thứ vàng vọt, nhờ nhờ xám đen. Điều đó làm mi nhớ đến một thứ gì đó xa lạ, một thứ ánh sáng cũng vàng vọt nhưng le lói khi mi đi gặt thuê. Sau một ngày gặt thuê và làm tăng ca, làm đến gần mười giờ đêm để kéo lúa về nhà và người ta sẽ trả thêm một chút tiền cho những giờ làm thêm ấy. Khi về đến nhà, mi mệt rã rời, mi ra giếng xối vài gàu nước và vào nhà nằm chợp mắt.

Nhà của mi, à mà nói đúng hơn, trong căn nhà cổ năm gian này, mọi thứ gắn bó thiết thân với mi nhưng không bao giờ gọi là nhà của mi được, bởi mi là đứa cháu ngoại, vì mi không có cha, vì mẹ mi ẫm mi về từ Sài Gòn sau một bận dâu bể, nên mọi người xem mi là đứa cháu thân thiết, nhất là bà cố của mi, vợ của một ông Nghè, ông tiến sĩ Nho học. Bà đã già, bà bị lãng. Bà thích uống nước đái trẻ con, bởi đó là phương pháp dưỡng sinh cổ truyền. Lúc đó mi khỏe mạnh, bà bảo mi khỏe và thông minh là nhờ còn uống được một đoạn sữa Pháp, sữa Mỹ, nhờ vậy mà mi khác những đứa trẻ khác trong xóm. Hơn nữa, tuy là chắt ngoại nhưng dù sao mi cũng ở trong căn nhà của một cựu phú hào, nhứt định phải khác người.

Mỗi sáng, bà cố thức dậy lúc tờ mờ sáng, nghe gà gáy là bà dậy, bà chống cây gậy trúc bịt bạc (do học trò của ông gởi tặng vào một dịp Tết những năm cuối thập niên 1950, người đó không xa lạ, chính là Ngô Tổng Thống), da nhăn nheo, hai bàn tay của bà thon nhỏ nhưng da đã kéo thành từng dúm. Thi thoảng mi cầm lấy các búi da kéo lại thành một dúm trên mu bàn tay, cho đến khi bà bảo "đau con ơi!" thì mi buông ra. À, mỗi sáng bà chống cây gậy trúc, cầm cái ca sứ tới bên cạnh giường mi và hỏi mi đã mắc đái chưa, đương nhiên là mi bị đánh thức hơi sớm để đái vào ca rồi lăn ịch ra ngủ tiếp. Bà bưng ca nước đái của mi uống nghe ừng ực, sau đó khà một tiếng kiểu như người ta uống bia. Thi thoảng mi thấy khó chịu vì bà cố gọi dậy sớm, nhưng mọi thứ dần thành quen.

Mi nhớ năm bà cố qua đời, mi học lớp năm, lúc đó bà cố vẫn gọi mi dậy đái vào ca sứ, mi hơi khó chịu vì mắc cỡ nhưng đã quen. Bà sống thọ, một trăm linh ba tuổi, nghĩa là bà sống qua bốn thể chế chính trị, từ quân chủ tập quyền nhà Nguyễn cho đến thực dân Pháp, rồi Cộng Hòa và sau cùng là Cộng sản, đó là chưa kể đến một năm thanh bình và thơ mộng của thời Việt Minh mới cướp chính quyền.

Bà trồng những luống hẹ và tỏi trước sân, nó như một thứ thuốc an thần cho những ngày căng thẳng, bà trổ tài nấu ăn với món lá tỏi xào hải sản, bà chẳng biết làm gì ngoài việc này. Một ít tro rơm, một ít tro mùn cưa, một ít vỏ trấu và lá tre khô, đất cuốc lên phơi vài ngày cho ải, sau đó dùng chiếc vồ, nó giống như một chiếc búa tạ bằng gỗ, làm từ thân cây mai già đẽo ra, đục một cái lỗ trên thân để tra cán tre vào. Cầm chiếc vồ này đập vào đất nghe độp, độp, đất tơi, lại dùng cuốc để cuốc lên lần nữa, rồi lại đập, sau đó cho phân chuồng hoai, tro, trấu, mùn cưa, và cát vào trộn đều, cuối cùng là tách các tép tỏi ra khỏi củ, trồng từng tép vào thảm đất, rải lá tre bên trên. Lá tre giữ ẩm và làm mát đất, tưới nước mỗi sáng lên trên lá tre. Vài ngày sau, những mầm tỏi nhú trên mặt đất, chúng xanh mơ và sáng như những phôi ngọc của một bàn tay nghệ nhân nào đó vuốt thật mịn, đặt li ti trên một bức họa. Dường như cho đến lúc già, lãng rồi bà vẫn còn nhớ đến công việc này, bà có thể trồng tỏi, hành, đợi chúng ra lá và hái, nhưng không biết hái để làm gì. Mùi lá tỏi cay the, ngai ngái, mủ của nó trong vắt và có thể bay hơi giống như một loại dầu hoặc giả một thứ nước hoa nào đó, từ chỗ luống tỏi, nó bay sang bụi hồng cổ, mùi hoa hồng trở nên đậm đặc và ám gợi.

Mi nhớ hồi đó, bà cố mất đúng ba ngày, mi nằm mơ thấy bà về, mặc bộ đồ vải đỏ lúc người ta tẩm liệm, bà xoa đầu mi, gọi mi dậy đi đái. Vậy là mi giật mình ngồi dậy và thấy quanh quất một luồng gió buồn, mi nhớ bà, ngồi khóc như mưa, mãi cho đến khi bà ngoại dắt mi đến quì lạy trước bàn thờ cố…

Ánh sáng nhợt nhạt và đôi khi lóe lên giữa không gian, của một buổi ngồi tọa thiền.

Đúng rồi, mi đã ngồi tọa thiền ngay trong căn nhà cổ mái ngói âm dương, năm gian, có những bộ vĩ kèo và rường cột chạm rồng phượng, bằng gỗ quí, gỗ huỳnh đàn, đây là loại danh mộc người ta dùng để đóng những chiếc ngai vàng. Người ta kháo nhau rằng loại gỗ này mang năng lượng tốt, chống tà khí và giúp tăng tuổi thọ. Mi thấy cũng hơi buồn cười bởi có chốn nào tà khí, giết tróc kinh khủng hơn triều đình và có ông vua nào sống thọ đâu! Nhưng thực ra, không chừng nếu không ngồi ghế gỗ kia, với kiểu sinh hoạt tình dục sa đọa, mỗi đêm hàng chục tì nữ trần truồng được các thái giám cuộn trong tấm lụa, thả vào phòng vua và từ từ mở tấm lụa để các tì nữ trần truồng chui ra cho vua hưởng lạc như vậy thì không thể nào sống thọ được rồi. Mà kể ra cũng hay, bởi sống sa đọa một đời ngắn ngủi như vậy, không phải ai cũng có thể đạt được, chỉ có thể là vua.

Chút ánh sáng lóe lên trong khi ngồi thiền, sau buổi gặt mệt mỏi, sau một ngày dài vô vọng, của một thằng trai trẻ vừa mới bỏ học để đi làm thuê khiến đầu óc mi xuất hiện đúng hai chữ "đi học", vậy là mi quyết định đi học lại. Rồi cuộc đời, số phận xui khiến, đẩy đưa mi gặp sư phụ, một vị mi xem là bậc chân tu, đang ẩn dật giữa thung lũng đèo Hải Vân, chùa của ông là một trại lính cũ thời nhà Nguyễn, hay nói đúng hơn là một đồn biên phòng, tường gạch dày đúng một mét, tường gạch nhà binh của thời xưa dành cho các đồn trú nhằm tránh thú dữ ban đêm và tránh cả những viên đạn của quân Sài Lang.

Qua khỏi hầm này, tức hầm số 6, sẽ có một cung đường khá ngặt, tàu sẽ chạy chậm lại, hết sức chậm, mi sẽ nhảy tàu để đi xuống chùa, mi sẽ lội men theo con suối, rẽ vào một tam quan nhỏ bên bờ suối, nó làm bằng tre, có tấm biển đề Hải Vân Sơn Tự bằng chữ Hán và chữ Việt.

"Ngày xưa, lúc ta mới xuống đây tu, sáng dậy còn nhìn thấy cọp".

"Rồi lúc đó… thầy có sợ không?".

"Nếu sợ ta đã không xuống đây để tu, ta còn khám phá ra được một con đường nữa kia!".

"Dạ, con đường gì vậy thầy?".

"Dọc bờ suối trước chùa, có một con đường. Con suối này chảy từ dãy Bạch Mã xuống, nó dài lắm, không chừng nó bắt nguồn từ bên Lào. Người ta đã lát đá hộc hình bát giác dọc theo bờ suối, lên tận Bạch Mã rồi lại đi ngược ra kinh thành. Nghĩa là trước đây, ta nghĩ rằng có một con đường bí mật cho vua đi".

"Sao thầy lại nghĩ đây là con đường của vua đi?".

"Dân thì tự vạch lá cây, phát cỏ mà đi, làm chi có chuyện lót đường toàn đá hộc, mà đá mài nhẵn, đẽo hình bát giác rất công phu, như vậy thì để có con đường này, người ta tốn cả vài ngàn ngày công, có khi vài chục ngàn ngày. Nó cũng giống như kinh thành, để có cái kinh thành bây giờ các con đi du lịch, thăm thú, ngày xưa toàn máu dân, người dân chịu đói chịu rét, thậm chí mất mạng chỉ vì những thú vui của bậc vương giả".

Điều thầy nói làm mi nhớ đến chuyện ngày xưa ông cố mi xây dựng trạm bơm, chuyện có lẽ xảy ra sau khi người ta xây dựng con đường phía trước chùa để chạy dọc ra kinh thành, nếu con đường này có thật thì có thể, để làm nó mất cũng phải vài năm, thậm chí hàng chục năm, bởi thời đó chưa có bất kì thứ công nghệ nào cho việc xây dựng, thủ công và thủ công, từ việc đục đá núi mang về cho đến đẽo nó thành từng hộc lục giác, rồi mang nó ra lót đường. Mà một con đường dài, lãng mạn chạy dọc bờ suối ra tới kinh thành, men theo suối và rừng như vậy dễ chừng phải hàng trăm cây số... Cũng giống như những người đắp đập làm trạm bơm của ông cố mi, họ là dân ngu khu đen trong cái nhìn của các quan lại triều đình. Sáng sớm dân tới nhận một cục cơm vắt muối mè, ăn xong thì vào gặp ông cố mi, ông quệt một vệt nhọ nồi có dầu, loại khó có thể lau chùi được vào sau gáy. Đến trưa, ông lại kiểm tra thử vệt nhọ dầu đó còn nguyên hay đã nhợt. Những người nào vệt dầu còn nguyên thì không được trả tiền công nhiều, người nào vệt nhọ dầu càng mờ thì được kết luận là làm nhiều, mồ hôi ra nhiều nên trả tiền công khá hơn một chút.

Cái trạm bơm ấy sau này vẫn được chế độ mới tiếp quản và hiện nay vẫn còn dùng để tưới tiêu các cánh đồng ở quê. Thay vì trước đây dùng máy chạy dầu diesel thì bây giờ người ta thay bằng bơm điện, nòng bơm cũ vẫn còn. Ngót nghét một trăm năm thôi mà mọi sự thay đổi qua ba thời kỳ, từ chỗ lang chạ giữa thực dân mẫu quốc với triều đình cho đến cướp chính quyền rồi lại phân chia Nam – Bắc và bây giờ thì độc tài toàn trị. Thời nào người dân cũng phải trả phí nước một cách cay đắng.

*

"Em chỉ mong có một cái thẻ chứng minh thư để cho mấy đứa em đi học. Nhưng chuyện này quá khó!".

"Em thử đi lên đồn công an xin xem sao!".

"Em đi xin nhiều lần rồi, thậm chí hối lộ cũng nhiều rồi nhưng không được chi!".

"Em lấy đâu ra tiền mà hối lộ!".

"Không, em hối lộ trực tiếp".

"Nghĩa là sao?".

"Ồ, anh không biết thật à! Bây giờ mọi thứ đều qui ra tình dục, các quan thiếu chi tiền, mà nếu có hối lộ tiền thì các quan cũng dành tiền đó cho việc ra ngoài tìm các em chân dài để chơi bời. Mà em thì chân không ngắn đâu!".

Nàng cười chua chát và không thèm nhìn y trong lúc nói. Y thấy hơi xót dạ bởi y chưa bao giờ hình dung được cảnh nàng cởi hết quần áo và nằm lên giường với một tay cán bộ nào đó mập mạp, nặng nề, lúc ấy chắc nàng nhắm mắt, cắn răng hoặc nàng cũng rên ư ử theo cơn của tay cán bộ ấy, bởi nếu nàng nhắm mắt, cắn răng thì cơ hội có được chứng minh thư của nàng quá thấp.

"Em thấy thích chuyện này không?".

"Lúc này thì chả thích, nhưng lúc đó thì thích, thậm chí sướng nữa, đời mà, đã không vào đó thì thôi, đã lên giường với người ta mà còn cố giữ tiết hạnh thì quá khốn nạn, mà khốn nạn với mình á, lúc đó em cũng theo cao trào mà rên, đời sướng ơi là sướng! Ha ha…!".

"…"

"Nhưng, cái lão thầy mà anh nói rằng đó là bậc đại sư trong lòng anh, em thấy anh sai lầm lớn!".

"Nghĩa là sao?".

"Không sao cả, đời có ai không bị sai vài lần, có khi sai dài dài, càng sai càng được tung hô nữa là khác. Bởi thế giới này không phải là thế giới của sự thật, chắc chắn là vậy rồi. Thế giới này là của những sự giả dối được lập nghĩa một cách vững chắc".

"Nhưng rốt cuộc, em muốn nói gì?".

"Cái đúng duy nhất của anh, có lẽ là về việc chứng minh thư, có lẽ, bây giờ cầm cái chứng minh thư, với em nó không còn một chút giá trị nào cả mặc dù nhờ nó mà mấy đứa nhỏ có cơ hội học hành, này khác… Nhưng cái chứng minh thư lớn nhất là ngôn ngữ, giọng nói và cả tâm tính, một thứ tâm tính đầy quái thú, sẵn sàng làm đĩ khi đói và sẵn sàng bán đứng bạn bè của tuổi trẻ như em!".

"Thứ nhất, em đâu có bán đứng ai đâu! Thứ hai, làm đĩ không phải xấu, bởi khi cùng đường, bất quá người ta phải làm đĩ thôi!".

"Không đâu, làm đĩ là một thứ bệnh sinh nghiện, ban đầu vì khổ quá hoặc có đứa vì nghiện tình dục, nghiện tới đỉnh nên đi làm đĩ, đơn giản vậy thôi! Còn khi đã nghiện thành quả, tức nghiện đồng bạc kiếm được sau khi rên rỉ thì hình như đứa nào từng làm đĩ mới hiểu về nó!".

"Anh không muốn bàn về chuyện này nữa. Anh chỉ muốn hỏi em, về chuyện sư phụ. Bởi ông là người khai minh cho anh trong lúc anh bế tắc nhất, lẽ nào!".

"Ừ đúng rồi, ông cũng khai minh cho cả em, nhưng đừng nghĩ rằng ông là thánh, người khai minh cho nhân loại em nghĩ rằng cũng chẳng phải thánh tướng gì đâu. Cái này do mình đặt các ông vào ghế thánh thôi. Có ghế quyền lực thì có ghế thần thánh. Mà lỡ ngồi vào đó thì khó mà thoát ra được!".

"Rốt cuộc em muốn nói gì về ông ấy?".

"Lạ nhất là nó có thể nở ra trong môi trường nước, em thấy ngày nó càng lớn hơn, ban đầu nó nhỏ lắm. Nhưng nó lớn, tuy lớn chậm nhưng vẫn thấy lớn".

"Em đang nói về cái gì thế?".

"À, không có gì, không có gì đâu! Cái xá lợi ấy mà!".

*

Mi bước vào phòng triển lãm, những bức tranh vẽ về cá, hàng triệu xác cá chết sau thảm họa môi trường được nhí nhoáy bằng những nhát cọ không rõ nét. Cái tài của họa sĩ nằm ở chỗ cũng là một nhát cọ nhưng họ vẩy một cái đã cho thấy đó là thứ gì và nó mang cả sắc thái lịch sử của nó, thậm chí nhìn vào nhát cọ khiến cho người ta miên man về những thời đại trước và sau nó. Dường như bên trong nhát cọ, bên dưới hay phía sau của nó có một đường hầm, cái đường hầm lờ mờ bóng tối trộn ánh sáng ấy kéo người ta đi vào, hun hút với nó và mỗi bước đi người ta phải chạm vào một thứ âm thanh hay màu sắc tuổi thơ hoặc ký ức đau buồn hoặc một mùi thơm của món ăn thuở thiếu thời. Mi chạm vào bức màn bằng giấy dầu mỏng, xanh ngay bước đầu tiên đối mặt với nó.

3. Những ang lúa bị mất

Bên kia tấm màn là một thế giới khác, mặc dù hằng ngày, mi và thằng Sung, con Minh vẫn nhìn qua lại với nhau trên một cái lỗ đã lén khoét trên đó. Nhưng có một thứ gì đó nó không thuộc về mi cũng như tụi nó. Và mỗi khi nhìn qua bên kia, thứ làm mi thấy mê mẩn để nhìn, lại không trông thấy mà chỉ ngửi thấy, đó là mùi lá thược dược thơm, một chậu thược dược đan bằng tre, bón phân bò hoai và thân mình mập mạp, trổ hoa màu vàng mỡ gà, ngày đầu năm Tết quê, nó là một hoa hậu đứng kiêu hãnh. Chỉ có cha tụi nó mới có được chậu hoa như vậy. Mi nhiều lần xin một ngọn non về trồng nhưng chúng không thể sống. Và thứ mà mi thiếu là một cái chậu.

Thời đó, dường như các làng nghề gốm sống được nhờ bán chậu giặt cho phụ nữ và nồi rang. Cái nồi rang hình tròn, thân hơi phình ra, đáy và miệng tom lại, có nắp đậy, cái chậu giặt thì đáy hơi nhỏ, miệng nở to ra. Nhưng hầu hết người ta dùng chậu giặt này cho một việc duy nhất, giặt những cái khăn của phụ nữ kỳ kinh nguyệt. Những cái khăn bỏ đi, những cái áo thun cũ kĩ của trẻ con được cắt thành mảnh vuông giặt đi giặt lại nhiều lần, phơi trên hàng rào hoặc một chỗ nào đó có nắng thật mạnh đủ để đốt cháy vi trùng nhưng ít ai nhìn thấy. Người ta dùng những cái khăn đó. Và cái chậu sau khi làm xong nhiệm vụ của tháng, nó được úp sau bụi chuối, đến tháng sau lại mang ra dùng.

Mất cái chậu giặt, bà cô biết được mi ưa trồng hoa nên hỏi mi nhiều lần nếu lỡ lấy thì mang nó vứt đi, để bà mua cho một cái chậu mới nhưng mi chối phăng. Mi rất xấu hổ về chuyện này và quyết tâm trồng cho được một chậu hoa đẹp để tặng bà. Nhưng rồi mi nghĩ nếu làm như vậy chẳng khác nào tự khai tội với bà. Mi mua xi măng và đi xúc cát, thời đó cát đầy bãi, muốn xúc thì mượn xe bò đi chở về. Mi rủ thằng Sung chở một xe cát về và ngồi hí hoáy đúc chậu bằng lưỡi cuốc tay. Vì hồi đó rất khó để kiếm một chiếc bay thợ hồ. Cuối cùng mi cũng đúc được vài cái chậu méo mó nhưng vẫn dùng được. Ông anh làm thợ hồ xóm dưới vào thấy mi đúc chậu bằng lưỡi cuốc tay thì phì cười, cho mi mượn cái bay. Và mi đúc thêm được vài cái chậu đẹp hơn.

Tết năm đó, mi có được mười chậu hoa, may sao thời tiết ấm nên cả mười chậu hoa đều trổ trúng Tết, nghĩa là mi đúc được chín cái chậu, cộng với cái chậu giặt của bà cô nữa là mười. Mi tặng bà cô một chậu do mi đúc, năm chậu mi chưng ở nhà thờ ông cố, hai chậu mi bán và một chậu là cho bà dì. Đen đũi sao bà dì lại thích cái chậu thược dược màu điều nhung trồng trong cái chậu giặt. Tối ba mươi anh mi vào chở về chưng. Mọi chuyện tưởng như xong xuôi, ai dè năm đó vợ của anh bị chết nước. Ông dượng mi than thở: "Đúng là điềm báo, tự dưng chậu hoa rất là đẹp, tối ba mươi nó tươi như vậy đó, mình tưới nước đàng hoàn vậy mà sáng mồng một nó héo queo, chiều lại thì chết, tưới nước chi cũng chết! Điềm báo rồi!". Mi nghe người dượng nói vậy, dường như có một thứ gì đó đã gắn sâu vào tâm hồn hay tâm linh mi. Mi nhìn thấy một tội lỗi.

*

Cũng trong cái vệt màu tối dẫn sâu hun hút này, mi nhìn thấy làn da dúm dó của bà cố và một đứa trẻ ngồi học bài, thi thoảng nghe tiếng chửi nhau của bà ngoại và bà cô, một bà cô lớn hơn bà cô có cái chậu giặt, bà cô này không dùng chậu giặt nữa. Bà cô hay đọc sách, bà không có con, bà hay đi đâu đó mươi ngày, nửa tháng rồi về nhà, mang về một cuốn sách, nằm đọc, bà đọc rõ to từng chữ, có lúc vừa đọc vừa khóc thút thít, có khi sụt sùi. Bà thuộc thế hệ biết chữ hiếm hoi, bởi thời của bà, người ta không cho con gái học chữ, người nào trốn gia đình đi học cái chữ thì bị cha mẹ mang ra đánh, bởi người ta chỉ nghĩ đơn giản rằng nếu con gái biết chữ thì sẽ viết thư cho trai, sẽ hư hỏng, không giữ được gia phong. Nhưng vì bà là con gái của một cụ Nghè canh tân nên may mắn có được tự do để học chữ. Bà biết đọc, biết viết, biết ký tên và biết làm toán cộng trừ nhân chia.

Có nhiều khi bà đi về, ngoài việc mang cuốn sách, bà mang cho mi trái táo hoặc vài trái chuối. Hồi đó con nít ở quê không biết trái táo là thứ gì. Món quà của bà như là lời cảm ơn với mi, bởi những khi bà đi vắng, bà cố do ngoại nấu ăn và chăm sóc, còn việc quan trọng nhất, tưởng đơn giản nhưng rất quan trọng là khui dây lưng quần cho bà cố, mi đảm nhận. Mà nhiều khi bà cô ở nhà cũng phải nhờ vả mi việc này. Hồi trước, hầu hết quần của phụ nữ may bằng vải phin hoặc lanh đen, không có dây thun mà cùng một sợi dây rút. Mặc dù thời đó đã có dây thun nhưng ít ai dùng vì dùng lâu ngày dây thun giãn, phải thay, tốn kém, mà thay dây thun dễ chứ không như bây giờ quần bị giãn thun thì xem như bỏ. Vì lưng quần được may thành cái ống, người ta luồn dây thun vào đó và may hai đầu lại với nhau, lỡ dây thun hơi giãn thì lại rút bớt vào, cột gút lại, hỏng thì rút bỏ, thay sợi khác. Nhưng phụ nữ, nhất là phụ nữ có chồng thì tuyệt đối không mặc quần loại có dây thun, họ mặc quần có dây rút để rút cho thật chặt lưng quần vào bụng. Bởi vì bên trong quần, phía trước là một cái đãy bằng vải chứa tiền, mà tiền xu kim loại là chủ yếu. Cái đãy này có một sợi dây thắt riêng, mỗi khi mua đồ, các bà thót bụng vào, thò tay vào đãy, mở dây và lấy ra vài đồng để trả. Hồi đó bà cố chỉ mặc quần dây rút, thường thì rút thắt nơ bươm bướm nên mỗi khi tiểu tiện chỉ cần rút nơ cho dây bung ra là xong. Bà cố bị lãng trí nên rút thật chặt rồi mỗi khi buồn tiểu hoặc cần đi đại tiện đều rị mọ lôi hai vòng nơ một hồi thành gút chặt, mở không được. Mỗi khi như vậy, bà gọi "Cu quơi!" là mi cầm cái lông nhím chạy, nhảy băng qua tấm phản, chui qua cái đà bên dưới tấm màn ni lon để khui dây lưng cho bà cố. Và hình như lần nào mi cũng khui kịp trước khi bà tiểu trong quần. Bà cô thích mi, thương mi và hay trò chuyện với mi cũng nhờ vậy, nếu không có vậy, không chừng mọi chuyện đã khác.

"Vì chiến tranh", mi có thể tóm tắt câu chuyện gia đình ông cố mi bằng ba chữ này. Nghĩa là ông cố mi có rất nhiều người con trai và con gái, nhưng hầu như chết từ lúc còn nhỏ, chỉ sống sót sáu người, gồm bốn trai và hai gái. Bà cô mà mi đang nói là bà cô nhỏ, bà cô lớn đi làm dâu xứ khác, bà cô nhỏ cũng từng đi làm dâu xứ khác nhưng bị chồng đánh đập liên miên mỗi khi say rượu, ông ta cứ vịn cớ là do bà biết chữ nên có thể viết thư cho trai, vậy là đánh thừa sống thiếu chết. Bà cô sinh được ba người con nhưng không có người nào sống sót, bà quyết định trốn về nhà sống với cha mẹ. Nhưng được vài tháng thì ông chồng tìm tới, tuy ông sợ thế lực nhà ông cố, không dám làm gì, nhưng bà cô quyết định trốn lên rừng theo "cách mạng", tức theo Cộng sản, chỗ đó như một cửa sinh cho bà. Bởi phụ nữ không thể tòng quân theo quân lực Việt Nam Cộng Hòa, bà chỉ còn cách nhảy núi. Đi được một thời gian, thấm nhuần tư tưởng, bà về huy động toàn bộ tài sản của ông cố để nuôi quân. Trong số tài sản đó có tám trăm ang lúa của bà ngoại mi.

Hồi đó tám trăm ang lúa là cả một gia tài, nó khác với bây giờ, tám trăm ang lúa chỉ tương đương với một lượng vàng, chỉ bằng một phần chiếc xe tay ga của mấy đứa trẻ mua chạy. Nhưng hồi đó, mất tám trăm ang lúa là xem như không còn gì để sống.

Thế rồi chiến tranh, tản cư, mà trên hết là lý tưởng, bao nhiêu lúa bà cô dành cho việc nuôi cách mạng, kể cả cậu của mi cũng được bà cô giác ngộ cách mạng để lên cứ. Bà giác ngộ cậu hay đến độ cậu về dắt đứa em gái, tức mẹ mi đi nhảy núi luôn. Và nhiều lần cậu về bắt bà ngoại phải đi theo cậu, cậu dọa nếu không đi thì cậu bắn. Bà nói "Mày thích bắn cứ bắn, nhưng tao còn sống thì mày phải trả con gái tao lại cho tao!". Nói mãi không được, bà nhờ thầy cúng về cúng, bữa mẹ mi (đương nhiên lúc đó còn con nít và chưa có ý niệm gì về mi) chuẩn bị theo đoàn nhảy núi xuôi ra Bắc để học tập theo diện trí thức miền Nam gì đó thì thấy nóng ruột nóng gan, chịu không nổi nên đòi về. Và về tới nhà thì bà ngoại quyết định đưa mẹ mi vào Sài Gòn để trốn cậu mi. Vào Sài Gòn mười năm thì mẹ mi gặp cha mi, một thứ bi kịch khác đang trải thảm đón chờ.

Nhưng ở đây đang nói chuyện về bà ngoại và bà cô, sau 1975, bà ngoại đòi bà cô tám trăm ang lúa và đòi con trai. Bà cô bảo chiến tranh thì phải có người chết kẻ sống, con mụ thành liệt sĩ rồi còn đòi gì nữa thì bà ngoại bảo ngay cả cái liệt sĩ cũng bị lừa lấy mất nhưng cái bà cần là mạng sống của con bà chứ không phải cái miếng giấy đó. Còn bây giờ, con bà, cháu bà (tức mi) đói khổ, bà cần lúa để nuôi con cháu. Lúa của bà, tại sao không trả cho bà... Cứ như vậy hằng đêm, lúc bà cô ăn cơm, tắm rửa đi ngủ thì bà ngoại mi bắt đầu chửi đòi lúa, bà vừa chửi vừa lấy tay quệt miệng, chửi càng hăng thì quệt càng mạnh, càng nhiều... Có khi cuộc chửi diễn ra trong lúc mi ngồi học bài, bà ngoại đứng sau lưng mi chửi qua "Bà trả lúa, trả con lại cho tôi!". Bà cô đứng trước mặt mi chửi lại: "Tây ăn Mỹ ăn rồi!". Cuối cùng, mi không tài nào học bài được, nhiều lần mi năn nỉ ngoại thôi chửi nhau cho mi học bài nhưng vô nghĩa, bà bảo nếu không có cái để ăn thì lấy cái chi mà học, lại chửi tiếp.

Nhà ông cố mi từ một gia đình danh gia vọng tộc, nhanh chóng trở thành cái lò chửi của xã hội. Và mọi người trong gia đình cũng nhanh chóng tan rã, chẳng còn mấy ai quan tâm tới ai. Đáng buồn là ông cậu họ, cháu gọi bà ngoại bằng thím, tức anh em chú bác ruột với cậu và mẹ mi. Ông đã lừa bà ngoại để lấy mất phần thân nhân liệt sĩ và tiền tuất của bà khiến bà càng thêm điên loạn, chửi không từ thứ gì.

Số là bà không biết chữ như bà cô, hơn nữa bà cũng không rành thứ gì trong xã hội cả mới lẫn cũ. Vì khi trẻ bà chỉ biết làm ruộng, chăm con và coi gặt. Đến khi tờ giấy báo tử của cậu về, bà bảo mẹ mi đi khai báo gì đó cho bà, mẹ mi bận bịu với cái bụng bầu nên nhờ ông anh chú bác ruột đi khai giùm. Ông này thay vì khai cho bà ngoại, ông khai cho cha mẹ ông và cha mẹ ông được hưởng tiền tuất liệt sĩ hằng tháng, còn bà ngoại mi không biết gì về tờ giấy đó nữa. Gần mười năm sau, người em út của bà ngoại lúc này đã làm Viện trưởng viện kiểm sát tối cao mới hỏi bà về khoản tiền hằng tháng có đủ sống không, bà nói đâu có thấy tiền gì, vậy là ông tức tốc đi truy tìm đơn vị, số quân để khai liệt sĩ cho bà mà không biết chuyện bà bị đoạt phần làm mẹ. Khi bà ngoại mi được hưởng tuất liệt sĩ, ông cậu họ lại một lần nữa dẫn một tay du côn người Bắc đội nón cối vào hù dọa bà để lấy đi tấm bằng tổ quốc ghi công mang bí danh của cậu. Bởi lúc đó, bà có đến hai tấm bằng tổ quốc ghi công, một tấm ghi tên thật, một tấm ghi bí danh. Thời mới thay đổi, mọi chuyện rất lộn xộn.

Chuyện cũng chưa dừng ở đó, nhưng thôi, mi đang suy nghĩ về tấm màn và điều bí mật của nàng.

4. Đá đỏ

Làng có tên Lục Yên, làng cũng là nơi của Hùm thiêng Yên Thế một thuở, bây giờ gọi là thị trấn Yên Thế, nơi đây từng có người khởi binh chống lại lực lượng Sài Lang với súng đồng và đạn cối không ai dám tới gần, thế nhưng Ông đã đứng ra tổ chức nghĩa quân, quyết chống lại. Không biết trong lúc tổ chức chiến đấu chống lại quân xâm lược, ông có ước mơ sau này thống nhất các bang phái chính trị để lên làm một thủ lĩnh của các thủ lĩnh và tiến đến ngôi vị quân vương hay không. Vì hầu hết các bậc quân vương đều khởi sự giống ông. Rất tiếc là không phải ai cũng có thể chạm được giấc mơ vương quyền và không phải ai cũng đủ tuổi thọ trên chiến trường cho đến ngày ấy. Cũng có thể đủ tuổi thọ để đến ngày ấy nhưng vương quyền lại chạy lòng vòng và rơi vào tay ai đó. Không dễ chút nào.

Điều đó cũng giống như cái ngôi làng bây giờ gọi là thị trấn, nhưng cũng có thể gọi là phố núi này. Một thị trấn nhỏ với diện tích chưa đầy mười cây số vuông, mọi sinh hoạt của thị trấn xoay quanh một cái hồ tự nhiên và cái chợ. Nghe đâu hàng triệu năm trước, hồ là miệng của một ngọn núi lửa. Nhưng khả năng này rất thấp bởi miệng núi lửa phải nằm ở vị trí rất cao, đằng này hồ nước nằm thấp trũng giữa thị trấn, hơn nữa, nếu đây là miệng núi lửa thì phải là một thứ núi lửa đặc biệt, nó phải phun ra lửa xanh hay lửa tím gì đó và dung nham của nó cũng là một thứ hợp chất đặc biệt. Bằng chứng là xỉ dung nham, sau này thành đá hoàn toàn không có màu đen giống như xỉ dung nham ở núi lửa Duy Trung, gần kinh thành Sư Tử của người Chăm Pa trước đây, mà bây giờ gọi là thành Trà Kiệu, ở bờ Nam sông Thu Bồn, xứ Quảng. Nhưng cũng có một điểm khá lý thú là đá ở Duy Trung, phần nham thạch màu đen rất ít, bù lại, nó là một loại đá trắng màu sữa, cứng tợ kim cương. Điều đó cho thấy không phải cứ núi lửa thì cho nham thạch đen, và cứ núi lửa thì khu vực xung quanh phải có đất màu đen hay màu đỏ. Thậm chí, người ta còn hồ nghi rằng núi lửa sẽ cho ra cả vàng và đá quí. Có lẽ do vậy mà hầu hết người dân Yên Thế, Lục Yên đều tin rằng mình đang sống trên một ngọn núi lửa cổ, nơi đây chỉ có thể cho ra vàng, đá quí và những con người đặc biệt.

Nàng nói rằng chồng của nàng đã bị mắc kẹt giữa hai tảng đá, sau khi anh ta tìm thấy một thỏi ruby đỏ nằm sâu trong lòng đất. Anh đã đào, đã chạm được viên đá, cầm nó trên tay và hai tảng đá trắng đã bổ xuống, kẹp cứng hai chân của anh. Nhưng may sao anh đã kịp chộp lấy viên ruby đưa nó ra khỏi lòng hố. Nàng đã thực sự đổi đời từ giây phút đó. Viên ruby trị giá hàng trăm lượng vàng đã giúp gia đình nàng có được những thứ cần thiết cho một gia đình khá giả. Đổi lại, chồng nàng nằm liệt giường vì tủy sống của anh bị tổn thương nặng. Và đương nhiên khả năng làm đàn ông của anh bị mất hẳn, anh sống tỉnh táo, không bị thần kinh thực vật như nhiều người gặp tai nạn đá đè khác, cơ thể anh chỉ có khả năng nạp và bài tiết, không hơn không kém.

"Em nói như vậy nghĩa là còn nhiều người bị thương giống chồng em?".

"Ô, có nhiều lắm chứ, chồng em là may mắn rồi, nhiều người làm cho công ty Hồng Lực, bị đá đè chết mà không ai biết, chỉ có gia đình và công ty của họ biết thôi".

"Nghĩa là sao?".

"Công ty Hồng Lực, nghe đâu đây là tập đoàn kinh tế mạnh lắm, và cha của ông Hồng Lực này ngày xưa là vệ sĩ của Bác, sau này ông ấy làm chức gì đó khá là lớn trong lực lượng cảnh vệ thủ đô. Còn ông Lực thì đi theo con đường kinh tế, thế lực của ông ấy mạnh lắm. Mà ở đây con người với đá đều có nét giống nhau".

"Có nét giống nhau, sao?".

"Đều cần một cái thẻ căn cước, khi một viên đá được tìm thấy, người ta đặt cho một cái tên, với tấm thẻ căn cước mới và nó được rao bán trên thị trường bằng cái tên đó, mắc rẻ là do tài bán của người nắm nó trong tay. Con người cũng vậy thôi, bước vào đây rồi, tên tuổi không quan trọng mấy, có thể được đánh số bằng A, B, C... nào đó và khi gặp sự cố, đá đè chết, người ta giải quyết nhanh bằng tiền. Đương nhiên là số tiền khá là cao so với bảo hiểm lao động. Nhưng báo chí không được nhắc tới. Và đương nhiên là thân nhân họ cũng mãn nguyện. Vì làm cho rùm beng ra thì chỉ thêm phiền phức, rườm rà thôi".

Ngươi tạm biệt nàng, một người đàn bà từng có viên ruby đắt đỏ trong tay, cuối cùng ra ngồi bàn nước vì lô đề, nàng đã kể với ngươi như vậy. Ngươi ra chỗ bờ hồ ngồi hóng gió. Cái cảm giác mát lạnh của một hồ nước được đồn đoán là không có đáy, nước xanh lẻo và im lìm, chung quanh hồ là công viên cây xanh, ở một góc hồ, gần chỗ chợ trái cây, khu sầm uất nhất là chợ đá quí. Nói là chợ nhưng thực ra đây là một kiểu chợ phiên, từ lúc tờ mờ sáng ngày cuối tuần thì các tay đào đá, tư thương buôn đá và người mua đá tập trung ở đây, con số có thể đông đến hàng ngàn người, người Việt và người Trung Quốc chen chúc nhau.

Ở đây, người Việt không gọi người Trung Quốc là Tàu như người miền Nam, hầu hết gọi người Trung hoặc "bọn chệt". Đến bây giờ ngươi cũng chưa rõ chữ chệt này hàm ý gì. Đương nhiên nó không thể là chữ thể hiện sự trìu mến hay quí nhau mà là một sự coi khinh nào đó, chưa biết. Hầu hết các gia đình trong thị trấn đều xây nhà nửa tây nửa tàu, là nhà bê tông, đúc lầu, tường sơn màu vàng, cửa gương, nhưng các khuôn hoa chứa kính đều mang hoa văn kiểu tàu với tứ quí, mai sen trúc cúc hoặc tam tài phước lộc thọ hoặc ngũ hành tương sinh, có bát quái đồ treo chỗ cửa ra vào. Và đặc biệt mái ngói, lợp bằng ngói tàu và mái nhà hơi uốn lượn kiểu tàu.

Một thị trấn khá đặc biệt, vì mọi thứ đều có thể thượng vàng hạ cám. Có những quán ăn bình dân chỉ cần mười ngàn đồng cũng có một dĩa cơm ăn no bụng dành cho giới phu đào đá quí và người H'Mong, Tày, Nùng, Dao Đỏ, Thái Trắng, Cao Lan, Khơ Mú... đi chợ ghé vào ăn. Ngược lại, có những cái quán lụp xụp thôi, nhưng chớ dại mà bước vào, vì nó có những bữa ăn lên tới tiền triệu, dành cho giới thương gia Tàu ngồi ăn. Các nhóm thương gia Tàu ghé sang chợ tìm mua đá quí, hầu hết đá quí ở đây đều được họ gom về nước. Trước khi đến tay người Tàu, viên ruby đỏ hoặc miếng cẩm thạch, miếng phỉ thúy được bán qua tay nhiều thương gia người Việt. Các thương gia Việt mua, thẩm định chất lượng rồi đặt tên, tự tạo cho viên đá một tờ giấy khai sinh trước khi bán cho thương gia Tàu.

Con phố này dài chừng hai cây số, từ thành phố Yên Bái đi xe khách chừng ba giờ đồng hồ sẽ tới thị trấn, một con đường xuyên núi với các làng nghề làm giấy mộc, làng làm các loại lờ, đuộc, hom đánh cá, làng làm tre mỹ nghệ, làng làm ván ép, đặc biệt, làng đá mỹ nghệ ở đây nhiều vô kể. Nó chỉ mới mọc lên chừng hai mươi năm trở lại đây thôi, như một vệt nối dài của là đá mỹ nghệ Non Nước ở Đà Nẵng. Số là những năm 1990, ngọn Hỏa Sơn ở cụm Ngũ Hành Sơn gồm Kim, Mộc, Thủy, Hỏa Thổ, một trong ba ngọn núi lớn nhất Thổ Sơn, Kim Sơn và Hỏa Sơn bị dân làm đá đặt mìn đánh tả tơi, phải hơn nửa ngọn Hỏa Sơn bị phá tan, mọi hang hốc trên ngọn núi đã bị gọt sạch. Người ta dùng đá này để tạc tượng Phật Quán Thế Âm và các vị Phật khác. Đá Non Nước đặc biệt cứng và trong như ngọc nên bán giá khá cao. Sau đó nhà nước cấm khai thác đá Non Nước, các thợ đá Đà Nẵng tìm ra Yên Bái để mở làng nghề, ban đầu thì họ làm ăn khấm khá, nhưng vài năm sau, khi dần làm nghề ở Yên Bái học được nghề thì quay lại xua đuổi các ông thầy này ra khỏi đất của họ. Nói cho cùng, nghề tạc tượng cũng lắm bạc bẽo.

Vào thị trấn, xe dừng ngay cổng chợ đá Lục Yên, hình như người ta đã quen với điều này, cứ đến Yên Thế thì phải đến Lục Yên, mà đến Lục Yên thì sẽ đến chợ đá quí. Nhà xe không cần hỏi khách, cứ dừng trước cổng chợ rồi quay xe về bến. Nếu không vào ngay chợ đá, thả bước đi dạo, sẽ gặp những quán phở, cơm rang, ở đây cả người bình dân và dân xài sang vẫn có thể vào ăn uống như nhau, giá cả khá mềm. Nếu đi bộ vào khu phố bình dân, rồi bỏ qua thì cách khu quán của dân lao động nghèo không xa, luồn sâu vào những con hẻm, nơi có những căn nhà treo lồng đèn nhìn hơi giống với nhà của người Tàu, có khoảng sân đủ rộng để ngồi hóng gió và thi thoảng một chút hương trầm bay phảng phất trong khí lạnh... Chắc chắn đó là quán nặng đô, bữa ăn ở đây phải tiền triệu, thậm chí vài chục triệu nếu ăn món sang, uống rượu ngon. Ở đây, hình như món phổ biến là lươn và rắn, uống rượu pha máu rắn, ăn thịt rắn hoặc bỏ lươn sống lên dĩa, cho một ít mù tạt vào cho nó cựa quậy, tiết ra chất nhầy, thực khách sẽ dùng muỗng múc chất nhầy đó húp như húp lòng trắng trứng gà, các quán này chủ yếu khách Tàu, không hợp với gu khách Việt.

Ăn óc khỉ sống bằng cách cho con khỉ nằm cứng trong một cái hộp gỗ theo chiều đứng, để chừa ra một chỏm hộp sọ trên đỉnh hộp và dùng dao phăng đứt phần hộp sọ, sau đó cho một ít muối tiêu, chút mù tạt, vắt một lát chanh lên phần não vừa lộ ra, trong tiếng kêu đau đớn của con khỉ, thực khách dùng muỗng múc từng muỗng nhỏ, bỏ vào miệng nhâm nhi rồi uống một chút rượu mạnh. Bữa ăn sẽ kết thúc khi tiếng kêu đau dứt hẳn, sau đó chủ nhà hàng mang con khỉ đi làm thịt, hoặc là đổi cao khởi, một loại thuốc cường dương cho khách, hoặc là làm thịt, chế biến các món giống như thịt cầy. Ăn lươn sống, uống rượu máu rắn, thậm chí ăn thai mèo, thai chó, thai heo non hầm với các loại thảo dược… Tất cả những món này đều có giá đắt đỏ và chỉ có người Tàu ưa nó, người Việt hiếm lắm mới có một vài quan chức ưa các món này. Và đương nhiên những người ưa ăn kiểu này thường rất tin tưởng, cho rằng đời sống phải kết hợp đầy đủ âm dương ngũ hành, họ thường đi mua gái trinh để ngủ. Chiếm được trinh tiết của một cô gái đối với nhóm thương gia Tàu và các quan chức là một chuyện cầu may, có thể hên, điềm may cho cả một tháng. Thường thì các cô gái quê được cha mẹ bán cho các má mì khi tuổi vừa độ trăng tròn. Sau khi bán trinh xong, họ kiếm được chừng hai ngàn rưởi đô la, họ tiếp tục cho con ăn học cho đến tuổi lấy chồng rồi tìm một gia đình nào đó khá giả để gả. Vì hầu hết các cô gái bị cha mẹ bán trinh đều có nhan sắc khá, trên mức trung bình.

Điều này làm ngươi nhớ tới nàng, hình như nàng cũng bị cha mẹ bán trinh từ rất sớm, năm mười ba tuổi, nhưng nàng cố gắng để tin rằng cha mẹ đã bán trinh năm nàng mười bốn tuổi. Nhiều lần nàng tỏ ra buồn bã và chán chường vì nó. Nàng nói rằng nếu như cha mẹ bán trinh của nàng năm mười bốn, sẽ giúp nàng nguôi ngoai hơn mười ba. Ngươi lấy làm lạ, hỏi vì sao thì nàng bảo "dù sao năm mười bốn cũng trưởng thành hơn mới mười ba tuổi mà phải chịu đau đớn và bị một thằng Tàu già, nhớp nhúa đè như vậy, em không chịu nổi!". Ngươi chỉ biết im lặng.

5. Cải tạo

Những viên đá ruby ở đây hình như ngấm rất nhiều máu, chúng có màu đỏ như máu tươi. Nàng nói rằng cách nhìn những viên ruby giữa mi và nàng rất khác nhau, nàng chỉ thấy một ít máu trinh của thiếu nữ trong những viên ruby đỏ rựng, còn những viên thạch anh trắng lại có màu tinh dịch của bọn đàn ông. Nhưng nàng vẫn sợ nhất là những viên ngọc phỉ thúy, bởi ở chúng có sự trộn lẫn, hòa quyện giữa tinh dịch và máu trinh, có những viên lại trộn lẫn giữa tinh dịch con trai mới lớn với máu kinh phụ nữ.

"Làm sao lại có ý nghĩ bệnh hoạn như vậy được chứ" – Mi nhìn nàng.

"Không bệnh hoạn gì đâu, trong đám thương gia, có cả đàn ông và đàn bà, đàn ông biết ăn chơi phè phỡn khi nhiều tiền thì đàn bà cũng biết ăn chơi khi tiền họ quá thừa. Hầu hết đàn bà đều ưa làm chuyện này với trai mới lớn trong lúc họ hành kinh. Họ làm như vậy cũng là một cách để trả thù quá khứ nào đó".

"Trả thù quá khứ gì chứ?!".

"Phần đông phụ nữ thành đạt đều bị tổn thương lúc tuổi trăng tròn, mà nói chính xác hơn là bị bể lồn lúc mới lớn, bể một cách khủng hoảng, dẫn đến tinh thần của họ tổn thương lâu dài. Và họ tìm lại thứ gì đó không thể cứu vớt được, càng không thể thì họ càng cố gắng. Họ cũng ăn món hà nàm trẻ con, thậm chí uống máu rắn, máu dê tươi cơ đấy!".

"Có khi nào em nghĩ rằng mình sẽ thử?".

"Thi thoảng cũng có ý nghĩ đó thoáng qua. Nhưng vấn đề làm em suy nghĩ nhiều nhất về cái gọi là xá lợi ấy. Cái này làm đau đầu quá! Nói cho cùng thì mọi thứ đều cần một cái thẻ căn cước và không cần cảm xúc. Ngay cả viên sỏi thận cũng cần căn cước để thành một xá lợi. Vì trong các bộ phận của con người sau khi thiêu, chỉ có viên sỏi thận là bền nhất, nó sẽ được phản ứng qua nhiệt, tạo thành một loại đá cứng như kim cương vậy. Các đệ tử tin vào điều đó".

"Em không tin vào xá lợi à?"

"À. Không, em tin chứ!".

Mi bỏ tay nàng ra khỏi lòng bàn tay mi. Cái lạnh của hồ trên núi làm mi nhớ đến nhiều thứ, nhưng không hiểu sao khi trời lạnh se sắt, nhất là trung tâm dự báo khí tượng cho biết miền núi phía Bắc sẽ xuống âm độ vào khuya nay, có tuyết rơi, thì mi lại nghĩ đến toàn những ngày hè ấm áp trên thành phố biển. Nơi đây cũng bắt đầu lạnh. Mi nhớ chiếc cầu vồng bắc qua đường sắt. Một chiếc cầu vồng dài, nối từ khu bến xe liên tỉnh ra tận bờ sông, đương nhiên nó không nối liền, mà chiếc cầu chỉ dài vỏn vẹn có hơn ba chục mét thôi, quan trọng nhất là đường dẫn tạo thành cái vồng của nó.

Từ khu bến xe liên tỉnh nhếch nhác và bẩn thỉu, nơi mà phía sau lưng nó là một công viên cây xanh có hồ nước nhân tạo, nơi các cặp đôi thành phố hẹn nhau hằng đêm chui vào các bụi cây ở đó để rúc rích, khám phá. Đối diện công viên là một bãi rác và một khu chợ chồm hổm, đây là địa bàn hoạt động của ma cô, gái điếm, hầu hết các ông lớn tuổi trong quê ra thăm thành phố hoặc cán bộ đi công tác đều biết nơi này. Thậm chí có ông còn lắc đầu than thở rằng tụi gái điếm ở đây không có tình người, chúng vừa ăn bánh mì vừa bán dâm, có đứa vừa ăn bắp rang vừa bán dâm. Con đường này không phải là con đường thịnh vượng trong thành phố. Nhưng nó có ngã ba nổi tiếng qua nhiều thời, ngã ba Cai Lang, từ ngã ba có cái tên nghe rất Tày, Nùng này, đi một đoạn chừng bốn cây số thì gặp cầu Vồng, cầu bắc qua đường ray xe lửa, hai bên đường dẫn có hàng xà cừ trăm tuổi, thi thoảng, người ta nghe tiếng còi tàu dưới chân mình.

Mi nhớ tụi trẻ nít trong xóm nhà ông bác của mi hay rủ nhau trốn nhà chạy lên chỗ cầu Vồng, chui xuống dưới chân cầu để chờ nhìn tàu chạy qua. Mỗi khi tàu chạy qua, đường ray có những bụi lửa li ti bốc khói, nhất là khi tàu phanh chậm lại thì từ chỗ tiếng kêu phát ra những tia lửa, tụi nhỏ, chờ cho tàu đi qua rồi nắm một vốc cát thả lên bụi lửa, cho đến khi chúng tắt hẳn. Nhà của ông bác mi ở khá xa cầu Vồng, nhưng tụi nhỏ không cần xe đạp, chúng có thể rủ nhau dắt bộ tới đây, hồi đó thành phố vắng vẻ, cũng không có bắt cóc trẻ con như bây giờ, con nít tha hồ chạy rông.

Nhà ông bác nằm gần bờ biển, nói là gần nhưng cách biển chừng một cây số, trước mặt nhà là đường phố, khuôn viên vườn nhà ông rộng giáp từ mặt đường phố ra đến tận bờ biển. Ông trồng hàng chè tàu làm khuôn viên bao bọc khu vườn. Vì nơi đây toàn đất cát nên trồng cây rất khó, chỉ riêng việc đóng mấy cái giếng chung quanh vườn để tưới cây và thuê đến ba người giúp việc không thôi cũng ngốn của ông số tiền khá là lớn. Ông vốn là một người giàu có nhất nhì thành phố những năm trước biến cố giải phóng.

Những ngày sau biến cố, hầu như những ai có liên quan đến chế độ cũ, tức Việt Nam Cộng Hòa đều có thể bị bắt đi tù cải tạo, ban đầu chính quyền mới cho biết chỉ đi học tập cải tạo vài ngày rồi trở về, được hưởng khoan hồng. Thế nhưng khi lên trại cải tạo, hầu hết không được về vì chưa "cải tạo" được, học hành không đàng hoàng, vậy là các sĩ quan chế độ cũ có người phải chịu tù đến năm năm, có người cả chục năm mới được về nhà, có người chết trong trại, có người về nhà hai bữa thì chết vì rừng thiêng nước độc và đói khổ đã ngấm vào họ, họ cố giữ sống cho đến khi gặp vợ con, nhưng gặp vợ con xong thì họ thả cho cái chết đến.

Nói nghe như đùa nhưng thật, vì hầu hết người ở trại cải tạo về lại nhà đều mất hết nhà cửa, sự nghiệp, có người mất cả vợ vì vợ đã chết hoặc lấy một ông cán bộ chế độ mới. Trong lúc những sĩ quan chế độ cũ ngồi trại cải tạo thì ngoài xã hội, có một cuộc thanh lý tài sản của người chế độ cũ, thậm chí trưng thu trắng trợn và đuổi vợ con họ ra khỏi nhà. Từ chỗ một gia đình êm ấm trở nên tan tác, chia đàn rẽ nghé. Khi trở về, các trại nhân chịu không nổi thực tại, họ hi vọng trở về bao nhiêu thì tuyệt vọng khi về bấy nhiêu. Thế nên thay vì ăn canh đu đủ xanh nấu với muối sống nhiều ngày liền để giải độc, họ chấp nhận ăn một đến hai bát đường, ăn cho đã thèm và ăn cho độc tố có cơ hội tác oai tác quái trong cơ thể. Cái chết đến với họ rất nhanh.

Thời này, đâu chỉ các sĩ quan đi cải tạo, cuộc cải tạo của họ là một cuộc cải tạo nhỏ, cả nước đang tham gia một cuộc cải tạo lớn, cải tạo cái bao tử của mình nhỏ lại, hẹp lại, cải tạo mọi nhu cầu của mình càng về zero càng thuận lợi cho việc thích nghi với thời đại mới. Ngược lại, những người chiến thắng đang cố gắng cải tạo cái bao tử vốn hẹp và lép của mình cho giãn nở ra, nước da xanh xao được hồng hào, có sắc diện hơn. Đây là một cuộc cải tạo hai chiều có tính chất thay đổi lịch sử.

Một nhà có đến ba đảng phái đối lập, có thể nói không đội trời chung. Đó là chưa muốn nói đến đảng Cần Lao của cậu học trò cũ, đảng này chẳng bao giờ chấp nhận đảng Cộng sản. Thế rồi mọi thứ kéo qua, dâu bể dài dòng. Đến khi cậu Hai mi chết trên chiến trường, người ta gửi giấy báo tử về cho bà ngoại. Bà ngoại không biết làm gì ngoài việc khóc và kêu trời. Vậy là ông con trai đầu của ông bác Quốc Dân Đảng lấy giấy báo tử, hứa là đi khai liệt sĩ giùm cho bà nhưng kì thực là ông khai cho cha của ông.

Bà vừa mất con vừa mất nhiều thứ khác mà sau này, mọi thứ trở nên lộn xộn cũng từ đó mà ra. Nhà ông cố mi trở nên rệu rã từ giờ phút ấy.

*

"Ai đã đưa nó cho anh?".

"Cái gì cơ?".

"Tôi nghĩ rằng không cần nhắc tên nó, chúng tôi đến đây không phải để chơi!".

"Thực tình tôi không hiểu ông đang nói gì?".

"Tôi nói cho ông biết, chúng tôi là cấp trung ương, cấp bộ chứ không phải hạng công an xã!".

"…".

"Thực tình, ông chỉ cần nói nó ra thôi mà, xá lợi!".

"Xá lợi nào?".

"Ông hỏi cô bạn gái của ông thì biết ngay!".

6.   Giấy chứng minh nhân dân

Một buổi chiều, mi nhớ là buổi chiều đã kéo dài và chảy nhão rất khó chịu! Vì những câu hỏi của người tự xưng là người của Bộ khiến mi thấy lo cho nàng, bởi nàng không có thẻ căn cước, thân phận nàng cũng bất minh, sẽ rất khó khăn nếu như người lạ mặt này tiếp tục xuất hiện, hỏi khó cho nàng.

Nhưng, người lạ mặt này là ai? Hắn xuất hiện như vậy là ý nghĩa gì? Mi đặt ra hàng loạt câu hỏi nhưng chẳng giải quyết được gì ngoài việc mi hiểu rằng trên đất nước của mi, có hai thứ mà con người buộc phải thật vững vàng, nếu thiếu sự vững vàng của nó, có thể khó mà tồn tại chứ đừng hòng sống tốt. Đó là căn cước và lý lịch. Đương nhiên, trên đất nước của mi, ám ảnh về lý lịch đã có từ lâu, nó chỉ đổi hình thay dạng, đổi màu sắc thôi. Ví như thời quân chủ tập quyền thì nếu có lý lịch tốt, con nhà quan lại triều đình thì sẽ được ưu tiên nhiều thứ, việc học hành hay thi cử đều có những ưu tiên. Đến thời chiến tranh Nam – Bắc, giữa Cộng sản với Cộng Hòa thì lý lịch đối với cả hai bên đều rất gắt gao. Ở miền Nam, nếu có lý lịch dính tới Cộng sản thì khó ở, phải chạy tới chạy lui, chui nhủi để tránh bị bắt, bị bạn bè cùng lứa ghép cho tội "ăn cơm quốc gia thờ ma Cộng sản". Ngược lại, ở miền Bắc nhưng thuộc thành phần miền Nam tập kết theo lời kêu gọi của lãnh đạo miền Bắc vào những năm 1954 – 1955 thì lý lịch của người miền Nam tập kết cũng bị theo dõi gắt gao lắm. Sau 1975, miền Bắc thắng cuộc, vậy là lý lịch chỉ lệch về một bên. Nhiều nhà phải trốn đi vượt biên, chấp nhận bỏ thây giữa biển chứ không chịu nổi cảnh bị đày đọa.

"Cha của em lúc đó đã bò đi đường rừng, phải nói là bò chứ không phải đi…"

"Vì sao?".

"Ông ấy bò sát mặt đất, ông đã kể với mẹ em như vậy".

"…"

"Ở trong trại cải tạo, sự khổ cực, chắc anh cũng biết rồi, sách báo nói cũng nhiều rồi, cơ hội sống sót rất thấp nếu bị nhiễm nước độc hay sốt rét ác tính. Người bạn của cha em, cũng là chỉ huy của ông đã bị chết do sốt rét ác tính. Cán bộ giao cho cha em mang xác đi chôn. Ông biết đây là cơ hội sống sót cho ông và ông không bỏ qua".

"Ông đã tận dụng cơ hội?".

"Đúng rồi, ông chôn vội người bạn ngoài bìa rừng cùng với giấy tờ tùy thân của ông và ông bỏ trốn với giấy tờ tùy thân của người bạn. Ông đã lội bộ trong rừng, dọc theo dãy Trường Sơn gần ba tháng để vào tới Ma Đa Guôi. Không hiểu ông đã tồn tại bằng cách gì. Ăn bất kỳ con nhái, con ve hay thứ trái cây nào gặp được là đương nhiên rồi, đào củ rừng để ăn nữa. Nhưng lạ ở chỗ là ông không bị trúng độc hoặc bị thú dữ tấn công. Hình như những năm sau 1975, thú dữ trong rừng bị dạt sang tận phía Tây Trường Sơn, chúng không còn ở phía Đông nữa".

"Vì sao?".

"Vì con đường mòn Hồ Chí Minh thần thánh chạy dọc Trường Sơn là một con đường đưa quân và vũ khí vào miền Nam, lực lượng quân Cộng sản ở đây rất nhiều và bất kì con thú nào xuất hiện cũng thành món cải thiện cho họ. Rừng bị động từ lúc đó. Sau 1975, rừng được yên tĩnh một thời gian bởi người ta tụ tập về thành phố. Nhưng rồi bây giờ, rừng lại thành miếng mồi béo bở của con người, nên mọi thứ lại đâu vào đó".

"Vậy hiện tại, họ của em là…?".

"Thì họ của em là họ của em chứ họ của ai. Còn họ của mình có thật hay không là một câu chuyện khác" – Nàng cười rũ rượi.

"Nghĩa là sao?"

"Hình như thế giới con người vậy rồi, cháu nội thì chưa biết nó cháu nội ai, nhưng cháu ngoại thì chắc chắn là cháu ngoại của mình rồi. Người Việt mình vốn hay nói với nhau vậy mà. Nhiều khi con ông hàng xóm mang họ của mình và con mình lại mang họ của ông hàng xóm. Vậy thôi! Nhưng ở đây, giả sử em không phải là con của ông hàng xóm thì em cũng không có mang họ thật của ba em. Họ của ông ấy chết theo người bạn rồi. Sau khi vào Ma Đa Guôi, cha em xuôi về dốc 25, sau đó đi tiếp lên Lâm Đồng để làm thuê. Ông không ở đâu lâu, chỉ thoáng qua chừng một, hai tháng để qua ngày và tìm chỗ nào ít có nguy cơ bị phát hiện để làm thuê, rồi lại đi".

"Không có chỗ nào là an toàn với ông ấy?"

"Những chỗ có nhiều cán bộ mới về. Ở đó ít có người của chế độ cũ, ông sẽ vào đó làm thuê. Vì không có người quen, không ai nhận ra ông thì ông lại làm việc. Đến khi nào ông có linh cảm không tốt thì lại đi. Đương nhiên là đi có lý do rõ ràng chứ không bỏ trốn. Bỏ trốn là chết!".

Mi im lặng, đốt một điếu thuốc, từ chỗ mi ngồi có thể nhìn sang sân bay Tân Sơn Nhất rất rõ, mà nói chính xác hơn là mi nhìn thấy đường bay và những chiếc máy bay lần lượt cất cánh. Chúng chỉ cách mi chưa đầy một ngàn mét, nó rất gần, mi nhìn thấy đường chạy, nó tăng tốc dần trên phi đạo và cuối cùng là cất đầu, bay thẳng vào không trung. Cách chỗ phi đạo không xa là một trạm gác. Mi hình dung những ngày đầu tiên sau 30 tháng 4 năm 1975, nơi đây chắc vắng vẻ, bởi Tân Sơn Nhất lúc đó thu hẹp phía bên trong, phi đạo cũng không dài như hiện nay. Cảnh một cô gái điểm bị chết, máu và thân mình của cô ấy đè lên thùng bia và một người lính bên thắng cuộc sau khi uống bia say, tiếp tục đi tìm bia, tức giận với cái xác chết đè lên số bia mà y sắp uống đã khiến y bê nguyên cái xác trần truồng, lổ chổ vết đạn và máu bầm ấy ném một phát nghe đánh huỵch, cái đầu va vào đất nghe phộp và nằm bất động trong chuyện kể của một nhà văn từng tham gia chiến tranh khiến mi ớn lạnh và thấy buồn cười cho lối tuyên truyền của chính phủ miền Nam. Họ nói rằng ba ông Cộng sản đu trên một cây đu đủ vẫn không sao, ốm xanh lè xanh lét. Mi nghĩ đây là một sai lầm lớn nhất trong tuyên truyền và cả chính sách dân vận của chính quyền miền Nam, mà kết cục của nó là biến cố 1975.

Mi không ngờ rằng sau cái giờ phút mi đứng ngắm và suy nghĩ chưa đầy mười năm, vị trí mi đứng đã thành một khu sân golf to lớn và hiện đại bậc nhất Đông Nam Á, nó là sân golf của các tướng lĩnh trong chế độ Cộng sản. Họ bây giờ giàu tột bực so với các tướng lĩnh Việt Nam Cộng Hòa. Mặc dù họ không trực tiếp tham gia sản xuất hoặc sản xuất ra một thứ gì đó rõ ràng nhưng khả năng biến mọi thứ thành bí mật quốc gia và biến mọi thứ có được thành một lượng tiền khổng lồ để hưởng thụ đã giúp họ trở nên ranh ma hơn rất nhiều trên chính trường toàn các đối thủ tư bản sừng sỏ. Và họ tồn tại, trong dáng bộ rừng rậm đầy giàu có và uy lực của họ.

*

"Tôi vẫn muốn nhắc lại chuyện cũ!".

"Chuyện gì cơ!".

"Ai đã đưa nó cho anh và anh đang cất nó ở đâu?".

"Thưa ông, tôi không hiểu cái câu ông hỏi tôi bấy lâu nay ý gì. Ông vui lòng nói cụ thể cái mà ông gọi là nó là cái gì giùm tôi!".

"Tôi không muốn nhắc tới nữa, nhưng anh thừa biết mình đang cất cái gì!".

"Tại sao ông cứ chọn tôi là người trả lời câu hỏi?".

"Vì ngoài anh ra, không ai biết về nó, bởi cô ta đã đưa nó cho anh!".

"Rốt cuộc, cái nó mà ông nói đó có gì bí mật hoặc giá trị gì mà tôi thấy ông rất căng thẳng?".

"Căng thẳng hay không là chuyện của tôi, vấn đề của anh là phải trả lời. Tôi nói cho anh biết là chúng tôi có thể dùng biện pháp mạnh nếu anh cứng đầu!".

"Thú thực là tôi vẫn không hiểu các ông đang nói gì. Và nếu thấy dùng biện pháp mạnh là hợp lý thì xin các ông cứ dùng, bởi tôi đã vào tay các ông rồi. Nhưng cho tôi xin hỏi với các ông, trước khi dùng biện pháp mạnh với tôi, các ông hãy trả lời giùm tôi hai câu hỏi: Trước đây tôi có thù hận gì với các ông không? Việc các ông nghĩ rằng tôi đang giữ cái nó gì đó đã chính xác chưa, nó có xác tín trong chính các ông không?".

"Anh đừng lắm lời. Chúng tôi có đầy đủ chứng cứ để khẳng định anh đang giữ nó!".

"Nếu đã có bằng chứng sao các ông không cho lệnh bắt tôi để điều tra hay làm gì đó mà cứ mời lên mời xuống, làm ảnh hưởng không nhỏ đến đời sống của tôi. Mỗi ngày các ông ngồi nói chuyện hay tra vấn tôi đều có lương, còn tôi, nghỉ một ngày làm việc là mất lương, tôi là dân lao động thuê, các ông phải thông cảm cho tôi điều này!".

"Anh khéo ăn nói lắm!" – Ông điều tra viên đi ra hành lang, châm điếu thuốc. Mi cũng đứng dậy đi ra ngoài châm điếu thuốc, ông điều tra viên nhìn mi như muốn nói là "ai cho phép anh ra ngoài hút thuốc?" nhưng mi phớt tỉnh, bởi đây là buổi làm việc bằng giấy mời chứ không phải buổi triệu tập hay một cuộc truy bắt. Mi có quyền tự nhiên, tự do của mi. Đơn giản bởi mi tự tin mình không làm điều gì trái pháp luật hay lương tri.

Cũng ngay tại vị trí căn phòng mà mi đang ngồi làm việc với các điều tra viên, trước đây ba mươi năm, mẹ của mi cũng được mời ra để làm việc. Giờ ngẫm lại chuyện ấy, mi thấy nó giống như một trò hề. Nghĩa là đang yên đang lành, ông cậu của mi, tức là người từng phỗng mất cái giấy chứng nhận thân nhân liệt sĩ của bà ngoại mi về thăm quê. Lúc này, hình như ông đang liên kết với một nhóm hoạt động nào đó và ông đang cố gắng mở rộng tổ chức về miền Trung. Ông bị an ninh theo dõi, khi ông ghé gia đình mi thì trong vòng chưa đầy nửa ngày sau khi ông đi, công an xã ghé nhà, gửi giấy mời.

Sau một buổi làm việc, mẹ mi đã viết tường trình toàn bộ câu chuyện ông cậu mi ghé nhà, làm gì, nói gì, gặp ai, ăn món gì, xài đồ gì... Nói chung là nhìn thấy cái gì phải khai cái đó. Sau đó bà ngồi nghe cán bộ điều tra đọc lại biên bản lần cuối và viết cam kết rằng "Tôi xin cam kết những gì tôi nói ra đây là hoàn toàn đúng sự thật, nếu có gì sai trái, tôi xin hoàn toàn chịu trách nhiệm trước pháp luật". Viết xong ký tên. Phần mi, lúc đó còn nhỏ, mi được lang thang chơi ngoài hành lang, có lúc mi chạy vào ngồi với mẹ. Và điều làm mi thích thú là cây bông trang đỏ trước bồn hoa, nó có màu đỏ hơi nhạt, cánh tròn, li ti kết thành chùm, lá hình oval và thân gỗ. Mi đang tìm nó, bởi mỗi khi đi mua ngọn thược dược ở nhà ông Bá, mi thấy ông cắt từng ngọn nhỏ hoa trang này để dâm, trồng, tưới phân bánh dầu, cơi ngọn, nuôi nhánh... Nhưng ông không bán loại này, ông chỉ trồng như một thứ của quí trong làng chơi hoa cảnh. Và cũng không mấy người có thứ cây này giống ông. Tình cờ mi lại gặp cây trang đỏ ở ngay đồn công an. Mi hỏi xin một nhánh, ông điều tra viên lấy kéo cắt luôn cho mi một nhánh rỡ to, có tới mười mấy đọt và một đoạn thân gỗ to tướng. Mi mừng như mở hội nhưng mẹ mi lại buồn. Bà bảo không phải cứ lúc nào yêu thích hoa thì cho mình cái quyền bạ đâu xin đó và không biết mắc cỡ. Làm người cần phải biết mắc cỡ…

*

Rốt cuộc, ngoài chính mi ra, chỉ có nàng là người hay qua lại, đủ thân thiết, cũng giống như ngoài nàng ra, chỉ có mi là người qua lại với nàng đủ thân thiết để người ta có thể bị hiểu nhầm hoặc đánh tráo sự nghi kị giữa mi và nàng, hoặc cả hai. Nhưng ông ta nhắm vào chiếc hủ mi đã đưa cho nàng, thì nó có ý nghĩa gì?

"Em muốn nói với anh một chuyện, đương nhiên không liên quan gì đến ông điều tra viên".

"Vậy chuyện gì? Và làm sao em biết ông điều tra viên đang nhắm tới anh?"

"Chuyện về những con cá trong hồ, em có cảm giác chúng cạn dần, còn xóm Việt Kiều thì đông dần, chẳng bao lâu nữa, họ sẽ chết đói trong tình trạng không tổ quốc".

"Anh nghĩ rằng họ sẽ được nhà nước giúp đỡ để có quyền công dân".

"Chuyện này hết sức khó khăn, họ có thân phận bất minh và không hi vọng".

"Nghĩa là sao?".

"Hầu hết họ xăm mắt, xăm mũi, chuyện vợ chồng của họ cũng tạm bợ lắm, và nếu anh hiểu được họ đang làm gì hoặc họ từng làm gì ở xứ Cam Bốt thì rất khó để thông cảm hoặc chấp nhận họ nhanh chóng được. Cái gọi là thử thách một con người là có thật đấy!".

Nàng không nói thêm, đứng dậy và đi ra ngoài phía bờ hồ. Gió mùa thi thoảng nổi lên, trước mặt hồ rộng mênh mông này, gió mùa không còn thơ mộng mà có gì đó dữ tợn, những đợt sóng bọt trắng liên tục đánh vào bờ cho cảm giác như đang đứng bên một bãi biển hoang vu, sóng dữ và có thể bị nuốt chửng vào không gian bất kì giờ nào. Những ngôi nhà trong xóm Việt Kiều không còn gì để tạm bợ hơn mỗi khí gió nổi. Các tấm nilon rung lên phần phật, một cái nhà bị đong đưa theo gió, mấy đứa nhỏ ngồi trong nhà nhìn ra ngoài, mặt chúng tỉnh bơ, dường như chúng không hề sợ sệt, hình như chúng đã quen với cảm giác đong đưa trước gió như vậy từ lúc mới chào đời.

Mà cũng đúng, vì từ nhỏ, cuộc đời, hay nói khác đi là số phận của những đứa trẻ này gắn với thứ gì đó rất đong đưa, chúng lênh đênh trên Biển Hồ, sau đó cha mẹ của chúng bị chính quyền Campuchia rượt đuổi vì không có giấy tờ tùy thân, chưa đóng thuế thân, lại chạy trôi dạt vào những cánh rừng mưa trên Biển Hồ, sống lây lất, không có điện, không có nước sạch để uống và không có ai dạy cho chúng con chữ. Hầu hết cha mẹ biết chữ thì dạy lại cho con. Chúng không được như những đứa trẻ khác, bởi ngay trong làng chài Việt Kiều trên Biển Hồ, vẫn có một lớp dạy chữ miễn phí cho những đứa trẻ. Nhưng muốn học được lớp này, chí ít cha mẹ của các đứa trẻ phải an toàn, đã đóng thuế thân và không bị rượt đuổi. Nếu đang bị rượt đuổi thì lớp học này dễ trở thành nơi mai phục của cảnh sát địa phương, việc đưa con đến lớp học chẳng khác nào lạy ông tui ở bụi này.

"Hình như có rất nhiều đứa trẻ như vậy!"

"Ý em nói là trên Biển Hồ?"

"Không phải đâu, tất cả những đứa trẻ sống lệch về phía Tây của đất nước đều na ná nhau!"

"Nghĩa là…?"

"Nghĩa là chúng có thể bỏ học vì thiếu ăn, thiếu mặc, không thể nhét thêm chữ nào vào đầu được nữa, chúng có thể theo những đoàn phu làm vàng vào núi, hoặc chúng trở thành những đứa đi dắt gái cho làng chơi, hoặc chúng bị dập dụi, không có cơ hội ngóc đầu lên được. Hầu như là vậy. Em từng có mặt ở một khu đào vàng, giờ nghĩ lại, cái bờ hồ Dầu Tiếng này an lành hơn, ít ra là so với khu đào vàng".

"Lâu chưa?"

"Cũng không lâu lắm đâu, hồi đó lão bao cho em, lão nói rằng ở chỗ đó, không có ai dám đụng tới em. Nhưng mà... Lão cũng bị đụng và không có đất dung thân, nên em lại trở về chỗ này. Hình như số phận của tụi em là vậy, thứ bảo chứng giống như căn cước!".

"Em nói gì anh chẳng hiểu?".

"À, nhà giàu thì không cần xài căn cước, họ đi ra ai cũng biết, đương nhiên họ có căn cước, căn cước của tụi em là nước dâm, còn nước dâm thì còn căn cước, người ta còn nhớ tới mình".

"Ui em, ráng mà chờ đợi đi!"

"Chờ cho đến khi mọi thứ khô queo lại rồi chứ gì!". Nàng kéo mi xuống vệ cỏ gần bờ hồ, cách vồ vập của nàng khiến mi hơi ngượng, nhất là có vài đứa trẻ đang nhìn về phía mi và nàng. Nàng nói hơi thều thào: "Chúng nó quen nhìn rồi, mình trong mắt chúng nó cũng giống chó lẹo nhau thôi, không sao đâu!".

Nàng kéo mi lăn một vòng xuống gần mép nước và từ từ đưa lưỡi, một luồng hơi ấm, nàng chậm, nhẹ và có gì đó như khói thuốc quấn lấy đám mây ướt. Mi nhắm mắt, tiếng nước vỗ chầm chậm vào bờ, gió cũng bớt nổi so với lúc nãy, hình như có mưa.

Đám lông đen của nàng phập phồng, nhịp nhàng, mi có thể nhìn xuyên qua giữa, mặt hồ tối thẫm và mọi thứ như đang chuyển dần trở về thời đồ đá, con người không cần suy nghĩ gì cho nhiều. Chỉ cần kiếm cái ăn, kiếm chỗ đào thải và khi thấy thích thì vồ vập lấy nhau... Nàng ưỡn người, ự lên một tiếng và mi thấy ngọn núi lửa đang tuôn dung nham xối xả vào thân thể nàng. Nàng thở dốc, mi cũng muốn ngưng thở, mọi thứ đều như đứng im trong chốc lát, phần da bụng của nàng áp sát vào mi, ướt át...

Có tiếng mấy đứa trẻ kêu cứu trong chòi và nhiều người chạy ra múc nước tạt vào cái chòi đang cháy. Tiếng bước nhanh, cơ hồ như muốn dẫm lên mi và nàng. Nàng vẫn nằm im, tóc nàng xõa xuống, phũ phục lên mặt mi, hơi thở của nàng vẫn chưa đều nhịp. Mi lúc này, lại muốn giữ nguyên tình trạng này và mọi thứ đi từ chỗ chết lặng chuyển sang bừng bừng trỗi dậy, mi để y trong cơ thể nàng và bắt đầu như sóng vỗ, nàng dường như cũng trỗi dậy, mọi thứ lại bắt đầu như chưa có gì xảy ra. Những tiếng chân chạy càng mạnh, gấp gáp, nàng và mi càng hối hả, cấp tập. Dường như mọi thứ căng phồng, lửa cũng bắt đầu bén sâu vào các thanh gỗ, một loại gỗ tạp, chúng trôi dạt từ các đầm lầy hoặc chúng nằm vất vưởng đâu đó trong lòng hồ. Trước đây, cái nơi này từng là rừng, mi nghĩ vậy.

III

BỎ XỨ MÀ ĐI

1. Cây khế vườn cũ

Có một cây khế, và vài cây ổi sẻ mọc lưa thưa, nằm cạnh những hòn đá tảng dùng làm đế cột, chúng nằm vất vưởng. Cây khế nổi tiếng ngọt, từ lúc ra trái non cho tới lúc khế chín, chưa bao giờ thấy nó mất ngọt. Nhưng câu chuyện của lũ trẻ mà trong đó có mi không nằm ở vị khế ngọt hay chua. Bọn mi ưa những con chim ri và chim ổ già, chúng thường ghé đến vào mùa thu, trong bụi cỏ tranh. Tiếng hót của chúng nghe líu chíu, lích chích trầm bổng, và khi có tiếng động, chúng vù bay lên như đang chơi trò trốn tìm. Tụi bạn nhỏ của mi thời đó không khôn khéo cho mấy, và cũng chưa từng nghĩ đến chuyện bẫy chim bao giờ, đơn giản là ngắm những cụm hoa khế tím ngát có những chấm trắng li ti trên nhụy, trong cái lạnh đầu mùa, sắc tím của chúng trở nên có gì đó thê thiết và ngất lịm, cảm giác như chúng đang chui ra từ đám mây trời.

Những đứa trẻ ngày ấy, giờ có đứa còn đứa mất, thời của mi không có chiến tranh, nhưng bạn của mi mất dần theo nhiều nghĩa, có đứa còn sống nhưng xem như đã mất, vĩnh viễn mất đi một đứa bạn, và có đứa đã không may qua đời nhưng luôn hiện hữu nơi một góc quán, một chỗ ngồi hay lẩn khuất trong sắc tím của những bông khế mùa thu.

Ông Lương nói với mi rằng nơi đây vốn là đất của người Chăm Pa, và nơi cái lò gạch trước kia là một tháp nhỏ, nó nằm giữa một rừng cây, người ta phá dần các cây đi để biến khu rừng thành một nghĩa địa, và cái tháp cũng dần lở lói, bong tróc để từ nền của nó, mọc thành một cái lò gạch hợp tác xã. Cho đến lúc này, mọi dấu vết Chăm Pa không còn, nhưng ông Lương biết, có nguyên một xóm người Chăm lấy theo họ của một ông Nghè để tồn tại. Thời nhà Nguyễn, những người Chăm không khôn khéo sẽ không có đất sống, các ông Nghè có lòng lân mẫn thường nhận những mống Chăm còn sót lại làm con cháu nuôi, đưa họ vào phổ hệ của gia đình. Làm như vậy vừa có lợi cho bản thân các ông lại vừa cứu được các nhóm người này.

Bởi một khi đã nhận làm gia nhân, những người Chăm sẽ hết lòng trung thành, phò tá các ông cha nuôi. Và hầu hết các ông Nghè, ông cống đều có nhiều đất đai, những người Chăm này sẽ thành tá điền hoặc làm rẽ ruộng của các ông. Họ làm chăm chỉ, cần mẫn và không gian lận khi chia lúa rẽ hoặc không giấu bớt lúa khi đi gặt. Người Chăm không có thói quen ăn cắp, đây là đặc điểm mà các ông Nghè rất thích ở họ. Nhưng, cũng có một điều mà các ông Nghè, các địa chủ e ngại người Chăm là tính của họ cộc lốc, có chút mọi rợ, nghĩa là không hứa với họ thì thôi, đã hứa thì muôn đời họ sẽ đòi. Chính vì vậy có nhiều địa chủ bị họ nguyền rủa, rất khó sống.

*

"Vụ ly hôn giữa con Hiền và thằng Lượng là vụ đầu tiên của làng mình".

"Con biết, nhưng rốt cuộc sao họ lại làm vậy?" – Hắn hỏi.

"Chuyện này làm sao mà biết, thời của ta, không có yêu đương lãng mạn như bây giờ, nhưng người ta sống có tình nghĩa và chưa biết thế nào là bỏ nhau. Đã lấy nhau thì sống với nhau cho đến lúc chết".

"Thời của ông cha mẹ đặt đâu con ngồi đó, không có hạnh phúc phải không?".

"Hạnh phúc là cái chi, ta chẳng hiểu, theo thời của các cậu, cứ nghe nói trăm năm hạnh phúc gì đó nhưng ta thấy choảng nhau chí chóe, thời của ta, tuy có hơi dở là đàn ông gia trưởng. Nhưng mà đàn ông đa phần không biết đánh vợ, chỉ biết dạy con thôi, đàn bà thì lo chuyện bếp núc, nhà cửa...".

"Vậy, tiếng nói của người đàn bà trong nhà là gì?"

"Không có tiếng nói nhiều mấy đâu. Nhưng rõ ràng là thời của ta không có chuyện mọi thứ cứ buông tuồng như bây giờ".

"Ông cho con hỏi thêm là thời của ông, đàn bà có ngoại tình không?".

"Ừ nhỉ, mi nói làm ta nhớ ra, thời đó, đàn bà cũng ngoại tình chẳng kém thời bây giờ, bằng chứng là thằng anh Tư của ta nó mang họ khác, rồi thắng Bảy Liếp bên xóm Khúc Lũy cũng đâu phải con của ông Hai Ngó. Nó là con của lão Thảo, một lão nông lực điền. Mịa, thời nào rồi cũng có chuyện đó, thằng nào bự con thì cách gì ra ngoài ruộng nó cũng đè được vài con, may thì không có con, không may thì dính chưởng rồi về đẻ. Đầy rẫy. Vậy thì… Ai cha, thời nào cũng vậy!".

Điều ông Lương nói làm hắn nghĩ ngay tới bà cô họ của hắn, một bà được đồn đoán là nạ dòng. Hai chữ "nạ dòng" nghe ghê thật, không biết ai nghĩ ra nhưng nó giống như một vết nhơ của người đàn bà Việt, và thời nào cũng có, cũng giống như cái thói ăn chơi sa đọa, đâu cứ phải thời hiện đại mới có, thời vua chúa, bọn họ cũng ăn chơi ghê gớm và sa đọa hơn thời bây giờ, thậm chí dựa vào thứ quyền lực tập quyền trung ương của mình, họ thao túng mọi đàn bà trên lãnh thổ của họ về để lùa vào một chỗ mà chờ ơn mưa móc, rồi bọn quan lại, bọn văn võ triều đình cũng léng phéng đủ thứ vì trong cái không gian chuồng trại ấy, làm sao mà quản cho hết.

Nhưng dù sao thì thời đó chưa có cái văn bản ly hôn cho bọn họ như mụ Hiền và lão Lượng. Hai người ấy một thời làm mưa làm gió ở cái làng này bởi nói về độ lãng mạn của họ thì không ai bằng. Họ lãng mạn nhất và cũng ly hôn sớm nhất, thằng Biên bị bỏ rơi, nó sống với người cô, mọi thứ từ chỗ được nuông chiều, được bưng bê thuộc vào bậc nhất, nó trở thành đứa bữa đói bữa no, lang thang kiếm ăn.

Mà nói tới cái chuyện con cái bị cha mẹ bỏ đói ở đất này không phải là ít, hình như bị chính thức bỏ đói, lang thang thì có thằng Biên, vì cha mẹ nó bỏ nhau, còn những đứa khác như thằng Hồ, thằng Nhỏ thì cha mẹ vẫn chưa bỏ nhau nhưng tụi nó cũng bị bỏ rơi, cũng lang thang, đói khổ chẳng kém gì thằng Biên. Chuyện nghe rất đơn giản, mẹ thằng Biên ra phố mở một cái quán bia vỉa hè, quán nhanh chóng nổi tiếng không phải vì mồi ngon hay bia rẻ, bia ngon mà là vì quán tập trung được khá là đông đúc các ông hưu trí, các ông đương chức và họ rỉ tai nhau điều gì đó không rõ, cho đến ngày cha thằng Biên tuyên bố sẽ không cần mẹ thằng Biên trở về nhà, ông cũng thành khách ruột của một quán bia khác, ở đó cũng có nhiều cán bộ về hưu, ông Lượng tuy trẻ nhưng vẫn được xem như một thánh sống trong quán. Mọi thứ diễn ra thật đơn giản và con nít bị bỏ bê cũng thật đơn giản.

*

Tiếng nói của người đàn bà trong gia đình, không hiểu tự bao giờ, cái câu hỏi ấy cứ bám lấy mi, tiếng nói của họ như thế nào? Rốt cuộc họ đóng vai trò gì trong gia đình? Bởi mi không có cha từ tấm bé nên mi không có phép so sánh, trong gia đình mi, tiếng nói của người đàn bà đương nhiên phải là chủ soái, người đàn bà trong gia đình mi không hẳn có khả năng gánh vác chuyện to tát và cũng không hẳn có máu trượng phu, nhưng đơn giản vì không có đàn ông thì người đàn bà trở thành chủ soái, còn mi là một con gà con cần được che chở trước lũ diều hâu. Mà lũ diều hâu là lũ nào, đôi khi mi hỏi vậy và cũng chẳng có câu trả lời.

Nhưng rõ ràng, thứ mi mơ hồ nhận thấy là ở xứ sở của mi, tiếng nói của người đàn bà không mạnh lắm trong ngôi nhà của họ, tiếng nói ấy chỉ mạnh mẽ và đạt đúng sức mạnh của nó ngoài quán bia. Ở các quán bia, thời của làng nước, bia tươi, bia hơi, thịt chó, thịt rừng, chim rừng, đủ các loại đặc sản và bình dân xuất hiện, nhưng hầu như mọi thứ đặc sản hay bình dân này chẳng bao giờ hơn thứ đặc sản mang tên đàn bà ở các quán. Điều đó thể hiện rất rõ là cho dù quán có ngon, bổ, rẻ cỡ nào, có nhiều đặc sản cỡ nào hoặc có lịch sự cỡ nào thì lượng khách đến cũng rất èo ọp nếu như không có thứ đặc sản kia – đàn bà. Bởi chỉ cần quán có vài người đàn bà, hoặc giả chỉ có một, và người đàn bà đó được rỉ tai nhau rằng đặc sản này ngon thì xem như mọi sự thay đổi. Và, cái thời mà quán càng lịch sự, càng đàng hoàng thì càng ít khách. Điều đó đang diễn ra chung quanh mi, rất gần mi và hình như nó là một thứ trái phá từ bên trong, rất khó hiểu, nó biến mọi sự bình yên trở nên đảo lộn, bất thường.

Bất thường mà cũng bình thường, nó bất thường với người ưa nghĩ về nó nhưng nó bình thường đối với những người đơn giản sống là làm việc, kiếm tiền chiều chiều ngồi quán và việc ngồi quán như một chất xúc tác để họ trở nên máu lửa hơn trong việc kiếm tiền. Chỉ tội cho cây khế, nó đã từng mấy lần vàng vọt vì bão, nó từng mấy lần trụi lá, và cả khô thân, mi cứ ngỡ nó sẽ chết, thế nhưng nó lại hồi sinh khi mùa xuân về. Những phần da khô, thịt khô thì chết hẳn, thay vào đó, một chồi non đâm ra từ gốc, mọc xuyên phần thịt da đã khô, và vài năm sau, nó như một cây khế đã cởi bỏ bộ áo quần cũ, thay một bộ mới tinh khôi.

Lão Lượng bảo rằng cây khế này dễ chừng đã hơn trăm tuổi, cái thời ông còn tóc để chỏm thì nó đã đồ sộ, và ông nghe cha ông cũng nói y một câu như ông, tức là cái thời ông ấy để chỏm, nó đã đồ sộ, sau đó nó chết đi và ngay dưới gốc, từ lũa gỗ của nó lại mọc ra một thân cây non, xuyên qua các lớp thịt da bị chết đi, dường như nó đã thay áo nhiều bận, cho đến thời mi nhìn thấy, nó có vẻ trẻ trung, nhìn giống với một phụ nữ vào độ hồi xuân.

Bà Hiền thì lại nhìn khác, bà không quan tâm cây khế bao nhiêu tuổi, bà cũng không quan tâm hoa của nó tím biếc hay trắng nhợt, đơn giản, quán của bà rất cần loại khế này, nó giúp bà hái ra tiền. Mọi thứ sản phẩm thời bây giờ không phải chỉ đơn giản dựa vào chất lượng, bởi chất lượng thì đương nhiên cần nhưng chín chục phần trăm do quảng cáo, do nghệ thuật bán để đi tới thành công. Vấn đề bán cho ai, bán ra sao và ai bán. Ví dụ như bán một trái khế với giá một triệu đồng, bà vẫn có thể bán được, đơn giản là bà biết được lão nào có thể mua với giá đó và bà nên bán ra sao.

*

Thằng Định dỡ tay lưới, cá mùa này hiếm, mà hình như mùa nào cũng hiếm, chừng mười năm trở lại đây, cá không còn, nhất là cá rô thia bảy màu, chẳng bao giờ gặp chúng, hình như chúng đã tuyệt chủng hoặc trốn sâu vào một nơi nào đó. Chừng hai mươi năm trước, tự dưng cá sặc xuất hiện đầy đồng ruộng, ao hồ và cả ngoài sông, cái giống cá có hai chấm đen ở gần đuôi giống như cá rô nhưng có màu hơi nhạt, ánh bạc giống cá thác lác và cũng dẹp dẹp, có đường chỉ đỏ dưới đáy bụng, có hai sợi râu dài. Chúng sinh nhiều như nấm, chúng rượt đuổi cá rô thia, loài cá mà miền Nam gọi là cá lia thia, miền Bắc gọi cá cờ, có nhiều màu, hình dáng và cấu trúc vi giống hệt cá rô nhưng trên thân hình của chúng lại có các đường màu dạ quang, nếu bỏ chúng vào hủ thủy tinh, ban đêm có thể nhìn thấy chúng phát sáng bơi lội tung tăng. Có lẽ sự nguy hiểm đang nhắm đến chúng cũng từ chỗ này, chúng khó mà trốn vào đâu được một khi bị tấn công. Và nhất là con người rất ưa bắt chúng, có thể để nuôi chơi, cũng có thể là chiên xù, bởi loài cá này có vị y hệt cá rô nhưng xương mềm và thịt thơm hơn. Nghĩ đến đây Định cười một mình, bởi không có thứ gì đáng kinh tởm hơn con người một khi họ đã quyết ăn. Cười xong Định lại lầm lũi dỡ lưới và hắn muốn đập một thứ gì đó cho vỡ toang, nổ tung sau tiếng cười của hắn.

"Ai không tin số phận, nhưng tao tin...". Định lầm nhẩm một mình, dừng tay lưới và lấy thuốc lá ra hút. Hắn dõi mắt nhìn ra bàu ấu, cái nơi mà cha hắn kể rằng vào thời kháng chiến chống Pháp, đây là một dòng sông cũ, trước đó nữa, nó là một con sông lớn, rồi theo thời gian, mọi thứ đổi dòng, bồi lở. Định nhìn về phía cuối bàu, nơi giáp với dinh trấn Thanh Chiêm, hắn lại cười, không chừng đây là một phát hiện, rất có thể đây là sông Chợ Củi mà lịch sử luôn nhắc tới trong hành trình mở rộng quyền lực về phía Nam của các chúa Nguyễn. Hắn cũng lấy làm buồn cười vì gần đây, cơ quan văn hóa huyện bên kia Thu Bồn đang cố gắng chứng minh rằng sông Chợ Củi nằm ở trên huyện của họ, chảy qua làng Tiệm Rượu rồi chảy về Xuyên Đông, Long Xuyên gì đó. Thực ra bên cạnh sông Thu Bồn có rất nhiều nhánh sông đã chết, chúng vốn là một hệ thống sông ngòi chằng chịt chẳng kém nào sông ngòi ở miệt Tây Nam Bộ, nhưng đó là câu chuyện thời tối cổ, thời mới khai thiên lập địa, càng về sau, hình như dải đất miền Trung càng nóng lên, bởi phía Nam miền Trung là vành đai xích đạo, cùng vành đai với sa mạc Sahara, các vương quốc ở đây ngày càng phải đối mặt với sự khắc nghiệt của thiên nhiên, các dòng sông cạn dần. Sông Thu Bồn là sông mẹ của thị tộc Dừa, Chăm Pa, nằm sát cạnh kinh đô Sư Tử, nguồn nước sông mẹ như biểu tượng của sự sống. Cái tên Thu Bồn được đọc trại từ mẹ Pô Pô. Dường như cả sông và núi, những gì lớn lao được gắn cho chữ Mẹ hoặc Chúa, sông Mẹ, núi Chúa.

2. Bàu ấu, thịt rùa và ông nội

Ở cái nơi mà Định đang ngồi nhìn ra, phía núi Chúa, còn gọi núi Quắp, nơi mà cho đến bây giờ, hắn vẫn lan man rằng cuộc đời hắn có thứ gì đó gắn với ngọn núi này, cũng như thân phận của mẹ hắn, chẳng biết bà là giống người Việt hay Chăm, bởi mọi thứ gốc gác của bà thật mơ hồ, nhưng hình như dòng họ của cha hắn cũng thật mơ hồ, bởi suốt nhiều năm nay, chỉ riêng chuyện tìm ra cuốn phổ hệ để họp bàn bà con trong tộc xây một cái nhà thờ vừa đủ ấm cho ông bà cũng rất là khó, mọi thứ chỉ dừng từ thời ông nội hắn, mà ông nội hắn lại nói rằng nguồn gốc của gia tộc là một cuộc chạy tại chỗ. Chạy tại chỗ là cái gì, hắn không tài nào hiểu nổi. Điều đó cũng mơ hồ giống như cái bàu ấu này, qua nhiều thời kỳ, màu sắc của nó trở nên bí hiểm lạ thường. Nghe đâu thời nhà Nguyễn, sau khi dinh trấn Thanh Chiêm hình thành một thời gian, nó là một dòng sông thơ mộng, trên bến dưới thuyền. Thế rồi Quảng Nam rơi vào tay Pháp, mọi thứ gần như chết chìm, quên lãng, con sông cũng nhanh chóng bị bồi đắp, lấp cạn sau mấy mùa lụt mà trước đó chuyện này chưa từng xảy ra, bởi lụt thì đâu chỉ có ở thời Pháp thuộc. Người ta trồng tre hai bên sông, ban đầu chỉ là vài bụi, nhưng chưa đầy mười năm chạy Tây, tre đã thành một lũy tường phủ kín hai bên bờ sông, dòng sông hẹp lại và tối om, lúc này ông nội của Định không đánh lưới hay cất vó nữa, ông chuyển sang dùng câu cắm. Tối đến, ông mang một mớ cần loại ngắn chừng một mét, mang ra bàu ấu, tìm chỗ để luồn vào bờ tre và cắm cần dọc bờ, sáng ra, cách gì ông cũng kiếm được vài con cá tràu to, đen nhánh.

Có một chỗ cách bàu ấu không xa, chỗ mà ông nội của Định ngại câu cắm nhất là phần bàu rau muống nhà ông Nghè, nhà ông Nghè cũng có một bàu rau muống, và cũng là một con sông cũ nối với bàu ấu, nó chết từ rất lâu rồi, nó phân đoạn thành những đám ruộng thấp và ao rau muống. Cứ tối đến cắm câu, cách gì sáng mai ra cũng có cá tràu nhưng thi thoảng bị đứt mất lưỡi câu vì bọn rùa, hễ cứ thấy cần bị đứt lưỡi câu thì ông lội dọc theo bàu rau muống để tìm rùa. Những con rùa mai vàng khi ăn phải lưỡi câu sẽ nằm phơi mình trên đám rau muống, chúng làm vậy để thức ăn nhanh tiêu hóa, khỏi khó chịu và chúng không biết rằng cái lưỡi câu thì không tài nào tiêu hóa được. Việc bắt rùa dễ không có gì dễ hơn, bởi thấy chúng nằm trên rau muống, chỉ cần dùng một cái gậy hoặc cây sào, thò ra hất chúng lật ngửa trên bè rau, sau đó thì ung dung lội ra nhặt chúng vào. Thời ông nội còn sống, còn đi câu cá được, Định còn nhỏ lắm, nhưng hắn nhớ như in là có những con rùa to lắm, chúng nhiều vô kể, chỉ cần buổi sáng ra ngoài đám rau muống rảo một vòng trên bờ thì cách gì cũng bắt được vài con. Có khi gặp con nặng đôi ba ký, có con nặng năm ký. Ngoài bụi tre cũng vậy, chúng nấp dưới lá tre để ăn mối đất, ăn trùn, đi bắt chúng thì cầm một cây gậy dài chừng một mét rưỡi, có vót nhọn một đầu, cái đầu vạt nghiêng, nhọn phải đúng với mắc tre để khỏi bị lọt đất vào ống gậy. Chỉ cần cầm cây gậy, vừa lội vừa thọc xuống lá tre, chỗ nào phát ra tiếng kêu giống như gõ mõ thì dùng gậy xeo lên, cách gì cũng lật ngược một con rùa to tướng.

Cả xóm chẳng ai dám ăn thịt rùa, người ta sợ xui, chỉ có ông nội của Định là chơi tất, ông mang con rùa về, lật ngửa nó, nướng trên bếp lửa than, ban đầu, nó huơ bốn chân lên trời cầu cứu, lửa than nóng dần và nó dương cái đầu thẳng ra, rướng về phía trước cố thoát khỏi cái nóng. Lúc này, bọn con nít như Định xúm vào xem, có đứa cười vì nó rất giống cu của bọn trai mắc đái. Con rùa chịu nóng, cố huơ chân vùng vẫy một lúc thì phì nước bọt, miệng và các chân của nó bắt đầu rỉ một thứ nước bọt màu vàng nhợt, có bong bóng. Lúc này, ông nội lật ngược con rùa, úp phần bụng nó xuống lửa than, ông giải thích là lúc đầu phải nướng ngửa cho con rùa khỏi chạy trốn, đến khi nó chết thì nướng phần bụng cho chín đều và chảy bớt các loại nước dịch của nó ra ngoài cho thịt khỏi tanh. Phần mai dưới bụng cũng rất mềm, khi nướng chín có thể ăn được, thơm và giòn, ông bảo rằng phần này khá là bổ, chấm muối tiêu chanh ớt thì mê. Định chỉ nhìn ông nội ăn thôi chứ hắn không dám ăn, hắn rất sợ cái món thịt có mùi hơi tanh này. Nhưng ông nội thì khác, ông dùng một con dao bén và một cái que tre nhọn, ông lật ngửa con rùa ra và bắt đầu cắt phần mai mềm, giòn bên dưới thành một cái lỗ tròn, sau đó ông cho một chút muối tiêu vào và dùng que nhọn xăm, rồi xẻo những thỏi vuông, múc thịt ra ăn ngon lành. Định quên mất cái chi tiết trước khi nướng con rùa, ông đã cắt một nhát ngay trước mũi nó để lấy máu cho vào rượu, ông nói rằng rượu tiết rùa là thứ bổ thượng hạng, không có thứ gì bổ hơn.

Hình như là ông rất thèm ăn thịt rùa, hình như vì nó rất ngon, hình như vì nó rất bổ, và hình như vì nó bổ ích cho ông lắm, nó cho ông một thứ sức mạnh hay quyền lực đàn ông nào đó, nó vô hình mà cũng rất rõ, Định nghĩ vậy. Bởi trong làng không có ai ăn thịt rùa như ông, trừ cụ Nghè, nhưng cụ qua đời lâu rồi, ông thì hồi trẻ là đệ tử ruột của cụ Nghè, ông hay đi bắt rùa cho cụ, ông cũng là người cầm cái chai có nút lá chuối đi mua rượu nặng cho cụ, rồi cũng chính ông, là người làm rượu tiết cho cụ, hình như mọi thứ của cụ Nghè hưởng thụ đều do ông làm. Và khi cụ chết đi, ông thừa hưởng ở cụ cái thú vui bắt rùa làm thịt, mà xứ sở sông lấp này thì cơ man nào là rùa, nơi nào có bụi tre, có ao rau muống, có những con sông lấp, những cái đìa lâu năm, những con lạch và cả những cái bàu ấu, bàu sen thì nơi đó rùa nhiều lắm lắm. Hình như thứ làm ông thấy hấp dẫn ở món thịt rùa, rượu tiết rùa là khả năng giống đực của ông. Định nghĩ vậy, Định nghe các bà trong làng nói rằng ông là thằng đực kinh khủng nhất, ông có con rơi với các bà lung tung, ông như một thứ thần sát bên ngoài các đám ruộng. Các bà đi cắt lúa thuê và ngủ với ông, những cuộc làm tình chớp nhoáng ở các đám ruộng ướt át, xót xáy, ngứa ngáy, nhưng họ vẫn ưa. Mà nói đúng hơn thì cái này khó gọi là làm tình, gọi là tranh thủ tịt nhau một cái, nói như cách bọn trẻ bây giờ là tranh thủ chịch nhau ngoài ruộng.

Chả hiểu sao cái thời đó người ta cũng chịch nhau lén lút, cũng ngoại tình hà rầm ra đó, cái thời gì đó của công dung ngôn hạnh, tam tòng tứ đức tá lả nó có thật hay không? Mà đàn bà thời đó ăn thứ gì lại ưa ngoại tình dữ thật. Định nghĩ không ra, bởi thời đó đói ăn, thiếu mặc, cơm còn không có mà ăn thì lấy đâu ra cái máu để háo hức, để ngoại tình. Nhưng rồi nghĩ lại, hình như cái máu ngoại tình thì không cần phải phải no hay đói, đừng nói rằng ăn no quá rửng mỡ, thực ra, cái rửng mỡ khi đói mới đáng sợ. Con người ta, hình như khi đói cái ăn cũng đồng nghĩa với đói nhiều thứ khác, đói tình cảm, đói yêu đương, đói sự ân cần, đói cả một chút quan tâm nhỏ. Người ta trở nên khô khốc, quyết liệt, miếng ăn như một thứ gì đó thuộc về cứu rỗi, thành chân lý và lệch sang cả lý tưởng, nó khiến người ta chẳng còn nghĩ gì đến việc gì khác được nữa. Trong khi đó, ông nội của Định là một phụ tá của cụ Nghè, người chuyên đi coi ruộng cho cụ, tới mùa gặt, ông nội cầm cái gậy đi quanh các đám ruộng trông lúa, có những gia đình đông con, cả vợ và chồng đi cày ruộng thuê, đi gặt thuê nhưng vẫn không đủ ăn. Nhà nào ông nội Định ưa mụ vợ thì ông khéo léo tách lão chồng sang một cánh đồng khác để cắt lúa, bó lúa, gánh lúa, còn mụ vợ gặt gần chỗ ông nội, thỉnh thoảng ông cho giấu một nắm lúa, hoặc ngon hơn thì ông cho một ôm lúa, nói giấu đâu đó trưa mang về đạp mà phơi, nấu cho con ăn. Các mụ vừa mang ơn ông nội, lại vừa bị hấp dẫn bởi lời đồn rằng mụ nào được ông nội đụng vào một lần thì mê tới chết, bởi cái của quí của ông nội nó đặc biệt, nó lạ lùng.

Vậy là trong đám con của những cặp vợ chồng đông đúc con cái, thiếu ăn thiếu mặc kia, không chừng cũng có chú, bác của thằng Định trong đó. Mà đúng, sau này, khi sắp chết, các bà khai thật đứa nào con của ông nội, vậy là đám tang ông nội, họ tới đầy nhà. Định cũng lấy làm lạ là họ tới để tang, rồi sau đó đi đổi luôn cái họ của họ thành họ ông nội, họ cũng khóc lóc, cũng nói đủ điều, có người còn viết cả một điếu văn dài để kể về công lao dưỡng dục, nuôi nắng của ông nội đối với họ. Định lúc đó chỉ thấy buồn cười vì cả đời ông nội có nuôi họ bữa cơm nào đâu, thậm chí ông nội còn là thứ tai họa cho cái gia đình đang cưu mang, bảo bọc họ. Thế nhưng khi ông nội chết, họ thay vì oán giận hoặc cảm thấy mắc cỡ vì mình sinh ra trong một hoàn cảnh vô cùng khó chịu, ô nhục thì họ lại lấy đó làm tự hào. Thực ra, nói cho cùng, ông nội vẫn giàu hơn cha của họ nhiều, ông là đệ tử của một địa chủ thứ dữ, đến khi thời cuộc thay đổi, xoạch một cái ông nội thành người có công cách mạng và gia đình giàu có, bề thế hơn mấy gia đình nông dân trong làng gấp bội lần. Không cần phải nghi ngờ hay suy nghĩ gì cho lắm, họ tới nhận cha, rồi ăn uống trong đám tang cha, say sưa, khóc cười, rồi lại xí một phần tiền của cha để lại, một chút vàng, và cả mấy cái mu rùa, nó trở thành đồ quí hiếm khi ông nội chết đi.

3. Cụ Nghè

Nhắc tới cụ Nghè, lẽ ra không nên nhắc tới nữa, vì người thì đã khuất bóng, mà sự đời thì tiếng được tiếng mất, ai biết đâu mà lường. Nhưng có một điều chắc chắn là phần đông con người vốn dĩ chẳng ai ưa người khác tốt đẹp nếu như cái sự tốt đẹp ấy không có lợi cho họ chút này, chút kia. Sự thật cuộc đời đã dạy ngươi như thế, ngươi phải tin, có không tin cũng không được. Ngay cả những người đang được xem là vĩ nhân, nằm trong lăng mộ kiên cố có người bảo vệ, lính canh ngày đêm trên thế giới này, đến khi lăng mộ bị đập phá, mọi thứ trả về hư không thì dường như có một thứ ở lại, gắn đời gắn kiếp với họ, đó là lòng oán hận. Con người sẵn sàng ca ngợi người khác ngay cả lúc họ khinh bỉ và oán hận nếu như sự ca ngợi đó có lợi cho họ. Và đến lúc cái lợi ích đó chấm dứt, họ quay ra nguyền rủa, chửi bới không tiếc lời. Cái chu kỳ ca ngợi và chửi bới này kéo dài cả trăm năm, có khi vài trăm năm, cho đến lúc xương đã thành bột đất hoặc hóa thạch, miệng đời vẫn chưa ngưng.

Cụ Nghè vốn từng là thần tượng của ông nội thằng Định, nó luôn tin rằng cụ đã cứu gia đình nó. Thế nhưng cái bọn kia, bọn tới nhận ông nội thằng Định làm cha, họ chẳng bao giờ buông tha cho cụ, ngươi chỉ biết ngồi xa mà quan sát phản ứng giữa thằng Định với bọn các chú, bác nạ dòng của hắn. Bọn họ cho rằng sở dĩ có sự ra đời của họ là do chính bởi cụ Nghè, chính sự giàu có và bất công, sự ăn trên ngồi trốc và phong kiến thối nát của cụ đã tạo ra những loại tá điền đau khổ và các tá điền này đói ăn, phải chấp nhận cởi quần trước đám coi ruộng với hi vọng cứu cái miệng đói ăn của bầy con nhỏ. Và bọn họ ra đời như một bằng chứng về phong kiến thối nát và độc ác. Và sâu xa hơn, họ tin rằng cha của họ, tức ông nội thằng Định cũng là một nạn nhân, ông cũng vì chén cơm manh áo mà phục tùng quyền lực, và nhờ sự phục tùng này mà ông có được cái cơ hội để cho người này nắm lúa, cho người kia chén cơm, nếu ông không phục tùng cụ Nghè thì lấy đâu ra những chén cơm bác ái như vậy. Và họ tin rằng đó là hành động cách mạng, sáng suốt và thông minh bậc nhất. Bằng chứng của hành động cách mạng và thông minh này là khi giải phóng về, cha của họ hiện rõ là một nhà hoạt động cách mạng, chống phong kiến thối nát, và là người có công cách mạng.

Và, cái công lớn nhất của ông nội thằng Định đối với đám quần chúng là lật đổ cụ Nghè, chính ông đã mang mọi chữ ký, mọi con dấu lăn tay để đi kiện cụ Nghè rằng cụ đã ăn chặn đất của dân. Không hiểu vụ kiện này được ai xét xử và ai là người đứng ra làm chứng, xử ở phiên tòa nào, nhưng kết quả là cụ Nghè bị giáng xuống "bạch đinh", tức không còn thứ quyền lực nào trong tay. Nhưng rồi cũng nhờ vào thời cuộc, cụ Ngô Đình Diệm lên làm Tổng thống Việt Nam Cộng Hòa, lúc đó, ngay cái Tết đầu tiên làm Tổng thống, cụ Diệm gởi quà về chúc thọ, mừng tuổi thầy năm mới bằng một bộ áo dài khăn đóng, một cây gậy bịt bạc và một lá thư mời thầy vào Sài Gòn thăm trò. Năm đó cụ Nghè vào Sài Gòn thăm cụ Diệm. Mọi thứ lại trở về như cũ, ông nội thằng Định quay sang xin lỗi và bợ đỡ cụ Nghè, còn cụ Nghè một bước lên voi trở lại, tỉnh trưởng, đô trưởng có đến thăm cụ thì dừng xe tít tận ngoài ngõ, cho lính chạy vào xin phép cụ, cụ đồng ý cho vào thăm mới dám vào thăm.

Lúc này, người ta lại lôi chuyện cũ ra để ca ngợi thầy Nghè, rằng xét về tiết khí trung nghĩa thì không ai bằng thầy, rằng thầy từng lặn lội từ Quảng Nam vô tận Khánh Hòa để bốc mộ người thầy về quê, thầy của cụ Nghè chính là chí sĩ Trần Quý Cáp. Người thầy dạy học suốt mười lăm năm dài từ lúc để chỏm cho đến lúc làm ông Nghè. Và lúc đó, người ta còn thêu dệt nên chuyện cụ Nghè có khả năng ngoại cảm, thông tâm, thông thiên... Ví dụ như việc đưa hài cốt của thầy đi qua mỗi một tỉnh nào đó, cụ thông tâm với các chí sĩ của tỉnh này để họ tổ chức làm hương án, tế chí sĩ. Chuyện thông tâm thì không rõ thực hư nhưng các hương án ở mỗi tỉnh cụ đưa thầy đi qua thì có. Bởi đó là cái đạo của người trí thức thời xưa, coi trọng khí tiết, coi trọng lòng yêu nước và coi trọng những bậc ái quốc. Hình như thời đó, việc trung quân hay không trung quân không còn quan trọng mấy, mà người ta đặt nặng tinh thần ái quốc, những ai yêu nước, vì sự tiến bộ của quốc gia, dân tộc đều được coi trọng.

Cũng nhờ coi trọng người ái quốc mà người ta bắt đầu nhắc tới công trạng của cụ Nghè, đầu tiên là cụ tham gia Duy Tân rất sớm, để tóc ngắn, cắt móng tay ngắn, đi giày tây thay vì guốc mộc, rồi thêm nữa cụ là người có công xây dựng trường học, cái trường cấp hai cụ xây dựng thời đó cho đến bây giờ vẫn còn, nó được nâng cấp lên thành trường cấp ba mang tên một chí sĩ phong trào Cần Vương. Thời đó, cụ là người đầu tiên đứng ra vận động xin từng cây tre để đóng xuống làm bờ kè, đổ đất, khoản tiền mua gạch, ngói thì có người anh cả của Ngô Tổng thống, lúc đó vẫn còn uy tín ở Quảng Nam, bởi ông từng làm Thống Đốc ở đây, ông Ngô Đình Khôi, chính ông Khôi đã vận động tìm kinh phí mua gạch ngói, vôi vữa để xây trường. Đương nhiên ngày khánh thành ngôi trường này, ông Khôi và cụ Nghè được mời cắt băng, ngồi vào ghế danh dự. Bây giờ nghe xây một cái trường có vẻ bình thường, nhưng thời cụ Nghè, việc xây trường là một cuộc cách mạng, nó là cái cầu nối giữa trường làng với nền giáo dục mới, nó giúp con người bứt thoát khỏi lũy tre làng và biết mơ ước, nó tuy đơn giản nhưng cũng là cái nơi mà các thi sĩ của một nền thi ca mới mẻ nuôi ước mơ và tập tọ nghề viết lách. Thế nhưng!

Cái thế nhưng này thì vô vàn nỗi buồn và hệ lụy, bởi thời cuộc là một thứ gì đó cục mịch, thô lỗ và chẳng có gì để vui khi nói về nó. Trong một cuốn đặc san của trường sau này, trong thời đại mới, cuốn đặc san kỉ niệm ngày thành lập trường, người ta in một tấm ảnh kỉ niệm ngày đầu tiên khai giảng trường, trong đó, tấm hình một ông quan có công xây dựng trường bị cắt khỏi chỗ ngồi, trong tấm ảnh có cụ Nghè ngồi cạnh một cái ô màu đen hình người. Mọi thứ trở nên khôi hài và vô lý. Nhưng con người sinh ra vốn dĩ đã là một sự vô lý, nên nếu ngươi có chứng kiến thêm cả ngàn sự vô lý nữa thì trong đó cũng có cái lý của nó, cái lý nằm ở chỗ nó chứng minh rằng sự vô lý là có thật và càng vô lý thì càng có lý.

4. Gà vàng

Tự dưng ngươi lại lòng vòng, lẩn quẩn trong cái ý nghĩ chẳng nên đầu nên đuôi. Bởi câu chuyện từ chỗ cây khế đến mấy cây ổi sẻ rồi lại dẫn sang chuyện mối tình say đắm nồng nàn và nhanh chóng ly dị khi thành vợ thành chồng rồi chuyện đàn bà thời xưa ngoại tình ra sao, tam tòng tứ đức gì đó... Thật là vớ vẩn, nó liên quan gì đến đất ma chứ?

Cho đến giờ ngươi cũng không tìm ra mối liên hệ giữa đất ma với mấy câu chuyện trên, nhưng rõ ràng ngươi thấy nó có gì đó rất ma, không phải con người. Ví dụ như vợ chồng lão Lượng và mụ Hiền. Chuyện nghe cứ như trò trẻ con. Bữa đó lão Lượng đi nhậu về, ở quê thì ít có ai đi nhậu, bởi lấy tiền đâu ra mà buổi chiều ngồi nhậu lai rai, sau này mới có chuyện đó, thời xưa ăn còn không đủ. Thế nhưng lão Lượng thì khác, lão vốn là anh bộ đội nghèo sặc máu, nghèo đến độ chẳng thể nghèo hơn vì cha mẹ chết sớm, mấy anh chị em lủi thủi nuôi nhau. Thế rồi đùng cái, người bác đi lính khố đỏ ở bên Tây qua đời, ông không có con cái gì, để lại một khoản tiền nhỏ và một căn nhà kèm lời di chúc dành cho anh em lão Lượng. Lúc này, lão Lượng là anh trai lớn, đứng ra nhận tiền và mua ngay chiếc xe Cub 81 mới cáu, nói nó mới cáu bởi với dân quê thì nó rất mới, nó lạ lẫm và thuộc về thế giới khác, chứ với dân Nhật Bản thì nó là hàng bãi, người ta đã dùng rồi, hết hạn dùng thì bỏ đi. Chiếc Cub 81 kim vàng giọt lệ nhanh chóng giúp lão Lượng chạy ra thành phố, xin một chân bảo vệ cho một công ty nhà nước, sau đó lão gặp mụ Hiền trong bối cảnh anh hùng cứu mỹ nhân, tức mụ đi chơi đêm về, bị đám thanh niên rủ rê đi chơi và chuốc rượu cho say rồi lột áo quần hãm hiếp ngay chỗ bến than đường Bạch Đằng, chỗ đó vắng người nhất vào thời đó. Lão Lượng nghe tiếng kêu la, vác súng chạy ra, cho nổ mấy phát chỉ thiên, đám thanh niên hư hỏng bỏ chạy, lão dắt mụ vào phòng bảo vệ và an ủi, sáng mai đưa về nhà. Mối tình của hai người trở nên mãnh liệt và một đám cưới to nhất, oách nhất thời đó diễn ra sau cuộc giải cứu mấy tháng.

Bởi thời đó, ở chốn quê nghèo, quanh năm chỉ biết đồng ruộng, sương muối với khói lò gạch, tới ngày mùa thì nghe tiếng roi vụt trâu, tiếng quát hò rì hò tắc... chuyện một thanh niên có mấy anh chị em mồ côi, bữa đói bữa no bỗng dưng có xe Cub 81 đã là ghê gớm, thêm chuyện cưới được cô con gái một ông giám đốc nhà máy cao su nữa thì nó như cổ tích chứ không còn là đời thật nữa rồi.

Hai người sinh được thằng Biên, nó bụ bẫm thông minh. Thế rồi nó chưa đầy mười hai tuổi, mụ Hiền và lão Lượng đâm đơn ra tòa ly dị, mọi người trong làng há hốc vì bất ngờ. Bởi không ai tưởng tượng được sẽ có chuyện đó. Bởi lão Lượng làm ăn có kinh tế nhất nhì thời đó, chồng đi bảo vệ, có lương, có vốn, vợ ở nhà nội trợ, sau đó mở quán nhậu, vợ là con nhà gia thế, con nhà cán bộ cao cấp ở thành phố, đó là chưa nói tới chuyện bắt được bầy gà vàng. Cái thời đó, chuyện lâu lâu có một người trở nên giàu có bất thường rồi trở nên điên dại, ngây ngây vì không biết trả lễ là có thật. Cái thời mà vàng Hời còn lang thang đi ăn, thỉnh thoảng người ta nhìn thấy một bầy gà vàng, con gà vàng mẹ dắt bầy gà con đi ăn ở các bụi tre, bìa rừng, hoặc thỉnh thoảng người ta gặp cả con rùa, con bò con bằng vàng đi ăn, phát ra tiếng kêu leng keng, người ta tìm cách bắt. Nhưng nó nhanh lắm, không dễ gì bắt, chỉ có đàn bà mới bắt được nó thôi. Bọn đàn ông muôn đời không bắt được chúng, vì chúng thoắt ẩn thoắt hiện.

Bọn đàn ông luôn rình rập những con gà vàng, rùa vàng, thỏ vàng, bò vàng nhưng chẳng bao giờ bắt được chúng, chúng lấp lánh, bí hiểm, lang thang dưới ánh trăng. Thế nhưng nó khó mà thoát tay những người đàn bà một khi họ đã gặp, họ tóm gọn cả đàn, tóm gọn con khỉ nhanh nhảu, tóm gọn con rùa chậm chạp, con gì gặp họ đều bị tóm gọn, bọn đàn ông lấy làm lạ vì điều này nhưng chẳng bao giờ biết được vì sao. Và mụ Hiền tóm bầy gà vàng cũng nằm trong sự ngạc nhiên tột độ của lão Lượng. Cho dù có gặng hỏi bao nhiêu mụ cũng không nói cho lão biết cách mụ bắt gà ra sao, và lão Lượng đôi khi cũng bực tức vì chuyện này, vì mụ không tin tưởng lão. Nhưng rồi, khi mụ kể thật rằng tuyệt đối không được nói ra cách bắt với người khác thì mới yên chuyện, nếu nói ra sẽ bị điên, nghe vậy lão thông cảm. Nhưng dù sao thì mọi thứ cũng được thay đổi theo chiều tốt hơn, người ta có thể xem lão là nhà giàu, vậy cũng xem như mãn nguyện với lão Lượng. Sở dĩ người gọi ông Lượng bằng lão, đừng tưởng lão quá già, kỳ thực cái tính cáo già, giỏi tính toán một cách đặc biệt khiến cho người ta luôn gọi lão là lão Lượng, vậy thôi!

Nơi ngươi ở có nhiều dấu tích của những người Chăm Pa, nhưng thời ngươi còn nhỏ, người ta hay dùng chữ Hời cho dù chữ này chẳng liên quan gì đến người Chăm, kể cả những thứ gì của người Tàu để lại, người lớn cũng cho rằng đó là của người Hời. Ví dụ như những khu mộ có hình bát úp, nấm tròn bầu dục, chắc chắn đây là mộ của các chú (tức người Tàu), nhưng người lớn nói rằng đó là mả Hời. Mà không biết tự bao giờ, người ta cho rằng người Hời là một loại ma đội lốt người, người ta đồn đoán rằng đàn bà Hời buổi tối rút bỏ bộ vỏ bên ngoài, tức bỏ đi thân thể, chỉ mang chiếc đầu và bộ ruột đi lang thang trong bóng tối để ăn cứt con nít. Nhà nào có con nít mà không cẩn thận, để chúng ỉa bậy, nếu ma Hời gặp phải, ăn đi thì đứa bé sẽ đổ bệnh rồi chết. Họ dạy con nít mỗi khi ỉa xong thì cắm một cây gai nhọn vào cứt. Cũng có nơi gọi ma Hời là ma Lai. Người Việt có một thời đã kì thị người Chăm một cách kinh khủng, ngay cả tên gọi của họ từ Chăm đổi thành Hời, Lai cũng đủ nói lên được điều đó.

Có lẽ điều làm ngươi ấn tượng nhất là chuyện ông bà người Việt luôn xem mình là người thông minh, thượng đẳng và từng có một cuộc thi thông minh giữa người Việt với người Hời. Dấu tích của cuộc thi đó là những cụm tháp bằng gạch. Người ta kể rằng ngày xưa, người Hời và người Việt sống chung, người Hời tinh ranh, ma mãnh, người Việt thật thà và thông minh, người Hời cứ ám hại người Việt hết lần này đến lần khác, người Việt hết chịu được nên đã có một cuộc thương thảo, quyết định ai ở ai đi. Hai bên thương thảo một lúc thì quyết định tổ chức cuộc thi làm tháp, bên nào làm tháp cao hơn thì được ở lại, bên nào thấp hơn thì đi, thời gian làm tháp là ba tháng. Người Hời bắt tay vào xây tháp, người Việt cứ ung dung nhìn người Hời mang từng viên gạch đến xây tháp, vừa quan sát vừa đi gặt lúa, đốn tre, làm giấy. Cho đến tháng thứ ba, người Hời xây phần đỉnh tháp và trang trí thì người Việt mới trồng trụ tre, nối tre thành những cây tháp thật cao rồi chất rơm lên trên đó, sau đó dùng giấy dán cho cây tháp thật đẹp. Cây tháp của người Việt xây vừa nhanh lại vừa cao. Người Hời chấp nhận thua cuộc và ra đi, để lại cây tháp gạch buồn như chính thân phận của họ, còn người Việt tiếp tục đắp những cây rơm trong vườn nhà để nhắc người Hời nhớ giữ lời.

Lúc nghe người lớn kể vậy, ngươi chỉ thấy thán phục người Hời xây tháp quá đẹp và ngươi thấy người Việt có gì đó gian xảo, ma mãnh, trí trá. Câu chuyện đó ám ảnh ngươi mãi cho đến khi ngươi hiểu rằng tháp gạch không phải là một cuộc thi gì, mà đó là những ngôi đền linh thiêng của người Chăm. Và câu chuyện kia là sự bịa đặt trắng trợn, tàn nhẫn. Cái nơi ngươi đang đứng, đang làm vườn, đang ngồi nhậu, trước đây là lãnh thổ của một vương quốc huy hoàng, của những con người hầu như dành toàn bộ năng lượng của mình cho nghệ thuật và thần linh. Nhưng cả nghệ thuật và thần linh đã phản bội họ, đã để họ lưu lạc và điêu tàn...

5. Nàng là ai?

Mi vẫn không hiểu mấy về cái nơi mi đang sống, người ta nói rằng dưới nền ngôi nhà cổ của ông cố mi từng là một dòng sông chết, ngôi nhà đã nằm trên một dòng sông, hay nói đúng hơn nó đang nằm trên một dòng lịch sử. Nó có thể chảy xuyên từ thời tiền sử tới lúc nó chết đi và để lại cái bóng mờ của nó. Mà cũng có thể nó vẫn chưa chết, nó vẫn chảy âm ỉ đâu đó nơi các dòng máu lưu lạc. Một dòng sông mà người ta dự đoán rằng nó từng là sông Chợ Củi. Nhưng nó là sông hay không phải là sông, nó là sông chết hay dòng sông âm ỉ chảy, nó là mặt đất hay dòng trống rỗng? Điều ấy có can hệ gì cho đời sống thường hằng này, khi mà mi và những người quanh mi hằng ngày phải bươn bả, chạy đôn chạy đáo vì một thứ âm thanh mơ hồ nào đó tựa như cơm, áo, gạo, tiền nhưng kì thực họ cũng chẳng liên quan đến điều đó cho mấy. Dường như những thứ người ta đang theo đuổi không phải là thứ mà người ta vịn vào nó làm lý do, nó là một thứ gì đó thuộc về huyễn ngã, những thứ huyễn hoặc nào đó đang lẩn khuất trong não trạng tập thể đã đói và đau quá lâu.

Cái mảnh đất này, mảnh đất mà nhìn xéo về phía Tây Nam là kinh thành Sư Tử, một đồi đất cũ đã hoàn toàn mất đi dấu vết của kinh đô Chăm Pa thuở nào, bây giờ, đó là nơi các chúng đạo đi lễ, hành hương về một chốn thiêng liêng của người Ki Tô Giáo. Và mọi dấu vết còn lại chỉ là một đồi đất cùng khu nhà thờ núi vắng vẻ, nhìn ra cánh đồng, cánh đồng chạy dài đến chân núi, chân núi nối với một dãy núi khác, hun hút sâu, có nhiều người đã bỏ mạng trong đó. Đứng trên đỉnh đồi, người ta cũng có thể nhìn thấy một đoạn dài dòng Thu Bồn.

"Em biết chỗ đó, nó có mấy dây leo, người ta hái về để nấu sương sa" – Nàng nhìn mi, nàng như một cái bóng thi thoảng vẫn hiện hữu, những lúc mi cảm thấy đơn độc.

"Sương sa? Chỗ đó là chỗ nào?".

"Là một loại thạch từ lá cây, chính xác là từ mủ cây, loại cây này rất hiền, mát gan. Chỗ đó, ý em nói là con gà vàng".

"Con gà vàng nào?"

"Nó thi thoảng bay xuống núi, nó bay từ đỉnh núi Quắp, bay xuống các vườn trái cây, có bữa nó bay xuống tận bụi tre sau vườn nhà em…".

"Em có định bắt nó không?".

"Ý nghĩ thật là điên rồ!". Nói đến đây, nàng đứng dậy và bỏ đi, mi cũng không buồn đuổi theo nàng, bởi mi biết có đuổi theo cũng vô nghĩa, nàng không muốn trò chuyện nữa, chuyện chỉ đơn giản vậy, khi nàng không muốn trò chuyện nữa thì đứng dậy và đi.

Mi không biết nàng đi đâu, và mi cũng chưa bao giờ hỏi nàng đến từ đâu, đơn giản nhà nàng ở phía đằng kia, theo hướng tay nàng chỉ, mi biết là vậy, mi biết nhà nàng gần vạt lúa và có một bụi tre, bởi thỉnh thoảng gà vàng ghé đến vạt lúa và bụi tre nhà nàng để ăn. Mi cũng không ngạc nhiên vì quyết định không bao giờ bắt gà vàng của nàng, cũng như việc nàng cho rằng bắt gà vàng là điên rồ. Nàng cũng không thuộc loại xưa nay hiếm hoặc giả một loại người đã bắt đầu đi vào danh sách đỏ. Đơn giản, nàng là một kiểu người rất đơn giản, nếu không cần thì không lấy, nếu không lấy thì sẽ không phải cần. Hay nói khác đi, khi mọi thứ chỉ đơn giản ăn là ăn, ngon là ngon, không ngon là không ngon, đi là đi, đứng là đứng, sông là sông, biển là biển, nó không nhập nhằng hay lẫn lộn khi đứng ở sông lại mơ về biển và khi đứng ở núi lại mơ về sông thì người ta cũng chẳng bận tâm cho mấy đến những thứ hư huyễn. Gà vàng đẹp, ừ thì nó đẹp như vậy, nó huyền nhiệm như vậy, giả sử đêm trăng thiếu cái đập cánh của nó thì trở nên đơn điệu biết nhường nào, vậy hà cớ gì nàng phải bắt nó đi!

Mi nghĩ vậy, nhưng mi không chắc nàng có nghĩ vậy giống mi không. Chỉ có điều con gà vàng này là giấc mơ của thằng Định, nó đã tìm, nó đã rình rập rất lâu, kể từ ngày thằng Biên ước ao có nó vì một lý do số phận gì đó của hai chú cháu chúng nó biết với nhau. Thằng Biên nhỏ tuổi hơn thằng Định rất nhiều, nhỏ hơn dễ chừng hai mươi tuổi, nhưng không hiểu sao tụi nó có thể chơi thân như một đôi bạn, không thấy dấu hiệu phân biệt tuổi tác giữa Biên và Định.

*

"Cháu nghĩ nếu đi qua được làng bên, tức chỗ bên kia sông, chỗ mà người ta trồng sen trên núi, sẽ tới đỉnh núi". – Biên nói với Định.

"Không phải vậy đâu, ta đã từng đi, thời đó ta đi buôn nhôm nhựa, ta mua các loại ve chai, núi Chúa là một ngọn núi gần, nhìn rất gần như đi cả mấy ngày đường mới tới, mà cũng chưa chắc đã tới".

"Chú chưa kể với con chuyện chú đi buôn ve chai?".

"Thời đó Hội An còn nghèo lắm, mà ta cũng không quan tâm gì cho mấy về cái gọi là văn hóa hay lịch sử gì đó đâu. Ta thấy đói, gia đình ta cũng đói, vậy là ta đi buôn ve chai, lúc rảnh thì đi câu, cái nhà ta lúc đó ta cũng chẳng màng, vì nó là cái nhà thế chấp nợ, chứ ta yêu căn nhà này, ở góc quê này".

"Thế chấp nợ là sao hả chú?".

"Một gia đình công chức trước 1975, họ nhiều lần mơ vượt biên nhưng chưa gói ghém đủ tiền, họ rất cẩn thận, họ quan sát, họ biết có một số biên phòng bán biển cho dân vượt biên, họ biết cả người bán thật và người bán giả".

"Bán thật và bán giả, nghĩa là sao chú?"

"Bán thật là chấp nhận lấy tiền, để giả lơ cho người ta vượt biên, còn bán giả là vẫn chấp nhận lấy tiền, xem như sẽ giả lơ nhưng khi thuyền ra đến gần hải phận quốc tế thì rượt tàu theo, bắn cho thủng tàu, vui thì vớt người, bữa nào sóng gió hay buồn thì thôi…".

"Thôi là sao?".

"Thì quay tàu trở vào bờ, xem như chiến công, báo cáo thành tích".

"Ui trời! ".

"Còn cái thời ta buôn ve chai, nhôm nhựa là cũng do gia đình này giúp ta có cái nghề này, họ dân Hội An gốc, sau 1975, Hội An nghèo lắm, nó thành một đô thị chết, ta nhớ là đi vào Hội An buồn lắm, thi thoảng ta theo cha xuống đó để mua ngọn rau lang về trồng, mua bắp hạt về tỉa. Hội An chẳng có gì đâu, ngoài một con phố cổ lặng lẽ, rất chi là lặng lẽ… Người ta sống dựa vào đi buôn, đủ các dạng buôn, nhưng hình như buôn ve chai là nhiều nhất. Ở vùng ven thì trồng bắp, tỉa đậu. Và họ đổ xô lên núi Quắp để buôn, đường đi khó lắm, nhưng họ cứ đi".

"Trên thấy vắng vẻ, lấy đâu ra ve chai?".

"Người ta đi, chủ yếu lượm mảnh đạn, mảnh bom, rồi lượm quặng, nhưng những thứ ấy không bằng mang cà rem đi đổi khoai, trên đó nhiều khoai lang, sắn, nên cứ đổi một cây cà rem là lấy được nửa ký khoai khô, hai ký khoai tươi, nhờ vậy mà có cái để mang về, sống qua ngày, tính ra lời to đó. Nhưng cái quan trọng nhất là nó nuôi một ước mơ, mà ác mộng cũng không chừng".

"Mơ mộng cái chi chú?".

"Ta nghe ông ta kể rằng ngày xưa, núi Chúa cũng là một cái nơi người Chăm rất để ý, nơi huấn luyện voi chiến của họ, vàng bạc châu báu họ chôn ở đây cũng nhiều, thỉnh thoảng có người nhặt được, đổi đời".

"Chú đi cũng vì vậy?".

"Đúng rồi, nhưng ta thì không mơ mấy thứ đó, bởi nó xa vời quá, nhưng ta cũng thuộc dạng lỡ phóng lao thì theo lao thôi. Ta lỡ nhận chiếc xe cà rem của họ, và cả cái nhà của họ nữa!".

"Là sao?".

"Thì ta kể lúc nãy rồi đó, cả một cái nhà và số phận của họ cũng vậy, ta phải theo lao".

Định im lặng, thằng Biên vẫn cố gắng hỏi thêm, moi thêm cho được chuyện gì đó nhưng bất lực.

6. Thời bia rượu lên ngôi

Lão Lượng và bà Hiền mở một cái quán, thời đại kinh tế mở cửa, người biết mở quán càng nhanh tay thì càng dễ giàu. Ban đầu lão Lượng định chơi mạnh tay hơn, giống như lão Chí, nhưng do tính nhát gan nên lão Chí làm được mà lão Lượng không dám làm.

Thời kinh tế mở cửa, chỉ cần có một chân chạy vật tư trong nhà nước thì có cơ hội. Lúc đó lão Lượng làm bảo vệ, nhưng kho hàng của lão lại là kho hàng nằm, tức hàng chờ thanh lý hoặc hàng chờ lệnh xuất, mà cái lệnh xuất có khi cả năm mới tới tay. Để giảm thiểu tiền lương lao động, cơ quan lão Lượng cho lão kiêm nhiệm vừa bảo vệ vừa làm thư ký nhập xuất, khi có lệnh xuất hàng, lão cũng là người đứng ra kiểm hàng, xuất hàng. Lão tuy làm không danh phận gì cao quí nhưng với cái kho hàng, lão như một ông sếp bự. Lão lấy làm buồn vì ngay cái lúc này, thay vì làm một quả, bà vợ của lão lại nghĩ tới mở quán nhậu và hành lão tốn thời gian quá nhiều vào đó. Trong khi đó, lão Chí thì chọn khác, bà vợ lão khuyên lão bỏ dạy, thời buổi giáo chức lương ba đồng ba cọc, thay vì đi dạy, mở ngay một cái đại lý xi măng, có một tàu xi măng đang cập càng nhưng do bão, không thể vào bờ được, thôi thì cứ tìm cách cho nó gặp bão, chưa thể vào bờ trong báo cáo, càng lâu càng tốt, đường nào nó cũng vào bờ và phân phát vào các công trình, tiền trao cháo múc chứ không còn cái thời tem phiếu cơm gạo, giấy hẹn hay hóa đơn chờ nữa. Nhưng tiền trao cháo múc thì nói cho vui chứ đụng tới công trình nhà nước thì cả năm trời chưa lấy được tiền. Bà vợ lão Chí nhanh tay tìm mối bán, trong chưa đầy ba tháng, tàu xi măng được bán sạch với mức lãi hơn gấp đôi lần. Như vậy là nghiễm nhiên gia đình lão Chí có vốn liếng cả một tàu xi măng. Lão chỉ việc tiếp tục nhập tàu khác về, đường đường chính chính, khỏi lo thấp thỏm.

Sự nghiệp của lão Chí đi lên từ việc tay không bắt hổ, cho đến khi cái đại lý xi măng, rồi sắt thép của lão trở thành điểm mua bán lớn nhất nhì trong tỉnh, rồi lão liên doanh với các nhà máy xi măng, mua cổ phiếu, giữ cổ phần, chưa dừng ở thị trường xây dựng, lão thò tay sang lĩnh vực y tế, hợp tác với các bác sĩ mở bệnh viện, lão thành Chủ tịch hội đồng quản trị và nghiễm nhiên thành bác sĩ khi họp hội đồng, khi phát biểu trước đài truyền hình. Mọi thứ một bước lên mây. Khác với lão Lượng, càng lúc, cuộc đời lão càng nhiều u ám.

Ban đầu, lão Lượng lấy làm vui vì đùng một cái, lão cũng được đổi đời bởi bầy gà vàng mà bà Hiền bắt được, cho dù không nói cho lão biết cách bắt, bởi nó là loài gà ma, gà thần hay gà tiên gì đó, nó bằng vàng mà vẫn di chuyển được thì đương nhiên là vàng Hời rồi, thoắt ẩn thoắt hiện, nó chẳng chịu đứng y một chỗ cho mà bắt, nó cũng chẳng chạy trốn kiểu như gà con để mà giăng lưới. Còn mụ vợ của lão chỉ dặn lão làm một mâm cúng, trong đó có con gà mẹ nặng gần năm ký, bầy gà con mỗi con nặng nửa ký bằng đất sét. Mụ quên mất là gà bằng vàng nặng nửa ký thì chẳng là bao, nhưng gà bằng đất sét nặng nửa ký thì không nhỏ tí nào, không có cái mâm nào chứa nổi bầy gà. Mụ vợ hí hửng vì bầy gà to, mụ bảo lão nếu mâm không chưa đủ thì dùng nia, nia không chứa đủ thì dùng nong, cái gì cũng phải có lãi, người âm cũng cần có lãi khi cho ai một thứ gì. Vậy là mâm cúng dọn ra với một bầy gà đất sét, cúng xong, mụ lặng lẽ mang ra chỗ bụi tre gần gò mả hoang mà đổ. Sau đó hai ngày, lão Lượng tìm ra xem thử bầy gà còn đó không thì không thấy gì, lão đâm sợ, lẽ nào người âm, ma Hời đã tới lấy lại bầy gà của họ. Và nếu như có việc đó, thì họ sẽ biết đâu là giả, đâu là thật, chắc chắn mọi chuyện không đơn giản. Nhưng thôi, phải làm ăn, sinh lãi trên số vàng ấy trước rồi tính sau. Nghĩ vậy nhưng lão luôn linh cảm một chuyện gì đó chẳng lành.

Quán nhậu của vợ lão Lượng có tiếng là đắt nhất khu phố, nó chẳng có gì nhiều, đôi khi chỉ có mấy con gà luộc, xé trộn, vài ký mực tươi, hoặc một ít thịt bò xào tỏi, xào bông lý… Mọi thứ, tính ra khá là đơn điệu, hơn nữa giá bia quá mắc so với các quán khác. Thế nhưng khách đến nườm nượp. Lão chưa thấy ai bán một trái khế có thể mua được năm phân vàng như vợ của lão. Chỉ cần ông giám đốc nào đó là đồng nghiệp của bố vợ lão Lượng tới quán, chủ quán ra ngồi gọt khế mời khách, rồi dọn món, rồi khui bia, cách gì cũng kiếm được năm phân vàng lãi trong bàn nhậu đó.

Lão cứ ngồi nhân ra, mỗi ngày năm phân, mười ngày năm chỉ, tháng một lượng rưỡi vàng. Đương nhiên không có khoản lãi tiền tỉ theo quí, theo năm tài khóa như lão Chí, nhưng dù sao đây cũng là lãi ròng của gia đình, xem như bảo toàn được bầy gà vàng và số tiền thừa kế từ Pháp, cộng thêm với khoản tiền lãi hằng ngày, chắc lão phải bỏ làm bảo vệ. Nhưng mà xứ sở này có cái đặc biệt, nên lão chẳng bao giờ bỏ nghề bảo vệ kiêm thư ký nhập xuất. Bởi lão là bộ đội phục viên, lão có chân biên chế nhà nước, lão có thâm niên công tác, chỉ có bọn ngu mới bỏ biên chế. Lão nghĩ vậy và cười thầm, ngồi vắt chân chữ ngũ, rung đùi mấy phát, coi như tự thưởng cho một buổi trưa nằm nhịn đói chờ cơm bà vợ mang tới, mà bà quá bận lo cho cái quán nhậu, thôi thì chút nữa nhờ con nhỏ bán thuốc lá trước kho đi mua giùm vậy.

Chỉ có ngu mới rời bỏ nhà nước, lão nghĩ vậy, vì ngay cả những đứa mới vào nghề, những đứa mới ra trường, để vào được biên chế, lương ba đồng ba cọc, nhưng cha mẹ của cúng bỏ cả một khối tiền ra để mua cho được cái chỗ chúng ngồi. Mà ngồi vào đó rồi, có khi làm cả mười năm trời, tiền lương cũng chưa chắc đã bù vào cái khoản lót tay, lót ổ. Nhưng bọn chúng vẫn vào, như vậy rõ ràng là làm nhà nước phải có cái gì đó rất là lợi chứ, ít nhất, cái lợi trước mắt là khi về hưu, hằng tháng có được đồng hưu mà xài, như vậy cũng đủ thấy cái lợi, chưa nói tới quá trình làm việc, có thứ gì dễ hù, ngồi trên người khác hơn cán bộ nhà nước, là đảng viên. Giang hồ, xã hội đen hù nhau, chúng chẳng sợ ai cả, thế mà chúng còn phải tìm cách tránh trớ người của nhà nước, của đảng, thế cũng đủ hiểu được là bước vào cái cửa nhà nước nó lợi hại ra sao. Thôi thì chấp nhận ăn mắm mút dòi cũng được, nhưng phải tồn tại, phải trụ lại với nhà nước.

*

"Em vẫn chưa kể với anh về những con voi!" – Mi nhắc nàng.

"Những con voi, chúng được huấn luyện để đi chiến đấu, nhưng có vẻ như người huấn luyện chúng là nhà thơ, nên thay vì đi giày xéo người khác, nó lại làm thơ". – Nàng nói, như đang nói chuyện với ai chứ không phải với mi.

"Làm thơ cũng là một cách giày xéo vậy!".

"Khi ông vua mê làm thơ, giữa lúc đất nước bị xâm lăng và vẫn cứ ngồi hưởng lạc và du dương vần điệu, thì đó chắc chắn là giày xéo rồi. Một cách giày xéo dân tộc mình, thần dân mình đó thôi".

"Ý em là…".

"Nghệ sĩ, tốt thôi, nhưng mang dân tộc mình ra để làm một thứ trình diễn nghệ thuật thì không có gì đáng sợ hơn!".

"Nhưng ngài ấy bị buộc thế thôi, anh nghĩ, ngài cũng đau lòng…".

"Đau lòng, ai cũng có thể nói mình đau lòng cả. Anh cứ tưởng tượng lúc đó chúng tôi phải dời nhà, phải chạy loạn, phải hốt hoảng ra sao. Anh cứ tưởng tượng chúng tôi đang sống ngay trên lãnh thổ của mình, đùng một cái trở thành người ngoại quốc ngay trong ngôi nhà của mình, và chúng tôi phải lầm lũi đi, phải tìm cách để trụ lại nhưng rồi dần dà, bị người ta xua đuổi theo cách này hoặc cách khác, bởi đó là một sự khẳng định".

"Khẳng định thứ gì?"

"Khẳng định về phần lãnh thổ vừa được thu về sau khi người khác chấp nhận đổi một miếng thịt, à không, một cuộc hôn nhân với một nàng công chúa để có được nó".

"Nhưng đó là sính lễ, thậm chí có những trường hợp nhà vua cho cả phò mã của họ vài tỉnh lị".

"Anh đã hiểu sai, tất cả những thứ của hồi môn thời đó chỉ có giá trị hưởng thụ thôi chứ không có giá trị sở hữu".

"Nghĩa là sao?"

"Ví dụ như cha cho con hoặc con rể dâng cho cha một hai tỉnh, nửa đất nước thì thực chất chỉ có tính chất hưởng thụ, nghĩa là người được cho chỉ có thể cho thuê đất, cho người ta canh tác để thu lợi tức, về mặt pháp lý, nó thuộc về nhà vua, nó vẫn nằm trong lãnh thổ của nhà vua".

"Liệu hai châu Ô, Lý có nằm trong ý nghĩa này?".

"Em nghĩ có mà không có, tức ngay lúc dâng làm sính lễ, ông ta đã hiểu rằng đó là một việc mạo hiểm, và hình như không thể giữ được. Nhưng đó là cách suy nghĩ ích kỉ, bởi ông nghĩ rằng thị tộc Dừa không phải thị tộc Cau, nên có dâng chăng nữa cũng là của thị tộc khác. Hơn nữa, ngay lúc đó, ông được hưởng phần quan trọng nhất là gái đẹp. Chính cái động cơ này khiến ông trở nên nghệ sĩ, sẵn sàng mang lãnh thổ đổi lấy gái đẹp".

"Anh thì nghĩ ông ấy cũng nghĩ đơn giản rằng sính lễ chỉ có giá trị khai thác chứ không có giá trị chủ quyền".

"Đó là cách nghĩ quá đơn giản, trong lúc người ta đang xâm lăng, từng tấc đất đều được canh giữ và tranh chấp, thì việc mang hai châu đi làm sính lễ trước kẻ đang mở lãnh thổ, điều đó khác nào tự cắt đứt tứ chi của mình. Em nghĩ rằng quá sai lầm và ngu xuẩn, sự ngu xuẩn của ông ta đã trả giá, mà cái giá quá đắt ấy lại thuộc về những người khó khăn, những trí thức, cha mẹ em cũng không ngoại lệ".

"Những con gà vàng thì sao?" – Mi cố lái câu chuyện sang hướng khác.

"Hình như chỉ có đàn bà Việt mới có thể bắt được nó".

"Là sao?".

"Vì nó đã ở trong lãnh thổ mà cái bóng của họ đã che phủ, ngay cả những người Việt cũng đang sống dưới cái bóng của bà, tất cả, mọi thứ thật là khó nói, cái bóng của bà ấy phủ lên hai châu Ô, Lý và còn phủ dài dài suốt dòng lịch sử này".

"Bà ấy chỉ là đại diện của một lớp người là nạn nhân thì đúng hơn".

"Tất cả mọi trái bom kể cả bom nguyên tử cũng đều là nạn nhân cả thôi, nó phải banh xác trước khi tàn phá một vùng sự sống nào đó, mọi sự tàn khốc và chết chóc đều do các nạn nhân gây ra. Vấn đề là…".

"Là sao?".

"Thôi em thấy nhức đầu rồi, tạm biệt! – Nàng im lặng đứng lên bỏ đi, cách đến và đi của nàng, có vẻ như mi đã quen, chưa có gì thay đổi. Thích thì đến, rồi thích thì đi. Đơn giản.

7. Hố ngăn cách

Đã nhiều lần mụ Hiền nói lão Lượng bỏ quách cái công việc bảo vệ kiêm trưởng kho gì đó đi, hãy ở nhà phụ việc với mụ, vừa là người giúp mụ dọn dẹp quán xá, vừa là ông chủ, còn gì hơn. Thế nhưng lão Lượng quyết không bỏ việc, bởi lão biết rằng, việc lão về làm quán sẽ gây ra nhiều hệ lụy mà mụ Hiền không nhìn thấy, thậm chí chính mụ cũng đang tự hứng lấy búa rìu của đời mụ. Còn việc hứng này ra sao, mụ đâu có hình dung được. Với lão, cứ mỗi lần mụ nói ra điều ấy, tức cái điều mà mụ mong mỏi nó như một sự hàn gắn mơ hồ nào đó, lão chỉ thấy một hố sâu đang từ từ lún xuống sâu thêm, giãn rộng ra giữa lão và người vợ mà lão từng yêu thương, cho đến bây giờ lão vẫn chưa hết yêu thương, và đôi khi, lão chỉ nói riêng trong tâm khảm của lão, xưng riêng trong tâm khảm bằng cái chữ thật trìu mến và yêu thương rất mực: Nàng.

Lão nhớ đến phút giây đầu tiên lão gặp nàng, trong một bối cảnh chẳng mấy hay ho. Bởi thời đó, mà nói là thời đó chứ đâu là bao xa, mới có ngót nghét mười lăm năm trời mà thời cuộc thay đổi nhanh quá, đất đai tăng giá vùn vụt, mọi biến động đều phủ một màu tiền, đồng tiền có sức mạnh ghê gớm của nó, nó biến những kẻ tầm thường, mạt hạng nhanh chóng trở thành quí ông, đại gia trong các quán bia, rồi đến các cơ quan và nó đẩy những người trí thức thanh liêm cả một đời ăn ngủ với chữ, trăn trở với thế cuộc xuống một cái hố mà ở đó, họ có thức ăn vừa đủ để tồn tại, có sách để đọc cho đỡ buồn và nếu có thể, họ tin vào sách, mức độ tin tưởng của họ vào các cuốn sách trong hố càng cao thì họ càng nhanh được kéo ra khỏi hố để đi vào một căn phòng khác có nhiều thức ăn ngon hơn, có vài tạp chí và có vài thứ gì đó tựa như là vật dụng cho người trí thức, nó là cái gì, cũng không ai biết hay đọc tên cụ thể được!

Và mọi thứ, hình như không riêng gì người trí thức, mà kẻ thất phu, kẻ may mắn có được thứ giá trị mới do tiền mang lại trên tay, họ cũng phải đón nhận một thứ tai ương nào đó đang mai phục, thật khó để nói rõ nó là cái gì, thế giới trở nên mơ hồ hơn, ngay cả với người thân, dường như tình thân cũng đang phủ một lớp màng mỏng sương khói của tai ương hay thứ gì đó na ná giống vậy, cái tình người, sự sống chết của con người từng đối đãi với nhau hết lòng hết dạ đã bị thay thế mà không tài nào hiểu nổi nó thay thế ra sao, từ bao giờ.

Lão nhớ như in cái lần mà nàng run rẩy, vai áo của nàng đã bị sướt vài đường, mấy hột cúc áo và phéc-mơ-tuya của nàng cũng đã bị cởi ra, nhưng lão kịp xuất hiện, mặc dù trước đó, lão từng để ý và rất ghét nàng. Bởi nàng nằm trong nhóm đua xe trên đường Bạch Đằng này, cứ mười giờ đêm trở đi, bọn thanh niên với những chiếc dream độ, những chiếc Honda 67 đã gia pitton, nối dài cây dên, độn xilanh thành loại xe hơn bảy chục, tám chục, trăm rưỡi phân khối và chúng có thể nhạy với tốc độ bằng rưỡi lần so với lúc mới sản xuất. Những chiếc xe đã được tháo ống giảm thanh trên ống pô, chúng thỏa sức nẹt ga và gầm rú, chúng chạy đua, không hiểu việc đua này có giải thưởng nào không, nhưng rõ ràng cuộc đua có gì đó hết sức máu lửa và có sức tàn phá kinh khủng, chúng có thể tông chết hàng loạt người trước khi chúng chết, bởi qui ước của chúng là bất kì ai bước vào cuộc đua đều phải tháo bỏ các phanh xe, nghĩa là chỉ được đua, và xe chỉ dừng lại sau khi tốc độ còn thấp, có thể dùng đế giày để phanh và phanh bằng cách thay đổi các số. Đương nhiên đây là cuộc thách đấu của những tay đua trưởng nhóm, còn bọn thành viên thì không dám thử gan bằng cách tháo phanh. Nhưng hình như mấy đứa trưởng nhóm, tức trưởng băng chưa thấy đứa nào bị gì, bất quá thì chúng tông người khác văng vào lề đường, đi bệnh viện, chứ bọn chúng, năm đứa vẫn cứ đua hằng đêm. Thỉnh thoảng có vài đứa hoặc vài cặp trong nhóm bị tông cột điện hoặc bị máng vào nhau dẫn đến chết.

Nàng cũng là một trong những tay đua như vậy. Nàng chạy một chiếc Suzuki hiệu Christian, một loại xe hai thì mà hầu hết các cô chiêu, cậu ấm hay chạy, nó dùng nhớt thơm pha với xăng E95, mỗi khi nẹt pô, khói của nó tạo ra mùi thơm. Và ngay cả dầu nhớt của nó cũng là loại đặc biệt, có giá khá cao. Mỗi khi nó nẹt pô, một cái mùi không lẫn vào đâu được. Nhưng với Lượng, một thanh niên gốc rạ bước sang tuổi ba mươi thuở ấy, đó là mùi tối kị, mùi không thể chịu nổi, nó cho thấy một sự hỗn loạn nào đó đang rình rập thành phố này.

Thời đó, những cô chiêu cậu ấm này giống như một loại người từ thế giới khác, họ sống ngầm đâu đó trong các khu nhà giàu có và họ chỉ xuất hiện vào giờ vàng của họ, tức là cái giờ thành phố cần ngủ nghỉ, yên tĩnh thì họ bắt đầu gầm rú. Lượng thấy ghét bọn họ, nhưng Lượng cũng không ngờ sau này, nó như một mối duyên nợ gì đó, Lượng lấy cô vợ là quái xế trong bọn họ.

Trước khi gặp Lượng, đương nhiên Hiền đã có người yêu, và chắc chắn rằng với một đứa trải đời như Hiền, cô chẳng bao giờ nghĩ tới chuyện đêm tân hôn gì sắc, đơn giản, thích là đi chơi, thích là vào phòng trọ. Nhưng với Hiền, phải hạng khách sạn.

"Em chưa có người yêu à? Sao lại đi chơi với cái băng đua xe đó?" – Lượng hỏi Hiền.

"Thằng đó là bồ của em..." - Cô trả lời, vẫn chưa hết run và hoảng loạn.

"Ủa, vậy nghĩa là sao?".

"Thằng đó khốn nạn quá, nó từng sống với em như vợ chồng. Nhưng nó liều mạng, nó là trưởng băng, nó cá độ với thằng trưởng băng Thạc Gián, chơi đua nếu nó về sau thì nó nhường em cho cái băng đó. Băng đó có năm thằng đầu gấu, không có đại ca. Ngược lại, nếu nó thắng thì năm thằng kia phải phục tùng nó. Cuối cùng, nó đua thua, chạy tới đoạn ủy ban thành phố thì bị giao thông rượt, phải luồn lách các hẻm rồi mới ra đường chính. Ra lại thì muộn rồi, tụi nó đã ngồi chờ ở đầu Thuận Phước. Sau đó tụi nó cùng đi về chỗ bến than. Em vẫn chưa biết chuyện gì vì thỏa thuận này ngầm giữa bọn nó".

"Thôi, em nghỉ ngơi đi cho tỉnh lại rồi về, đừng kể thêm chuyện đó nữa, không tốt cho sức khỏe đâu. Cứ bình tĩnh!" – Lượng đi rót nước cho Hiền và giặt cho cô một cái khăn ướt, sau đó ra ngoài trước cửa kho kiểm tra lại toàn bộ các ổ khóa và đứng hút thuốc.

"Anh cho em ở lại được không?" – Hiền van lơn Lượng.

"Ơ, đây là cơ quan nhà nước, anh không có quyền để người lạ ở lại, em về nhà đi, nhà em ở đâu?".

"Nhà em ở xa lắm, em không về được đâu. Nhưng anh giúp em đi, em hứa với anh là em ở lại đây sẽ không gây khó dễ cho anh đâu, anh sẽ không bị mất việc đâu!".

"Em đừng nghĩ đơn giản vậy, thứ nhất là ở đây không có chỗ ngủ, vì chỉ có cái giường bảo vệ, anh không được để người khác vào ngủ, thứ hai đây là kho hàng của tổng công ty, anh không được phép để người lạ vào, sáng mai anh sẽ bị đuổi việc ngay tức khắc. Em thông cảm cho anh, ngồi một chút nghỉ ngơi rồi tìm một ông xe thồ, để anh tìm giùm cho mà về. Không được ở đây đâu. Cái này là anh nói dứt khoát. Em thông cảm! À mà em tên chi?".

"Dạ, em tên Hiền, còn anh là anh Lượng phải không?".

"Sao em biết?" – Lượng giật mình và nhìn cô gái lại lần nữa, cô có gì đó kỳ lạ, sao cô lại biết tên của anh được.

"Em cần tắm rửa, rồi em sẽ đi, anh cho em mượn cái khăn này!". Cô gái cầm chiếc khăn, đi thẳng vào chỗ phòng tắm của Lượng. Anh ngạc nhiên thêm lần nữa bởi anh chưa bao giờ nghĩ rằng có ai đó biết chỗ ở và sinh hoạt của anh trong cơ quan khá là bí mật này. Bởi ngoài anh ra, chưa ai từng đến nơi này, nó vốn dĩ là một cơ xưởng của Mỹ để lại và nó trực thuộc cơ quan an ninh của chế độ trước, không ai vào được, ngay cả người vào rồi cũng chưa chắc đã đoán được đâu là phòng tắm, đâu là chỗ nấu ăn, đâu là chỗ cất giấu đồ đạc... và cả cái tên của anh. Vậy rốt cuộc cô ta là ai?

8. Ma Hời

Ở thành phố Đà Nẵng, việc thay đổi tên đường có vẻ không rầm rộ và triệt để như các thành phố khác, có một số con đường trước và sau 1975 mang đúng một tên, và có những con đường sau 1975 nó lại có cái tên ý nghĩa hơn, chẳng hạn đường Cường Để được thay bằng đường Trần Quý Cáp, nó vừa hay lại vừa ý nghĩa, bởi Trần Quý Cáp là một chí sĩ người gốc Quảng, ông xứng đáng để thay thế. Riêng đường Độc Lập đổi tên thành Trần Phú thì không bàn được, vì ý nghĩa của nó có tính thời cuộc, đường Bạch Đằng vẫn giữ nguyên tên cũ. Vẫn giữ nguyên độ dài như trước đây và toàn bộ hệ thống nhà kiến trúc Pháp trên con đường này dường như vẫn giữ lại rất nhiều, cho đến lúc này, các cơ quan hành chính đặt ở đây.

Bạch Đằng cũng là con đường có nhiều kho tạng của trước và sau 1975. Hồi những năm 1980, trên đường có công ty hoa rau quả, đây là công ty thuộc vào diện quyền lực nhất thành phố. Nói tưởng đùa nhưng thật là vậy, bởi cái thành phố thu lu như một cái dĩa bên bờ biển, nhìn xuống thấy bến cảng than, nhìn ra sông thấy những con tàu viễn dương của Liên Xô neo đậu, nhìn qua bên kia sông thấy một dãy nhà chồ lô nhô, đen đúa, muốn sang bên kia sông thì xuống phà An Hải mà đi. Cái bến cảng than ấy có thêm vài nhà kho của các công ty nhà nước, mọi thứ đều trầm lặng và không ăn được. Chỉ có công ty hoa rau quả, một công ty chuyên cung cấp lương thực theo diện bán tem phiếu cho cán bộ nhà nước là nhìn có vẻ sinh động, nó cho thấy cái gì đó có thể tin rằng mình tồn tại, có cái để mà ăn. Nhờ vậy, nhờ vào cái cho thấy ấy mà các bà lương thực bao giờ cũng có thứ quyền lực mềm, còn các ông thuế vụ có quyền lực nóng của thời đại. Thời đó, công an hét ra lửa nhưng lại không có thứ quyền lực của cán bộ thuế vụ. Làm gì không biết, to nhỏ gì không biết, thuế vụ mà chiếu, hốt một cú thì xem như đi toi. Có nhiều người ki cóp cả năm mới mua được chuyến hàng chở ra thành phố, chủ yếu là gà, vịt, mía, đường mang đi bán lẻ, ra tới cửa ngõ thành phố thì bị bắt một quả, khóc như mưa, xin gì cũng không được, coi như mất nguyên cả năm ki cóp. Thuế vụ họ mạnh lắm, quyền lực đầy mình.

Mi còn nhớ, hồi đó, dường như mọi thứ mi đều thấy mẹ mình thật cao thượng, thật đẹp, chỉ trừ cái việc bà tỏ ra đồng tình với mấy tay thuế vụ trong vụ bắt đường của cô giáo chủ nhiệm lớp mi học làm cho mi thất vọng, mà nói đúng hơn là mi thấy ghét bà. Một người mẹ mà trong ý nghĩ, suy đoán của mi, hình như thứ lý tưởng Cộng sản đã lấn át nhiều thứ của bà, mà ngay trong cả cái thứ lý tưởng luôn lấn át đó, bây giờ nhìn lại, mi thấy bà cũng chẳng có lý tưởng gì, đúng hơn là một sự mê tín, dựa vào một lời dị đoan của một ai đó từng là kẻ nghe theo lời dị đoan khác cũng mê tín và dị đoan chẳng kém.

Mi còn nhớ như in những ngày bà cô mi và mẹ mi cãi nhau, mẹ mi luôn dọa sẽ mang giấy tờ, hồ sơ chiêu hồi của bà cô để tố cáo. May sao lần đó, giấy tờ của bà mất, trong đó gồm bộ tem phiếu lương thực, tập hồ sơ của bà cô. Mi lấy làm lạ tại sao đi nhận lương thực mà mẹ lại mang theo bộ hồ sơ đó? Bà có định đi tố bà cô của mình thật hay không? Chuyện này đúng sai, tố hay không tố, cho đến giờ, nó vẫn là một câu hỏi với mi. Và, đâu đó, trong suy nghĩ và não trạng của mẹ mi hình như cũng chứa đầy ý thức đấu tố, mi nghĩ vậy. Mi chỉ nhớ rằng khi bà cô qua đời, nhà nước truy điệu và phong tặng Mẹ Việt Nam Anh Hùng, và thứ con cháu làm được với bà là giành cho được cái đó về mình.

Nhưng những thứ đó ít đáng sợ, bởi chuyện người ta giành giật nhau thì đầy rẫy trong xã hội mi sống, thậm chí anh em, cha con có thể vung dao đoạt mạng nhau chỉ vì mấy tấc đất xê xích hay cái tủ của cha mẹ, ông bà để lại. Và cả cái cảnh khi người chết nằm đó, chuyện chôn cất không ai lo vì con cháu bận ngồi bàn tính chuyện chia chác tài sản cũng đầy rẫy. Mi thấy bà cô may mắn một thứ vì bà không có con, chồng, con ruột và cả con nuôi của bà đều chết trong chiến tranh, họ đều đi theo bộ đội Cộng sản, hoạt động nằm vùng rồi chết. Ngay cả cậu ruột của mi, cũng nghe theo lời bà, tin vào một thứ lý tưởng cao xa nào đó, bỏ lên cứ và thành liệt sĩ, xác mấy mươi năm sau vẫn chưa tìm ra. Bà ngoại mi oán bà cô rủ rê cậu thoát ly, nhiều lần bà xin bà cô đừng dẫn cậu đi nhưng bà cô vẫn cứ rủ rê. Nhưng cái sự oán ấy không nặng nề bằng việc ông mi vừa qua đời, bà cô chở tất cả lúa gạo của em dâu về xứ của bà với lý lẽ rằng bà cất giữ giùm, đến khi nào cậu và mẹ mi lớn lên thì bà đưa về nuôi, chứ chồng chết ra người dưng, rồi đây bà của mi sẽ có chồng khác, con cái không ai nuôi. Cái lý lẽ đó cùng mấy trăm ang lúa được chở lên căn cứ để nuôi quân đã đẩy tình cảm chị chồng em dâu giữa bà cô và bà ngoại mi trở nên xấu không thể xấu hơn.

Điều làm mi suy nghĩ mãi và chưa bao giờ dứt ra được có lẽ là điều này. Bà cô, sau quá trình dài mấy chục năm lang thang rày đây mai đó, ôm một túi tiền, vàng đến ở với các ông em họ, ông cháu nuôi, cuối cùng về nhà tay trắng, sống dựa vào tiền tuất liệt sĩ, nhờ một bà em họ chăm bằng số tiền tuất ít ỏi, cho gì ăn nấy. Ngày bà mất, sau khi bà ngoại mi và bà cãi nhau một trận, cũng chuyện lúa gạo ngày xưa, vẫn câu "trả lúa", vẫn câu "Tây ăn, Mỹ ăn hết rồi!". Điệp khúc này mi nghe hoài thành quen. Thế nhưng cái lần đó, bà đang ăn cơm, ngoại mi lại đòi lúa, bà nhịn ăn và nằm cho tới chết. Khi bà chết, con cháu về rất đông, họ mới đưa cỗ áo quan bà sắm sẵn ra để tẩm liệm, ai dè mối đã ăn sạch ruột, đụng tới là rã. Con cháu không bàn chi tới chuyện này, họ đợi nhà nước lo bởi bà là Mẹ Việt Nam Anh Hùng. Dường như nhà nước im hơi lặng tiếng, đến sáng hôm sau, một bà chủ tiệm vàng, cũng con cháu họ rất xa đã vào thăm, thấy vậy bà này bỏ tiền mua một cỗ áo quan để tẩm liệm bà.

Và tiếp đó là con cháu tranh nhau cái suất Mẹ Việt Nam Anh Hùng của bà, một người cháu nuôi đang sống trong phố cổ, quyết định lấy suất này về thành phố để được nhà nước ưu đãi bán cho miếng đất giá rẻ và để được tiếp tục sở hữu căn nhà cổ mà sau năm 1975, ông ở giữ cho một gia đình vượt biên, ông chỉ vào ở và không có giấy tờ gì. Nhờ cái chứng nhận Mẹ Việt Nam Anh Hùng của người cô đã chuyển thành "mẹ nuôi" mà ông có được căn nhà cổ và miếng đất, một bước coi như thành công đôi đường.

*

Ở chỗ bến nước, mi hay nằm chiêm bao thấy một cái bến nước, nơi mi gặp gỡ những người con gái, rồi họ bỏ mi mà đi, lần nào cũng vậy, mi luôn bị một cơn ác mộng, mà trong cơn ác mộng này luôn kèm theo chứng yếu sinh lý, các cô gái đến với mi, sau đó chê mi không có khả năng tình dục, vậy là họ bỏ đi, lần nào mi mơ thấy cái bến nước thì liền theo câu chuyện chiêm bao ấy, mi không tài nào lý giải được.

Đầu tiên là những cô gái Chăm, không biết đâu ra nhưng nàng rất quen, nàng mang họ Trà và có đôi mắt ướt, rất ướt. Nàng có thói quen vừa nói chuyện vừa vung tay như múa, và thi thoảng lại hát lên rồi ưỡn ngực, kéo mông về phía sau, nhón gót, đứng xoay tròn như một Apsara thiện nghệ hoặc giả giống như con chim trống đang tỏ tình. Nhưng nàng là chim mái, điều này khiến mi thấy có gì đó gượng gượng. Và đôi lần mi tỏ ra khó chịu bởi mi muốn biết nàng cần gì ở mi.

Cái bến nước này không phải sở hữu của mi, dòng sông cũng không phải, tất cả là của trời đất và tiền nhân. Nàng bảo rằng nó là của mi, nó thuộc về mi bởi trong vô lượng kiếp, mi là một vị vua Chăm. Mi hơi mắc cười về kiểu nói chuyện điên rồ và hoang tưởng này. Nhưng mi lại thấy thích nàng bởi đặc điểm này, mi sợ những người quá tỉnh táo, một cuộc sống gặp toàn người tỉnh táo và tinh khôn khiến mi thấy mệt mỏi và chán nản, thấy mọi thứ gì đó nó quá rõ, quá đương nhiên và nó chẳng còn sinh động. Đôi khi, trong thế giới này, nếu chỉ để toàn bọn người tỉnh táo và mưu toan thì quá chán nên tạo hóa nặn thêm ra loại người điên điên khùng khùng. Cái loại người này có thể làm phiền người khác nhưng vô độc và chẳng làm phương hại tới ai, trừ phi bọn người tỉnh táo quay sang giả điên giả khùng, chạy chọt cho được cái giấy xác nhận điên khùng để hành sự thì chuyện lại khác. Nhưng dẫu sao, điên điên khùng khùng như nàng lại có cái hay.

Thi thoảng nàng trèo lên cây ổi sẻ, đứng hát những bài dân ca Chăm, mi không nghe rõ lời của nó vì mi không biết tiếng Chăm, nhưng mi hiểu ra rằng hầu như các bài dân ca hay loại thơ lục bát của người Việt đều dựa trên nền tảng âm điệu này, nó có gì đó rất gần gũi, và mi thử hỏi không biết những bậc thầy thơ Nôm như Nguyễn Du, Bà Huyện Thanh Quan hay cả Hồ Xuân Hương có từng được dạy dỗ bởi các nghệ nhân Chăm hay không? Bởi thời của những người này còn thơ ấu, có một số nghệ nhân Chăm lưu lạc ra đằng ngoài theo diện đề cống gia nhân, họ được đưa ra để giúp triều đình nước Việt xây dựng văn hóa, nghệ thuật và kiến trúc, họ đã làm được rất nhiều thứ.

"Chính xác là vậy!".

"Là cái gì chính xác?" – Mi hỏi lại nàng.

"Thì những gì anh đang đặt câu hỏi!".

"Anh hỏi em khi nào?".

"Thì anh vừa hỏi đó thôi!". Mi nhìn nàng, mi cố ý nhìn thử đôi chân của nàng có chạm mặt đất hay không, mi thò chân khều chân nàng và đụng nó, nàng vẫn đứng đó, nàng không phản ứng về cách đối xử kì cục của mi. Nhưng mi rõ ràng là rất ngạc nhiên, bởi mi đâu có hỏi nàng, đó chỉ là ý nghĩ trong đầu mi. Mi cố giữ sự tĩnh lặng và tỏ ra bình tĩnh. Thay vì mi hỏi nàng rằng làm sao nàng đọc được ý nghĩ của mi, mi hỏi tiếp câu chuyện về những nghệ nhân Chăm lưu lạc, về mối quan hệ giữa dân ca Việt với dân ca Chăm.

"Cái này làm sao mà nói cho ngắn gọn được, đương nhiên là có ảnh hưởng với nhau rồi, vì anh thử nhìn lại đi, các điệu hò Quảng và dân ca miền Trung đều mang âm hưởng Chăm, nó khác với hát ả đào, chầu văn hay ca trù xứ Bắc. Nhưng mà nói nó ra để làm gì. Bởi vì bây giờ, anh thử hỏi trong làng anh có bao nhiêu người Chăm thì chắc chắn là câu trả lời sẽ không có người nào. Nhưng em thì nói có đó, nó rất là nhiều, nhưng hoặc là người ta không nhận mình là người Chăm, người ta nổi khùng khi anh hỏi vậy, hoặc là người ta bỏ làng mà đi".

"Tại sao không nhận? Tại sao phải bỏ làng mà đi?".

"Sợ mình là người Chăm khi sống trên đất châu Ô, châu Lý là chuyện đương nhiên, bởi nó đâu còn là đất của mình, mình sống tạm bợ thôi mà. Nhưng quan trọng hơn hết là nỗi sợ tộc gốc của mình nó có từ thời tổ tiên, từ thế kỉ mười bốn, mười lăm, ông bà đã dặn con cháu bằng cách này hay cách nọ, đừng nhận mình là người Chăm, và bây giờ người ta trộn lẫn vào trong người Việt, điều đó không phải là do sợ người Việt giết, cái sợ chỉ một phần thôi!".

"Nghĩa là sao?".

"Nghĩa là người ta đã thấy được nỗi bẽ bàng của một thứ dân đen không lối thoát, người ta hiểu ra rằng cho dù mình có dành hết năng lượng để ca ngợi công trạng hay hình ảnh của đức vua, để xây dựng cung điện, đền ngọc hay xây dựng từng ngọn tháp, từng con kênh, đóng các chiến thuyền hay dành cả xương máu của mình để đắp nên đồn lũy thì cuối cùng, những thứ ấy chẳng là gì cả! Nó chỉ là trò chơi của một kẻ có quyền lực, khi cần thiết, người ta mang nó để đổi lấy một cái yoni".

"Liệu em có quá lời không?".

"Ồ, chẳng quá lời đâu, nếu mọi thứ không còn là lý tưởng gì đó, thì nó trở nên tồi tệ và thực dụng. Điều đó dễ hiểu thôi, ngay cả con vật cũng vậy, khi nó trung thành với anh, nhưng anh nỡ bán nó đi, nó sẽ vui vẻ chấp nhận đời sống mới và nó sẽ dần quen với sự mua bán này, nó cũng sẽ vui vẻ sống với một chủ mới khác nữa khi chủ mới có nhu cầu bán nó tiếp. Chữ trung phải gắn với chữ lương thiện, nếu chủ không lương thiện thì vật nuôi khó mà trung thành".

"Nhưng anh và em đang nói về những con người, trong một đất nước...".

"Thì vậy, là những con người, nhưng thời xưa nó khác thời bây giờ, cái thời mà tổ tiên em nó khác thời bây giờ, mà cũng không khác mấy!".

"Là sao?"

"Thời tổ tiên, mọi thứ quyền lực và giá trị qui về nhà vua, quốc gia cũng thuộc nhà vua, còn thời bây giờ thì đức vua không còn, mọi thứ thuộc về quốc gia. Nhưng nói cho cùng thì cũng không khác mấy!".

"...".

"Người bây giờ khác người xưa ở chỗ họ tôn thờ quốc gia, lãnh thổ chứ không tôn thờ nhà lãnh đạo. Nhưng đó là về mặt lý thuyết, thực tế, người xưa không dám tôn thờ bản thân, người bây giờ tôn thờ bản thân".

"...".

"Ngày xưa ai dám tôn thờ bản thân, vua bảo chết là phải chết, không muốn chết cũng phải chết, không riêng gì Khổng Tử nói đâu, nhân loại là vậy, người ta thờ vua, tôn vua vì sợ chết, còn người bây giờ, người ta không tôn thờ vua, họ tôn thờ bản thân nhân danh tổ quốc hay lãnh thổ gì đó, kỳ thực, khi có lợi cho bản thân họ, những lý thuyết kia chỉ là cái áo thôi, cởi ra giờ nào mà chẳng được, và vua chính là họ, kẻ nắm quyền lực đại diện".

"Nhưng…".

"Nói ra thì có lắm thứ để làm cho nó trở nên rối rắm. Nhưng anh để ý lại xem, số đông, nó chiếm rất là đông trong thế giới này là những kẻ có thể có quyền lực mà cũng có thể là thứ dân, có thể nhiều tiền bạc mà cũng có thể là tay trắng, họ sẵn sàng đạp qua mọi thứ để cầu lợi cho họ. Hoặc giả có làm một thứ gì đó cho chúng dân thì kì thực, họ đang thực hiện cái mô hình lý tưởng của chính họ. Mà cái lý tưởng của người này chẳng bao giờ là lý tưởng của người kia".

"Vậy rốt cuộc thế giới này hỗn loạn hay sao?" – Mi hỏi vặn, vừa bực tức vừa có chút gì đó thất vọng về mọi thứ, kể cả về nàng, bởi mi chưa bao giờ nghĩ rằng nàng sẽ triết tréo kiểu này.

"Hỗn loạn, đương nhiên, loài người đang phát triển trên nền tảng hỗn loạn, và tìm sự an bình không bao giờ là một mô hình chung, mà nếu có cái mô hình chung đó thì phải là mô hình chung cho những cái rất riêng".

"Nghĩa là sao?".

"Nghĩa là cái mô hình ứng xử chung, cho từng con người tự thấy mình làm như vậy là có thể không phá hoại tồn tại của con người. Mà cái này thì khó, các nhà chính trị nhân danh điều này để thâu tóm quyền lực, sau đó họ là kẻ phá hoại đầu tiên và tàn bạo nhất!".

"Em không tin về con người?".

"Ồ, anh nghĩ sao vậy, em tin con người, em tin tuyệt đối vào con người, bởi họ vốn dĩ vậy, em tin rằng họ sẽ như vậy và họ đã như vậy, nên giữa tin tưởng và lý tưởng nó khác nhau. Tin vào một con người cũng có tham lam, sân si, dâm dật, dối trá và cũng có lúc tốt. Vậy thôi!

Nhưng chắc chắn một điều, mọi thứ mà anh đang xài, là của bọn ma Hời tụi em đó!".

"Tụi em?".

"Thì, khi mọi thứ đã xếp vào quá khứ, những gì đang tồn tại nhưng không được nhìn thấy theo cách của con người đều là ma cả. Chúng em có cả một làng ma, một huyện ma và một tỉnh ma. Bởi chúng em tồn tại như một hiện thân của quá khứ, chúng em sống như một vết thương để người ta soi và tránh đau, chúng em hiện hữu như thuốc giảm đau. Và chúng em đau như một trò cười".

"Rốt cuộc em là ai?".

"Rốt cuộc anh là ai?" – Nàng hỏi lại mi và lẳng lặng bước đi. Nàng vốn đến và đi như vậy. Nhưng lần này nàng có gì đó quyết liệt hơn.

Và mi cũng không hiểu được rốt cuộc đây là chiêm bao hay thật.

9. Quán bà Hiền

Quán ngày càng đắt đỏ, bà có danh sớm, người có số nổi tiếng thì làm gì cũng nổi tiếng. Cái thời bà chạy xe, đua xe, lạng lách trên đường Bạch Đằng, Trần Phú, bà chỉ mới xuất hiện ba ngày thì đã nổi danh trong đám cô chiêu cậu ấm. Bà nổi danh đến độ bọn chúng thách nhau nếu đứa nào sờ vào vú bà sẽ được thưởng một chỉ vàng, đứa nào làm tình với bà một cách mỹ mãn sẽ được thưởng ba chỉ vàng. Không biết lời thách thức này xuất phát từ kẻ ác nào và ai là chủ mưu, nhưng rõ ràng việc bọn mất dạy này thách nhau đã đẩy dần bà đến chỗ bế tắc, may sao Lượng xuất hiện. Và cái bữa đó, có lẽ Lượng sẽ nghĩ rằng bà là một thứ ma quái nào đó, bởi bà, lúc ấy là cô gái trẻ, là nạn nhân của vụ hiếp dâm tập thể bất thành, là ma hay là người, bởi bà biết mọi ngóc ngách của khu nhà này và biết cả tên của Lượng.

Một cái quán không lớn lắm, nó cũng không có gì đặc biệt, gió mát thì nơi nào chả có, bởi thành phố lúc này chỉ mới bắt đầu bừng dậy, mới tỉnh thức sau giấc ngủ mệt của thời kinh tế tập trung bao cấp, giá đất mới phất lên một chút bởi người ta nhắm tới chuyện du lịch và các nhà đầu tư nước ngoài. Nhưng cái gì mới mẽ, đầu tiên cũng giúp cho người ta dễ kiếm ăn, dễ giàu phất lên. Ai cầm cờ trước, người đó phất là vậy.

Từ Sông Hàn, ngồi trên một góc thư viện cổ, nhìn chéo về phía Đông Bắc sẽ nhìn thấy cảng Thuận Phước, nó chìm trong màu khói bảng lảng của một cửa biển bên dưới một bán đảo. Hiền biết rằng nơi ấy có những hòn đá san hô triệu năm tuổi, nó ở thể đá vôi, một thứ trầm tích nào đó đã vỡ ra cho hòn Sơn Chà mở mắt và chui ra khỏi trứng biển, nó lớn như một con gà con chui khỏi vỏ, như một con kì đà len mình qua khe cửa. Và cứ như vậy, cây xanh, đàn đàn lớp lớp cây xanh đứng làm cổ thụ già, những con khỉ ở đâu đó kéo về, khỉ đít vàng, khỉ mặt đỏ, vọc chà vá đuôi nâu, rồi chim chóc, rồi rắn rết, rồi bò sát, rồi mọi thứ vẫn cứ như thế, theo thời gian mà lớn dần, cho đến khi cái bãi đất trống bên chân nó, bên một bờ biển dần mọc lên những ngôi nhà, đời sống con người có mặt, mọi thứ trở nên sinh động, và mọi thứ cũng dần mang hơi hướm của sự sống và chết chóc.

Những ngôi mộ đầu tiên của những người lính viễn chinh, những con thuyền đầu tiên vỡ nát bên sườn núi, những cuộc tình đầu tiên đã trầm mình dưới làn nước sâu, những cuộc chinh chiến đầu tiên đăm đắm đất quê... Mọi thứ đã thay đổi, nhưng có một thứ không thay đổi, đó là cái chết. Mọi thứ đều chạy đua, đều tăng tốc, nhưng cái chết vẫn từ tốn dẫm chân tại chỗ và nhẹ nhàng, ung dung nhìn mọi thời cuộc, nhìn cả mặt trời mặt trăng và vạn vật đang cố gắng vừa bứt thoát vừa qui phục nó.

Cái chết, đôi khi cái chết của người này là cơ hội của người khác, đôi khi cái chết của một giai đoạn là tương lai của một giai đoạn mới, chẳng hạn như cái chết của một chế độ trước 1975 để tạo ra khoảng đất trống cho những người sau 1975 làm một công cuộc của họ và cái chết của giai đoạn kinh tế tập trung bao cấp đã hiến tặng thân xác của nó làm phân tro cho thời kỳ mở cửa, cho cái quán này mọc ra, giữa thành phố, để Hiền có thể nhìn ra hướng Đông Bắc mà nghĩ đến những đường chân trời nối với nó ra tận Hải Vân, rồi Thừa Thiên Huế, rồi những bãi biển xa tít tận Quảng Bình, Quảng Ninh, Ninh Bình, Hạ Long hay ngược vào tận Hà Tiên, Cà Mau... Ý nghĩ con người đến và đi chốc lát, nhưng để có những thước phim đó, người ta phải có quá trình tích hợp ý niệm và xâu chuỗi nó lại, việc này cũng trả giá giống như tích cóp từng đồng để thành gia tài vậy!

Cái quán này, nếu không có mấy lão hói, nó chẳng thể gọi là quán được. Nhưng có các lão ấy, không chừng càng không thể gọi là quán, bởi các lão ấy đến, nó thành cái động, ở đó, các lão tha hồ thả những thứ hợm hĩnh, tráo trở, trơ trẽn và ô nhục của các lão ra bàn nhậu mà không cần phải lo lắng. Các lão chưa hẳn lắm tiền nhiều của, bởi với mấy đồng lương còm, các lão không bao giờ đủ tư cách bén mảng tới cửa quán. Nhưng không đâu, các lão ấy có thể vung tiền qua cửa sổ, vung tiền xuống sông và cả việc vung tiền xuống hố xí, không có thứ gì các lão không dám làm, bởi đơn giản, sự tiêu tiền của các lão vô tội vạ, những đồng tiền không thương xót, những đồng tiền không phải đổ mồ hôi và những đồng tiền lấy được cụ thể từ một thứ gì đó có tính mơ hồ mà bao quát. Chính cái sự bao quát mang tầm vĩ mô, cái sự bao quát vĩ đại đó đã giúp các lão có tiền rủng rỉnh để có thể đến bất kì nơi nào, miễn nơi ấy cần tiền và đảm bảo các lão vui vẻ!

Đầu tiên bao giờ cũng là tiền đâu, mụ Hiền lấy làm thích thú với cái triết lý ấy, cái triết lý đầu tiên là tiền đâu giúp được mụ nhiều thứ, chí ít là giúp mụ khỏi phải đau đầu khi phải nhắc về quá khứ. Con người mà, dù là thánh thiện hay hổ lốn, bao giờ cũng có hai cái quá khứ đi liền kề, một cái quá khứ đẹp, trong veo dòng tuổi đôi mươi và tịnh yên những nỗi yêu người, yêu mình, yêu mây trời cây cỏ và yêu từng sinh linh hiện hữu nơi mặt đất bao la này… Và một cái quá khức khác lấm lem những đau khổ chẳng bao giờ mong muốn, những khoảnh khắc tệ hại mà cuộc đời vốn dĩ được ta yêu bỗng dưng quay lại cắn ta một phát, ta thấy đau mà chẳng biết làm gì ngoài gào thét và ngậm ngùi nuốt vào trong, như một kỉ niệm có tính đánh đổi và hoán đổi thành bài học. Đời sống là vậy, nó luôn đeo mang cùng ta cả hai thứ quá khứ ấy, như trắng và đen, như ngày và đêm như bóng tối và ánh sáng… Và, hình như, trong một chừng mực nào đó, tiền có thể lấp vào cái lỗ hổng đáng chết đó, nó lấp đầy, nó khiến cho ta bớt đi bất an và đau khổ.

Mụ Hiền nghĩ vậy và cảm thấy yêu tiền như yêu con cái, yêu chồng và yêu cả chính mình. Bởi tiền nó giúp cho mụ lướt qua, bỏ qua được mọi nỗi đau khi chúng trỗi dậy. Tiền giúp cho mụ khiến được chồng, tiền khiến cho đứa con thi thoảng vẫn tìm đến gặp mụ và tiền giúp cho mụ mạnh mẽ hơn. Nhưng để có được tiền, mụ lại phải chấp nhận một thứ luật chơi khác, nó có vẻ hàm hồ và hứa hẹn một nỗi đau khác trong tương lai. Nghĩ vậy, mụ cười thầm một mình, mụ cũng chẳng hiểu mình đang cười hay đang khóc, nhưng còn cười được thì hãy cứ cười, cũng như còn cầm được xấp tiền, còn vuốt nó được và tung tẩy cùng sức mạnh của nó được thì hãy cứ làm vậy, bởi mọi thứ trên đời này thật là phù du quá, chính cái thứ sức mạnh trên tay mụ đang cầm là phù du thượng hạng, chính vì mọi thứ đều phù du nên người ta sẽ chọn cái phù du thượng hạng để chơi, để đánh đổi.

Mụ nghĩ vậy và cúi xuống, nhặt một trái khế rụng.

Và mụ nghĩ đến quá khứ của cha, một người cha luôn hi sinh cho con cái, rất yêu mẹ của mụ cho dù mẹ là người đàn bà chuộng hình thức và có chút gì đó coi thường ông, vì ông lầm lì, ít nói, vì một cái bóng quá khứ mà khi bà phát giác, bà cảm thấy có một ranh giới với ông. Nhưng Hiền vẫn yêu cha, cha của Hiền càng bị lạnh nhạt bao nhiêu, Hiền lại thấy thương cha bấy nhiêu. Cái quá khứ đã khiến ông đau khổ không ngừng nghỉ mấy mươi năm nay cũng chưa đủ hay sao!

10. Xóm Chăm và Trưởng thôn

Nơi đây, cái nơi thằng Định ra đời vốn dĩ là một mảnh đất của người Chăm, cái gốc khế ở vườn bà Bốn Tưởng cũng là của người Chăm, bà của hắn đã nói vậy. Và xóm làng của hắn cũng có chút gì đó của người Chăm. Một thứ không khí trầm trầm, những gương mặt trầm, mắt nhìn vừa dữ tợn lại vừa buồn não nùng, mắt đen lánh, tóc hơi xoăn và da nâu, da bánh mật, da rám nắng, tóc cũng có đôi khi khét nắng. Nhưng có vẻ như trong vô vàn đường khắc khổ, người Chăm cũng có một đặc tính rất thoải mái đó là chất nghệ sĩ của họ, hầu như chẳng có ai thiếu tố chất này.

Từ nhà hắn, nhìn chéo sang hướng Đông Nam, đó là xóm Chăm, cái xóm đã từng xin ông cố hắn nhập họ để được yên ổn, chắc cũng gần trăm năm, họ mang tộc của ông cố hắn. Nhưng họ chưa bao giờ đến dự chạp mả ở nhà ông cố hắn, bởi họ ở một chiếu khác, không biết tìm chiếu nào trong bữa chạp mả. Thời nào cũng vậy, phân biệt giai tầng là chuyện có thật. Và mọi thứ lý thuyết kiểu như chống bất công, chống phân biệt giai tầng dùng càng nhiều thì chỉ chứng tỏ được rằng nó đang diễn ra một cách không thể kiểm soát. Như kiểu chống tham nhũng của nhà nước, chưa bao giờ người ta hô hào chống như bây giờ, mà càng hô hào thì người ta càng tham tợn.

Và cái hay của người Chăm, không biết họ còn giữ được tới bao giờ, nhưng chí ít trong con mắt của hắn, nó rất là mọi rợ và dễ thương, hắn hiểu chữ mọi rợ ở đây theo nghĩa có căn nguyên, căn tính đẹp. Hắn còn nhớ như in một thằng em nhà thơ người Chăm đã đến nhà hắn, ở lại chơi. Hắn có hứa sẽ tiếp đãi, vậy là nhà thơ ra nhà hắn ở vài tuần, và khi uống bia, nhà thơ cứ gọi loại bia xịn nhất, đắt nhất để uống, đương nhiên là uống vài lon rồi nghỉ, cũng chẳng tốn kém gì lắm. Nhưng rõ ràng, ở đây có động tác thật tình, dám sống thật. Nghĩ vậy, hắn cũng hỏi thật thằng em nhà thơ về thói quen uống bia ngon, đắt có từ bao giờ. Thằng em trả lời tỉnh bơ là mới có mấy ngày nay thôi, vì ra ở với ông anh, thì phải uống cho biết bia ngon, chứ ở quê, lấy đâu ra bia đó mà uống. Hắn giật mình vì kiểu trả lời rất lạ và hiếm hoi này. Hắn nghĩ, người Chăm họ mất nước là đúng, bởi họ chẳng biết đãi bôi là gì. Nhưng mong sao cái giống loài hiếm hoi này còn lưu lại được, cái danh sách đỏ hãy thật là đỏ để giữ họ lại, để cho mặt đất này bớt thù hận, cho dù họ đang thù hận.

Nói cái cây khế lại lan man chuyện Chăm, nhưng ở xứ sở này, đụng cái gì cũng thấy vết tích Chăm, thì biết làm sao. Cũng như ông ba Hòa là Trưởng thôn trước đây, ông là một người sống tình cảm, ngoài mặt lạnh lùng nhưng kì thực rất tình cảm. Cái thời còn kinh tế tập trung bao cấp, đất đai chẳng có giá, hai chỉ vàng đã mua được nền đất cả mấy trăm mét vuông. Thế nhưng đâu phải ai cũng có hai chỉ vàng, vậy là người mới có vợ, có chồng ra ngắm miếng đất ruộng gần nhà và đêm tới thì dựng nhà, ở tạm bợ, tới đâu hay tới đó.

Ông ba Hòa biết được, vì đây là trách nhiệm của ông, nếu khu vực ông quản lý có người làm nhà trái qui định, gây thất thoát đất công, ông phải chịu trách nhiệm. Nhiều khi ông cũng nản lắm, bởi cái chức Trưởng thôn là một cái chức bèo nhèo, chẳng có lương bổng, cũng chẳng có biên chế, hết làm thì treo mồm, mà còn làm cũng treo mồm, bởi có gì đâu ngoài mấy ký lúa hỗ trợ nhà nước. Nhưng rõ ràng có còn hơn không, thời buổi khó khăn, lấy đâu ra mấy chục ký lúa nếu như không bám việc. Mà bám việc thì mất lòng đủ thứ, người dân tuy sợ sệt chính quyền nhưng kỳ thực, họ rất ghét, họ có thể ném đá, đốt nhà ông nếu ông không khéo. Đương nhiên có gì thì ông phải gọi cấp trên hỗ trợ và khi công an xã, công an huyện, vũ trang xuất hiện thì họ phải lặn, họ phải lép, nhưng ông biết chắc một điều là nếu kêu được cấp trên tới hỗ trợ nhà của ông đã cháy thành tro.

Từ cái thân phận nhỏ nhoi của mình, ông ba Hòa thấy thương mấy đứa nông dân trẻ, chúng đầu xanh tuổi trẻ, chúng thông minh, có ước mơ, cũng ăn học tới hết cấp ba nhưng do thời cuộc, do cha mẹ chúng là ngụy quân, ngụy quyền, phải đi cải tạo sau bảy lăm, chúng phải chịu cảnh xét lý lịch và chẳng còn cơ hội bước tới trường. Bởi nhà nước nào chấp nhận bỏ tiền ra nuôi bọn con của kẻ thù đi học chứ. Nói là khoan hồng, đó nghĩa là giảm được bắn giết, trả thù chừng nào thì mừng chừng đó chứ làm sao mà nuôi bọn chúng đi học được. Mà thời kinh tế xã hội chủ nghĩa, tập trung bao cấp, tem phiếu, sinh viên đi học, ra trường được phân bổ công việc, tới giờ ăn thì nghe đánh kẻng, vác đít xuống nhà ăn mà ngồi ăn, mọi thứ có nhà nước lo tận chân răng, sướng khổ gì cũng là miễn phí, đài thọ, nên lẽ nào miễn phí, đài thọ cho con của kẻ thù... Nghĩ vậy, ông thấy thương họ. Mà cũng thương cho cả cái thân phận nửa đen nửa trắng của chính ông. Bởi mấy ai biết về ông, mà biết để làm gì cho rách việc.

Ông nghĩ vậy nên mỗi khi bọn trẻ làm nhà trái phép, ông tới nhà chúng nó trước, ông gõ tay vào từng cây cột, ông cho biết là mai ông sẽ chặt những cây cột này. Sau đó ông lên báo vũ trang, công an xã ngày mai cùng đi với ông, còn ông thì vác mác tới. Đương nhiên những cây cột mà ông chỉ trước đã được thay thế bằng những cây cột dởm. Ông ba Hòa hò hét, la ré, cầm mác chặt tá lả mấy cây cột, tuyên bố nếu còn tiếp tục làm nữa thì ông sẽ cho gô đầu lên ủy ban, sẽ bắt nhốt. Chặt xong mấy cây cột, ông quát nạt răn đe rằng nhớ phải dở nhà gấp và đừng để ông nổi nóng. Xong ông chửi một trận, la hét ầm lên một trận nữa rồi lấy toàn bộ đồ ăn, thức uống của chủ nhà mà bữa qua ông đã dặn nhớ nấu ra mời anh em vũ trang, công an để họ giải lao một chút rồi ra về. Chủ nhà ngồi buồn xo, vợ chủ nhà thì khóc ti tỉ.

Ông gom thức ăn ra về rồi thì mọi người lại cười, thở phào vì xong vở diễn rồi, mọi thứ đút lót chớp nhoáng theo kiểu cướp cạn, tịch thu hay dằn mặt gì đó do ông ba Hòa đạo diễn đã giúp họ bớt bị để ý. Nhưng thêm cái khó khác là từ nay, họ không được dựng nhà ban ngày, phải đợi tối đến thì dựng. Làm nhà ban đêm rị mọ, rất khó và dễ bị phát hiện vào sáng mai. Nên thường là người ta làm nhà theo kiểu đánh úp, mọi thứ cột kèo, mái, phên liếp, tranh đã chuẩn bị thật kĩ, giấu ở một nơi thuận lợi nhất để tiến hành. Đợi đến cái đêm cách mạng, tức đêm không có trăng, cuối tuần, cả làng rủ nhau tới, mỗi người một tay để cất cái nhà, sáng mai đã thấy cái nhà chễm chệ nằm đó, giữa nhà treo một chiếc nôi, trong nôi có một em bé nằm ngủ, có thể đây là em bé hàng xóm thôi, nhưng phải làm vậy một tuần, để lỡ cấp trên phát hiện thì ông ba Hòa sẽ xin xỏ, năn nỉ giùm, nhà có trẻ con, người đẻ, đàn bà, chúng nó hết đường rồi... tội!

Và quan trọng nhất là mấy bụi chuối, bụi tre, phải chuẩn bị chừng chục cái mống chuối, mống tre để khi cất nhà xong thì trồng ngay, tạo khuôn viên vườn, chỉ cần nửa tháng thì chuối lên, nửa năm thì tre mọc, coi như mọi chuyện ổn thỏa. Có lẽ, trong cuộc đời làm Trưởng thôn của mình, cái giây phút hạnh phúc nhất là chỗ này, ở chỗ ông đi ngang gia đình trước đây ông hầm hố, hò hét chặt phá, la mắng, xua đuổi... họ mời ông vào chơi uống nước, ông vờ làm vẻ nghiêm trọng, không vào, họ lại mang nải chuối hay con gà nhét vào giỏ xe, ông lườm "không được tiêu cực!", rồi lẳng lặng đạp xe về nhà, vợ con ông lại lúi húi ngâm gạo, xay bột bằng cái cối đá, rồi làm lò chuẩn bị tráng mì, chừng ngày sau thì ông ra vườn tìm cái bắp cuối, vào xắt nhỏ, ngâm nước muối làm rau sống, sau đó nhổ thêm ít cải con, cải cay, rau má, rau trai, xà lách, tía tô, rau đắng với hổ điếc, diếp cá nữa thì coi như có bữa mì ngon lành.

Thời khó khăn, bữa mì gà là cả một lễ hội gia đình, sáng ra, con nít háo hức đợi mẹ tráng mì, phụ bếp, nào là đi hốt trấu, rồi ra bụi tre nhặt củi, người lớn thì làm lò, đun nước, làm nồi tráng. Hồi đó dễ gì có lò tráng mì, muốn có mì ăn, phải mang gạo tới lò trước đó vài hôm, đặt hàng, hẹn mấy giờ lấy mì thì mới có. Vì khó vậy nên hầu hết người ta lấy đất bùn trát thêm lên cái bếp nấu cám heo, lấy cái nồi cám heo rửa sạch, đổ ít nước, bịt thêm miếng vải dù Mỹ, bắc lên bếp mà nấu, nước sôi, hơi nước bay nghi ngút qua tấm phin dù là có thể tráng mì được. Mì tự tráng không được đẹp nhưng ngon hết biết, bởi nó chứa cả một trời háo hức và sung sướng của bọn trẻ trong gia đình. Hơn nữa, thời đó các loại rau đều trồng bằng phân chuồng, không có phân hóa học, thêm nữa gạo và gà cũng sạch, tự nhiên nên mọi thứ rất ngon, ngon khó tả. Nhất là đậu phụng rang, đậu phụng tự trồng, để nguyên vỏ cất dành, tới khi tráng mì thì mang ra để nguyên vỏ vậy mà rang, rang bao giờ vỏ đậu hơi cháy sém, nghe mùi thơm thì bắc xuống, đợi nguội bóc vỏ. Tụi con nít xúm vào bóc vỏ, thi thoảng lén bỏ vài hạt vào miệng... Cái không khí của một thời đói nghèo nhưng ấm áp và ý vị biết nhường nào.

Ông ba Hòa vừa thích nhưng cũng vừa sợ cái cảm giác này, thích vì ông được lòng xóm giềng, bà con, được người ta biểu cho chút quà mang về mà bồi dưỡng cho con, chứ không có những mối như vậy, dễ gì có bữa mì, họa hoằng tới ngày giỗ chạp hay tết nhứt mới dám ăn mì gà thôi. Nhưng ông cũng buồn và lo, bởi ông chẳng biết bao lâu nữa thì mọi chuyện thay đổi, cái cảm giác thay đổi đang kéo đến từng giờ, nó không cụ thể nhưng rõ ràng ông linh cảm được điều này. Không lẽ nào cứ đói mãi vậy sao. Nhất là với thằng Lượng, cháu ông, nó mới đi bộ đội về, nó là đứa ông mong sao sớm có vợ và ra cất nhà ở đâu đó, ông sẽ che chở cho nó, bởi nó không có cha mẹ, mấy chị em sống hẩm hiu với nhau, người anh thúc bá của ông chết sớm, thế rồi chị dâu của ông cũng đi sau đó không lâu, ông thương tụi cháu mà chẳng biết giúp kiểu gì, đụng đâu cũng thấy khó. Ông chỉ biết chờ đợi tụi nó nên vợ nên chồng, mong sao chuyện này sớm một chút, lúc ông đang làm Trưởng thôn. Nhưng thằng Lượng lại ưa ra thành phố, nó bảo có đi làm thuê, đi bốc rác ở thành phố cũng dễ thở hơn ở quê. Rồi nó lấy vợ thành phố. Vậy là cơ hội để ông giúp nó làm nhà coi như tắt ngúm.

IV

MẶT NẠ TUỒNG

1. Tuổi trẻ cô đơn

Y không phải là y mà cũng chính là y, một cái bóng khác đang phủ lên cuộc đời của y, hay chính cuộc đời y đang phủ lên một cái bóng? Những câu hỏi đại khái như: Y là ai? Y đã đến đời sống này để làm gì và y đã thực sự sống đúng nghĩa với chính y hoặc giả đúng với cái bóng của y? Dường như mọi thứ đều rất hư ảo và không có thật, nó giả tạo như những gương mặt dưới ánh sáng mờ ảo bất giác rực rỡ của một sân khấu. Thằng bé kia là ai? Cái thằng bé sống trong ngôi nhà cổ, rất cô đơn và không có anh em với thằng bé có ba đứa em, đã chạy theo chiếc thuyền hoa, rốt cuộc có liên quan gì với nhau? Là một hay là hai? Là hai hay là một? Điều đó thật vô nghĩa đối với y nhưng nó cũng có tính sống còn, để y tự nhận biết mình, như lời của đại sư từng nói với y: Khi chưa tu, thấy núi là núi, khi đã tu, thấy núi không phải là núi và khi tỉnh ngộ, thấy núi là núi… Đời sống tự nó là làn gió mát đi qua cánh đồng mùa xuân, đâu đó có tiếng trống chầu giục giã và tiếng ai hô hát bài chòi, lả lơi, tình tứ pha chút ỉ ôi và có đôi khi thổn thức, mờ đục hơi xuân…

*

Nói tới hô hát bài chòi và hát tuồng, dường như người ta nghĩ ngay tới y. Y không phải nghệ nhân, càng không phải nghệ sĩ tuồng, đạo diễn cũng không, đơn giản, y là một tay kéo màn cho các gánh hát tuồng, đoàn này giải thể, đoàn kia lại rước y, để y kéo màn. Người ta cần y không phải ở kĩ năng kéo màn, bởi đây là thứ kĩ thuật tầm thường, nó tùy thuộc vào nhiều thứ, nhưng khả năng vẽ mặt nạ tuồng trên giấy và vẽ cho nhân vật, vai diễn, có lẽ hiếm ai bằng y.

Y vẽ mặt nạ tuồng, chuyện nghe thật buồn cười, và người ta xem y là tay hóa trang thượng thừa, nhưng y đang cố gắng vẽ lại chính mình. Vẽ lại hình ảnh cái thằng bé chạy dọc sông Thu, chạy theo con thuyền rước dâu, trên thuyền là một chú rể dân chài và một người phụ nữ tái giá là mẹ y, mẹ y đã đi theo ông, ông tử tế nên làm một đám cưới, bà về làm vợ lẻ của ông. Có lẽ đây là một thứ đám cưới còn sót lại duy nhất sau khi chế độ phong kiến sụp đổ. Bà vợ cả đi cưới vợ cho chồng. Chủ hôn của đám cưới này là bà vợ cả, vì bà không có con, trong khi mẹ của y mắn đẻ, trong vòng sáu năm, bà đẻ liên tục bốn đứa, đến năm thứ sáu thì cha y bị vấp một trái mìn, y và bốn đứa em nheo nhóc. Y sống với ngoại, những đứa em sống với ông bà nội, năm y lên bảy tuổi thì bà lên thuyền, đi tiếp bước nữa. Y chạy theo bà như đang đuổi bắt một thứ gì đó, lúc đó, y nhớ đến những con cá rô mắc lưới trong nước lụt, và một vài con dã tràn ngoài bờ biển, chúng đã cào rách mặt cát phẳng, chúng cố gắng cào rách mặt cát phẳng sau khi sóng xóa mất dấu vết cũ, chúng lại cào. Y chẳng hiểu vết cào đó có ý nghĩa gì nhưng mỗi khi nhìn vào mặt cát phẳng, y nhìn thấy một dấu cào to tướng nào đó tự trí nhớ mà nó chẳng có thật, nó là một thứ gì đó rất khó hiểu với y.

Y còn nhớ như in trái ổi xá lị, ruột nó màu đỏ, cơm màu trắng ngà và tươi hơn một chút, tuy da nó xanh sạm nhưng mọng nước. Và bà đã trồng một cây như vậy sau vườn. Nơi mà sau này, y thỉnh thoảng dùng móng tay ấn vào vỏ ổi xem thử nó đã đủ mềm chưa để hái. Nhà cũ, vườn cũ, sau chiến tranh, đất đai nhà nước đã tịch thu gần hết, bà cho người ta gánh đi cái nền nhà cũ, nói cũ nhưng thực ra nó mới là cái nền nhà mới, bởi hồi đó bà định đắp đất làm thêm căn nhà, nhưng rồi bữa đắp đất, ông mắc bệnh dịch tả, đi hai ngày thì mất. Bà nghĩ lại, ước chi hồi đó là bây giờ thì ông đã khỏi phải chết, bà không phải mất ông. Cái bệnh dịch tả, nghe đơn giản, nhưng cứ đi ra một thứ gì đó giống như tủy sống của con người, thầy thuốc không cho uống nước vì sợ nước vào càng nhiều thì ông đi càng nhiều. Như vậy là ông trút hết những gì có trong người ra và cuối cùng bà mất ông.

Cái nền nhà cũng từ đó mọc cỏ, bà lại sống trong căn nhà cũ, đã cũ càng thêm cũ. Cái nền nhà kia cỏ mọc hoang vu, chẳng buồn trồng thứ gì, mãi cho đến lúc giải phóng về, nhà nước tịch thu toàn bộ ruộng đất, còn lại hai nền nhà, vậy là bà phải tìm cách cho đất cái nền ấy cho một gia đình khác chở về đắp nền nhà của họ, bà biến cái nền cũ thành đám ruộng. Việc cấy lúa vào đám ruộng nền nhà cũ giúp bà mỗi mùa thu được chừng mười ang lúa, tuy số lúa chỉ đủ ăn chừng hơn tháng nhưng ít ra, đó cũng là thứ có thể dự trữ lúc này. Bởi cái thời mà mọi thứ đều khó khăn, đi cấy tập thể cả năm cũng chỉ được ngót nghét mươi ang lúa, quanh năm phải bán vàng, bán con gà, con heo, mà bán lén lút để sống, thì mười ang lúa là vô cùng lớn.

Y nhớ cái giàn đậu ngự mà y đã trồng bên cạnh vạt lúa của bà, trên một rẻo đất còn sót lại của cái nền cũ. Những trái đậu ngự xanh thẫm, khi tách vỏ, những hạt đậu tròn, dẹp, có nền màu cẩm thạch và những mảng đỏ như một viên ngọc, màu đỏ của đá đỏ, nó làm người ta nhớ đến những viên đá đỏ ở một phiên chợ đặc biệt trên đất Bắc, chợ đá đỏ Lục Yên. Một cái chợ bên cạnh hồ nước, nơi đây người ta dựng lên những căn lều bằng tre, gọi là quầy, các chủ quầy cứ đến hẹn lại lên, đúng vào Chủ Nhật, mang toàn bộ những thứ mình nhặt được và mua được ra ngồi bán, có những viên chừng vài trăm ngàn đồng, cũng có viên hét lên cả tỉ bạc và hơn thế. Người mua là các tư thương, dân chơi từ Hà Nội lên, Sài Gòn ra, Trung Quốc sang. Nói là chợ nhưng kì thực nó là gian hàng. Sao lại nói nó là gian hàng một khi nó đã là chợ, có những quầy san sát nhau và có khoảng sân rộng để người ta lựa chọn? Bởi vì chung quanh khu chợ ấy chính là nhà của các chủ gian hàng, họ cũng có cửa hàng nhưng họ nghĩ ra cách để làm cho khu vực của họ trở nên sầm uất, hấp dẫn hơn bằng cách tạo ra cái chợ. Các quầy đó sẽ có người từ nơi khác quanh các vùng núi Yên Bái mang đá đến ngồi bán và đóng một chút phí tượng trưng cho họ. Thực ra, cái chợ này như một mảnh đất có rải nhiều thóc lúa, để những con bồ câu tìm về. Thi thoảng, chính những người bán hàng lẻ, những viên đá li ti này sẽ có những viên ruby đẹp, các chủ quầy sẽ tranh mua và sau đó họ mài giũa, nâng cấp, đặt tên và bán lại cho người sưu tầm nó với cái giá có thể làm thay đổi cuộc đời.

*

"Làm thay đổi cuộc đời", mấy tiếng ngắn gọn ấy đã gọi hắn lên đường, mà hắn cũng chưa biết lên đường như thế nào và đi về đâu, hắn chỉ nhớ rằng cái bữa hắn sắp lên đường, một mụ nạ dòng đã đến mua một số đậu ngự, mụ nói rằng sẽ mua tất cả số đậu ngự gia đình hắn có, trong rổ đậu có một vài hạt rất tươi, mụ cầm lên, soi trước mặt rồi cười tít mắt: "Nó nhìn như viên ngọc ruby ấy nhỉ! Mà nó cũng giống ngọc của đàn ông!". Mấy chữ sau khiến hắn ớn lạnh, bởi mụ này từng làm điêu đứng gia đình nhà chồng, cái thành tích lang thang với đàn ông của mụ khiến cho gia đình chồng mụ từ chỗ một gia đình danh giá, giàu có trở thành loàng xoàng, cha căng chú kiết và chẳng muốn tiếp xúc với ai. Nhưng dù sao thì mấy chữ ngọc ruby mụ vừa nói ra khiến hắn thấy một thứ gì đó làm thay đổi cuộc đời của hắn, chí ít là thân phận một đứa cháu ngoại sống với bà, và mẹ đã theo chồng, thỉnh thoảng người chồng sau của mẹ ghé tới cho hắn vài đồng, hắn chưa bao giờ chấp nhận sự có mặt này, hắn luôn ám ảnh và đau lòng mỗi khi nhớ lại những bước chân nhỏ nhoi của hắn đã chạy dọc bờ sông, theo con thuyền rước dâu, và cô dâu trên thuyền ấy đã nhìn hắn thật lâu, hình như bà rớt nước mắt khi thấy con trai của mình chạy như thế. Hắn chạy cho đến lúc các bụi tre ngáng lối, những bụi tre bên sông đã phủ ra một vạt gai và mọi thứ trở nên không thể băng qua được.

Hắn quay về với bà ngoại và hắn hiểu rằng kể từ hôm đó, cuộc đời hắn và các em sẽ là những đứa trẻ mồ côi cha mẹ, mọi thứ hắn đều dựa vào ngoại, các cậu của hắn, dì của hắn tỏ ra thông cảm và ân cần nhưng hình như hắn cũng mơ hồ nhận ra được sự dư thừa một con người như hắn trong cái gia đình này. Lạ thật, lúc mẹ chưa theo chồng, gia đình có thêm mẹ, nhưng lại thấy không thừa ai cả. Cứ mỗi ngày, sau khi mẹ đi chợ về, mang một ít thịt heo mà mẹ cố ý chừa lại trước khi bán, một ít lòng heo và một ít huyết heo. Lòng heo bà ngoại sẽ xào với nghệ củ giã dập, huyết heo sẽ nấu canh hành hoặc cắt thành từng miếng vuông, xào với lá hẹ, còn thịt heo thì ngoại chế biến nhiều món lắm, có bữa thịt hon với đường, thêm một ít tôm đất rim ngọt, có bữa ngoại không luộc, không kho măng hay kho tàu bằng nước dừa với trứng, ngoại cắt nhỏ từng viên thịt như những hạt lựu lớn, bằng cái hột bắp già, sau đó cho một ít sả xắt nhỏ, bằm nhuyễn vào kho và cho một ít mắm ruốc vào, thành món thịt kho ruốc, món này ăn được lâu ngày, ngoại cho vào hủ. Cứ mỗi bữa cơm thì ngoại lấy ra một ít để ăn. Bữa mẹ sắp đi lấy chồng, mẹ đã kho cho hắn một hủ thịt ruốc thật to. Nhưng hắn không còn thấy ngon như lúc mẹ chưa bỏ hắn mà đi, mỗi khi ngồi ăn cơm, hắn chỉ thấy nước mắt của mình chảy.

2. Đất hứa

"Anh phải tìm một thứ gì đó để làm, nếu anh tiếp tục lang thang, sẽ bị bắt!" - Ả nói.

"Nhưng tôi vẫn chưa biết mình sẽ làm gì!".

"Nếu không có một việc gì đó để làm, anh sẽ bị bắt hoặc bị đánh".

"Nhưng…".

"Vậy khi anh đến đây, phải có chuẩn bị gì đó chứ, chẳng lẽ…?!".

"Dạ không, tui chẳng có chuẩn bị gì hết, tui sống ở nhà ngoại, mẹ tui đã lấy chồng khác lâu rồi, ngoại tui thì già rồi, tui làm vườn, trồng lúa, nhưng chỉ đủ ăn, quê tui cũng có chỗ đào vàng, cũng có dân đào vàng nhưng tui nghe nói nguy hiểm quá, tui tìm ra đây để đỡ nguy hiểm hơn và mong sao…".

Người phụ nữ nhìn hắn từ đầu đến chân rồi phá lên cười, giọng cười của ả khiến hắn thấy rợn gai ốc, chả hiểu làm sao mà cái cười nó như xoáy vào óc, nó như chứa cả ngàn cây kim châm và nó như một cái mỏ dầu đang tức, muốn bùng vỡ và đốt cháy mọi thứ. Một cái cười vừa ma mị vừa có gì đó giấu giếm của một con sư tử cái bị thương nặng nề nhưng nó không muốn cho muôn thú cào cấu nó, nó phải tỏ ra hùng dũng và sẵn sàng cắn xé bất kì con vật nào. Hình như là vậy.

"Sao chị lại cười?".

"Cậu còn xanh lắm. Thôi được rồi, tôi giúp cậu. Đi!".

Nói xong, người đàn bà đứng dậy, đi ra khỏi quán, hắn không còn cách nào khác ngoài việc lẽo đẽo vác chiếc túi đi theo sau ả.

Nhà của ả là một căn nhà thiết kế khá là quái dị, bên ngoài toàn vách tranh, nhưng kì thực bên trong là tường gạch rất cứng, nó dày đến hơn hai mươi phân tây, trên mái cũng đổ bê tông và lợp tranh. Nó như một kiểu nhà trong tiểu thuyết Kim Dung, thiết kế như vậy vừa che đậy được sự giàu có bên trong và cũng tránh được những cao thủ leo mái nhà, vạch mái tranh hay mở ngói dòm trộm. Mà đây cũng là kiểu thiết kế nhà rất thông minh cho những người sống ở vùng thời tiết khắc nghiệt, mùa nắng như đỏ lửa, mùa lạnh có thể tuyết rơi, rét đậm, rét hại. Toàn bộ vách tranh bên ngoài sẽ giúp ngôi nhà bê tông cách nhiệt, nó như một cái máy điều hòa tự nhiên, mùa mưa thì ấm, mùa nắng thì mát dịu.

"Anh coi thay áo quần, và chỗ của anh ngủ là chỗ này!" - Ả chỉ tay vào một chiếc giường sắt bỏ trống.

"Nhà có hai đứa nhỏ, và ông nhà tôi đã mất. Anh hãy đưa thẻ chứng minh nhân dân cho tôi".

"Dạ, nhưng chị mới gặp em, chưa biết em là ai. Em nghĩ...".

"Không cần nghĩ nhiều, cậu đã lên tới đây, thì chắc chắn cậu phải thuộc diện bất hảo hoặc liều mạng rồi. Ở đây toàn dân liều mạng với nhau cả, chẳng có gì phải ngại!".

"À... dạ...".

Hắn thả chiếc túi xách vào giường, chiếc giường xo cũ kĩ từ thời Mỹ để lại. Hắn lấy làm lạ vì đây là xứ Bắc, cách vĩ tuyến 17 đến gần ngàn cây số, ở tít tận trên núi cao, vậy làm sao người ta có thể vận chuyển chiếc giường này về đây? Và nó làm sao có thể có mặt ở miền Bắc? Hơn nữa, nhìn chiếc giường, hắn thừa biết rằng tuổi đời của nó phải cao ít nhất là gấp đôi tuổi đời của hắn. Và hắn phân vân, lúc này hắn mơ hồ sợ, bởi hắn không rõ trong lúc ngủ, liệu người đàn bà này có đánh thuốc mê để bán hắn cho bọn buôn người. Ở xứ sở này, bọn buôn nội tạng đầy rẫy, chúng bán nội tạng để mua đá quí, có một bọn vừa đi buôn đá vừa buôn nội tạng, thậm chí buôn cả trái cây. Cái vùng tuy không giáp ranh nhưng lại rất giáp ranh này, từng có một con đường của chính phủ Trung Quốc xây tặng trong những năm chiến tranh Nam – Bắc, đây là con đường được xây dưới thời Mao Trạch Đông, con đường được xem là xây tốt nhất, xây đảm bảo chất lượng nhất của người Trung Quốc trên đất Việt Nam. Và đây cũng là con đường mà người ta đồn đoán rằng Mao Chủ tịch của Tàu Cộng đã từng có tham vọng dọn sạch miền Bắc để đưa xe sang khai thác mỏ đá quí ở Lục Yên. Chuyện này chỉ là lời đồn đoán thôi, nhưng dẫu sao, cái con đường bền và đẹp, chứa nhiều lời đồn đoán này vẫn là con đường tốt nhất cho đến lúc này.

"Yên tâm đi, chả có ai đánh thuốc hay ám hại cậu đâu!". – Người đàn bà vừa nói vừa cười khanh khách, lúc này hắn mới nhận ra gương mặt của ả có gì đó pha chút man rợ và hung hãn, ả có lẽ là một chị đại nào đó trong khu mỏ đá cũng không chừng. Bởi với hàng chị đại, việc hắn bước vào nhà ả, sẽ có biết bao nhiêu đàn em của ả đứng sẵn bên ngoài rồi, hắn hoặc là ngoan ngoãn làm việc cho ả một khi còn may mắn, hoặc là sẽ mất đi một hoặc hai trái thận sau một đêm ngủ ngon giấc, sau đó sẽ thấy mình nằm đâu đó ở một góc núi nếu như còn sống. Đương nhiên, luật chơi của bọn buôn người cũng còn một chút nhân đạo, hoặc giả bọn chúng còn nghĩ đến kết cục, nghĩa là bọn chúng chưa và không bao giờ lấy đi cả hai trái thận của nạn nhân, chúng chỉ lấy một trái thôi. Ngay cả việc mua cũng vậy, chúng chỉ mua một trái, sau đó nạn nhân về sẽ suy kiệt, chết dần chết mòn chứ không chết ngay, không tạo ra án mạng. Có vẻ như vậy!

"Ơ... nhưng sao chị lại nói vậy?".

"Nhưng với nhị gì, tôi biết tỏng cậu nghĩ gì. Nếu cậu là thằng cà chớn, cậu sẽ nghĩ tôi là con mụ nạ dòng thèm muốn đàn ông và cố rủ rê cậu về nhà để xơi. Nếu cậu là kẻ bất lương, cậu sẽ quan sát nhà tôi để tìm đường thoát sau khi đánh chén tôi và bóp cổ tôi để lấy đi mọi thứ. Còn cậu, không thuộc dạng người đó, cậu sẽ là thằng bất hảo có số có má nhưng chưa phải lúc này, và cậu sẽ không đánh chén tôi cũng như cậu đang lo lắng không biết có bị tôi đánh chén hay không. Tôi nói có đúng không?". Nói xong, ả lại cười, nhưng lần này nụ cười của ả có chút gì đó buồn rầu, thê thiết, nó tỉ lệ với cái lạnh bên ngoài. Y lại nhìn thấy ả thật là đẹp, một đôi mắt buồn sâu thẳm, cái lạnh làm cho nó long lanh và huyền bí.

"Thôi cậu coi tắm rửa, xuống nhà ăn cơm với tụi nhỏ rồi chút lên tôi bàn chuyện!".

Hắn làm theo ả như một cái máy, và hắn cũng đỡ lo lắng, hay nói chính xác hơn là hắn yên tâm, hắn cảm nhận được người đàn bà này không biết có tốt bụng hay không nhưng rõ không phải là kẻ xấu. Hắn chỉ phân vân không biết rồi đây ả sẽ thuê hắn làm việc gì. Nhưng thôi, lỡ bước giang hồ rồi, nói cho cùng đến lúc này, cuộc đời hắn đã thực sự bị bứng ra khỏi nhà, tự bứng hay bị bứng đều giống nhau, một cái cây bị bật gốc khỏi mặt đất thì đừng hỏi tại sao nó bật gốc mà phải hiểu rằng cái cây đó đã hết duyên với mảnh đất đó. Vậy thôi! Nghĩ vậy, hắn thở phào bước vào buồng tắm, một cái buồng tắm khá là hiện đại so với tưởng tượng của hắn. Trước khi hắn bước vào, ả đã dặn hắn cách tắm để khỏi bị nước nóng quá lố gây phỏng.

*

Công việc hắn làm ở đây không nhẹ chút nào, nhưng có vẻ như ổn định và đỡ nguy hiểm hơn những người đi tìm đá. Cái quan trọng nhất của nghề tìm ngọc trong đá núi chính là dò ra mầm đá. Mà dò ra được mầm đá thì chẳng đơn giản chút nào, ngay cả người làm nghề cả đời, nhiều khi cũng dò nhầm, làm cả mấy ngày trời cuối cùng công cốc. Bởi đã nói là ngọc mà, nhiều khi nó có chân, dò ra mầm có nghĩa là tìm đúng hang ổ của nó rồi đó, nhưng trong quá trình đục đẽo cục đá để tìm nó, người ta không thanh sạch, điện trường không đủ mạnh và không đủ cộng hưởng với nó thì nó sẽ trốn mất, đó là quan niệm của dân làm nghề này thuộc hàng có tuổi. Còn với dân tìm ngọc chưa có tuổi thì chỉ học vài ba chiêu phợt phẹt, thậm chí ăn cắp vài ba chiêu rồi đi tìm, cứ vậy mà đục tới, số này chết không ít. Bởi tìm ngọc là quá trình vô cùng nguy hiểm và li kỳ. Nó nguy hiểm bởi trong lúc đục vào sườn núi, có thể bị đá đè chết tại chỗ hoặc bị đè gãy chân, gãy tay và thương tật vĩnh viễn. Chính vì vậy mà dân tìm ngọc chuyên nghiệp, khi làm luôn mang theo một bó nhang, một nải chuối. Tới nơi, chuẩn bị tìm thì thắp nhang, trình nải chuối để xin thần núi giúp đỡ, che chở.

Mầm đá là thứ khó tìm nhất, nhưng với người có duyên với nó thì lại nhìn chơi chơi cũng thấy. Những ngày đầu, hắn chưa được giao cho việc này và cũng chưa được chỉ dạy, bà Diễm, người đàn bà giúp đỡ hắn, chưa dạy hắn kĩ thuật tìm mầm đá. Hắn chỉ đi theo khuân vác, lúc mệt, hắn ngồi bên bờ suối, xoãi chân xuống cát ngâm nước cho đỡ mệt. Hắn đạp phải một cục đá, nhìn cục đá có vẻ lạ, hắn thử moi, nhặt lên xem nhưng nó nặng một cách kì lạ, cố kéo mà không nhúc nhích. Hắn moi cục đá ra khỏi cát và lấy nước suối, lấy cát chà cho sạch. Thì ra một viên đá pha ngọc, các viên ngọc li ti lẫn trong đó. Hắn hét lên gọi bà

Diễm, bà tới xem, lấy máy mài gà một lỗ bằng cái trứng gà, dùng đèn pin rọi vào.

"Ui trời ơi cái thằng này! Sao số mày đỏ thế!".

"Là sao hả chị?".

"Đúng là thằng đã có duyên thì có đi ỉa vất cũng nhặt được bí kiếp. Mày giàu to rồi con ạ!".

"Là sao?".

"Đây là một viên ngọc lớn, có tuổi, nó là phỉ thúy lão khanh chủng, loại xịn mày ạ. Để về coi kĩ lại, tao thấy rõ ràng là vậy".

Lần đó, bà Diễm mặc định đây là cục ngọc của hắn. Nhưng hắn lắc đầu, nói rằng số ngọc này là của bà, bà có thể chia cho hắn một chút nếu muốn, bởi hôm đó hắn đi làm thuê cho bà, mục đích là tìm ngọc, thì hắn có tìm theo cách gì cũng là của bà, không phải của hắn. Bà Diễm sau đó đã cho hắn gần nửa tỉ đồng, bà giữ khối ngọc đó lại. Thằng Vinh, một thằng ma xó trong làng tìm ngọc nói với hắn rằng hắn quá may mắn. Mà cái may mắn của hắn không chỉ là chuyện tìm ra viên ngọc bên suối mà là viên ngọc trong tâm của hắn.

"Vậy là ý gì?'.

"Sao mày ếch thế, tao nói là mày quá may mắn. Bởi với dân tìm ngọc, cả triệu thằng mới có thằng có ngọc trong người, chứ ngọc bên ngoài thì có đó rồi mất đó".

"Vậy thì mày cũng có ngọc trong người?".

"Ừ, có thể là có, vì tao nhìn ra ngọc của mày, thì bản thân tao cũng phải có ngọc chứ!". Hắn cười khà khà.

Hai đứa lại dắt nhau đi uống rượu. Ở xứ núi, nhất là cái xứ khỉ ho cò gáy chỉ có đá và ngọc, chỉ có thủ đoạn và lòng tham này, thì người ta biết làm gì ngoài việc say và làm tình. Thế nên người ta mới nói dân ở núi, đàn ông thì đa tửu, đàn bà thì đa dâm. Những ai thoát được đa tửu thì làm anh hùng, những ai thoát được đa dâm thì làm bà chủ. Nhưng có khi, thoát được đa tửu, đa dâm rồi, lên làm anh hùng, bà chủ được rồi, lại chết vì những thứ ấy. Bởi cái bản năng gốc của con người là thứ mà người ta khó thoát nhất và nó sinh ra cùng lúc với con người, nó giúp con người sinh trưởng rồi trưởng thành, nó đánh số con người và cũng nó đưa con người xuống mồ.

Thằng Vinh cũng là đứa đi tìm đá thuê, nhưng nó tìm lâu năm nên được cho làm trưởng nhóm, cái chức trưởng nhóm khi đi làm thuê những tưởng bèo nhèo, chẳng chấm mút được chi nhưng kỳ thực, nó còn có quyền hơn cả một giám đốc công ty. Mỗi khi có thức ăn ngon trong đội, trưởng nhóm được ưu tiên phần lớn nhất. Mỗi khi có chuyện gì cần đến đầu óc, người ta nghĩ ngay đến trưởng nhóm, và đặc biệt trưởng nhóm được ăn tỉ lệ với bất kì thành viên nào khác trong nhóm là 5%. Nghĩa là những người trong nhóm đào được ngọc, được chủ thưởng trăm đồng chẳng hạn, Vinh được năm đồng. Tưởng năm đồng ít, nhưng nhóm cả trăm người, cuối cùng Vinh là thằng giàu nhất, chưa kể trưởng nhóm cũng đi đào, bởi trưởng nhóm có quyền tìm ngọc, không đóng vai trò cai đầu dài, nên thỉnh thoảng, trúng mánh, trưởng nhóm lại chia cho anh em. Tính ra Vinh là thằng biết sống, hắn chưa bao giờ lấy làm oai hoặc mượn vai trưởng nhóm để đè anh em. Chính vì vậy mà anh em trong nhóm luôn xem Vinh là người thân.

Và cũng chính vì anh em quí Vinh, nên khi hắn được bà Diễm ưu ái, cho làm những việc nhẹ và đặt ngang hàng với Vinh thì có nhiều anh em ngấm ngầm phản đối. Mà ở xứ sở hoang vu, vừa giống biên ải lại vừa giống chợ trời này, luật rừng là thứ luật phổ biến và hiệu dụng nhất. Hắn mà bị anh em ghét, có thể trở thành miếng mồi ngon cho nạn bán nội tạng. Vinh biết được chuyện, nhưng Vinh không nói ra với bất kì ai, bởi tính Vinh vốn im lặng, hơn nữa nếu nói ra lúc này, chẳng khác nào đổ thêm dầu vào lửa, không chừng Vinh trở thành thằng ngụy quân tử trong mắt anh em. Nhưng Vinh quyết phải nói cho hắn biết.

"Mày cẩn thận với tụi thằng Hùng Bò, nó đang chiếu mày đấy!".

"Vì sao? Tao không hiểu?".

"Nó sợ mày giật miếng ăn với tao, rồi ảnh hưởng tới tụi nó!".

"À...!".

"Nhưng mày không cần giải thích, cứ tạm thời tránh tụi nó, việc còn lại tao lo. Tụi nó tuy du côn nhưng cũng biết phải trái lắm".

"Mày có nói gì với họ chưa?"

"Không, tao không nói gì, vì nói bây giờ chỉ thêm khó cho mày. Mày cứ biết mà nói tụi nó ra. Còn lại để tao lo. Thôi uống, không nói chuyện này nữa!".

Mùa mưa, ở cái xứ chỉ có đá núi, tre nứa và những con người sống dựa vào đá, dường như mọi thứ câm lặng, chẳng bao giờ thấy được hơi ấm đồng bằng nơi đây. Người đồng bằng kéo lên đây với giấc mơ đổi đời, nhưng đời họ chưa kịp đổi thì cuộc đời đã đổi họ, biến họ từ con người hiền từ, ăn cục nói hòn, vui vẻ, hoạt náo trên cánh đồng trở thành người biết im lặng, quen với đời sống im lặng, sự im lặng của đá núi đã bào mòn tâm hồn họ, họ trở nên chai lạnh và sẵn sàng nuốt chửng lấy nhau khi đá núi cất tiếng nói linh thiêng của mình. Ngọc, một từ duy nhất ấy có thể lấy đi máu và mạng sống của nhiều người. Và rồi ai cũng phải tự trang bị cho mình sự im lặng, lạnh lùng, bí mật và cả bí ẩn.

3. Mưa rừng

Những con đường đất đỏ, có pha thêm đất thịt, màu nâu đỏ của chúng nhão nhoét khi mùa mưa tới, nhìn rất khó chịu, đôi khi núi sau một đêm bỗng ùn ùn tuột khỏi thân một mảng da khiến cho mọi thứ bị vùi lấp, người ta đã cạo trọc các mảng da của núi, núi không còn sợi tóc nào. Hay nói khác đi, hình như núi đã bị lột da chứ không chỉ cạo trọc tóc. Bởi chỉ riêng chuyện phá rừng nguyên sinh, lấy gỗ, sau đó tạo ra những dự án trồng rừng với kinh phí hàng tỉ đồng, thậm chí hàng chục, hàng trăm tỉ đồng và dựa vào nguồn kinh phí nhà nước hoặc ngược lại, nhà nước phải cấp đất cho chủ doanh nghiệp mượn để trồng rừng trong vài chục năm, sau đó khai thác một phần lớn, chừa lại một ít để giữ rừng. Kỳ thực, cách làm này chẳng khác nào lột toàn bộ lớp da của rừng và đắp lên đó một lớp da mới, mọi thứ thật kinh hoàng.

Bởi hắn biết rừng đâu chỉ đơn giản là cái cây ngã đi thì trồng cái cây khác, lớp đất đá triệu năm ổn định, tạo lớp mặt lý tưởng có thể cưu mang sự sống và những hạt cây thiên di theo nhiều cách đến đây để sinh sôi, trưởng thành và tồn tại, rễ của chúng đã ken dày thành một tấm mạng, một cái lưới bên dưới mặt đất để giữ chặt quả đồi tròn theo cách của nó, lá của chúng đã tạo nên một lớp xốp như một tấm bọt biển đắp lên quả đồi, quả núi để mỗi khi mưa về, chúng ngậm nước, giữ nước và từ từ, rỉ rả chảy về đồng bằng, mọi thứ trong cuộc đời này, trong tự nhiên đã có một cái bắt tay thân thiết và câm lặng.

Thế rồi người ta rút đi từng sợi gân của núi, ban đầu đơn giản thôi, người ta cưa đi những cái cây, chúng chảy nước mắt và cả chảy máu, máu của chúng lênh láng bìa rừng, máu của chúng thành lời nguyền báo oán, bởi chúng cũng có linh hồn và có những lời hứa với sông, với biển. Người ta cưa cây thôi cũng chưa đủ, bởi gỗ chỉ có thể đóng các loại vật dụng, cao hay thấp, đắt hay rẻ cũng là thứ sản phẩm đã qua bàn tay gia công, người ta muốn chơi đồ nguyên thủy, đồ zin kia mới đã nư. Điều này tỉ lệ thuận cùng với sự phình to của đám quan chức, khi bọn họ trở nên giàu có và tiêu xài phung phí. Nếu với số tiền lương thì không đủ uống một ly cà phê của mình, nhưng họ bắt đầu tiêu xài một cách vô tội vạ và rủ rê những đồng nghiệp cùng tiêu xài theo cách của họ, đây là cách ăn khôn nhất, cả lũ cùng dính chàm, khi cần thiết thì cả bọn cùng giữ mâm thịt chó để cùng ăn, để đừng đứa nào hất cái mâm đổ xuống sàn, để mắm tôm, thịt rau và rượu chỉ có thể vào mồm, tuột xuống thực quản, không được phép làm rơi xuống đất. Cũng nhờ cái triết lý ăn quái gở này mà các quan chức bọn họ ngày càng xài đồ sang, phong trào chơi gái mọi, dùng hàng nguyên thủy, đào nguyên bộ lũa rễ cây về làm bàn ghế, hàng lõi cây thì thuộc dòng thứ yếu rồi, phải là lũa cây cứng như sắt kia họ mới chịu, và bê nguyên những tảng đá núi có chứa ngọc về vườn nhà, còn gì vui thú hơn ngồi uống rượu trên đầu những ngọn núi cao vút và còn gì thỏa mãn hơn bê một ngọn núi về nhà, hoặc giả bứng linh hồn của nó thả ngoài vườn mà ngắm chơi.

Bạn bè hắn, đồng nghiệp của hắn đã bỏ mạng nơi đây quá nhiều, và không chừng hắn cũng không thoát khỏi kiếp nạn này, bởi suy cho cùng, hắn và bạn bè, hay nói đồng nghiệp, đồng bọn cũng được, tất cả cũng đang phá núi, phá rừng, đang xẻo vào thịt da của núi để tìm ngọc. Ngọc bán cho ai? Thì bán cho nhà giàu, bán để lấy tiền, để thi thoảng lại về thành phố, tìm đến các khách sạn, các điểm massage có tầm cỡ mà chơi một bữa cho thỏa chí, hết tiền lại quay lên núi. Cuối cùng, cả bọn chả hề hay biết rằng tiền bán đá, tiền bán ngọc hay bán lũa cây, tiền lấy từ túi của người nhà giàu, lấy của bọn quan chức trọc phú, cuối cùng lại mang xuống thành phố để trả lại cho người nhà giàu, người nhà của bọn trọc phú, có ai khác đâu. Mọi thứ đâu lại vào đó, và khi đói, lại lang thang ra quán rượu gạo, rượu ngô của mụ Liên, lại gọi một dĩa đậu hủ chiên giòn chấm mắm tôm, gọi vài trái me trái sấu, trái ổi trái cóc mà say sưa qua chiều.

Hình như, căn tính của bọn nghèo gần gũi và gắn với những quán cóc, với mưa rừng nhì nhằng, với bùn nhão, sên, vắt, ve và một ít thương tật, một ít buồn không nói ra được và một ít thao thức mất ngủ, rồi chẳng biết về đâu. Chính cái cuộc đời chẳng biết về đâu khiến cho người ta thấy yêu từng giây phút đi qua, tuy vẻ bên ngoài rất chán chường.

Hắn trải qua cảm giác này không ít lần, nghĩa là mưa xuống, lạnh tới, mọi thứ đông đặc trong hốc mũi, lúc đó, những giấc ngủ chứa đầy thanh âm của thời tuổi trẻ, của thời thơ dại và của những con đường đi chưa bao giờ tới. Lúc đó, thi thoảng hắn nghe một bản nhạc nào đó rất lạ, hình như là bài hát ru của bà dành cho hắn, nhưng thanh âm cứ ong ong như tiếc nuối và đau khổ, hắn lại thấy bạn bè cũ, những gương mặt thân quen có đôi lần đánh nhau trầy vi tróc vảy nhưng thân vẫn cứ thân, vui vẫn cứ vui và khi đi hái trộm trái cây thì đích thị là đồng bọn sống chết với nghề trộm. Một cái nghề trộm bột phát sau giờ học đói bụng và thèm ăn của thời con nít.

Và những lúc tưởng như chán chường nhất của cuộc đời, mọi thứ cứ lỏng queo, buồn thông thống thì hắn lại thấy không gian giãn rộng ra ấy có cái gì đó rất gần, một chút bùn nhão, một chút rêu bám bên vách núi, một chút mưa lây rây bên cửa hay một chút mưa lạnh đọng lại trên mấy khóm cúc họa mi của bà Diễm.

Một chị đại mà hắn vừa thấy sợ vừa thấy thương. Sợ vì tính liều lĩnh có thể khiến chị ấy chết bất kì giờ nào mà thương bởi sự liều lĩnh của chị lại chứa cái thương yêu của một người mẹ. Hình như cả bọn đều là những đứa con lớn xác của chị, đương nhiên phần lợi nhất, thơm nhất lúc nào cũng thuộc về chị nhưng chị coi trọng mạng sống và coi trọng từng cái cây, ngọn cỏ, cái khác của chị đại Diễm nằm ở chỗ này, nó khiến cho các nhóm đầu gấu khác không thể coi thường chị nhưng lại muốn tiêu diệt chị. Còn với đàn em như hắn, tính cách này khiến cho hắn thấy đời sống thật mong manh và vô định, vùng đất này thật heo hút chẳng biết về đâu nhưng giữa cái vô định ấy, một chút gió ngàn hay một sợi tóc, một ngọn cỏ cũng đủ làm nao lòng.

*

Định là thằng dở hơi, trong số những thằng mà Vinh luôn lo lắng, giúp đỡ, có lẽ Định là đứa mà Vinh thấy rằng cần phải được quan tâm và chia sẻ nhiều nhất. Bởi lẽ hắn là đồng hương, cũng đúng, hắn là người làng, cũng đúng, hắn là bạn thời thơ ấu, cũng đúng nốt. Đương nhiên nhắc tới chuyện bạn thời thơ ấu thì Định chẳng tốt gì với Vinh, nghĩa là không xấu, nhưng cũng không tốt. Vì hồi đó Vinh con nhà nghèo, phải nói là quá nghèo, nhà Định cũng không giàu có gì hơn nhưng được cái ông nội hắn từng là tay chân, đệ tử của cụ Nghè nên khi giải phóng về, chỉ có lão ấy ở đó, lão có thể lấy được nhiều thứ cần thiết trước khi người ta đến tịch thu, sung công. Nhờ biết giấu diếm và biết cất giữ, lão trở thành khấm khá hơn so với mọi nhà. Rồi cha hắn, làm thợ hớt tóc sau khi đi trại cải tạo vài năm, trở về, có sẵn cơ ngơi, đất đai mà cắm dùi, tính ra cũng còn may hơn rất nhiều so với cha của Vinh, chết ngoài chiến trường, mấy anh em Vinh mồ côi cha, cực khổ, đói khát, đến mức đi mua một muỗng dầu phụng người ta cũng ngại bán, vị sợ ghi sổ nợ.

Nhưng bù vào đó, cuộc đời ông nội Định luôn phải đối mặt với cô đơn, cái mảnh đất mà lão sống nghe đâu từng là một nghĩa trang của người Chăm vài trăm năm trước, dần theo thời gian, khu nghĩa trang bị san phẳng thành vườn. Mà không có nghĩa trang nào dễ bị san phẳng do nhầm lẫn như nghĩa trang của người Chăm. Bởi họ không cầu kì, hoa hòe, họ không xây những lăng mộ to lớn. Hầu như đó là bãi đất phẳng, bên dưới là hài cốt, bên trên là những tảng đá định vị mà theo Vinh, rất có thể tảng đá tinh sạch, bền bỉ và mạnh mẽ ấy tượng trưng cho linh hồn, cho sức mạnh của người nằm bên dưới.

Khi cha của Định đào móng nhà, thi thoảng thợ đào móng nhặt được những cái khuyên tai bằng đồng, cũng có cái bằng bạc, nhưng mãi vẫn không thấy cái nào bằng vàng, vẫn còn vài ống xương cũ mục, có lẽ đã vài trăm năm. Ông Bảy, cha Định mang ra sông để gửi họ về với biển. Ông quan niệm rằng họ đã chấp nhận làm thân khách trên chính mảnh đất của họ lâu quá rồi, hãy để họ siêu thoát, ông không muốn họ thêm buồn tủi. Nhưng ông cũng chỉ cho đào quanh quẩn đủ móng nhà, không trục hẳn nền nhà lên để tìm thêm xác. Thầy địa lý coi đất, xem địa cục thì lắc đầu, nói với ông rằng bên dưới nền nhà còn nhiều người nằm quá, ở không yên. Thế nhưng ông Bảy không tin, ông bảo mọi thứ đã quá lâu, quá xa rồi, bây giờ mọi thứ chỉ còn là cát bụi, hãy để phần ai nấy sống. Hơn nữa, không nên động đến họ.

Cái quan niệm vừa có tính duy linh lại vừa rất vô sản của ông Bảy đã thắng lời khuyên của thầy địa lý. Căn nhà ông Bảy xây bằng vôi Long Thọ với xi măng Thủy Tú được xem là cao cấp nhất lúc đó. Bởi muốn có một bao xi măng Thủy Tú, người ta mất ba phân vàng, muốn có một bao xi măng Bỉm Sơn, người ta mất gần năm phân vàng. Ông Bảy mua cả tấn, tức hai chục bao xi măng Thủy Tú và mấy tấn vôi Long Thọ về xây, bà con nông dân chỉ biết há hốc mà nể phục. Vì thời bấy giờ ăn còn không có, lấy đâu ra để mà xây nhà như ông Bảy. Trước ông Bảy, thời Cụ Nghè xây nhà thì chủ yếu dùng vôi, vôi loại người ta nung bằng vỏ sò, vỏ hến, nghêu, các loại ốc biển chứ chẳng có tí bột đá hay hóa chất kết dính gì. Các lò vôi thời đó cũng đóng vai trò như nhà máy xi măng bây giờ. Người ta đắp gạch thành một bệ đất tròn, cao chừng năm tấc tây, hình phễu, giữa lò có một cái bọng, được nối với miệng lò bằng một đường ống. Ở miệng lò đặt hai ống bệ để thụt khí giống như lò rèn, sau này người ta thay thế bằng chiếc quạt đạp, ống gió gắn với miệng lò để đẩy khí vào khoảng trống giữa lò. Ở giữa lò, người ta đặt than đá, một ít củi và bắt đầu đổ vỏ nghêu sò ốc hến… lên. Việc đun lò khó nhất ở giai đoạn mồi lửa cho vào giữa lò. Thường thì người ta nung một cục than đá cho đỏ và dùng gắp đưa vào giữa lò theo đường ống miệng lò. Sau đó gắn ống thổi và đạp nhẹ, lửa bén qua các thanh củi, bắt cháy và lan dần vào các cục than củi, rồi đến than đá, người ta tăng dần tốc độ đạp hoặc thụt để lửa bắt nhanh qua các thỏi than đá xếp sẵn rồi lan qua các vỏ nghêu, sò, ốc hến… Khi cả cái lò trở thành một thỏi than hồng, mùi khét của vỏ giáp xác cháy bốc lên thành cột khói, tản ra khắp nơi thì người ta giảm tốc độ thụt hoặc đạp, giữ lửa cháy vừa chừng một tuần như vậy để mọi thứ cháy sạch, còn lại một đống tro giáp xác, tức vôi. Đợi cho nó nguội là có thể dùng được. Loại vôi này, muốn nó thực sự nguội phải đến ba năm. Nghĩa là nó chỉ nguội giả, sờ tay vào được sau một tuần, nhưng nó vẫn luôn giữ nhiệt và khi có độ ẩm, nước bắt gặp vôi tạo ra phản ứng hóa học khiến nhiệt lượng của nó tăng cao, chỉ cần thả một nắm vào nước, vôi sẽ sôi ùng ục và phát nhiệt ghê gớm. Người nào không biết cho vôi vào bình thủy tinh hoặc những cái chậu đất thì nó phát nhiệt gây vỡ ngay tức khắc.

Nhà Cụ Nghè xây dựng chủ yếu bằng vôi này, cụ cho các gia nhân trong nhà mang đi rấm nước, sau đó bỏ cây xương rồng vào và quết, dùng chày, cối để quết từng mẻ, bao giờ xương rồng nát nhừ và quyện vào với vôi thì mang đi ủ tiếp, một tuần sau mới xây dựng. Những chi tiết tinh tế, cần độ sắc nét thì mua vài bao xi măng của Pháp để làm. Một căn nhà làm đến hơn ba năm. Có nhiều người thợ khi đi làm thì đơn thân, rồi trong quá trình xây dựng, quen biết, tìm hiểu, lấy nhau, sinh con, đến khi về nhà mới thì họ đã thành một gia đình có con cái để ẵm về quê.

Nhà ông Bảy thì không dùng vôi tôi thủ công hay truyền thống gì đó như nhà cụ Nghè, ông mua vôi Long Thọ, một loại vôi có thương hiệu, nhập vào từ miền Bắc Việt Nam, cái lò vôi này khá là đặc biệt, nó dùng công nghệ hiện đại hơn những lò vôi truyền thống và chất liệu nung vôi không phải là vỏ các loài giáp xác biển mà là đá núi. Cái lò vôi này cũng khá là tai tiếng bởi nghe đâu, người ta dùng mìn để phá tan tượng nàng Tô Thị trên đỉnh núi Lạng Sơn để nung thành vôi. Không chừng, trong những bao vôi nhà ông Bảy xây dựng, có cả nàng Tô Thị. Và cái thời đó, người ta vừa xây nhà vừa nghe cải lương, vở Hòn Vọng Phu được xem là vở có số lượng bán băng cassette nhiều nhất thời bấy giờ.

Nhà ông Bảy xây xong được ba tháng thì người con gái đầu bị ung thư, chết. Tiếp đó là người con trai cả cũng chết vì ung thư, đến người con trai út lại chết vì ung thư, và người con trai thứ cũng chết vì ung thư. Cuối cùng đến ông Bảy và bà Bảy cũng chết vì ung thư. Cả một gia đình gần chục người, còn lại ba người con gái và một người con trai hơi cà ngất là thằng Định. Định tính tình không bình thường, hắn chẳng biết làm gì ngoài việc đi bán cà rem, rảnh thì câu cá và quan sát các loài cây cỏ. Nói về khả năng quan sát các loài cây thì hiếm gặp người nào giống hắn. Hắn biết cây mù xít từ lúc rớt hạt cho đến nảy mầm, sinh trưởng rồi trổ hoa bao nhiêu ngày, giờ nào là tinh dầu trong cây mù xít cao nhất, nhiều nhất, hắn biết phân loại ít nhất là ba trăm loại cỏ đồng bằng, thậm chí hắn biết cây hoa sen có bao nhiêu loại, nếu ở ao bùn đất sét thì trổ hoa chậm hơn ở các ao bùn đất thịt bao nhiều ngày, bèo hoa dâu, hoa súng… Nói chung là hầu hết các loài cây cỏ.

Còn nói về câu cá thì thằng Định có thể nhìn bóng nước, tăm sủi trên mặt hồ mà đoán được, ước chừng có bao nhiêu con cá tràu hay cá thác lác bên dưới. Và hắn chỉ cần thả mồi câu, nhấp cần mấy cái thì cách chi cũng giật lên được con cá. Người ta bảo rằng hắn có tay sát ngư, câu đâu được đó. Nhưng hắn không tin vào tay sát ngư gì đó, hắn bảo hắn thông minh nên nhìn ra con cá muốn gì, cần gì, vậy là câu được. Chuyện câu cá, bơi lội và quan sát cây cỏ tự nhiên thì hắn quả rất thông minh. Nhưng việc đi học thì hắn rối mù, hắn chẳng thể học được chữ nào. Thậm chí do học muộn, lớn nhất lớp, cộng thêm với việc ở lại lớp, cứ mỗi lớp hai đến ba năm nên hắn nhanh chóng thành đại ca trong lớp học, hắn lại xúi tụi nhỏ hái trái bồ cộ để mài lên ghế giáo viên, những thầy cô khó tính gặp trường hợp này thì có muốn khó cũng không thể khó được. Bởi ngồi chừng mười phút thì cứ nhấp nhỏm đi ra ngoài. Hắn từng bị đuổi học vì tội đốt trường, sau đó có đi học lại, nhưng rồi cũng tự bỏ học.

Bồ cộ là một loại hạt của loài dây leo hoang, thời xưa bò đầy các bụi tre quê, nó thuộc họ đậu nhưng lại có đặc tính giống với hạt mã tiền, có sức dẫn xuất, công phá rất lớn, khi nướng, gặp nhiệt sẽ phát nổ. Loại hạt này có trái hơi giống trái bồ kết nhưng lớn hơn, màu đen, có lông tua tủa, hạt tròn, dày hơn hạt đậu, hoa màu tím như lan rừng. Lột trái, lấy hạt, và mài cái hạt ấy lên ghế gỗ, mài cho nóng. Để đó, đến khi thầy cô ngồi vào thì chừng mười phút lại nghe "tót"… "tít"… "tót"… liên tục… Thầy cô phải chạy ra ngoài mà không hiểu vì sao. Thằng Định nhiều lần thử nghiền hạt này thành bột và nó tin rằng với loại bột này, có thể cho người táo bón lâu ngày uống vào, hoặc người nào no hơi uống vào sẽ thải hết hơi cũng như cặn bã trong cơ thể ra ngoài. Đương nhiên là hắn tưởng tượng thôi chứ chẳng mấy ai dám làm theo hắn, kể cả hắn.

Gia đình thằng Định xuống dốc nhanh chóng, mọi người chủ chốt, mọi lao động chính qua đời, chị em gái thì đi lấy chồng và mong sao tránh cái nhà ấy ra càng sớm càng tốt, càng xa càng hay. Thằng Định cần gì thì họ cung cấp, kể cả tiền bạc, miễn sao đừng bắt họ phải về căn nhà đó. Thằng Định hiểu chuyện, nhưng sống lì trong nhà để nhang khói cho ông bà, cha mẹ, anh em, cũng chẳng có đứa con gái nào dám lấy hắn. Bởi lấy hắn thì sống bằng cái gì, hắn không thuộc tiêu chuẩn làm chồng của bất kì đứa con gái nào. Cho đến cái ngày Cơ xuất hiện, với cái bụng bầu thình thình và sinh ra một đứa bé có chứng xương thủy tinh, đụng đâu cũng có thể gãy, những đặc điểm khá giống với lão thợ thiến heo. Mọi thứ đã khó càng thêm khó. Thằng Định thương đứa trẻ, hắn chiều chuộng, lo cho ả. Về ở với Định chưa đầy ba năm thì ả phát hiện mình bị bệnh về mắt, chưa đầy nửa năm sau thì ả mù, vậy là mọi thứ phải do thằng Định lo lắng, chăm chuốt, đã chăm cho con bé, còn phải chăm cho ả. Còn ả thì luôn mồm thúc giục thằng Định phải gọi người nhà về ký giấy giao đất cho thằng Định và ả, để ả có thể bán một miếng mà tiêu xài, chữa bệnh.

4. Tình bạn cũ

Ban đầu, thằng Định ngậm bồ hòn, nhưng rồi cho đến khi thằng Định đi làm xa, em gái thằng Định ghé về thăm bất chợt, hắn gọi điện thoại mắng thằng Định không biết dạy vợ, không biết giữ vợ... Định không nói gì, gọi điện cho Vinh và hỏi Vinh chỗ ở, dặn Vinh ba ngày nữa cố gắng ở nhà mà đón hắn. Vinh chỉ biết gật đầu, bởi tính thằng này thì quá rõ, hắn ít cậy nhờ ai nếu chuyện đó không đến mức trầm trọng. Gặp Vinh, Định còn đúng mười ngàn đồng trong túi, hắn đi mua chai rượu trắng về hai đứa ngồi uống. Vinh bảo để tao dắt đi nhậu, Định lắc đầu, bảo bữa khác, hôm nay tao mời mày, ít nhiều, sang hèn gì cũng để tao mời một bữa. Vinh đi hái thêm mấy trái ổi chua, vậy là hai thằng ngồi nhậu đến chiều, cứ lai rai, nhâm nhi, thỉnh thoảng thằng Định nhắc chuyện hồi nhỏ hai đứa đánh lộn rồi phá lên cười ha hả, ra bề khoái chí lắm.

Vinh đôi lần muốn hỏi Định hình như có chuyện buồn gì đó khó nói, nhưng rồi lại thôi. Vì Vinh biết tính thằng này, khi cần, tự nó nói, khi nó không nói thì cạy miệng cũng vậy. Vinh nghĩ với cá tính như vậy, với một người kín tiếng như Định, giá như hắn có ăn học một chút thì cuộc đời hắn cũng không đến nỗi. Nhưng biết nói làm sao được, con người có số phận, nhiều khi cái thứ số phận ấy không phải của cá nhân nữa mà nó có tính liên đới bởi nhiều người chung quanh, bởi gia đình, và cả xã hội, nó thật là khó nói. Ví dụ như số phận của thằng Định nếu tốt, nếu may mắn sẽ không lọt vào nhà ông Bảy. Nhưng nếu không lọt vào nhà ông Bảy thì hắn đâu phải thằng Định. Và nếu ông Bảy có số phận tốt, gia đình ông có số phận may mắn thì đâu đến nỗi phải có cái nhà đơn quạnh, không người nhang khói như lúc này. Nhưng nếu không có số phận gia đình ông Bảy thì làm sao có cái nhà đó, hiện hữu ở chỗ đó, lạnh lẽo trong lúc này. Mọi thứ thuộc về một thứ gì đó vừa có tính chung lại vừa có tính đơn lẻ, độc dị của một ai đó, nhóm nào đó hay dân tộc nào đó, thật là khó nói. Và chính cái riêng lẻ, độc dị mà lại chung ấy nó lại nằm trong một cái chung nào đó thuộc về chỗ không nhìn thấy được, không nghe được nhưng nó hồ như hiện hữu, có mặt khắp nơi.

Nghĩ vậy mà Vinh thấy thương thằng Định và quyết định giúp hắn, hắn cần gì cũng có thể cho hắn. Nhưng tính thằng Định lại ít nói và người ta khó mà biết được hắn cần gì. Lúc nhỏ hắn chỉ cần quan sát cây cỏ và đi câu, giờ hắn bỏ hẳn hai cái thú đó thì thôi, chịu. Dắt hắn đi đào ngọc vậy. Nghe Vinh rủ, thằng Định cười ha hả, xong rồi chắp tay vái Vinh. Vinh hỏi tại sao mày lại vái tao, Định lại cười ha hả, bảo rằng tao vái cái tính thánh của mày chứ không phải vái mày đâu. Hồi nhỏ tao luôn tìm chuyện gây gổ đánh nhau với mày, nhưng không hiểu sao khi lớn, mỗi khi buồn tao chỉ nghĩ tới mày. Giờ mày giúp tao đi đào ngọc, cho tao cơ hội ở đây, mà cái công việc này thì giàu nghèo chưa biết, chết sống chưa biết. Thôi thì tao vái trả ơn mày trước để đặng…”.

“Mày quá tào lao, không có nói gở!”

Nghe Vinh quát, Định ngậm miệng, tiếp tục đưa ly lên cụng và chắp khà một cái. Hình như hơi rượu cay khiến cho mi mắt của hắn hơi sụp, hơi mọng nhưng không phải khóc. Hắn cứ nhìn ra ngọn núi xa xăm, hắn ngồi và nhìn vậy, thi thoảng lại đưa ly lên cụng và uống chắp khà.

*

Mi ban đầu chả ưa mấy thằng Định, nhưng vì nể Vinh nên để cho Định làm gì thì làm, tùy thích. Bởi cái tính cà rỡn cộng với luôn chủ quan và không nghiêm túc, nhất là lúc đào những viên đá nằm trong kẽ núi mà Định cứ vừa làm vừa giỡn, nhắc thì cười khần khật bảo có gì đâu mà lo, bất quá thì chết. Cái câu này khiến mi thấy sợ, mi không muốn gần Định. Ngược với mi, chị đại Diễm lại hay nhờ thằng Định nhiều việc, mà việc toàn nguy hiểm. Mi lấy làm lạ, hỏi chị đại cớ sao lại nhờ một thằng làm cẩu thả, quá nguy hiểm như vậy, chị cười.

“Mọi cái mình cho là cẩn thận, kĩ càng, thực ra người tính chả bằng trời tính. Những thằng điên điên khùng khùng làm mấy cái nguy hiểm chẳng bao giờ hề hấn, thằng càng cẩn thận càng dễ gặp. Tao có kinh nghiệm này rồi, chú đừng lo. Chú cứ nhớ luyện nghề cho vững vào giùm chị là được!”.

“Vụ tìm mầm đá, thực ra em thấy cũng mơ hồ, bởi có những vết cứt chim cũng giống hệt mầm, rồi có những chỗ đá chảy theo kẽ nước cũng giống hệt…”

“Vậy là chú mày thành công rồi đó!”.

"Là sao chị?".

"Để phân biệt được các vệt như vậy, người ta tốn cả chục năm, có khi cả đời, chú mày mới học nghề có chưa đầy tháng mà biết, đòi gì nữa!".

"Nhưng cả tháng nay em chưa có làm ra thứ gì!".

"Ơ cái thằng này, mày tưởng ngọc có sẵn tấn này tấn nọ cho mày hốt sao! Muốn có nó người ta phải tìm. Mà mày mới đi mấy ngày đầu, hốt được cục tổ tướng chủng lão khanh rồi còn đòi gì!".

"Cái đó may rủi thôi, hên xui thì không gọi là nghề được!".

"Ơ cái thằng này, sao mày ngu thế, bây giờ, nghề làm quan mà chúng nó còn chờ hên xui nữa cơ mà. Nếu không hên thì cả đời làm chân thư ký, hên một phát, vài giờ ngủ với sếp thì thành quan chị, quan bà rồi!".

"Chị cho rằng vậy là hên?".

"Chị thương chú mày ở cái điểm này, mày rất là con nít con ạ. May mà có chút thông minh, không thì tao nghĩ đời mày có làm nông cũng khổ thôi!".

Mi im lặng, không muốn nói gì thêm. Chị đại dường như cũng chẳng thèm để ý đến sự có mặt của mi lúc này. Chị đại chăm chú xem một thứ gì đó trong điện thoại và tay bốc hạt dẻ cắn lia lịa, mắt dán vào màn hình. Mi ngồi quay mặt ra phía núi. Dường như núi có tiếng gọi rất lạ với mi, mỗi khi thấy buồn hay bất an, mi lại nhìn về phía núi, ở đó, có một tiếng gọi khác, huyền nhiệm và nhân từ đang dõi về phía mi. Đôi khi gương mặt ấy hung dữ và uy nghiêm như chiếc mặt nạ tuồng mi đã vẽ về một tướng quân anh hùng, đôi khi dịu dàng, như ánh mắt của mẹ đã nhìn dán vào mi trên bờ sông, cái ngày mẹ theo chồng, và dán vào mi trong giấc ngủ thiếu hơi ấm của mẹ, thiếu cả một sức mạnh vô hình nào đó để mi tựa lưng vào, được bình an mà ngủ. Núi nhìn như một chiếc mặt nạ tuồng, của một người bi hài, hung hãn, đau khổ, hân hoan, độc ác và uy nghiêm... Mọi sắc thái biển chuyển theo cơn mưa.

V

NHỮNG CUỘC ĐỜI
KHÔNG CĂN CƯỚC

1. Kim chỉ Nam

Ngay con dốc, chỗ xưởng nước đá quẹo vào cổng chùa, con chó ngồi nhìn mi. Nó chỉ có ba chân, gã say rượu đã chạy chiếc Exciter tông thẳng vào nó, hình như trước khi vào đây, gã không có thiện chí gì. Chùa bị mất đến sáu con chó rồi, con nào cũng thân thiện và khôn, chúng hiền lành, bởi từ nhỏ chúng đã được dạy cách yêu thương hoặc cách nhẫn nhịn, bởi chùa không có gì quí ngoài những bình xá lợi. Trong khi đó, xá lợi vô cùng quí đối với người Phật tử nhưng lại không mua bán được trên thị trường, và nếu có ai đó mua bán thì giá cũng rất rẻ, bởi đó phải là con buôn liều lĩnh và tinh khôn bậc nhất, họ chịu ép giá và mua về bán lại cho giới quan chức có máu mặt. Chùa không ăn chay, bởi sư thầy là người của Phật Giáo Nguyên Thủy, ăn mặn, làm việc kiếm gạo độ nhật và không đi khất thực. Có bao nhiêu tiền Phật tử cúng dường, sư thầy tổ chức xây dựng nhà máy nước đá, bán cho dân với giá vừa phải để chi tiêu. Những con chó này được sư thầy nuôi và dạy chúng cách sống thân thiện, hình như chúng biết rằng chúng sinh ra không phải để giữ nhà hoặc làm vật cảnh giới như đồng loại của chúng.

Chúng được đặt tên theo thứ tự: Anh Cả, Anh Hai, Anh Ba, Chị Tư, Anh Năm, Anh Sáu, Anh Bảy. Và hình như quyền lực giữa chúng với nhau cũng được mặc định theo thứ vị xưng hô. Con Anh Cả tuy nhìn lù khù nhưng quyền lực và lầm lì, với vẻ mặt có gì đó hơi lú lẫn nhưng có thể khiến những con khác thấy sợ nó. Điều này như một định mệnh, con Anh Cả nhỏ con nhất, xấu xí nhất nhưng lại tinh ranh nhất. Đến con Anh Hai thì lanh lợi nhưng có chút gì đó ranh mãnh, nó tuy sợ con Anh Cả nhưng không phải chưa từng, thậm chí nhiều lần lườm lại Anh Cả để chứng tỏ mình cũng có uy lực. Tuy vậy, nó vẫn chỉ là Anh Hai, tiếng sủa uy lực nhất vẫn thuộc về con Anh Cả, chỗ nằm ấm nhất, đẹp nhất vẫn dành cho con Anh Cả. Có lẽ đàn chó trở nên vâng phục trước con Anh Cả bởi sau vụ con Anh Ba làm phản, con Anh Cả đã trò chuyện với đám em, trong đó gồm cả con Anh Ba để tố con Anh Ba đã ăn chặn mất hai cái đầu cá mà lẽ ra mỗi con chỉ được cắn một miếng cho đỡ thèm. Còn Anh Ba hình như bị loại khỏi cuộc chơi, thay vì nằm chỗ nệm ấm của sư thầy lót cho, nó phải tự động ra ngoài cổng để nằm canh hãng nước đá.

Sau vụ con Anh Ba bị đẩy ra cổng, những con còn lại chẳng mấy đứa dám ho he với con Anh Cả. Đương nhiên, cái vết con Anh Cả vồ cho con Anh Ba rách tai để đuổi ra ngoài cũng là lời đe nẹt đối với những con khác. Đôi khi, chuồng chó nơi cổng chùa nhìn giống như một thế giới thu nhỏ, cũng rất người trong những giằng co máu lửa để chọn cái ngon và chỗ nằm.

*

"Nếu Trump thắng cử thì sao? Còn Biden thì sao?"

"Không sao cả, đương nhiên cả hai ông đều thuộc về kẻ mạnh, mà trong cuộc chơi, mọi kẻ yếu đều phải tuân thủ luật chơi của kẻ mạnh. Đương nhiên là cái luật chơi đó có lợi cho cả hai kẻ!".

"Anh nghĩ Trump sẽ thắng?".

"Anh nghĩ lúc này, việc Trump rời nhà trắng thì đã rõ, còn gì để bàn, cho dù ông có quay trở lại thì việc ấy thật là tồi tệ. Tốt nhất là trong cuộc chơi này, ông đã đến và đi bằng tư thế của một anh hùng, quá đủ!".

"Nếu ông ấy quay lại thì sao?".

"Không bao giờ có khả năng đó, bởi cháy một lần đã quá đủ. Anh nghĩ rằng sắp tới, câu chuyện trở nên rối rắm".

"Anh nói rõ hơn được không?".

"Chuyện con đường tơ lụa, nó là một câu chuyện chứa đầy tham vọng của bọn phong kiến xa xưa, họ muốn đặt một vòng kim cô đế chế lên mặt trái đất, nếu như Tần Thủy Hoàng xây Vạn lý tường thành thì bọn đến sau lại muốn xây vạn lý giao thương, vạn lý quyền lực. Và bây giờ là cơ hội của họ".

"Chuyện chính trị nghe mệt quá nhỉ! Ngay cả cái chỗ ngồi và tư thế làm tình của mình, nhiều khi cũng có cái bóng bọn nó".

*

Thế giới đã thay đổi nhanh chóng, hình như chỉ sau một đêm. Mọi thứ trở nên đảo lộn, cúm Vũ Hán không được nhắc tới trên đất Mỹ, Biden đã ra lệnh không được nhắc đến mấy chữ cúm Vũ Hán hay cúm Trung Quốc. Bởi ông không muốn gán ghép tên dịch cúm này với một quốc gia nào, địa phương nào hay nhân vật nào. Điều này ngược hẳn với những gì ông ta nói lúc tranh cử, một cuộc tranh cử đầy bất minh giữa ông và cựu Tổng thống Trump. Cái lệnh của Biden làm cho phái thân Tàu, nhất là cánh nhà báo nở mày nở mặt, thỏa sức ca ngợi ông.

Nhà báo Tống Gàng nói rằng trước đây, bệnh hắc lào là nói đụng chạm đến đất bạn Lào nên phải gọi đúng tên khoa học Dermatophytes mới không đụng chạm đến bạn Lào, giờ cúm Vũ Hán thì phải gọi đúng tên khoa học của nó mới khỏi đụng chạm, mới văn hóa… Ví dụ như tết âm lịch, người Việt ở nước ngoài không chấp nhận là tết Trung Quốc mà phải gọi là Luna New Year mới đúng. Y bất ngờ về suy nghĩ rất đậu hủ của một tay nhà báo. Y bất ngờ hơn nữa là tay nhà báo này từng là du học sinh và từng có nhiều năm công tác đại diện cho hãng thông tấn Việt Nam tại Hoa Kỳ. Và đáng sợ hơn là có nhiều người hùa theo, cho rằng tay này nói đúng.

Thế giới đã lộng giả thành chân không biết tự bao giờ. Nàng hỏi y, như không hề hỏi, một thứ gì đó mơ hồ vừa thoáng qua, y nhận ra những đốm lửa nơi biên giới, những hồn ma lang thang nơi biên giới, những người đi như cái bóng cùng các hồn ma, một biên giới buồn. Y chợt hiểu rằng hầu hết các biên giới trên đất nước của y đều rất buồn, và hình như mỗi mét đất, mỗi bước chân y đi qua đều nhuộm máu người xưa. Mưa biên giới dài thườn thượt, nhì nhằng và bứt rứt…

"Rốt cuộc, anh đã đưa em cái gì vậy? Sao anh không nói rõ".

Y gật đầu như thể đồng tình với nàng rằng y sẽ không nói cho nàng biết ngay lúc này, đó là cái gì. Và y cũng muốn nói với nàng rằng nàng không được để mất nó, nó là thứ rất quí giá. Nàng hãy giữ. Bởi hiện tại, nếu nàng mang nó đi bán, nó cũng chỉ có thể cứu gia đình nàng thoát khỏi nghèo đói. Ở đất nước này, muốn mua bán, không dựa trên luật chơi thị trường mà dựa trên danh phận của người bán kẻ mua. Cùng một cái đồng hồ cổ chẳng hạn, nhà giàu sẽ bán được giá gấp cả trăm lần nhà nghèo.

*

"Cuối cùng, em cũng có được thẻ căn cước, và có cả hộ khẩu. Nhưng sắp tới, người ta sẽ bỏ sổ hộ khẩu và có thể sẽ bỏ cả căn cước, chỉ dùng mã số định danh thôi. Nghĩ cũng hay, nghĩa là con người đang chịu áp lực từ trí tuệ nhân tạo, mọi thứ do nó quản lý. Nhỡ lúc nào đó nó nổi khùng thì sao đây?".

"Ừ, gia đình em cũng có giống em chứ?".

"Chưa có, chỉ ưu tiên cho em thôi, em có cái để đổi, gia đình em không có". Nàng nói và cười chua chát, mắt nhìn đăm đắm ngoài lòng hồ.

Y không rõ trước khi thành đập thủy điện, hồ Dầu Tiếng này là cái gì, và các hẻm núi trước khi có lòng hồ này ra sao. Biết đâu, vài mươi năm sau, hoặc lâu hơn nữa thì vài trăm năm sau, khi con người có một loại năng lượng khả thể hơn cho mình, các đập thủy điện sẽ thành những Pantheon của loài người. Lúc đó người ta sẽ đứng trên những con đập khô để kể về hành trình của người đi trước, về những hộp sọ hay những lõi cây còn vương vất. Và không chừng, lúc đó, căn cước của con người cũng sẽ khác đi, ví dụ như căn cước công dân Trái Đất, thay vì căn cước công dân Việt Nam hay căn cước công dân Mỹ. Y thấy một chút lo lắng thoáng qua. Bởi giữa cái mênh mông vũ trụ này, dường như thân phận con người sẽ bị đánh rơi, bị bỏ quên bất kì giờ nào, và để tồn tại, để không bị bỏ quên, người ta bằng mọi cách ngoi lên giữa những dẫm đạp, ngoi lên bằng cả nước mắt, máu, sự lương thiện và cả tội ác…

Cái xóm Việt Kiều này, cái xóm không nơi nương tựa, khác với các Việt Kiều về từ Mỹ hay Anh, Singapore… họ rủng rỉnh tiền bạc và tự tin để đi đến bất kì nơi nào họ muốn, ăn bất cứ món gì họ thích và có thể ở những khách sạn hạng sang. Xóm Việt Kiều của nàng nằm vắt vẻo bên bờ hồ, nơi mỗi chiều gió lùa thật mạnh khiến cho mọi thứ có thể bị tốc bay lên trời, rồi mất dấu, rồi đi nhặt nhạnh, làm lại. Và đáng nói hơn, cả nàng và y đều không muốn nói ra nhưng cũng lấy làm lạ là cả ngàn con người với những căn chòi tạm bợ che bằng nilon, các thanh tre nứa, mưa đến thì ướt nhẹp, các sinh hoạt đều qua quýt, từ việc nấu cơm cho đến rửa chén, tắm táp đều ra ngoài bờ hồ. Thế những chuyện tế nhị khác thì sao. Y cảm thấy mình hơi vô duyên và bất lực. Bởi ở đây, người ta chỉ đủ hơi để than đói chứ chưa ai dám than thở về việc xả ra sau khi ăn no.

"Cả xóm còn quanh quẩn cái ăn, lấy đâu ra mà lo chỗ sau ăn hả anh!".

"Ở bên Biển Hồ, xóm mình cũng sống vậy hả em?".

"Hình như có đến ba thế hệ người Việt của mình sống không có giấy tờ, không có toilet, không có danh dự và không có con chữ nào trong đầu nhưng lại nói tiếng Campuchia rất rành, toàn những từ thô thiển".

"Chửi thề à?"

"Không, mời gọi làm tình, nói những động tác làm tình và mô tả bộ phận sinh dục của mình đủ hấp dẫn để mời gọi".

"Ơ...?"

"Đơn giản, dễ hiểu, có gì đâu anh làm bộ ngạc nhiên vậy! Sống ở một nơi không phải quê hương, không có thân phận, không có tiền, không có gì ngoài một chữ Chạy to tướng, chạy thật nhanh mỗi khi cảnh sát rượt thì làm chi có việc làm, đàn ông đi làm chui thôi, không đủ bữa, đàn bà làm đĩ, làm đĩ với bọn em như một trách vụ".

"Trách vụ gì?"

"Trách vụ duy trì nòi giống và vãn hồi an ninh trật tự".

"Quái đản, cái trách vụ quái đản không thể hiểu được!".

"Không quái đản đâu, người ta sẽ đặt câu hỏi tại sao sống leo lắt, sống như không sống, như chó dại bị rượt đuổi liên miên như vậy mà còn nghĩ tới duy trì nòi giống? Sao không có thân phận, chẳng có giấy tờ tùy thân mà nghĩ tới vãn hồi an ninh?... Nhưng thực ra, nếu không đẻ ra những đứa trẻ, nuôi chúng lớn lên thì không còn hi vọng để sống tiếp, chẳng biết sống để làm gì, càng khổ, người ta càng phải đẻ. Anh không thấy sao, thời cha mẹ mình cực khổ, đẻ như gà, bây giờ có cơm ăn áo mặc, sung sướng gấp bội hồi xưa, có mấy ai muốn đẻ nhiều đâu!".

"Nhưng vãn hồi an ninh thì sao?".

"Thực ra, muốn chạy tốt, muốn không loạn thì phải có gạo bỏ vào bụng, các ông chồng không có cơ hội làm thuê để mua gạo thì phải ở nhà, để các cô vợ ra ngoài làm đĩ mà mua gạo. Qua việc làm đĩ này cũng quen được thêm nhiều người, họ giúp đỡ một phần để khỏi bị rượt đuổi. Nói cho cùng, khi thế giới này trả về số không hoặc trở về thời mông muội thì bộ phận sinh dục đàn bà vẫn đóng vai trò làm kim chỉ nam cho tương lai".

"Ừ…!".

2. Làng cổ Đường Lâm

Y biết, những lúc như thế này, mọi lời nói đều có gì đó không thật, mọi khái niệm đều không thật nốt. Không hiểu tại sao, ngay lúc này, y lại thấy trong tâm hồn mình có một khoảng không tĩnh lặng đến lạ lùng. Mọi thứ trống trải và hanh khô, y thấy những ngọn gió trên sông Hồng thổi qua, nơi có những vườn cà chua, những người nông dân cày ruộng và hết sức găng-tơ mỗi khi ai đó đưa máy lên chụp ảnh. Những đám ruộng không lớn lắm, ước chừng hai ngàn mét vuông, ba ngàn mét vuông gì đó cho vài chục gia đình, họ xúm xít cày và gieo mạ. Trong cái đám ruộng đó không có bờ đê bao ngăn từng mảnh nhỏ như ruộng miền Trung. Cái hay của ruộng miền Bắc nằm chỗ này, người ta phá bỏ mọi bờ đê trên thực địa và giữ diện tích trên bìa đỏ với nhau. Làm như vậy sẽ đỡ hao diện tích, lợi lúa. Và hơn hết là mang tinh thần đại đoàn kết, cái tinh thần chỉ có ở người miền Bắc mà nhà nước, chính quyền rất sợ cái tinh thần này.

Vì sao? Vì mỗi khi có sự cố về đất đai, cái đám ruộng mấy ngàn mét ấy trở thành tài sản chung của một nhóm các gia đình, họ tự bảo vệ nhau, họ cương quyết và đoàn kết rủ nhau đi một lần để đòi công lý hoặc đòi quyền lợi. Bởi trong cái chung có cái riêng và trong cái riêng có cái chung. Điều đó ngược với nông dân miền Trung hay miền Nam hoặc các nông dân ở vùng cao Đông Bắc, Tây Bắc. Khi ruộng ai cũng có bờ bao riêng và không ai chạm đến ai về quyền lợi thì mối liên kết quyền lợi sẽ mất đi. Khi cần, nhà nước chỉ cần tới lấy dần lấy mòn từng miếng một. Bởi có đê bao, miếng nào ra miếng đó nên miếng nhà người ta mất đi thì không ảnh hưởng tới miếng của mình, chẳng mấy ai quan tâm ai. Khuynh hướng tách rời từng mảnh nhỏ bằng đê bao đang ngày càng phổ biến. Không phải người ta không biết đoàn kết nhưng kỳ thực, quyền lợi cá nhân cũng như nhu cầu của họ cao quá, người ta cần bán một thứ gì đó để đổi đời, mà nếu không có nhan sắc thì chỉ có đất mới có thể bán đổi đời được.

Điều này làm y nhớ tới những mảnh ruộng màu mỡ, phì nhiêu ở làng cổ Đường Lâm, cái nơi mà người chết và người sống có thể chung sống hòa bình. Bởi người chết vẫn còn có thể nuôi người sống một cách bền bỉ. Bởi những khu mộ của người xưa trên mảnh ruộng như một người lính canh, một thứ bằng chứng hay một kiểu cọc tiêu khẳng định quyền cho con cháu của họ. Và ngay cả trong làng Đường Lâm, những người đã khuất là những bậc hào kiệt, đã giúp cho con cháu của họ giữ được cái nhà, giữ được chỗ ở và yếu tố dòng tộc tôn quý hay phổ hệ được tôn trọng. Sự tôn trong vừa có tính khoe mẽ văn hóa lại vừa có tính trưng bày du lịch.

Nhưng những thứ ấy, suy cho cùng không quan trọng mấy, thứ khiến y ngây ngất là những cái cây. Chúng dường như mọc ra từ đâu đó bên bờ vũ trụ, chúng ghé chơi một lần và vương vấn xứ sở này, chúng đứng làm nhân chứng cho những cuộc tình và cả những trận chiến thịt nát xương rơi. Chúng cũng chứng kiến vật đổi sao dời, đất trời dâu bể. Nơi những gốc duối ngàn năm tuổi đang đứng, trước đây là một dòng sông, Tiền Ngô Vương đã tập trận và buộc những con voi chiến vào chúng. Để rồi dần về sau, mọi thứ dần rời xa, cho đến lúc mọi triều đại ra đi, thay thế bằng một triều đại mới có tên Cộng sản xã hội chủ nghĩa, chúng, những cái cây vẫn đứng đó như những thi sĩ già, không buồn làm thơ nữa, chỉ nghe thơ trong tiếng gió vi vu và suy tư về ngày tận thế.

Và những con đường, không biết tự bao giờ, con đường có trước hay cái cây có trước, những đường làng men theo bờ ruộng, mà trước đây vốn dĩ bờ sông, nơi có những phiến đá ong và bia mộ, nơi có những bờ rào làm bằng đá ong triệu năm, chúng đã hòa với đất và từ đó mọc ra những bụi cây dại, có những cây cứt lợn nở hoa tím ngan ngát vào mùa xuân, có những cây cải ngồng mà ai đó đánh rơi hạt hay cũng có thể là chim mang đi hay người ta cố tình rải nó ven bờ ruộng để chúng mọc rồi trổ hoa vàng xôn xao, bâng quơ một góc trời. Buổi chiều, cái nắng xuyên qua những kẽ hở của ngôi nhà, lọt qua những lỗ ngói và dọi thẳng xuống mặt đất như những đồng xu tròn, nhỏ, lăn tăn… Những đồng xu nắng chỉ có nơi nhà cổ, nơi mà người ta cố gắng níu lại tuổi trẻ cho nó trước thời gian. Và những đồng xu nắng cứ lén lút rơi xuống nền nhà sau mỗi mùa mưa.

*

Nhưng, rốt cuộc, ai đã cố tình lấy xá lợi của ông ấy, và cái xác ông ấy trong lăng là đúng hay sai? Câu hỏi ấy của y cứ lẩn quẩn, bởi đối với y, thứ này có thể làm thay đổi mọi thứ, kể cả lịch sử. Bởi những viên xá lợi đỏ, mà theo như tay nhà buôn nói, thì nó không của ai ngoài khác ông ấy. Nó không có giá trị tôn giáo, nhưng nó có nhiều thứ giá trị khác, về một sự thật hoàn toàn khác mọi thứ bấy lâu nay. Nhưng tại sao nó màu đỏ, và tại sao gọi nó là xá lợi? Bởi chuyện người ta nhầm lẫn giữa xá lợi và sỏi thận đã xảy ra cùng khắp. Bởi khi nhiệt độ đủ cao, mọi thứ có thể bị đốt thành tro thì riêng món sỏi thận, thay vì bị đốt nát nhừ, nó chuyển hóa thành một thứ đá cứng như kim cương qua phản ứng nhiệt. Có điều, chuyện này cũng hãn hữu lắm. Bởi không phải ai cũng như vậy. Cái lạ ở đây là màu đỏ. Y không hiểu vì sao nó lại có màu đỏ, giả hay thật... Rồi thằng Định?

*

"Rốt cuộc, em vẫn không hiểu những người trong khu xóm này họ tồn tại để làm gì!". Nàng nhìn y, một cái nhìn lơ đãng, dường như vô hồn và nó khiến y nhớ đến một ánh mắt trong một man-tra của một vị thần nào đó mà y từng nhìn thấy nhưng không tài nào nhớ ra được là nhìn thấy bao giờ, ở đâu và trong hoàn cảnh nào.

"Thì, em cũng tồn tại đó thôi, mỗi người đều có cái lý do để sống cho dù cái lý do đó chẳng có lý do gì cả!".

"Ờ nhỉ, nhưng sống chui nhủi như vậy hoài em chán quá, nhà cửa không có, thân phận không có, giấy tờ tùy thân không có. Có khi nào họ thấy mình giống như từ đất thấu chui lên sau một trận gió giống như em không. Chứ em luôn có cảm giác mình chui lên sau một trận gió và tồn tại không có gì ngoài cái này để bán nuôi thân mỗi ngày".

"Em lại nghĩ quẩn rồi!".

"Anh nói với em, cái thứ mà anh đưa em cất nó có giá trị như thế nào, nó có giúp em thay đổi được gì không?".

"Anh nghĩ, nếu đúng lúc, đúng người, nó sẽ làm thay đổi cả một khu dân cư vô thừa nhận này. Lúc đó, bà con Việt Kiều sẽ thành người Việt. Em chẳng mong vậy sao?".

175

"Nhưng em chờ lâu quá, thú thực là em mệt mỏi rồi, em chỉ thèm cái con dấu đỏ ghi mấy dòng chữ trong một vòng tròn chụp chéo góc tấm ảnh thẻ cho em thôi, chỉ có chừng ấy, đơn giản đến đến vậy nhưng sao với em và mọi người xa lắc xa lơ vậy!".

"Em nói là em đã có cái đó rồi mà?".

"Ồ, không phải đâu, đây chỉ là chiêu để em được đi đây đi đó, lão đã lừa cả công an xã, xin cho em cái giấy xác nhận mất chứng minh thư bằng một con số lão tự bịa ra, gần với số chứng minh của lão. Vậy là em có cái giấy này để đi làm đĩ một cách thuận lợi. Nhưng, cái em cần là cái giấy để đi làm một con người!".

"Em cứ bình tĩnh!"

"Em bình tĩnh rất lâu, mọi người cũng bình tĩnh rất lâu mới sống được anh à, nếu không còn bình tĩnh, thì cái xóm Việt Kiều này sẽ uống rượu, sẽ vác dao chém nhau cho đến lúc nào cả xóm chỉ còn một bãi xác người và tro tàn, đó là cách tự giải thoát cho nhau thôi! Nhưng không, mọi người vẫn cứ bình tĩnh, sự bình tĩnh dài đến thừa thải! Anh nói cho em biết đi, rốt cuộc, cái thứ mà anh đưa cho em giữ là thứ gì? Nó cứu được ai?".

"Nó không cứu được ai cả, nó có thể giết hàng loạt nhưng đồng thời nó cũng có thể đổi được nhiều mạng sống. Nếu em cảm thấy không còn hi vọng, thì hãy ném nó xuống hồ. Anh cũng đã mệt mỏi rồi!".

Y đứng dậy ra về, trong đầu y cứ nghe ong ong u u những câu hỏi không đầu không cuối. Y đang cố tìm câu trả lời, vì sao nó lại là màu đỏ, và dựa vào đâu để chứng minh, để lấy cho được tiền. Bởi đây là số tiền không nhỏ, và trả giá cho nó, đã có rất nhiều sinh mạng đổ xuống. Y lắc đầu, thở dài…

3. Núi Chúa

Hồi nhỏ, hắn có thói quen cùng bà ngắm trăng, rồi ngắm sao trong những đêm tối trời, bà hay chỉ cho hắn chòm sao Bắc Đẩu, sao Hôm, sao Mai. Bà nói với hắn riêng sao Hôm và Sao Mai là một ngôi sao nhưng do sự khác biệt giữa ngày và đêm, do trái đất quay nên người ta nhìn thấy nó ở hai hướng khác nhau vào hai buổi khác nhau. Bà cười móm mém, bà nói rằng kì thực mọi ngôi sao đều có số phận giống như sao Hôm. Nhưng vì nó không đủ sáng nên chẳng ai để ý tới và chẳng bị ai đặt tên.

Cuộc đời con người cũng vậy, có nhiều người mang cả trăm cái tên, bởi họ bị dòm ngó hoặc được dòm ngó quá nhiều, cũng có người cả đời trông ngóng ai đó dòm thấy mình, nhìn thấy mình nhưng chẳng bao giờ hiện diện trong người khác cho dù ngồi giữa đám đông. Đó là số phận, đừng nghĩ người ta không giỏi, cũng đừng nghĩ người ta yếu kém, thậm chí người ta giỏi đến độ bị nhấn chìm trong phút chốc đấy. Bà hay nói vậy và thi thoảng bà chỉ về đỉnh Sơn Thần, cái tên Sơn Thần do bà đặt, bà nói vậy, kì thực nó là đỉnh của ngọn núi Chúa, nó là nơi huyền hoặc nhiều câu chuyện về người Chăm Pa, về những con gà vàng nhớ chủ, chúng gáy như khóc vào những đêm trăng Rằm.

Những đêm không trăng, thi thoảng hắn nhìn thấy những đốm lửa của người đi lấy củi rừng, họ có thể đốt một cái cây nào đó, hoặc giả đó là một đốm lửa ma trơi. Bà bảo rằng có thể là lửa của người đi lấy trầm, họ sợ lạnh, sợ thú hoang nên đốt lên một cụm lửa như vậy. Và đương nhiên là cái cụm lửa ấy phải nằm giữa một bãi đất trống trên núi, có như vậy thì bà cháu hắn mới có thể nhìn thấy từ đồng bằng, chứ nếu giữa rừng rậm, chắc chắn bà cháu hắn sẽ bị cây che khuất, không nhìn thấy hoặc thấy một đám rừng cháy sau đó. Cũng theo lời bà nói, người đi rừng nào cũng thuộc nằm lòng câu "ăn của rừng rưng rưng nước mắt", tức đừng bao giờ dễ dãi khi đi rừng. Đi rừng thì không được nói điều gở, không được cẩu thả, không được bạ đâu bứt đó và một khi quyết đi lấy trầm thì chỉ đi lấy trầm, gặp vàng cũng bỏ qua. Đương nhiên nếu gặp vàng lớn, đủ đổi đời thì người ta sẽ lấy và không bao giờ quay lại với rừng nữa. Bởi người ta tin rằng thần đại ngàn, một bà mẹ rất nhân từ, độ lượng nhưng cũng là ông cha rất nghiêm khắc.

XÁ LỢI ĐỎ

*

Năm 1964, lụt năm Thìn, một cái lụt kinh thiên động địa đối với người dân vùng B Đại Lộc, Quảng Đà thời ấy, tức Quảng Nam và Đà Nẵng bây giờ. Nhưng nó đâu chỉ kinh thiên động địa với dân vùng B! Cả tỉnh Quảng Đà, thậm chí cả miền Trung đều chìm trong nước, nước mênh mông, nước chảy cuồn cuộn, không thể ví nó là biển được bởi không có cái biển nào lại chảy cuồn cuộn với bùn non, xác người, xác cây, các trâu bò heo gà. Chưa bao giờ người miền Trung phải trải qua thảm cảnh này. Người ta lại thèm trở lại cái thời Cộng Hòa đệ nhất, cái thời mà tuy đói khó nhưng dường như ít ai lo thiên tai, bởi khi thiên tai kéo đến, chính phủ sẽ không để cho người dân đói. Còn ngay lúc này, mọi thứ của đệ nhị hay đệ tam Cộng Hòa, chưa rõ lắm bởi mọi thứ vẫn còn tranh sáng tranh tối, số phận của người dân cũng tranh sáng tranh tối giữa con nước. Có chăng là chờ vài chiếc trực thăng Mỹ, họ qua trước khi Mỹ đổ quân vào Việt Nam vào năm sau, họ tiền trạm, họ bay ra vùng nước lũ, cứu được ai thì người đó may mắn sống sót.

Nhà của Vinh ở vùng B, một vùng mà thời chiến tranh được xem là vùng mất an, là vùng của phe Cộng sản chiếm đóng ban đêm, mọi trận càn quét của quân lực Việt Nam Cộng Hòa đi qua đây đều vô nghĩa, Cộng sản như cây rừng, cây này ngã cây kia mọc, cây này chết cây kia lớn lên. Những ai từng sống ở vùng đất này đều có chung tính cách trầm lặng, sự im lặng của cái nghèo, sự im lặng của một vùng dân cư không được chính phủ bước tới và sự im lặng của một cánh rừng ngầm chứa sự trả thù hay một tham vọng hay một ước mơ nào đó về sự bình đẳng. Nhưng cái sự bình đẳng ấy là gì, chẳng ai trả lời được với ai. Người ta chỉ có thể sống và im lặng như chính cánh rừng của mình.

Vùng B nằm gần với dòng Thu Bồn, nằm trên vùng giáp ranh giữa hai dòng sông Thu Bồn và Vu Gia, nơi người ta có thể nhìn thấy những con cá heo nước ngọt huyền thoại thỉnh thoảng phóng lên khỏi mặt nước và liền sau đó là hàng loạt thanh niên nhảy xuống sông bơi lặn, lục lọi đáy sông, họ mang theo những cái xỉa bằng sắt nhọn, lặn suốt buổi, lùng sục con cá heo. Nhiều người đứng trên bờ quan sát, theo dõi, vì hiếu kỳ, vì lo sợ có người bị đứt hơi trong lúc lặn, đủ các kiểu quan sát. Và hình như ai cũng có tâm lý không tin tưởng vào các thợ lặn, bởi

178

họ là con người, còn cá heo là con cá. Người lặn thi với cá thì lấy đâu ra kết quả cho tốt đẹp. Thế nhưng cả buổi lặn, thường là không có cá heo thì cũng có vài con cá khác, lúc này, cá heo như là cái cớ để săn, để lặn. Nhưng cũng có năm người ta lặn được cá heo. Và rồi năm sau ít hơn năm trước, đến những năm 1980 thì cá heo không còn dám bén mảng lên ngã ba Giao Thủy nữa mà thi thoảng xuất hiện ở cầu Câu Lâu. Dân thợ lặn ở đây lại nhảy tõm xuống nước mà rượt đuổi, nhưng chẳng có mấy người trúng, và chừng hai, ba năm sau thì không thấy cá heo nữa. Lạ ở chỗ cá heo là giống cá biển, nhưng làm sao chúng có thể ngược dòng lên Thu Bồn, Vinh vẫn chưa thể hiểu được chuyện này.

Hình ảnh làm Vinh nhớ nhất, có lẽ không phải ở chỗ vùng B nhìn ra Giao Thủy mà những lần xuôi đò về Cửa Đại cùng với bà. Bà đi bán trầu ở chợ Hội An hoặc chợ Cầu Mống, chừng độ một tuần, khi lấy đủ các vỏ cây chay, quế, trầu không, cau và chuối mốc thì bà lên ghe, bơi xuôi về Cửa Đại. Bà đi từ tờ mờ sớm, bán xong ở lại dưới Hội An hoặc Điện Bàn, đến sáng mai thì bơi ghe về sớm, về tới nhà cũng đã hơn năm, sáu giờ chiều, bữa nào trời nhiều gió, con nước chảy nhẹ thì bà về sớm hơn. Bà nói với Vinh là khi đi xuống bà chỉ tốn hơn ba giờ đồng hồ đã tới chợ, nhưng khi đi về, bà tốn đến bảy, tám giờ chèo ghe, phải căng buồm nhờ gió. Khi Vinh lớn một chút, bà dạy Vinh chèo đò, căng buồm và cho Vinh đi theo bà.

Lần đầu tiên ra sông, xuôi về biển, cái cảm giác ấy thật hồi hộp, ngạt thở vì háo hức. Vinh mải miết nhìn những chiếc thuyền buồm, chúng nhiều vô số dưới lòng sông Thu Bồn, chúng căng buồm khi đi từ hướng biển về nguồn, dựa vào sức gió từ ngoài biển thổi vào. Còn khi từ nguồn về biển, buồm được xếp lại, thuyền đò dựa vào sức đẩy của dòng nước trôi xuôi. Ở đoạn cầu Câu Lâu, nơi mà ông từng kể với Vinh nhiều lần về chữ quốc ngữ, tức cái chữ Vinh đang học ở trường. Nơi có nhà thờ Phước Kiều với con sông Chợ Củi uốn lượn vào một xóm đạo, một nhánh lớn của nó chảy băng từ Thu Bồn chạy dọc xuống trước mặt Dinh Trấn Thanh Chiêm, rồi chảy thẳng về Lai Nghi, lại hòa dòng với Thu Bồn. Có thể nói sông Thu Bồn là con sông lớn nhất nhì xứ này, nó cũng là con sông hiếm hoi có nguồn tại Việt Nam, xuôi về biển Việt Nam.

Sau quá trình bồi đắp, dâu bể, dòng chảy cũ đã mất đi rất nhiều hoặc nhỏ lại, nằm eo óc như sông Điện Bình chẳng hạn, nhưng trên mình nó chứa đến ba gò đất và gò nào cũng đẹp lạ lùng. Ở thượng nguồn Nông Sơn, người ta nghĩ ngay đến cái gò khá là lớn, ban đầu nằm độc lập, sau đó dính liền với núi, tức gò Đại Bường với quanh năm cây cối xanh um, trái ngọt tựa Lái Thiêu, Bình Dương. Xuôi về hạ lưu một chút có hai cái gò nằm cách nhau vài cây số, tức gò Nổi và gò Triêm Nam.

Gò Nổi có sông bao bọc, bà hứa với Vinh một lúc nào đó sẽ đưa cậu đến thăm Gò Nổi, bởi ở đó có người thầy dạy học của ông, còn gò Triêm Nam là cái gò lạ nhất, nó khiến người ta đặt câu hỏi nó là cái gò do sông lớn bồi đắp hay là nó vốn dĩ là đồng bằng, sông xé ngang đồng bằng thành hai nhánh và cô lập đất bằng thành gò nằm giữa hai nhánh sông, trôi tuột về phía biển mà lại chẳng giáp biển, bởi ở đó lại bị bao bọc bởi những nhánh sông khác. Đường vào Gò Đại Bình hay Gò Nổi, Gò Triêm Nam đều phải qua cầu. Vào Đại Bình, trước đây người ta đi đò, đến thời Mỹ có cầu Nông Sơn, rồi cầu sập vì chiến tranh, đến thời sau này lại có cầu Nông Sơn mới, đường vào Gò Nổi qua cầu Đen, chiếc cầu sắt của Mỹ, phía Bắc Gò Nổi thì qua cầu Kỳ Lam, một cây cầu sắt cho đường tàu hỏa, có kèm theo hai hành lang đi bộ giống như cầu Long Biên ở Hà Nội nhưng nó được xây dựng sau cầu Long Biên, nó được tu bổ vào thời Mỹ nên có phần mới hơn, cứng cáp hơn và cũng không đẹp như cầu Long Biên, bởi các đường nét nghệ thuật của nó đã bị lấy mất. Ông của Vinh nói rằng vào thời xưa, hồi ông còn nhỏ, nó có nét giống cầu Hàm Rồng ở Thanh Hóa, nhưng rồi nó mất dần dấu cũ.

Riêng đường vào gò Triêm Nam, có vẻ như để lại ấn tượng mạnh nhất với Vinh, bởi cái nghèo, sự im lặng, có chất thôn ổ ở vùng này còn rất cao. Muốn vào gò Triêm Nam, người ta phải đi đến gần giữa cầu Câu Lâu, rẽ xuống một cái dốc nối với cầu và đi vào làng Triêm Nam, cái làng từng hang ổ của một băng cướp khét tiếng với tướng cướp Thu oanh liệt vẫy vùng một thuở, nó cũng là ngôi làng đầu tiên có món bê thui và đến nay, món bê thui Cầu Mống trở thành đặc sản của xứ Quảng.

Ông kể rằng tướng cướp Thu ngày xưa chỉ cướp của người giàu chia cho người nghèo, ông Thu là người võ nghệ cao cường, từng thi đỗ trạng nguyên võ trong triều đình nhà Nguyễn nhưng bất mãn triều đình, cáo quan về quê. Nghe đâu ông từng khuyên can một vị hàn lâm học sĩ trong một lần coi thi trạng nguyên võ, vị này nghe lời ông, cố gắng không để những thí sinh con nhà quan được nâng điểm, gian điểm trong kì thi. Sau đợt đó, vị hàn lâm học sĩ kia bị gièm pha đến mức suýt bị tống ngục và bị giáng xuống bạch đinh. Ông thấy chán chường chốn quan trường, về quê ở ẩn. Cái chốn không phải lam sơn nhưng đầy cổ lũy với tre và tre, nhà nấp sau các vườn tre, đường đi dưới bóng tre, tiếng cuốc kêu, tiếng man túc, tiếng chồn gọi bầy tràn ngập đêm, đó là chốn trở về của ông.

Ông tập hợp các thanh niên trai tráng trong làng, tập luyện và dạy võ cho họ, sau đó thỉnh thoảng tổ chức cướp. Đối tượng để cướp của băng cướp tướng Thu là những gia đình me Tây, nhà quan Tây và các địa chủ tàn ác với dân. Tài sản cướp được ông mang về chia cho dân nghèo. Mà có dân nào nghèo hơn dân Cồn Triêm thời đó, vậy là tất cả dân Cồn Triêm che chở cho ông, mà hồi đó người ta không gọi là Cồn Triêm, người ta cứ gọi là đất Cồn Thu, tức là cái cồn làm bản doanh của tướng cướp Thu. Cồn Thu như một chính quyền độc lập, thỉnh thoảng có vụ cướp, về lại cùng tổ chức ăn liên hoan, mổ bò, thui bò để ăn. Món bê thui có từ thời tướng cướp Thu còn sống, bởi có nơi nào nuôi trâu, bò nhiều và có đồng cỏ lý tưởng cho việc thả trâu bò như Cồn Thu. Kể từ khi cái cồn này mang tên ông. An ninh tuyệt đối, không trộm cướp, không có kẻ giàu bắt nạt người nghèo, không có hãm hiếp, không có kẻ mạnh hiếp kẻ yếu... Với người dân, đây là đời sống lý tưởng, phồn thịnh và đáng sống. Nhưng với triều đình và chính nquyền bảo hộ Pháp thì đây là cái gai họ phải nhổ bằng mọi giá.

Tướng Hường Hiệu được triều đình giao nhiệm vụ phải bắt cho được tướng Thu, nếu không bắt được, ông phải bỏ áo mão và thậm chí bị đi đày, đày ở đâu thì chưa biết. Tướng Hường Hiệu vốn là người khí phách, giỏi võ nghệ lẫn văn chương và yêu thương những người nghèo, làng Bến Trễ của ông tính bằng đường chim bay sang chỗ Cồn Thu cũng không mấy xa, chưa đầy năm cây số. Nhưng ông chưa bao giờ ghé chân đến chốn này, hơn nữa, nếu nói về tấm lòng tương lân thì hiếm có tên tướng cướp nào dành được thiện cảm của Hường Hiệu như tướng Thu. Bởi tuy tướng Thu lớn hơn Hường Hiệu không mấy tuổi nhưng có nhiều lần, nghe danh, Hường Hiệu muốn đến bái kiến tướng Thu một lần cho thỏa chí bình sinh. Bởi nói cho cùng thì từ nhỏ, sống trong cảnh bần hàn, nghèo khổ của con dân xứ An Nam, ông quá hiểu cái khổ của một người dân kinh qua ngàn năm nô lệ dưới ách thiên triều Trung Hoa, rồi đến chịu cảnh đô hộ của quân Sài Lang, ông đâu thể chịu được cảnh này một khi ông là người có ăn có học, có yêu quê hương, đất nước. Ông nhiều lần muốn phỉ nhổ vào mặt bọn bán nước, bọn hèn hạ đã xun xoe, bợ đỡ quan Tây. Thực ra, dân An Nam đâu đến nỗi khổ nếu như không có bọn bợ đỡ này, chính bọn chúng đã nghĩ ra đủ các trò để bóc lột, vắt cạn sức dân, mỗi lần bóc lột, vắt cạn sức dân ấy chúng lại béo thêm ra một tí và lấy được vài điểm khen từ bọn Tây Dương. Và không có thứ gì mà bọn chúng từ bỏ, không dám làm. Người dân dưới mắt bọn chúng chỉ là những con gà con vịt, chúng có thể đùa giỡn, vặt lông hoặc ăn thịt nếu thích.

Tướng Thu, trong mắt Hường Hiệu, đó như một loại anh hùng áo vải, cũng là loại bất hảo, vừa mang khí khái của kẻ bất mãn thời cuộc lại vừa có cả óc mạo hiểm, thách thức chính quyền, thách thức những cái đã thuộc về hệ thống, thuộc về điển tích, kinh điển. Bởi một khi biến dân Cồn Thu thành một kiểu dân vô chính phủ, tự cung tự cấp như vậy cũng đồng nghĩa với việc tự biến Cồn Thu trở thành một loại quốc gia riêng biệt, một quốc gia của cướp từ bên ngoài mang về làm giàu cho dân. Hảo hớn, bất hảo, sẵn sàng ăn miếng trả miếng nhưng rõ ràng ở những con người này, tính độc lập của họ rất cao, họ không bao giờ khúm núm trước triều đình hay cúi đầu xun xoe, bợ đỡ trước quan Tây như bọn quan lại triều đình chỉ biết để móng tay dài, đi guốc gỗ, mặc áo dài khăn đóng và mỗi khi mắc đái lại đứng xắn ống quần lụa trắng lên tận háng để vạch cu đứng đái. Một tay kẹp dù, một tay vén quần, trông chúng vừa ngổ ngáo vừa vô văn hóa, mất dạy, chúng ngang nhiên đứng đái và dân đen đi qua phải dừng lại chờ cho bọn này đái xong mới được đi qua. Đương nhiên bọn chúng rất khôn ranh, trước khi đái, chúng nhìn quanh quất thử có quan Tây hay quan trên đi tới không, nếu có, chúng sẽ nín đái để xun xoe, cúi chào, bợ đỡ bằng con mắt vừa giả lã vừa nịnh bợ.

Hường Hiệu khao khát làm một cái gì đó cho dân tộc của mình chứ không phải là làm quan để cung phụng nhà vua. Nhưng cái câu hỏi làm cái gì cho dân tộc ấy kéo dài từ năm này qua tháng nọ, ông chẳng thể trả lời được bởi nhìn lại, ông thấy tứ bề thọ tử nếu như ông thực hiện ước mơ lúc này. Bởi các bạn đồng môn hay đồng liêu của ông cũng kẹt cứng trong cái hệ thống vừa sợ vua vừa lo quan Tây, làm sao có thể ngóc đầu lên được. Cũng có đôi lần ông nuôi ý định khởi nghĩa, ông muốn kết hợp với tướng Thu để làm một cuộc khởi nghĩa. Nhưng ông biết chắc điều ấy chỉ là hạt muối bỏ bể, chẳng nên tấm nên mẻ gì. Bởi mọi thứ vẫn còn xa lắc xa lơ. Ngay cả người dân họ cũng chẳng có tinh thần dân tộc gì cho mấy, họ chỉ lo sáng dậy đầu tắt mặt tối cho đến chiều tà thì và vội miếng cơm rồi đi ngủ. Nghe súng thì chạy, nghe Tây với triều đình đánh nhau thì đứng xem, vỗ tay. Bởi suy cho cùng, trong con mắt người dân, cả quan Tây và quan triều đình đều là những người có thể bắt họ, ép họ, thậm chí cướp đi của họ nhiều thứ. Bọn quan Tây bắt ép người dân bằng súng đạn và hãm hiếp, bọn quan triều đình thì khéo léo, lươn lẹo và bẩn thỉu hơn nhưng rồi cũng chẳng tha cho dân nếu như trong dân có người đàn bà họ thích, có miếng đất họ vừa lòng. Chính vì cái thân phận chẳng biết đâu là tổ quốc này, cái thân phận chẳng biết ai là người che chở cho mình này mà hầu hết dân An Nam đều thành một thứ dân vô chính phủ trong cam chịu, chấp nhận mọi thứ để sống qua ngày, giả dại mà qua ải!

Với một kiếp người như vậy, nếu không làm cướp thì chắc cũng làm gái me Tây hoặc đi làm bọn xun xoe bợ đỡ mới thoát nghèo vượt khó. Hình như cái cửa thoát thân hèn mọn của người An Nam quá hẹp, nó chẳng có đường ra. Thậm chí làm quan như Hường Hiệu, ông cũng không thấy ánh sáng là mấy, cái ánh sáng dân tộc chỉ nằm le lói trong tim ông, trong giấc mơ của ông và trong tiếng thở dài sau những lần mục kích sở thị chuyện bất bình của ông. Bây giờ, đùng một cái, có lệnh ông phải đi bắt tướng Thu, có cái thử thách nào đáng sợ hơn thử thách này!

4.   Chiếc cũi sắt

Lính của tướng Thu mang vào một lá thư, đương nhiên, để đưa lá thư này vào, không dễ mà cũng không khó, không dễ bởi chẳng có tay lính lác, quan nhân hay công chức Tây nào dám bén mảng đến Cồn Thu, thực ra chưa có viên chức nào bị hại ở đây nhưng người ta sợ, người ta không muốn tới. Còn với dân thường, việc vào ra Cồn Thu cũng không dễ, vì khi vào đây, phải qua nhiều lớp người dân Cồn Thu theo dõi, hỏi han, bởi người ta sợ mật thám Tây vào đây trà trộn. Lần này, chính tay Hường Hiệu cưỡi ngựa, đến bến đò, nơi đi qua Cồn Thu và gọi đò, bảo ông lái đò mang lá thư vào gửi cho tướng Thu, nói là của Hường Hiệu. Người lái đò mang lá thư vào trình tướng Thu, thực ra, ông lái đò cũng là một phó tướng của ông Thu, hằng ngày đóng vai người lái đò để nghe ngóng tin tức bên ngoài vào quan sát những người lạ vào trà trộn trong làng. Tướng thu đọc thư xong, đặt thư xuống bàn và lấy giấy bút ra viết một lá thư hồi đáp, giao cho Phó tướng Trịnh mang ra trả cho Hường Hiệu. Khi ông Trịnh quay ra, vẫn thấy tướng Hường Hiệu đứng đợi, con ngựa đã buộc vào gốc cây bên bờ sông.

"Thưa ngài, đây là lá thư của ngài Thu hồi đáp!".

Tướng Hường Hiệu cầm lá thư, đọc tại chỗ, rồi cuộn lá thư, bỏ vào ngực áo, ông đứng trầm ngâm nhìn sang phía Cồn Thu, cái nhìn chẳng có chút biểu cảm nào, dường như ông đang quan sát một thứ gì đó ở đâu đó trên Cồn Thu mà cũng chẳng phải là trên Cồn Thu, ông chỉ nhìn và nhìn, nhìn một lúc, cho đến lúc người lái đò cúi lạy và chào tạm biệt thì tướng Hường Hiệu mới giật mình, cúi khẽ đáp lễ. Tướng Hường Hiệu lên ngựa, cảm giác như bước chân của ông chưa muốn về, con ngựa cũng chưa muốn rời đi, một cái gì đó thật uể oải và cũng quyết liệt vừa kéo qua đây. Như sực nhớ lại điều gì, tướng Hường Hiệu réo ngược người lái đò. Người lái đò trở chèo, quay ngoắc mũi thuyền, đến vái tướng Hường Hiệu. Ông Hường Hiệu mấp máy môi, nói với ông Trịnh vài lời rất khẽ, dường chỉ nghe được câu cuối:

"Ông về nói với tướng Thu, nói rằng tôi rất quí huynh ấy, hãy suy nghĩ thật kĩ, chuyện không hề nhỏ!".

Ông Trịnh lại vái lạy tướng Hường Hiệu rồi bơi đò quay về cồn.

Tướng Thu ngồi như một bức tượng, cặp lông mày rậm nhưng không xếch, gương mặt hiền từ chứ không hung hãn như công việc của ông, thân hình ông hộ pháp nhưng lại có nét đoan nghiêm, nho nhã, không võ biền, cung cách của ông chẳng thể là cung cách của một tướng cướp, và ngay cả tay chân bộ hạ của ông, hình như cũng chẳng mang dáng dấp đầu trộm đuôi cướp. Họ là những lực điền, quanh năm suốt tháng cày sâu cuốc bẫm, luyện tập võ nghệ và mang nông sản đi bán, dường như cái không khí của Cồn Thu là không khí của ngôi làng chân lấm tay bùn, của cái nơi người ta nghe chim hót, trồng hoa mai để đến tháng chạp thì lặt lá, Tết về thì đàn bà rủ nhau làm mứt, in bánh, đàn ông chẻ lạt để gói bánh chưng, bánh tét. Cái không khí ba ngày Tết vẫn còn vương vít nơi sân nhà tướng Thu, cội mai già dễ chừng trăm tuổi, thân sù sì, đường kính cả gần thước tây, cành khẳng khiu, mộc mạc và mang cốt cách của người quân tử, trầm lặng trổ hoa, cho đến tháng Giêng vẫn còn lác đác hoa, mùi hương thơm dịu nhẹ, thâm trầm.

Ông Trịnh dường như hiểu lòng chủ tướng, pha thêm ấm trà, đốt lò trầm trên bàn thờ gia tiên và bưng trà, châm thêm vào tách chủ tướng, sau đó ngồi đối ẩm, người ta nhìn thấy tình huynh đệ nhiều hơn là quan hệ giữa chủ tướng và phó tướng. Ông Trịnh từ lúc về tới giờ chỉ im lặng làm việc, từ châm trà, đốt trầm, rồi ngồi thừ ra. Chẳng biết bắt đầu câu chuyện như thế nào. Tướng Thu vuốt râu, nói chậm, trầm:

"Hiền đệ năm nay cũng ngoài bốn mươi, ta đã bước qua tuổi lục tuần rồi, thời gian nhanh thật!".

"Dạ, đệ năm nay bốn mươi lăm. Theo như sao chiếu niên thì năm nay đệ có sao Mộc Đức, năm nay sẽ làm ăn tốt!".

"Ừ, đệ vẫn còn giữ cái nghề mỗ bò, làm bê thui đó chứ?".

"Dạ, cái này làm sao gọi là nghề hả huynh? Thỉnh thoảng đệ làm để đãi làng, để anh em ăn thôi, nghề ngỗng chi đâu!".

"Hãy xem đó là cái nghề, và dạy cho dân làng. Và nói vợ của đệ giữ cái nghề làm mắm nêm, nghề đó cũng tốt lắm, nhất là pha gừng, tỏi gì đó để thành món mắm chấm bê thui, ta thấy vậy là hay…".

"Ơ… Nhưng sao hôm nay huynh lại quan tâm chuyện này, đệ lấy làm lạ là huynh chưa bao giờ có quan tâm chuyện ăn uống. Hôm nay huynh nhắc toàn chuyện này!".

"Ừ, sáng mai đệ tìm một con bê, mình thui, làm một bữa, rồi cúng cái lễ, xin giải nghệ!".

"Đệ không hiểu?".

"Bắt đầu từ ngày mai, làng chúng ta sẽ là làng nghề bê thui chấm mắm nêm, ai giỏi hay ương tùy cơ duyên, phải có những cái quán để bán, để sống qua ngày. Còn chúng ta sẽ giải nghệ nghề cướp".

"Nhưng huynh có biết là bọn sẽ ăn bê thui là ai không? Chắc chắn là bọn quan Tây, bọn quan lại triều đình, chứ dân đen lấy đâu ra tiền mà ăn?".

"Ừ, ta biết, thế sao đệ không nghĩ đến việc sẽ dạy dân làng giỏi nghề, bán để lấy tiền của bọn giàu mà giúp dân nghèo? Chỉ có con đường này mới bình yên cho con cháu, ta đã nghĩ kĩ rồi, đừng cãi lời ta! Và ta cũng giao cho đệ nhiệm vụ, từ nay, đệ phải dẫn dắt cái làng này làm ăn, theo hướng lương thiện, ta nói vậy, chắc đệ hiểu!".

"Dạ, đệ hiểu. Nhưng cho đệ nói, nếu sai, mong huynh bỏ qua!".

"Đệ cứ nói!".

"Thực ra, lâu nay, chúng ta cướp, nhưng cả làng đâu phải là tất cả đều cướp, ở đây, nhóm cướp anh em mình chỉ có vài chục người, cái làng này mấy trăm nhà, dân làm ăn lương thiện, nuôi trâu bò, nuôi gà, làm bãi, làm đồng, mò cua bắt ốc, đánh cá. Vậy thì dân làng này lương thiện. Rồi thêm nữa, anh em mình chỉ cướp của bọn quan tham, chia cho dân nghèo, chứ có lấy về làm giàu đâu. Đệ cũng vốn con nhà thư lại, theo huynh vì cảm kích tấm lòng, thiên lương của huynh mà đi, chứ đâu phải chúng ta phường thảo khấu!".

Tướng Thu nghe vậy, gật đầu, tợp một ngụm trà rồi cười sảng khoái. Xong tràn cười, ông rươm rướm xúc động, vỗ vai ông Trịnh.

"Đệ à, ta vẫn luôn tin mình không nhìn lầm người, và ta đã đúng, đệ là con người sâu sắc, điềm đạm và trung trực. Hãy giữ cái này cho đến lúc nhắm mắt, đừng xa rời nó! Còn ngày mai sẽ là một ngày trọng đại, đệ phải nhớ lời ta đã dặn nãy giờ!".

"Dạ, đệ hứa với huynh. Đệ sẽ không bao giờ làm sai lời hứa! Huynh hãy yên tâm, dù bất kỳ hoàn cảnh nào!".

Sáng hôm sau, làng tổ chức liên hoan, ăn uống vui chơi, tuyệt nhiên không ai hiểu đây là dịp gì, tướng Thu cũng không cho ai biết, ông chỉ tới thăm từng người, hỏi han đôi câu rồi cụng ly. Đến chiều, ông dặn ông Trịnh hãy đưa toàn bộ nhóm đàn em di chuyển sang làng ở bên kia sông Thu Bồn, vào ẩn nấp trong núi Chúa, vài tháng sau rồi quay về làng. Ông Trịnh nghe theo lời đại huynh, đưa toàn bộ anh em trong toán cướp đi. Tối hôm đó, tướng Hường Hiệu đưa quân vào Cồn Thu, không có bất kì sự chống trả nào, khi vào tới đại bản doanh, tức khu vực nhà tướng Thu, ông Hường Hiệu cắp kiếm vào thẳng nhà tướng Thu, gặp tướng Thu ngồi uống trà trên phản gỗ gian giữa, tướng Hường Hiệu chào hỏi theo đúng nghi lễ của dân nhà võ và ngồi vào uống trà. Hai người đối ẩm đến khi trăng lên đầu ngọn tre thì chuyển sang múa võ. Tướng Thu đi tất cả những bài quyền mà mình thụ đắc bấy lâu nay và giảng cho Hường Hiệu những gì mình muốn truyền đạt, tướng Hường Hiệu cũng múa những bài kiếm thật đẹp mắt cho tướng Thu thưởng thức.

Trăng ngả hướng non Đoài, tướng Thu đưa tay cho tướng Hường Hiệu trói. Tướng Hường Hiệu ra dấu mời tướng Thu đi ra ngõ.

"Bây giờ có ba lựa chọn cho ngài, thưa tướng Thu!".

"Thưa ngài, sao ngài lại gọi tôi như vậy, tôi chỉ là tướng cướp, tội phạm của triều đình!".

"Đời người như ngọn đèn trước gió, cái để nhìn thấy nhau là ánh sáng ấm áp và không phải là thứ đèn cháy bằng cặn bã. Chuyện triều đình, làm quan hay làm dân cũng vậy thôi. Cái mộng tưởng của kẻ anh hùng là làm cho dân tình được sung túc, ngài đã làm điều đó trước tôi.

Tôi xin gửi đến ngài một lạy ngưỡng mộ và cũng là lạy tiễn biệt giữa những kẻ biệt nhỡn liên tài với nhau!".

Nói xong, tướng Hường Hiệu cúi đầu vái lạy và định quì gối nhưng tướng Thu ngăn cản, và tướng Thu sụp xuống lạy tướng Hường Hiệu.

"Xin ngài hãy thương cho bọn lâu la đệ tử của tôi, chỉ mình tôi chịu tội thôi được không, bọn họ chỉ là thất phu nghe theo lời tôi, hưởng vọng tôi mà đi cướp!".

"Tôi hứa với huynh, tôi nghĩ chúng ta nên xem nhau là huynh đệ, dù thời gian ngắn ngủi quá, nhưng thực sự tôi cũng từng suýt lựa chọn giống như bọn họ, nên tôi hiểu. Tôi sẽ xem huynh là huynh trưởng của tôi. Và tôi hứa với huynh, tôi sẽ làm như huynh mong muốn!".

Tướng Hường Hiệu dắt tướng cướp Thu ra bờ sông, ở đây, có sẵn một chiếc lồng sắt, một chén thuốc độc và một dải lụa, tướng Thu sẽ được chọn một trong ba thứ trước sự chứng kiến của các quan kinh lý. Tướng Thu chọn chiếc lồng sắt. Một anh lính đến trói tướng Thu lại, sau đó cho vào lồng sắt và khóa lại, khiêng lên ghe, chèo ra giữa dòng, thả xuống nước. Việc xử tử kéo dài trong hai canh giờ, cho đến canh năm tờ mờ sáng thì tướng Hường Hiệu hạ lệnh kéo lồng sắt lên. Khi lồng sắt được kéo lên thì mọi người há hốc vì không thấy xác tướng Thu đâu cả, chỉ thấy một chiếc lồng sắt vẫn còn nguyên ổ khóa, không có dấu hiệu nào cạy khóa hay phá lồng.

Tướng Hiệu quay mặt về hướng sông, vái hai lạy, rồi sau đó vái bốn hướng trời đất, lại quay mặt lại hướng sông, vái tiếp ba lạy nữa rồi lên ngựa, ra lệnh cho quân sĩ quay về.

Lại nói về đội quân dưới trướng của tướng Thu, ông Trịnh và gần năm mươi trai tráng theo lệnh ông Trịnh chạy mãi miết lên núi Chúa. Tin tướng Thu bị bắt, bị dìm xuống sông Thu Bồn được báo lên sau đó ba ngày, ông Trịnh ngồi bàn mưu tính kế với anh em tìm cách mở một bản doanh trên núi Chúa, nhưng lần này không phải bản doanh để cướp bóc nữa mà để anh em chung tay khai thác đất rừng ven suối để trồng lúa, bẫy thú rừng và nghĩ kế lâu dài. Việc đầu tiên là cử người về nhận lương thực tiếp tế. Nhưng liên tục ba người có đi mà không thấy quay lại núi Chúa. Ông Trịnh lại cử thêm người nhưng vẫn bặt vô âm tín, có đi mà không thấy quay về.

Lần này, đích thân ông Trịnh đi, nhưng thay bằng việc đi đường cũ, ông băng qua Nông Sơn, sau đó đi ra hướng Bắc, và lội ngược lại Cồn Thu. Nhưng vừa về đến Cồn Thu ông bị quân Hường Hiệu phục kích tóm gọn, quân lính giải ông vào gặp Hường Hiệu. Ông Hường Hiệu nói ngắn gọn mấy câu đại khái hãy lên kêu gọi anh em về hết để làm ăn, ông bảo đảm không ai bắt ai. Và ông cho dắt những người đàn em của ông Trịnh ra, ông giải thích rằng vì muốn gặp ông Trịnh để nói rõ với nhau một lời nên đã giữ mấy anh em lại, các anh em hãy quay về quê, ông hứa sẽ không bắt ai, sẽ hỗ trợ anh em làm ăn.

Nhóm ông Trịnh quay về, có không ít người đầu quân cho tướng Hường Hiệu, nhưng rồi chẳng bao lâu sau, phong trào Cần Vương bị thoái trào, ông Hường Hiệu bị bắt, bị quân Pháp giết, anh em tứ tán.

5. Cần Vương thoái trào

Phong trào Cần Vương tan rã, Vua Duy Tân bị Pháp đưa sang "mẫu quốc" lưu đày, những chí sĩ Cần Vương bị xử tử, bị ám sát, đủ các kiểu chết. Ông Trịnh ngược miền thượng trú thân. Những ngày đầu, khi Pháp lùng sục mọi nơi, mọi ngóc ngách, ông Trịnh đóng vai người buôn thanh la, chiêng trống từ làng Phước Kiều lên Dùi Chiêng, Tí Sé, Hiên, Giằng, Trà My, Đắc Tô, thậm chí ông qua tận Kon Tum để bán với cái tên Bình. Buôn bán được ngót nghét mười năm, việc truy lùng người của Cần Vương giảm dần, ông chuyển sang định cư ở vùng núi Đại Lộc, ông chọn một mảnh đất gần ngã ba Giao Thủy, nơi giáp ranh giữa hai dòng sông Thu Bồn và Vu Gia để cắm dùi. Cái địa điểm ông cắm dùi cũng chẳng mấy ai quan tâm, bởi nó là cái doi đất võ biền, tức cái doi đất mới có sau một trận lụt, chưa thành bưng biền, và chưa có địa chủ nào đến cắm mốc. Mà cái vị trí ông chọn gần một ngôi miếu, cũng như cái thời của ông cắm dùi thì cũng chẳng có mấy địa chủ hứng thú trong chuyện này nữa, thời của họ qua rồi, họ vẫn tồn tại nhưng không còn quyền thế hô mưa gọi gió, không còn thuê võ biền như trước đây.

Nói tới võ biền, có lẽ không đâu nhiều như xứ Trung Nam Ngãi, đặc biệt nhiều vẫn là xứ Quảng, ven sông Thu Bồn, một cái xứ đặc biệt, khá lạ so với những xứ khác. Ví như miền Bắc, hiếm có võ biền, bởi nếp nghĩ sâu sắc và cách hành xử có tính toán, cộng thêm không có cơ hội cho võ biền hành động, mọi thứ đều được chia chác chi li, không rơi vào tình trạng vô chính phủ, nửa nạc nửa mỡ như xứ Trung Bộ, còn miền Nam, nhất là miệt Tây Nam Bộ, có vẻ như tình trạng vô chính phủ cao hơn Trung Bộ, bởi hầu hết người ta tin vào các tôn giáo, từ Hòa Hảo đến Cao Đài, ông Đạo Dừa, rồi các chi phái tôn giáo mới từ Phật giáo như phái Khất sĩ của ngài Minh Đăng Quang… Nhưng cái vô chính phủ này lại có qui tắc riêng của nó, một thứ qui tắc đạo đức và tâm linh có thể vượt lên trên chuẩn mực của pháp luật. Hơn nữa, miệt Tây Nam Bộ cò bay thẳng cánh, ruộng đồng trù phú, phì nhiêu, chẳng mấy ai mơ tưởng hay nghĩ đến chuyện giành nhau vài thẻo đất mới mọc ra ven sông như miền Trung. Nên hầu như miền Tây Nam Bộ và Nam Bộ không có võ biền. Chỉ có xứ Trung Bộ này mới có chuyện địa chủ, nhà giàu nuôi các tay võ sĩ, những võ sĩ giỏi sẽ được các địa chủ thứ thiệt, các quan lại thuê về dạy cỗ cho con họ và ở luôn trong nhà để vừa làm thầy vừa làm vệ sĩ.

Do địa hình có nhiều núi, hiểm trở, các con sông vừa đóng vai trò mạch máu vừa là cái ống thoát nước từ núi cao đổ xuống biển. Mỗi mùa lụt, cái ống này mang theo đất đá, xác động vật và xác cây, cuộn chảy về đồng bằng. Những xác cây vướng vào bờ, ghim vào đất và tạo thành những cái móc giữ những cây khác lại, rồi đất đá cũng vướng vào chúng, sau đó đến bùn non, tức phù sa cũng mắc kẹt lại. Để rồi, sau một mùa lụt, khi nước rút, người ta thấy ven sông xuất hiện thêm một bãi bồi phù sa màu mỡ, có khi bãi bồi ấy dài cả mấy mẫu đất. Khi lụt dứt hẳn, mùa vỡ đất tháng mười một, tháng chạp âm lịch, nhà nông sẽ cuốc đất, trồng rau, trồng khoai, gieo đậu phụng, gieo mè. Thời mà các địa chủ còn mạnh, đến giai đoạn vỡ đất là giai đoạn ồn ào, kinh khủng nhất ở các bờ sông. Địa chủ nào nhanh tay ra cắm dùi, cắm mốc, xác định bãi đất vừa bồi đắp này là của mình thì xem như có được nó, nông dân không ai dám đụng đến. Thế nhưng giữa địa chủ với nhau thì khác, chẳng ai nhường ai, ví như tay địa chủ ở làng này dựa vào thế lực và sự nhanh tay của mình, cắm dùi lấn qua làng kia, mà dọc bờ sông, đất mới thì chẳng có ranh giới nào, thời mạnh vì gạo bạo vì tiền, vậy là tay địa chủ làng bên dắt các võ sĩ và gia nhân của mình ra để nhổ cái mốc ấy đi, cắm lùi lệch về phía làng bên. Thường thì hai bên gờm nhau, thấy hợp lẽ thì thôi, im lặng. Ngược lại, nếu bên làng ra nhổ cọc mốc mà không có võ sĩ, không có gia nhân hùng hậu thì có thể bị địa chủ cắm mốc trước đó cho người đánh toét đầu chảy máu. Thêm nữa, có khi địa chủ cắm mốc trước rồi đó nhưng thế lực không đủ mạnh thì địa chủ tới sau cắm tuột cái mốc sang làng của địa chủ cắm trước, chuyện đánh nhau sẽ xảy ra, lúc này là câu chuyện giữa các gia nhân, đầy tớ và các võ sĩ, thầy dạy võ trong nhà. Có nhiều trận đánh toét đầu đổ máu, thậm chí thừa sống thiếu chết giữa các bên, cho đến khi chính quyền bảo hộ lên tiếng. Còn trước đó thì đánh xong rồi kiện ra triều đình, chuyện kéo dài cả năm vẫn chưa giải quyết xong. Cái danh võ biền cũng có từ đó, tức là võ sĩ chuyên đi đánh thuê cho các địa chủ để giành những mảnh bưng biền vừa mới hình thành. Sau này, nó thành tính từ chỉ những kẻ nóng nảy, đầu óc nông cạn và chỉ biết đánh nhau.

Thời ông Trịnh cắm dùi, chẳng còn mấy võ biền, các võ sĩ nổi tiếng như Hồ Cừu, Hồ Cập, Hồ Đài, Bùi Hý, Hồ Điệp, Nam Khê, Lưu Thanh Bình, Bảy Bầu, Lương Lự... đều là lớp sau, hậu sanh so với ông Trịnh, họ biết rất rõ về ông nhưng họ cũng không muốn nhắc vì nhiều lý do, họ vừa quí ông lại vừa kính nhi viễn chi. Và ông Trịnh lúc này cũng không còn theo đuổi nghiệp võ, bởi ông nhìn thấy bài học từ sư huynh Thu của mình, rồi bài học từ chủ tướng Hường Hiệu khi ông theo phong trào Cần Vương, phò dưới trướng ông Hường Hiệu, dường như mọi thứ võ công, mọi thứ nghĩa cử cao đẹp, tham vọng quyền bá hay ước mơ xây dựng đời sống tốt đẹp cho nhân quần của các ông đều đã lỗi thời nếu như không có những thứ thuộc về thế giới hiện đại hỗ trợ, chỉ cần một tiếng nổ nghe "đoàng" thì bao nhiêu bài quyền, bao nhiêu công phu tu luyện bay theo mây khói. Mà muốn có cái tiếng nổ ấy, phải có nhiều tiền, phải hiện đại, phải có cái chữ, phải có nhiều thứ, và con người, sức mạnh không chỉ dừng ở tiếng nổ đó, cái tiếng nổ đó chỉ là chấm dứt một thứ sức mạnh đã đè đầu cưỡi cổ con người nhưng đồng thời cũng lấy đi rất nhiều giá trị và tự do của con người.

Nghĩ vậy, ông quyết ẩn dật để nuôi con, để nuôi thằng cháu đức tôn mà ông tin rằng nó sẽ làm rạng danh dòng tộc, nó sẽ làm vinh danh xứ sở. Ông đặt nó tên Vinh.

6. Lý lịch đen

Chuyện Vinh bỏ học khiến ông Trịnh tan nát, mọi ước mơ của ông xem như đổ sông đổ biển. Nhưng kỳ thực, cũng rất khó nói cho mọi thứ muộn mằng của ông. Việc gia nhập nghĩa quân Cần Vương muộn mằng, kể cả việc tham gia toán cướp Thu cũng muộn mằng, rồi lấy vợ muộn, có con muộn, rồi con ông cũng lấy vợ muộn và lại muộn con. Nhưng hình như ông Trời luôn có luật bù trừ rất đỗi trêu ngươi. Ông mọi thứ đều muộn, kể cả tuổi già, cái chết cũng đến với ông rất muộn, và cái đãng trí của người già cũng đến với ông muộn hơn người khác, ngoài chín mươi tuổi mà sức vóc của ông cũng còn như trai tráng, ăn bữa hai bát cơm, vác bao lúa nặng năm, sáu chục ký thấy bình thường, mọi chuyện nhớ vanh vách. Đọc sách không cần phải đeo kính, bù cho vợ ông lẫn thẫn, lấy phân ure nấu cơm, tới khi dọn cơm mới tá hỏa thấy một nồi nước vàng nhợt.

Thằng Vinh bỏ học khiến ông buồn mà cũng làm ông thấy yên tâm. Buồn vì nó không quyết tâm theo đuổi, vì giấc mơ của ông tắt lụi. Thế nhưng ông vui vì tin thằng cháu đức tôn của mình là đứa biết suy nghĩ sâu xa, nhìn xa trông rộng và là đứa thức thời. Vì có bao đứa cùng học lớp với thằng Vinh, cũng cố gắng đập dập kéo lết cho hết lớp 12 rồi cũng đi phụ hồ, đi thanh niên xung phong, đi xe thồ… Bởi chúng có cái lý lịch khác thường so với những đứa khác, cha mẹ của chúng bị xem là ngụy quân, ngụy quyền. Đã có cái lý lịch này thì đừng mong vào đại học hay cao đẳng gì đó. Mà con trai ông, thằng Giác, nó đâu phải đứa vừa, nó đi cải tạo mút mùa lệ thủy, nó là sĩ quan cấp cao, từng khét tiếng một vùng, rồi lại mang hàm Trung tá phòng Nhì, được biệt phái đi dạy đại học để theo dõi các sinh viên có động tĩnh gì, chúng có tổ chức hoạt động nội thành, phong trào sinh viên, đấu tranh sinh viên sắp nổ lúc nào… Thằng Giác đều phải biết và phối hợp chặn đứng. Những năm cuối chiến tranh, nó được điều ra chiến trường, nó khét tiếng dũng cảm ở Pleiku. Với chừng đó trong lý lịch và thời gian ngồi trại cải tạo, luân chuyển từ trại này sang trại khác, từ miền Trung vào miền Nam rồi ra tận trại Cổng Trời, Cao Bằng rồi nằm lại ngoài đó mãi mãi… Thì thằng Vinh có nằm mơ cũng không có tiêu chuẩn học tiếp sau 12. Vậy thì có cách nào khôn hơn là chuồn gấp đi làm thuê cho nó sạch cái lý lịch.

Vì sao lại nghỉ học sớm, đi làm sớm mà sạch được cái lý lịch? Vì lẽ, nếu nó học tới 12, nó không được dự thi đại học và đi làm, chắc chắn người ta dễ dàng nhận biết cái lý lịch con nhà ngụy quyền của nó. Còn, nghỉ nửa chừng lớp 12, đi làm thuê, chỉ cần nói là học không nổi nữa đi làm, nếu mắc cỡ thì nói nhà nghèo quá, thấy không có tương lai nên đi làm, cha mẹ khó khăn, không mua nổi sách vở. Coi như xong, cái lý lịch chẳng mấy ai soi mói. Còn đợi hết 12, vừa tốn thời gian lại vừa để lộ cái đuôi con nhà ngụy quyền thì chẳng còn đường lui. Khổ cả đời. Nhưng không biết có khổ cả đời không, bởi thế gian này cũng lắm chuyện tái ông mất ngựa, lúc thấy được thì cũng tiềm ẩn cái mất mà lúc thấy mất cũng hàm dưỡng cái được, ai mà biết trước chuyện gì. Nhất là thằng Vinh có tính khí, dòng máu của cha nó với ông Trịnh, nó cũng siêng tập võ, rõ ràng máu giang hồ, hảo hớn của nó cao hơn máu thư sinh. Vừa bỏ học thì nó bắt xe ra tít tận miền Bắc, lên Yên Bái để thăm quê hương cụ Đề Thám, rồi ở lại đó làm nghề đục đá gì đó, nghe đâu nó làm cai tìm ngọc gì đó.

*

Chị đại thương thằng Định ở chỗ, nó là thằng cà ngất, thế nhưng nó lại quan tâm những chuyện chẳng ai thèm quan tâm, và với nó, đó lại là chuyện vô cùng quan trọng. Nó kể ra cũng lớn tuổi, nó lớn nhất trong nhóm. Nó kể rằng nó tới hai lần khai sinh, mẹ nó gốc Chăm, cha nó hình như cũng vậy. Nhưng do thời đó khó khăn quá, cái thời người ta kháo với nhau về ma Hời, về bọn mọi Chăm, rồi về bọn ma Lai để ám hại người Chăm, ông nội nó đã thay đổi thân phận, vào làm việc cho một địa chủ ở ngoài Huế, nói mình người Thượng, không có giấy tờ tùy thân, nhờ ông đặt tên và ông này đặt cho cái tên Vai, ám chỉ đôi vai rộng, lực lưỡng của người đày tớ. Sau khi có được cái tên, Vai lại tiếp tục xin ông chủ cho nhập vào họ của ông nhưng ông ta không đồng ý, vậy là Vai vào phủ Thăng Hoa, đi ở đợ cho cụ Nghè, ông được cụ Nghè nhận làm con nuôi, đưa tên vào sổ hộ khẩu, lấy một cái tên mới – Trần Tư. Cái tên Trần Tư thay đổi thân phận của Vai. Nhưng cái sức của Trần Tư lại hợp với tên Vai hơn. Nhờ sức vóc, nhờ tháo vác, nhờ thông minh, chẳng bao lâu, Trần Tư thành gia nhân chính trong nhà cụ Nghè, cụ giao cho Tư nhiệm vụ quản gia, một bước thay đổi đáng kể từ cuộc đời một anh Vai không chốn dung thân. Nhưng, Vai vẫn muốn mình có một thứ gì đó độc lập, không phụ thuộc, cái sự muốn ấy như một tiếng gọi, thôi thúc Vai phải làm một thứ gì đó.

Vợ Trần Tư cũng là một cô gái Chăm, cũng được nhận làm cháu nuôi cụ Nghè, Tư biết người này không quan hệ bà con họ hàng với mình nhưng cả hai vợ chồng đều mang cùng một họ, Tư xem đó như một thứ số phận li kỳ của đời mình. Bởi rất có thể không lâu sau này, con cái của Tư sẽ gặp chuyện rắc rối trong hôn nhân, vì thế hệ sau dứt khoát họ Trần rồi, biết làm sao để tìm lại những người bà con, biết đâu… Vợ chồng Tư đẻ liên tục một chục đứa, trong đó có bốn đứa không trụ được. Cụ Nghè chỉ cho Tư vây đất làm nhà ở khu mả Hời, chỗ này đất rộng, còn bỏ hoang, nghe đâu là nghĩa địa thời xa xưa, hình như ai cũng sợ, không dám ở. Tư thì cùng đường, giờ có vợ con, có chỗ đất cắm dùi là quá tốt rồi. Nghĩ vậy, Tư xin cụ Nghè bẻ mấy cái cây cắm quanh vườn, xác định vị trí cho Tư được toàn quyền làm nhà, sau này cơi nới nhà cửa, ổn định lâu dài.

Nhưng câu chuyện này thì có liên quan chi tới chị đại, bởi mỗi người mỗi phương, mỗi người mỗi kiếp, mọi va chạm trong cuộc đời này hoặc do nợ nần từ tiền kiếp hoặc do lời hứa nào đó từ vô thủy vô chung. Chị thương thằng Định, bởi sâu thẳm nó có gì đó giống với chị thời con nít. Thời mà nghèo đói, đau khổ, chiến tranh hỏi thăm mạng sống từng ngày, hỏi thăm từng người, hỏi thăm từng khu vườn, mái nhà, ngọn cỏ. Cái thời ấy để lại một cái bớt đen trong thân thể lịch sử, nó đen sạm, người ta vẫn có thể sống, vẫn có thể yêu và làm mọi chuyện của con người như chưa hề xảy ra chuyện gì, cho đến lúc cái bớt đen ấy cất lên tiếng nói của nó, chi phối số phận con người một cách kì lạ, người ta trở nên té sấp té ngửa.

Những ngày chiến tranh đi qua đối với chị đại là một thứ gì đó tựa chiêm bao, nó không có thật, bởi nếu chị còn sống, thì chắc chắn chiến tranh là không có thật, nếu chiến tranh có thật, thì e rằng chị đang là bóng ma, bởi nó không thể là thật. Vì sao nó không thể là thật, nhiều khi chị chỉ thấy buồn cười bởi đời sống quá ư chiêm bao, làm sao người ta có thể tin vào đời sống này là thật hoặc giả đó là cõi của con người. Ngay cả việc vài phút sau mình sẽ có quyết định gì, nói gì, người ta cũng không đoán trước, cũng như việc chị đại cam tâm làm vợ của Hùng cà ngất và nuôi mấy đứa con của hắn khi hắn chết đi, điều này nằm ngoài khả năng hình dung của chị. Cũng như tự dưng, chị trở thành gái có hai đời chồng, có đàn con, mặc dù có trăm ngàn cay đắng trong cái chữ chồng này.

7.   Chiến tranh biên giới

Ở vùng sơn cước này, người ta nói nó là một biên cương, Diễm biết rằng nó là biên cương nhưng không thấu rõ hai chữ này. Cho đến cái ngày ấy, cái ngày lễ ra sáng sớm hôm đó Diễm cùng bà nội gánh bắp cải ra chợ bán. Việc bán ngoài chợ chỉ là thú vui, thói quen, chứ thực ra, hai bà cháu chỉ cần mang ra đường cái quan, ngồi đó, trước sau gì cũng có người đi ngang ghé mua. Mà việc bán ngoài đường cái quan dễ hơn nhiều so với đi chợ, khỏi phải gánh nặng, đi bộ mệt, khỏi phải nhổ nhiều bắp cải, chỉ cần nhổ vài ba bắp, bỏ trong giỏ, đặt trên ghế hoặc cái bàn kê tạm ven đường, rồi vào nhà ngồi nhìn ra cũng được, vì nhà Diễm nhìn ra đường cái quan chỉ cách một đám ruộng. Cái đám ruộng đó nhiều lần bố của Diễm vun luống trồng cây anh đào, bỏ làm lúa, bởi bố nói đào tuy không ăn được nhưng bán một cái Tết có thể ăn được cả năm, ngược lại, làm lúa cả năm không đủ ăn cái Tết. Hình như mọi người chung quanh đây cũng nghĩ giống bố của Diễm, họ cũng đào những cái mương dưới ruộng, lấy đất vun thành từng lối cao và trồng cây anh đào, dưới mương thì thả cá chép, cá rô, việc tưới cây cũng dễ dàng, chỉ cần sáng ra, mang một chiếc gàu vai làm bằng bẹ cau hoặc tôn, có chiếc cán dài, đứng trên luống cây, múc từng gàu đổ vào gốc cây để tưới. Cây anh đào ít tốn phân hơn cây lúa, chỉ cần khi trồng nó xuống, nện thật nhiều lá cây mục bên dưới là được.

Diễm không được tới trường, bố dạy cho Diễm học, bố Diễm là một thầy giáo nghỉ mất sức, không có lương hưu, ông nhận tiền một lần và hình như số tiền ông nhận được đủ mua gần hai yến gạo, cuối cuộc đời dạy học của ông được trả bằng hai yến gạo, ông cay đắng. Gia đình Diễm khó khăn, xa trường học, hơn nữa, từ nhỏ, bà nội đã dắt Diễm lên đền Mẫu, các mẫu nói rằng Diễm cao số, con đường học hành rất chi là rối rắm và bất an, mẫu Thượng Ngàn nhận Diễm làm con nuôi và ban cho Diễm cái lộc học tại nhà. Diễm học đọc, học viết, việc này chưa đầy hai tháng đã thành thạo, thỉnh thoảng, bố Diễm lên chợ Đồng Đăng hoặc qua chợ Kỳ Lừa để mua cho Diễm cây bút, cuốn tự điển Pháp – Việt - Anh, sách tiếng Trung, Diễm được bố dạy cho các thứ tiếng này và dạy các phép toán. Đến tích phân, vi phân thì ông dừng, không dạy toán cho Diễm nữa mà cho con tự học thuần thục các loại tiếng vốn có.

Vậy là Diễm biết được tới bảy thứ tiếng gồm tiếng Việt, tiếng Anh, tiếng Hoa, tiếng Tày, tiếng Nùng, tiếng Mường, tiếng Thái. Diễm phát hiện ra tiếng Tày và Nùng có những điểm rất giống tiếng Hoa. Bố dặn Diễm không nên nói ra những gì mình biết với người không cảm thấy tin tưởng. Bởi cuộc đời đầy những vết sẹo trên lưng và vết thương tâm hồn của ông đã cho ông kinh nghiệm này. Trong những gì bố dạy, nếu không kể đến các chiêu thức võ thuật thì còn quá thiếu, Diễm được bố dạy các thế tấn, đến các bài quyền, kĩ thuật luyện thân thủ, quyền thủ, cước pháp, dạy các bộ mạ và kĩ năng đào thoát. Khi mọi thứ nhuần nhuyễn, bố dạy Diễm bài Lão Mai Quyền rồi phân thế, đến Lão Hổ Thượng Sơn, phân thế, Ngọc Trản, phân thế, đến Tọa Hổ Bái Long, phân thế. Bố nói rằng bài Tọa Hổ Bái Long là bài quyền bố sáng tạo từ Kim Kê Quyền và Hầu Quyền. Hàng loạt bài quyền như Tứ Linh Đan, Hùng Kê Quyền, Huỳnh Long Độc Kiếm, Siêu Xung Thiên, Roi Thái Sơn... bố bắt Diễm phải thuộc làu khẩu quyết và hiểu, cảm cho được thần thái của nó. Bố nói rằng quá trình phân thế của một bài quyền cũng giống như phân tích một bài thơ, bóc các ý bên trong vỉa chữ, bên trong lớp áo ngôn ngữ và tìm đến cái gì đó sâu thẳm của bài thơ mà ngay cả nhà thơ đôi khi cũng chưa chạm tới được, cũng bất ngờ, ngạc nhiên vì nó. Nhưng phải căn cứ trên tinh thần, mùi hương của bài thơ, không được lãng đãng hay sa đà. Một bài quyền luôn tích hợp rất nhiều thế đánh, người võ sư cô đúc nó thành một bài quyền để khái quát và uyển chuyển, để từ đó, nó được khuôn đúc trong giới hạn của chính nó. Nhưng từ giới hạn của chính nó, những chiêu thức phát ra như ánh sáng, mỗi bài quyền là một tiểu vũ trụ, một hành tinh phát ra ánh sáng. Người học võ thấu cảm thứ năng lượng này và yêu nó như yêu thân thể mình, muốn có thứ tình yêu kỳ diệu ấy, người ta phải có bản năng hướng thiện, chính sự lương thiện là sức mạnh của võ học. Điều Diễm lấy làm lạ là bố chưa bao giờ kể với Diễm về sở học của mình, từ kiến thức nhà trường cho đến kiến thức võ học. Ông cũng chưa bao giờ kể về quê nội và ông nội. Diễm chỉ biết gia đình giờ có ba người, bà nội, bố và Diễm.

Nhà nhìn ra đám ruộng, bây giờ là vườn hoa anh đào của bố, nhìn về phía trái, bên cạnh vườn bắp cải và hoa cải ngồng của bà là ngôi miếu, hay nói đúng hơn là vạt cải ngồng và bắp cải, su hào của bà nội nương tựa trên đất miếu. Ngôi miếu có tự bao giờ, Diễm không rõ. Nhưng theo như lời bố nói thì ngôi miếu này thờ một vị tướng quân, phải gọi là lăng tướng quân mới đúng, nghe cái danh tướng quân, cứ nghĩ chắc phải xa lắc xa lơ, đời Trần hay đời Lê, Nguyễn gì đó, kỳ thực không phải vậy, vị võ tướng này từng là tướng cướp, rồi là một nghĩa quân yêu nước, ông đã bị người Tàu bắt sống khi phong trào Cần Vương tan rã, các văn thân tứ tán, võ tướng chạy từ Trung ra Bắc dạt sang biên giới Trung Quốc. Ở đó, họ đã bị chính những người Tàu lừa bắt họ, bán cho Pháp. Và quân Pháp trả tiền, thưởng tiền cho kẻ đã bắt ông. Nhưng ông là ai, bố không kể cho Diễm. Và mãi sau này, điều làm Diễm ngạc nhiên tột độ là khi ông chia tay để Diễm về nhà chồng, ông dặn dò con gái, toàn bộ giọng Bắc mà ông đã nói chuyện, dạy dỗ dành cho Diễm hoàn toàn mất, cũng giống như khi bà nội qua đời, cái giọng Bắc quen thuộc của bà cũng mất, chỉ còn giọng lơ lớ miền Nam, bà bảo đó là giọng Quảng. Có lẽ vì những ấn tượng này mà bất kì phu đào đá, thợ tìm mầm đá hay dân anh chị nào khi gặp, nghe họ nói giọng Quảng, Diễm cũng có cảm tình đặc biệt, hơn nữa, hình như Diễm thấy rằng trong mỗi người, trong mỗi cái thanh âm đặc sệt, có phần thô ráp nhưng ấm áp kia phát ra, nó gợi nhắc Diễm nhiều thứ, đôi khi, một câu chửi thề giọng Quảng lại đi vào Diễm như một câu thơ, có khi như bài kệ cầu hồn cho một điều gì đó xa xôi, bí ẩn.

*

Cái giọng thô ráp ấy khiến chị đại nhớ đến ngôi nhà xưa của mình, ngôi nhà nhìn ra bốn bề đồng lạnh, sau lưng là ngọn đồi thấp, trước mặt là đường cái quan, rồi đến ruộng hoa anh đào của bố, nhìn chếch sang bên trái là ngôi miếu thờ vị tướng quân mà quanh năm suốt tháng không thấy ai nhang khói ngoài bố của Diễm. Nhìn xa hơn một chút là thị xã Lạng Sơn, nếu nhìn chếch về bên phải là thị trấn Đồng Đăng, nơi có chợ Đồng Đăng bán các loại hàng của người Tày, Nùng, Thái, H'Mong và người Trung Quốc, trước mặt chợ là ngôi đền Mẫu có hai chiếc trụ cổng rất cao, đền nằm trên một ngọn đồi cao vừa, nhang khói nghi ngút, ở đó người ta có những buổi hầu đồng, Mẫu Thượng Ngàn, Mẫu Thoải, Mẫu Liễu Hạnh, các cô, cậu về đây trò chuyện, ca hát, nhảy múa và ban lộc. Ngôi nhà ấy nằm chênh vênh giữa đường chim bay của phía trước là Na Sầm với đời sống nghèo, heo hút trên đồi, thị trấn buồn và vắng vẻ, ngược về phía sau lưng là Lộc Bình với những nhà lầu, nhà ba gian trình tường bằng đất sét, lợp ngói âm dương hoặc ngói bò, ngói vảy trút, có những nhà lầu chỉ toàn đất sét cốt gỗ và tre, mùa đông khói bay nghi ngút trên các mái nhà, nhìn ra là cánh đồng hoa cứt lợn, thi thoảng người ta gặp một cái giếng đá giữa đồng, mọi thứ cứ như một bức tranh hay một giấc chiêm bao xa vời nào đó. Thế rồi chiến tranh...

Hai bà cháu gánh bắp cải ra chợ, cái thứ bắp cải trồng thì khó, ngó thì thích, nhất là khi nó bắt đầu cuộn bắp, buổi sáng sương đọng trên đài cây nhìn mê mẩn, nó như những hạt pha lê trong một thiên đường nhỏ nào đó vừa trôi lạc đến mặt đất này. Nhưng chán nhất là khi thu hoạch, mang đi bán, gánh hai chục bắp cải mà trẹo cả vai, sáng tờ mờ sớm, dễ chừng mới một, hai giờ sáng bà đã dậy cắt bắp cải, lột lá chân, rửa sạch sẽ, chất vào đôi gióng có bỏ hai chiếc trạc tre bên dưới rồi gọi Diễm dậy cùng đi chợ với bà. Bà gánh, Diễm đi bộ, mang theo chiếc bầu đựng nước trà loãng, chừng một đoạn thì Diễm gánh thay bà, khi nào mệt lại chuyển sang cho bà gánh. Đi cho đến lúc tinh sương, mọi vật nhìn thấy mờ mờ là tới Lạng Sơn, lúc này không thể nhìn thấy núi Tô Thị bởi sương mù quá nhiều, cái hòn núi mà bên cạnh nàng Tô Thị là một doanh trại bỏ hoang của đời nhà Mạc, người ta gọi nó là thành nhà Mạc.

Lúc này, chỉ nhìn thấy ngọn Phai Vệ mờ mờ trong sương sớm, trên đỉnh ngọn Phai Vệ có một đồn trú biên phòng, thường thì khi mặt trời mọc, những người lính làm lễ kéo cờ rồi lại vắng bóng, dường như họ ngồi trong các lô cốt thì phải. Nhưng hôm nay sao lạ quá, lính dậy tập thể dục rất sớm, khí thế hùng hổ, khó hiểu, mà hóa ra họ lâu nay không tập các động tác bình thường, họ tập các đòn thế cận chiến. Bởi được tập võ từ nhỏ, được dạy phương pháp cận chiến, trực chiến, nhập nội, trường đòn... Nên Diễm có thể nhìn thấy các thế võ cận chiến chuyên dùng để giết người của các anh lính. Nhìn kĩ hơn, lá cờ lại rất lạ, vẫn là cờ đỏ sao vàng nhưng ngôi sao không nằm giữa lá cờ mà nằm lệch về một góc, chung quanh một ngôi sao lớn có các ngôi sao nhỏ. Diễm gọi bà, chỉ tay về phía lá cờ. Bà tái mặt hét "chết rồi con ơi!", giọng hét của bà rất lạ, không phải giọng bà vẫn thường dùng với Diễm bấy lâu nay.

Sau tiếng hét đó, đó bà vất gánh bắp cải, chỉ vác mỗi cây đòn gánh và dắt Diễm chạy ngược về nhà. Diễm chạy theo bà như một cái máy.

Về tới trước ngõ, bố Diễm đã đứng đợi hai bà cháu, ông đèo hai bà cháu trên chiếc xe đạp, cùng với một ít gạo, nồi niêu, xoong chảo, muỗng đũa... ông theo đường cái quan đạp ngược lên hướng Lộc Bình. Bà nội hỏi ông tại sao lại không xuôi vào Chi Lăng, thẳng qua Hà Nội mà lại ngược lên hướng Lộc Bình. Bố nói với bà rất có thể hướng tấn công của bọn giặc sẽ nhắm vào Chi Lăng và tiến thẳng xuống Hà Nội, nếu xuống đó, chắc chắn sẽ gặp chúng giữa đường vì tốc độ hành quân của bọn này theo chiến thuật biển người, xuống ào ào, khó lường. Trong khi đó, Lộc Bình là một điểm heo hút, không phải chiến lược hay bàn đạp gì, hẻm núi Chi Ma heo hút và không có thông lộ, không phải là hướng đổ quân vì đường sá không thuận tiện, tuy rằng nơi đây sát mặt với Trung Quốc nhưng Trung Quốc vốn xem người Tày, người Nùng là bà con của họ, chỉ còn một cách là lên đó để tìm đến nhà người bạn thân của bố mà tá túc, họa may mới nghĩ đến việc lớn. Bà nội im lặng đồng ý, còn Diễm chẳng hiểu cái việc lớn của bố là gì, bởi xưa giờ Diễm chỉ thấy ông ngoài ho sù sụ, thỉnh thoảng ngồi uống rượu một mình, mặt buồn rười rượi, thì ông còn làm được gì hơn ngoài việc dạy cho Diễm và vác cuốc ra ruộng trồng đào, chăm đào, rồi lại chăm bắp cải, chăm cải ngồng.

8. Nhà trình tường, ma gà, ma xó và chó đá

Bạn của bố là một Trưởng bản, ông người Nùng, ông nói rằng tổ tiên của ông ở tận Trung Quốc, đâu bên tỉnh Vân Nam, thế rồi đời sống cơ cực, bị các thổ ti bên kia đàn áp, chèn ép đủ điều, nên xuôi dần về phương Nam, chọn nơi này làm mảnh đất cắm dùi, ông không thể nhớ được tổ tiên đời thứ bao nhiêu cách ông đã sang đây, ông chỉ tin rằng mình từng là người Trung Hoa và khi không còn đất dung thân thì chạy sang xứ này, tổ tiên chạy cắm dùi, con cháu gắn kết. Cái sự gắn kết mang một chút mặc cảm của người sống trên đất khách khiến cho gia đình, dòng tộc bằng mọi giá phải nỗ lực, để tồn tại, giữa cái xứ lạnh này, đôi khi chỉ tồn tại không thôi cũng rất ư khắc nghiệt. Những người Nùng, ban đầu phải gờm nhau với người Tày, bởi họ cũng không muốn có thêm một nhóm khác xuất hiện, cạnh tranh với họ. Thế rồi theo thời gian, mối quan hệ giữa hai tộc người trở nên khăng khít hơn bởi họ hiểu rằng họ không còn lựa chọn nào khác, phải lập ra các bản làng, phải làm nhà vững chãi, tránh được cái lạnh. Nhưng ở xứ sở này ngoài gỗ rừng thì biết làm nhà bằng thứ gì khác. Mà người Tày, người Nùng hiểu rằng trong mười cây gỗ trên rừng, chỉ lấy được một nhánh, trăm cây mới được lấy một cây, có như vậy thần rừng khỏi trừng phạt, nếu không, chỉ cần một trận lở núi, đất chuồi thì mọi thứ trôi đi đâu chưa biết. Vùng Mẫu Sơn ít gỗ, những vai núi liền kề càng thưa thớt, người Nùng sáng tạo ra những căn nhà trình tường, nói là sáng tạo nhưng kì thực cũng có học hỏi của người H'Mong ít nhiều. Cái khác của người Nùng là tạo ra một cơ ngơi bằng đất sét thay vì làm những cái tổ bằng đất như người H'Mong.

Nhà trình tường của người Nùng làm khá là kiên cố, và hiếm có nơi đâu làm nhà giống như người Nùng, trước khi làm nhà, họ không chuẩn bị bất kì thứ vật liệu nào ngoài gạo, thịt lợn xông khói và nước mắm, hành tiêu tỏi ớt, muối, đặc biệt là rượu. Ngày đầu tiên, chủ nhà luộc một con gà, cúng gia tiên, tạ xin trời đất, kèm theo mâm cơm với các món xào ngũ sắc, nhà nào khá thì có thêm cái thủ lợn và rượu chè. Cúng xong thì mời dân bản tới ăn uống, sau đó chọn giờ lành và khởi công xây dựng. Lúc đó, người trong bản sẽ chia việc theo từng nhóm, nhóm các lão niên chỉ huy công việc, cho các thanh niên ra rừng lấy gỗ, lấy tre và đào đất sét, nhóm trung niên chạy về nhà tập hợp toàn bộ dụng cụ như cuốc, thuổng, xẻng, mai, mác, rựa... để đào móng nhà. Nói là đào móng nhà nhưng kì thực móng sâu chưa tới nửa mét đất, chỉ có các lỗ cột là sâu hơn một mét. Người có kinh nghiệm thì chịu trách nhiệm bắn dây, tức dùng các sợi cước căng ra thành các góc vuông diện tích ngôi nhà, bố trí phòng, ốc và dựa vào đó mà đào móng, đào lỗ cột. Sau khi trồng các cột, người ta bắt đầu dùng tre để đan các tấm trục trịch, tấm này đóng vai trò khuôn tạm cho móng, nó sẽ nẹp hai bên, dưới móng suốt quá trình tồn tại của ngôi nhà. Nhưng phải gọi nó là khuôn tạm bởi nó sẽ mục, toạc sau khi đất giãn nở. Bởi đất dưới móng được trình rất chặt, dùng nước nhào đất sét thành bùn, sau đó đổ vào các khuôn trục trịch lót và kè dưới móng, bùn sẽ chảy đều trên khuôn, tràn ra các kẽ hở giữa liếp với mép đất móng. Khi bùn khô thì người ta nện (trình), nện mãi cho đến khi móng chỉ còn một phần ba, lại tiếp tục đổ bùn đất sét và chờ khô mà nện tiếp. Quá trình nện này kéo dài bảy ngày đêm. Xong phần móng thì việc trình tường bằng cách nện đất sét nhão vào khuôn gỗ. Đất sét nhão này được trộn với rơm khô chặt thành từng đoạn, nhào kĩ. Tường cao chừng một mét thì có một thanh gỗ ngang, gông giữa hai cột nhà làm cốt giữ tường, rồi lại trình tiếp. Các phần công việc cứ như thế kéo dài chừng hai, ba tháng, sáng ra, cả làng chuẩn bị cơm nước xong thì chia việc đồng áng, cử một người trong gia đình đến làm nhà, làm suốt vài tháng nhưng không lấy xu nào. Chỉ ăn cơm, uống rượu và ca hát.

Bởi dân còn nghèo, nên việc làm nhà của một gia đình nào đó trở thành lễ hội, nơi hò hẹn của trai gái trong làng, bản. Họ đến để vừa làm việc, vừa khoe sức khỏe, vừa chim nhau. Nhiều khi nhà khánh thành thì lễ về nhà mới cũng là cái ngày của cặp đôi nào đó tuyên bố lấy nhau, nhờ bản làng làm chứng, sau đó là lễ cưới gọn nhẹ, cưới theo cách của người Việt, không rườm rà, cưới giản dị, đơn sơ. Tuy giản dị, đơn sơ vậy, nhưng cho đến lúc này, lúc mà cha con Diễm cùng bà nội tản cư, tá túc, làng chưa có cuộc hôn nhân nào bị đổ vỡ, cái gọi là ly hôn ở đây cũng có, cái buổi ly hôn đó chính là do người nam hoặc người nữ quyết định. Ví dụ như khi người chồng bị bệnh nan y, sắp chết, anh sẽ mời bà con bản làng tuyên bố ly hôn với cô vợ và yêu cầu cô vợ nhận lại tự do của mình để đi bước nữa, người tuyên bố chỉ có một khẩn cầu người bị ly hôn kia hãy giúp nuôi con nhỏ, chăm mẹ già nếu được, ngược lại, người nữ cũng vậy. Có thể nói rằng sau bao đời lang bạt, sau bao thăng trầm, thứ mà người Nùng để lại chính là thứ này, là những kiểu ly hôn kỳ cục và những ngôi nhà xây lên bằng những mẻ đất sét ăm ắp tình làng nghĩa bản. Hình như người Tày cũng vậy, không biết có phải do ảnh hưởng người Nùng, hay ngược lại, chẳng biết ai ảnh hưởng ai, mà ai trước ai sau cũng không quan trọng, ai giữ điều đó lâu bền mới là chuyện để nói, Diễm nghĩ vậy.

Những ngày tản cư là những ngày nhàn hạ đáng nhớ nhất của gia đình Diễm, có bao nhiêu tiền, bố Diễm cùng ông Phèng, chủ nhà người Nùng ra chợ mua gạo, mắm, muối và cá khô về dự trữ. Ban đầu ông Phèng không chịu nhận lời đi mua, ông nói với bố rằng tình bạn bấy lâu nay của hai người lẽ nào không đổi được mấy bữa cơm suông hay sao mà phải cứ bánh ít trao đi bánh qui trả lại như vậy. Bố cười, vỗ vai ông, nói rằng ông là trưởng bản, đã là trưởng bản thì phải hiểu mình làm gì với bà con trong lúc khó khăn chứ. Huống chi trong lúc giặc giã, chiến tranh, sống chết chưa biết, giữ tiền, giữ vàng lại làm gì, vàng mai mốt biết có bán được không, tiền có ăn được không? Rồi thêm nữa, ôm vàng, ôm tiền rồi cuối cùng cả bản lăn ra đói thì sao? Thôi thì đã xem nhau là bằng hữu, chí cốt thì phải biết kề vai sát cánh lúc này. Vậy là hai ông dắt nhau xuống Hà Nội, thuê người ta thổ cả xe lương thực về. Bà nhìn bố bán vàng đi mua, chép miệng, lắc đầu rồi lại cười. Bố nói với bà rằng bố tuy khắc khẩu với bà, ngồi một chút thì cách gì cũng có chuyện trái khoáy giữa hai mẹ con, nhưng những lúc như thế này, bố cảm phục bà, vì bà mang khí chất của ông nội, tức ông cố của Diễm.

*

Người Nùng có tục thờ chó đá, nhưng nói đúng hơn là người Tày, người Nùng đặt những tượng chó đá trước nhà, người giàu thì đặt hai con, người nghèo thì đặt một con, ngay bên bậu cửa. Đặt hai con hai bên cột thì bình thường, nhưng đặt một con, chỉ cần nhìn vào con chó đá sẽ biết người già nhất trong gia đình là cụ ông hay cụ bà. Người Tày, Nùng ảnh hưởng văn hóa Trung Hoa cổ, hay nói chính xác hơn là họ mang dòng máu Trung Hoa xưa và đặt nó trên đất Việt với một tâm thức mới, sống và hòa điệu làm một với sông núi, con người ở đây, họ chưa bao giờ xem Việt Nam là quê hương thứ hai, với người Tày, Nùng, đất Việt là bản quán. Nhưng cái bản quán mang mọi thể điệu đời sống của họ, chẳng o ép và cũng chẳng khuôn khổ họ vào một thứ lệ hay tập tục nào. Con chó đá là linh vật hay vật tổ, là vị thần hộ mệnh cho một người cao tuổi nhất trong gia đình, đương nhiên là bảo vệ cả gia đình, nhưng sẽ ưu tiên sự bảo vệ đó cho người cao tuổi nhất. Thần cẩu sẽ xuất hiện và xua đuổi bọn tà ma, nhất là bọn ma xó và ma gà lang thang kiếm ăn.

Thường các thầy phù thủy hay nuôi những con ma gà, nhốt linh hồn của chúng trong chum đựng lúa. Chúng được nuôi từ một linh hồn hài nhi nào đó ngoài bãi tha ma, thầy phù thủy dùng bùa phép và thần chú chiêu dụ, dẫn dắt nó về nhà để cho ăn hằng ngày, để gần gũi, rồi vuốt ve nó, để nó không nỡ rời xa, rồi đến một lúc nào đó phù hợp, lão thầy phù thủy sẽ cho một bầy chó vây sủa linh hồn kia, nó sợ quá sẽ bám lấy chủ, lúc này chủ sẽ cho nó trốn vào chum lúa, và đậy nắp, dán bên trên một lá bùa, cuộc đời của nó sẽ được nuôi nấng trong chiếc chum này, ban đầu, nó được ăn thịt gà luộc, sau đó nó được tập nhấm nháp tí huyết gà luộc, rồi huyết gà luộc có dính huyết gà tươi, và đến huyết gà tươi, cuối cùng là thịt gà sống.

Nhì, con ông Phèng kể với Diễm rằng cậu ta từng chứng kiến con ma gà của ông Thía gần nhà đã ăn tươi một con gà ra sao, một con gà mái mơ, đang tới thì đẻ trứng, mào của nó đỏ chót, ông Thía cầm con gà trong tay, lẩm nhẩm niệm chú, sau đó mở nắp chum, thả con gà vào, nghe tiếng con gà quác mấy tiếng đau đớn và im re, chừng nửa tiếng sau, ông Thía mở nắp chum, niệm chú mấy cái, một hòn lửa to tướng bay ra khỏi miệng chum, đi lang thang trong vườn, ông Thía dọn toàn bộ lông gà ra khỏi đáy chum.

"Nó ăn không còn tí thịt hay xương nào, chỉ thấy mớ lông gà thôi!".

"Lúc đó cậu đứng ở đâu mà nhìn thấy?".

"Tớ đang ở trong phòng cái Thúy, nó rủ tớ về nhà chơi, hái na, ai dè ông Thía đi chợ về, vậy là nấp luôn, cả tớ và cái Thúy đều nhìn thấy".

"Thúy lúc đó có sợ không? Cậu có sợ không?".

"Ơ, tớ chỉ sợ ông Thía thôi, chứ ma gà thì tớ chả sợ, bởi bố nói với tớ là ma nó phải sợ mình, mình chỉ phòng nó chơi lén, đánh lén mình thôi, chứ mình và nó không liên quan, không dây dưa thì nó không được chạm tới mình".

"Nếu nó cứ chạm thì sao? Mà nó chạm thì mình có bị gì không?".

"Nó mà chạm vào rồi, thì tự dưng người bị nó chạm sẽ sình bụng, trướng bụng, sau đó nó ăn dần ăn mòn nội tạng, nó ăn đến mức đem xuống bác sĩ chụp phim, chẳng thấy gì trong đó ngoài một khối đen thui, có người từng bị vậy, chụp phim chỉ thấy một khối đen thôi, không thấy tim gan phèo phổi nào cả. Thường thì khi bị ma gà ăn ruột, không có chữa bằng tây y được, đưa tới bệnh viện là chết à. Phải nhờ các bà thầy mo, bà sẽ làm phép, bắt nó trả lại toàn bộ những gì nó ăn, sau đó bắt nó chui ra khỏi bụng người bệnh. Có như vậy mới sống sót. Còn cậu hỏi nó chạm vào mình tùy thích thì không có đâu, người Tày, Nùng có nguyên tắc, con của trưởng bản thì không có ma gà nào dám đụng tới, bởi trưởng bản mà quở mắng thầy phù thủy thì ông ta chỉ có nước bỏ nghề".

"Nghĩa là sao?".

"Thì lệ làng mấy trăm năm nay, đã bầu lên trưởng bản, thì trưởng bản phải là người cao nhất, hi sinh cho dân làng nhiều nhất, quyền lực nhất, dẫn dắt làng trong mọi trường hợp. Và chỉ có nhà Trưởng bản mới được đặt chó đá bằng ngọc hoặc cẩm thạch, còn lại, các dân bản chỉ được đặt chó đá bằng đá vôi hoặc đá đen, nhà có người đàn bà già nhất thì đặt nó bên phải nhà, tính từ trong nhà nhìn ra, cậu bước vào nhà thì nó nằm bên tay trái. Ngược lại, nhà có đàn ông cao tuổi thì đặt chó đá nằm bên trái, tức bên tay phải của khách từ ngoài bước vào. Làng không có ai đặt chó bằng đất nung như dưới Hà Nội hay dưới phố, phải là chó đá. Và cái giếng, nếu nhà có cái giếng trước nhà thì tầm nhìn con chó đá phải bao quát, phải thấy cái giếng".

"Để làm gì?".

"Bọn ma gà, ma xó lang thang hay tới đó, chúng sẽ phá hư nguồn nước, thần khuyển thấy được sẽ xua đuổi chúng đi".

"Vì sao chúng lại lang thang, chúng ở trong chum cơ mà?".

"Những con ma gà, ma xó lang thang thường là chúng đã mất chủ, ông thầy phù thủy khi già lại, trước lúc chết thường truyền mọi phép thuật rồi bàn giao con ma gà, ma xó cho đệ tử hoặc con cái. Thế nhưng không phải đệ tử nào cũng theo nghề, hoặc là ham tiền, chỉ cần không giữ tôn nghiêm thì ma gà phản, bỏ đi, ma xó cũng vậy, cứ người nào ham tiền, lợi dụng chuyện cúng kính để hại người khác thì tự khắc ma gà bỏ đi, ma xó chạy theo, chúng lang thang ngoài rừng kiếm ăn. Giữa khuya, nghe gà rừng đang gáy te te, tự dưng nghe te te… thì nghe "tét" như bị ai đó bóp cổ, đích thị là chúng bị ma gà tóm rồi. Nhưng ma gà hay ma xó gì, phải có luật, rừng cũng có luật đấy nhé. Ví dụ như nó vào phá giếng nước, chó đá canh không cho phá, nó khỏi phải rầy rà người già và nó không bao giờ làm lì đâu.".

"Sao nó lại đi lang thang?".

"Thì tớ đã nói với cậu rồi đó, những ông thầy truyền thụ nghề cho con cái, hoặc đệ tử nhưng không có căn cơ thì nó bỏ đi. Rồi có những ông thầy không có đệ tử, không có con cái, đến khi ông ta chết đi, ma gà đói quá, tự đi kiếm ăn, chúng lang thang ngoài rừng, ban đêm, đi đâu mà gặp nó thì dễ sợ lắm, nó là hòn lửa to như quả bí ngô, đậu trên ngọn cây, hai màu xanh đỏ, chẳng có sợ con của trưởng bản hay già làng gì đâu, nó nhập vào kiếm ăn. Thường ai bị nó nhập thì phải đi bắt gà ăn sống, vật vã ghê lắm, chừng ba tháng thì lăn ra chết, nó lại đi nhập người khác để kiếm ăn tiếp. Nếu gặp thầy mo cao tay thì dắt nó về, nuôi nó một thời gian rồi dạy nó tu, nó khỏi quậy, còn không thì nó quậy cả làng đấy, bản nào có nó thì ngóc đầu không nổi".

"Thế còn mà xó thì sao?".

"Ma xó hiền hơn, chúng chỉ giữ nhà thôi, chúng ngồi đâu đó trong góc nhà hoặc quanh quẩn trong vườn để giữ của, nhà giàu thường nuôi ma xó, nếu gặp ma xó thì hết đường chạy. Ví dụ như mình đi bẻ ngô trộm hay đào khoai trộm, nó để mình đào xong thì mờ mắt mình, mình cứ đi quanh quẩn trong vườn suốt ngày mà không tài nào tìm được đường ra, trong khi đó, mảnh vườn nhỏ tí tẹo mà mình cứ như lạc vào mê cung, cho đến khi chủ nhà ra bắt gặp, trói mình lại, thế là xong!".

Nói đến đây, Nhì cười sảng khoái, nó hơi ngửa mặt lên trời, miệng nó mở to, như thể tuôn mọi thứ và cả tiếng cười của nó vào bầu trời, hàm răng trắng muốt và đều tăm tắp, mắt nó nhắm, lông mi nó dài, chân mày rậm, mũi cao, mặt nó tuy ửng hồng, mịn do trời lạnh nhưng lại tiềm ẩn một thứ sức mạnh kỳ quái, rất đỗi đàn ông. Những sợi gân trên cổ nó giật, rung khiến cho người đối diện có cảm giác như bị một luồng điện chạy khắp người. Cái cảm giác này lần đầu tiên Diễm gặp, cô rất khó chịu, lúc đó, cô như muốn vồ vập lấy một thứ gì đó thật khó hiểu. Và hình như cũng từ bữa đó, cô bé ngại gặp Nhì hơn mọi khi, còn Nhì thì vẫn rất vui vẻ, thỉnh thoảng nó rủ Diễm ra rừng hái quả, ra bờ suối đâm cá và hái rau dớn, một loại rau giống như cây dương xỉ nhưng lá dày hơn và thân chúng mọng nước hơn. Với loại rau này, người ta hái những cuốn lá non trên đọt, lúc chúng vừa nhả vòi, tức khi ra lá mới, chiếc lá cuộn lại, cuốn tròn như vòi voi, khi lá trưởng thành thì thẳng dần và bung lá, hái lá ngay thời điểm chúng thẳng ra là vừa ăn, luộc lên, sau đó làm gỏi trộn với dầu lạc phi hành tỏi, nước mắm chanh đường ớt tỏi và một ít lạc rang giã dập, thái thêm vài lát ớt chín đỏ và giòn, bỏ lên trên vài cọng rau mùi nữa thì ngon tuyệt. Bố của Diễm và ông Phèng rất mê món này.

9. Định mệnh

Ông Phi nhìn hai đứa trẻ quấn quýt, ông vừa vui nhưng cũng buồn rười rượi, bởi ông luôn có một nỗi lo, con gái ông, một đứa bé thông minh, tài hoa nhưng không được đến trường bình thường như bao đứa trẻ khác. Nhưng việc ấy có sao đâu khi ông đủ sức trang bị cho con gái ông những tri thức cần thiết khi vào đời. Ông tin rằng con gái ông sẽ tài sắc vẹn toàn. Thế nhưng ông sợ, ông rất sợ nó phải cô đơn giữa cuộc đời này. Đôi khi ông tự trách mình, nhưng rồi ông lại thấy cái sự trách cứ ấy cũng thật vô nghĩa, bởi chính ông cũng đâu có biết số phận ông sẽ về đâu, đi đâu, làm sao ông đoán được số phận của con ông. Nhưng rõ ràng số của con gái ông tội nghiệp, nó rất cô đơn, bằng chứng mà cũng là dự cảm của số phận con bé nằm ở chỗ khi nó vừa ra đời thì vợ chồng ông phải xa nhau. Nó ra đời như một giọt nước cuối cùng làm cho chiếc ly oan trái, gia đình ông ly tán. Nhưng ông cũng trách mẹ con bé tệ quá, bởi người ta được quyền chọn đồ vật mình ưa thích nhưng chẳng ai chọn cha mẹ hoặc chọn con cái được, bởi điều đó do trời ban cho, ông nghĩ là vậy. Những người làm cha làm mẹ không chấp nhận chọn con mình thì đi ngược với luật trời, và mọi chuyện sẽ trở nên tệ hại khi người ta chối bỏ yêu thương, máu mủ của mình vì một lý do nào đó.

Nhưng rồi nghĩ lại, hình như những gì ông nghĩ về mẹ nó cũng chưa đúng. Ông vẫn mơ hồ nghĩ đến một thứ gì đó mà ông chưa đoán ra được.

Nhưng cái thế giới này, công tâm mà nói, đó là một thế giới chối bỏ, người ta chối bỏ bản thân mình ngày hôm qua, chối bỏ cả tuổi thơ nghèo khó hoặc ngây ngô của mình khi cần thiết, chối bỏ quá khứ đớn hèn của mình khi thấy mình đang ở một đỉnh cao nào đó. Nhưng đáng sợ hơn là người ta tự chối bỏ mình trước thế giới bằng cách chối bỏ mọi sự tốt đẹp giống mình hoặc mọi sự tốt đẹp vượt bậc so với mình, sự chối bỏ xô người ta vào một lằn ranh bí ẩn và giảo hoạt, nó luôn đối đãi với đồng loại bằng một nụ cười khả ái và hiền hòa nhưng kì thực bên trong đã có một sự xô bồ nào đó, đẩy mọi thứ sang bên lề để bảo chứng cho thứ gì đó đã ăn cứng trong tâm hồn và có thể nổ tung, phá tan thế giới chung quanh. Chính cái sự chối bỏ không nương tay này nhanh chóng đẩy con người đến chỗ tao loạn và chiến tranh, những cuộc chiến đã được nuôi nắng, trưởng thành trong tâm hồn từ tấm bé.

Và để đạt được mục đích chối bỏ, người ta làm cái việc đầu tiên là chối bỏ sự tồn tại của tha nhân. Không có gì đẩy tha nhân đến chỗ biến mất nhanh hơn chiến tranh, bởi chiến tranh đã có sẵn trong tâm hồn, nên khi chạm vào, nó phát nổ và tiếng nổ của nó luôn kèm theo một nghi thức dân tộc rất đỗi hào hùng trước đó vài giây. Chính cái nghi thức, nghi lễ mang tính dân tộc này là sợi xích xiềng chân tuổi trẻ và sự sống lại với nhau để bắn giết, để gây đổ máu và cừu thù, để ám hại đồng loại mà mục đích cuối cùng thì thực ra cũng chẳng có mục đích nào rõ ràng, đơn giản là làm mất đi rất nhiều sinh mạng.

Trong một số trường hợp bệnh hoạn, sự chối bỏ này thể hiện ra ngoài theo nghĩa đen, tức sự xiềng xích tuổi trẻ để đạt mục đích chiến tranh không cần phải hiểu theo nghĩa bóng. Trận chiến Mậu Thân 1968 mà ông Phi chứng kiến tận mắt, sống sót trở về. Không biết nên gọi đây là sự may hay sự rủi, ông không phải chết, và ông vẫn tồn tại để nuôi con, thế nhưng tương lai của con ông chết một phần do vết thương của cha nó, thật khó để nói cho trọn vẹn.

Ông vẫn nhớ như in thằng Hải và thằng Bôn, hai đứa bạn thân của ông, chỉ hai đứa nó là biết được ông không phải người bản địa, và khi tổng động viên lên đường nhập ngũ, hai đứa nó mới bước vào tuổi thanh niên, cái tuổi còn ưa ngủ nướng và thèm đi hái trộm ngô, thích chọc mấy con ma xó bằng cách bỏ một ít tỏi, một ít cứt ngỗng và vài cọng lông chó vào túi áo, sau đó lẻn vào vườn trưởng bản bẻ một ít ngô, rồi vờ đi lòng vòng trong vườn, hễ thấy hoa mắt thì vạch quần ra đái, rửa mặt, sau đó lấy bịch lông chó, cứt ngỗng và tỏi ra cầm trên tay, nói nhỏ "ê ma xó ơi tao tặng mày nè!". Nói xong thì thấy vạt ngô cứ lào xào, bởi người lớn nói rằng khi ma xó nhìn thấy thứ này rất sợ, nếu lừa được chúng nhận thứ này thì chúng bị quay mòng mòng vì ngộp thở, thậm chí chúng có thể chết luôn. Giờ nghĩ lại hồi đó con nít chơi ác quá, nhỡ nó chết luôn thì sao. Nhưng chắc nó không chết, mà bạn bè ông thì lại chết.

Hai đứa nó, Hải và Bôn hiểu Phi nhiều nhất, bởi Phi kể thật với tụi nó về gốc gác của mình, Phi muốn rằng trong cuộc đời này phải có những người bạn hiểu mình, biết cặn kẽ về mình một chút và sẽ thông cảm, chia ngọt sẻ bùi với nhau. Vào chiến trường Quảng Đà, đối với Phi, nó như một sự trở về cố hương, nơi mà ông nội của Phi đã lên đường, phò tá cho một vị võ tướng, và bản thân ông nội cũng là một phó tướng, một người từng là tướng cướp khét tiếng, bị xử án tử, để rồi sau đó, cả hai người phải lẫn vào rừng sâu để tránh sự truy đuổi của triều đình, của cái nơi từng phong cho mình danh hiệu, tước hiệu và ban cho bổng lộc. Thế rồi chỉ trong một buổi sáng, mọi thứ tiêu tán, đất ruộng bị thu hồi, nhà cửa bị lấy mất, gia đình bị mang ra chém. Ông quyết định trốn lại nơi rừng núi để duy trì dòng máu. Mọi thứ đổi thay rất nhanh, nhanh đến độ người ta không kịp chớp mắt.

Cái cuộc đời bỗng dưng thành người khác đã khiến ông và chủ tướng của mình cay đắng nhận ra rằng trong đời này, chẳng còn chữ trung hay chữ nghĩa nào trước tham vọng chính trị. Với kẻ có tham vọng chính trị, đã nắm quyền bính trong tay, việc đầu tiên là người ta vứt bỏ mọi thứ thuộc về quá khứ của họ, và vứt bỏ quá khứ đối với kẻ có quyền thế là làm cho những người biết quá khứ của mình mất dấu trong cuộc đời, khỏi phải lo lắng, ăn ngon ngủ yên vì mọi đầu mối đã được xóa sạch. Việc cả hai người thay tên đổi họ, sống lang bạt trong rừng sâu, rồi lân la trở thành bạn bè, anh em của người Tày, Nùng, trở thành anh em kết nghĩa của một trưởng bản Nùng đã chứng minh rằng suy nghĩ của hai ông đều đúng và đều sai. Điều đó nó chỉ đúng với những kẻ tàn độc và tham vọng quá lớn, chứ với người anh em Tày, Nùng, họ vẫn có tham vọng quyền lực, nếu không có tham vọng sao họ nhận làm trưởng bản hay già làng để làm chi? Nhưng họ lại trung nghĩa, đã nhận làm anh em là sống hết mình.

Nhưng rồi, nghĩ lại, ông thấy cái sự suy nghĩ ban đầu của mình đã đúng hoàn toàn, bởi hình như với người vùng cao, việc làm một trưởng bản hay già làng gì đó, thậm chí làm thổ ti, không phải do tham vọng chính trị hay tham vọng quyền lực mà do số phận, bởi không có ai có thể thay thế họ được, chỉ có họ mới dẫn dắt bộ lạc, bộ tộc hay tộc họ tiếp tục đi khai phá những cánh rừng của thế giới đầy bí hiểm và nọc độc này. Và chẳng có tham vọng nào ở đây, đơn giản họ lên nắm quyền bởi chẳng có ai ngoài họ, bản làng đã đặt lên vai họ cái trọng trách ấy. Chính vì vậy mà họ chẳng có sự chối bỏ nào trước đồng tộc. Giá như ông nội và vị tướng quân chỉ dừng ở nơi này, đừng đi tiếp sang Tàu thì hay biết mấy! Nhưng có khi ông chọn như vậy lại hay!

Câu chuyện của ông nội, đến câu chuyện của cha, rồi câu chuyện của Phi, hình như cả thằng Bôn và thằng Hải đều biết rất rõ. Thằng Bôn tính tình nóng nảy, cục súc nhưng xởi lởi, giận xong lại quên ngay, thằng Hải thì điềm đạm, sâu sắc. Phi không nóng không nguội, hình như anh có chút hơi lạnh lùng, trung tính và sống thiên về lý trí.

"Lần này đi, có lẽ khó nói ngày trở về nhỉ!". – Hải cười, nói bâng quơ, trong lúc Bôn đang dùng mực Tàu xăm mấy chữ 'Sinh Bắc Tử Nam' lên cánh tay Hải.

"Mày cứ nói gở, nhổ nước bọt đi!".

"Ối dào, chiến trường mấy người đi trở lại, mày không nghe câu này sao, sợ gì chứ, đánh thì đánh, sống thì trở về, chết thì da ngựa bọc thây. Mà bây giờ không có da ngựa, cũng chả có chiến bào, chán nhỉ!".

"Ui dào cái thằng này, tao bảo mày im cho tao tập trung xăm tí nào!".

Thằng Hải ngồi im, giọng thằng Bôn có phần bực bội, pha lẫn chút hoang mang, cảm giác như chùng xuống. Bởi thực tế, chuyến đi này, có lẽ không thể nói rằng thần may mắn đủ rộng tay để che chở cho tất cả mọi người. Chỉ mới tưởng tượng việc đến một vùng đất lạ, qua dẫn dắt của một người giao liên nào đó, họ dẫn đi đâu thì theo đó, cuối cùng là đánh nhau, đứa nào cũng lơ ngơ, tuổi mới lớn, cầm trái lựu đạn mà liên tưởng tới cặp vú của con gái, bồng cây súng thì mường tượng không biết đứa con gái nó nặng hơn cây súng này bao nhiêu, bồng nó có ì ì như cái của nợ này không… Cái tuổi mới lớn, chỉ biết ăn, học và mơ tưởng, nghe súng nổ thì chạy tìm chỗ nấp, mặt cắt không còn giọt máu, thì đánh nhau kiểu gì đây!

Phi nghĩ rằng đây là chuyến đi chẳng thể nào trở về, một chuyến đi quá khủng khiếp bởi đánh nhau với lực lượng miền Nam, một lực lượng chuyên nghiệp, trang bị súng ống tận răng, vũ khí tối tân, trong khi đó, phần đông chiến sĩ ngoài Bắc vào là lính tổng động viên, mặt búng ra sữa, nếu có hơn lính miền Nam chăng là chỉ hơn cái tinh thần chiến đấu trong thơ Tố Hữu, cái tinh thần hừng hực máu lửa "giết giết nữa giết không ngưng nghỉ" nhưng chưa biết máu là gì, nghe súng nổ là xón đái thì làm sao mà đánh đây!

Phi nghĩ nhiều lắm, nhưng cậu cũng sợ, bởi nếu nói ra ý nghĩ của mình, thì cơ chết mười, cơ sống không có, bởi dù sao đi nữa thì đã không có mọi thứ, mấy cây AK47 bắn lẹt đẹt này thì chỉ hợp với tập kích, du kích chứ trong trận địa lớn, bom mìn, xe tăng, súng máy thì nó như đồ chơi trẻ con thôi. Nhưng giờ chỉ còn mỗi cái tinh thần chiến đấu được vặn dây cốt bấy lâu nay, giờ mà nói ra điều xui xẻo, nói ra sự thật ấy thì không chết ngoài chiến trường cũng chết ở tại nơi này vì cái tội đào ngũ hoặc một cái tội gì đó của hai đứa nó. Hai đứa nó vốn con nhà lành, chưa có khí tiết đánh nhau như Phi, dù sao dòng máu truyền thừa từ ông cố, ông nội cho đến bố cũng đã luân chuyển trong Phi, nên sự chuẩn bị của Phi cũng đã sẵn.

VI

THỜI TRAI TRẺ

1. Mặt trận Quảng Đà

Chiến trường Quảng Đà, cái nơi mà ông nội từng gọi là quê hương của Phi, chỉ vừa chạm chân đến vùng đất này, tự dưng Phi muốn khóc, lẽ nào cuộc đời, số phận của ông cháu Phi là vậy sao? Lẽ nào hết đời ông phải ăn sương nằm đất, dãi dầu mưa nắng ngoài chiến địa, để bảo vệ vùng đất này, ông đã phải chinh chiến bạt mạng, không còn biết mình là ai, để rồi cuối cùng giã từ quê cha đất tổ, để trốn chui trốn nhủi ở một nơi xa xôi miền Bắc, ở tận vùng biên cương, để rồi hơn nửa thế kỉ sau, cháu của ông lại quay về quê cha đất tổ trong một thân phận khác, một căn cước khác để "giải phóng" vùng đất này, mà giải phóng cái gì? Giải phóng khỏi tay ai? Lấy cái gì để giải phóng?

Tự dưng Phi muốn khóc, trong lúc đơn vị vẫn tiếp tục hành quân dọc đường mòn Trường Sơn.

Suốt những ngày dài hành quân, Phi biết rằng đây là mùa tháng chạp, mùa giáp Tết, thi thoảng có những cây mai rừng nở thơm rưng rức, mùi hương thơm của hoa cũng lạ, nó thơm quyến dụ và rưng rưng như muốn khóc cùng đất trời. Mưa tháng chạp lây rây, lất phất, đoàn hành quân đi im lặng, nhưng hình như trong cái im lặng đó có cả khí thế hào hùng tuổi trẻ, một nỗi háo hức vô định của những anh lính tuổi mới lớn, chỉ tin rằng ta vào chiến địa, ta nổ súng, ta quật ngã quân thù và ta giải phóng miền Nam, ta lại quay về trong tư thế người anh hùng thắng trận. Đó là cái thứ tâm lý chết chóc trải chung lên những đứa trẻ mặt búng ra sữa khi tham trận, bởi với chúng, chiến tranh như một trò chơi, đứa nào bắn súng nhanh, di chuyển nhanh và tinh mắt thì sẽ thắng, chúng cũng được tập lăn lê bò toài và dùng các loại lựu đạn, súng, dao găm khi xáp lá cà, suốt ba tháng quân trường, trong không khí vội vã đến ngột ngạt, liên tục được chính trị viên lên dây cốt, có đứa nào mà không hăng máu, nhìn bước hành quân của chúng là đủ biết, có cảm giác như bước chân của chúng đi, đến cây cỏ cũng phải run sợ.

Chiều đi qua bản Mường, nhìn những người đàn bà mặc váy xanh, đội khăn xanh đứng bên nếp nhà tranh, họ tựa cửa, nhìn ra đoàn hành quân, họ xì xào với nhau điều gì đó, gương mặt họ rất buồn, bởi biết đâu trong các gia đình này cũng có những đứa con mười lăm, mười sáu tuổi đã hành quân vào miền Nam. Không khí Tết của người Mường thật là ảm đạm, dường như cái đói, cái lạnh và nỗi thiếu thốn mùa giáp hạt cộng với sự thiếu vắng đàn ông trong nhà trước những ngày đại đoàn tụ gia đình khiến cho mọi thứ trở nên khô héo, buồn bã.

Nhưng cũng có thể người Mường ăn Tết theo lịch của họ, Phi từng nghe cha nói như thế. May sao, giữa cái lạnh hiu hắt vùng sơn cước, giữa cái không khí giáp Tết ảm đạm, có những cây đào lún phún trổ bông, chúng như những đốm lửa mùa hè sót lại, thắp sáng bản làng và sưởi ấm bức tranh những người đàn bà lạnh dưới các mái nhà im lìm và cô quạnh. Phi cố gắng tìm xem thử có nhà nào đang nổi khói thổi cơm không, nhưng sao thấy mọi thứ im lìm quá, hình như người ta bận đứng ở bậu cửa ngắm đoàn hành quân, ngắm say sưa đến độ quên cả cơm chiều thì phải. Nghĩ tới đây, tự dưng có thứ gì đó làm Phi cảm giác như ruột gan đang thắt lại, nôn nao khó tả.

Đến vùng rừng núi của Thừa Thiên Huế, Phi nghe nói vậy, đoàn hành quân đi qua những bản làng người Tà Ôi. Người Tà Ôi không ăn mặc sặc sỡ như người Mường hay người H'Mong, cũng không kiêu hãnh như người Tày, Nùng, Thái. Dường như người Tà Ôi chỉ để ý đến ba bữa cơm, cái nhà để che mưa che nắng, mà hình như đúng hơn là cái tổ hơi cao cao, gọi nhà sàn để đêm tới thú rừng đừng mò vào, mưa nắng thì có chỗ mà trú, ban ngày lại đi kiếm ăn. Đất nước mà Phi đi qua, hình như chưa có chỗ nào giàu có, thịnh vượng, chỉ thấy rừng và rừng, thi thoảng gặp những cánh rừng cháy khô do bom Napalm hoặc chất độc Dioxin, và những bản làng nghèo hiu hắt, mọi thứ chạy qua trước mắt của Phi cứ như là một thước phim tài liệu của thế kỉ trước, nhưng đó là đời thật, con người thật, nỗi buồn cũng thật, cái nghèo cái đói cũng thật.

Đôi khi Phi nghĩ thoáng qua, và chỉ dám nghĩ thoáng qua rồi dẹp bỏ ngay ý nghĩ ấy, Phi nghĩ rằng nếu thực sự giải phóng, thì hãy giải phóng con người khỏi nghèo đói và lạc hậu, chi phí bỏ ra cho chiến tranh, vũ khí quá cao, nếu dành số tiền này cho việc cứu đói và xây dựng đời sống miền núi thì hay biết bao nhiêu. Nhưng đây là nam vĩ tuyến 17 rồi, đây thuộc miền Nam rồi, hình như cái nghèo của miền núi thì miền Nam hay miền Bắc gì cũng giống nhau cả, người ta đói một cách âm thầm và kỳ vĩ, đói lâu bền và đói không cần phải nói cam chịu, bởi nó như một định mệnh chứ không phải tai họa hay tai nạn, nó sâu bền đến độ thành hơi thở, điệu sống của con người.

Chiều ba mươi Tết, sư đoàn được lệnh chẻ ngang Trường Sơn, xuôi xuống vùng B Đại Lộc, tập hợp ở đây đón Tết, sau đó tiến về thị trấn, rồi tiến xuống vùng đồng bằng, cuộc hành quân lần này thần tốc và di chuyển trong đêm. Sau khi tổ chức đón Tết với món bánh tét, thịt heo luộc chấm nước mắm ớt bột và vài dĩa củ kiệu, cả trung đoàn được uống rượu, mỗi người uống đúng một ly và sau đó được cấp cho bộ quân phục của lính miền Nam, một cuộn dây thép kẽm gai đã tuốt hết gai, cho vào ba lô mà không rõ để làm gì, nhận mật khẩu mới và trong tích tắc, toàn bộ trung đoàn trở thành một trung đoàn vận quần áo rằn ri của lính biệt kích miền Nam. Nhưng rõ ràng mọi thứ đều rất lớ ngớ, mặc dù đi bộ đã lâu, sương gió cũng nhiều, mặt đứa nào cũng hốc hác, da sạm ra nhưng vẫn không thể trở thành một anh lính biệt kích được, cái cảm giác búng ra sữa là có thật. Cả một trung đoàn chỉ có chưa đầy trăm người tuổi trên ba mươi, đó là Trung đoàn trưởng, chính ủy, các trung đội trưởng và các tiểu đội trưởng, họ là những người lính dày dạn kinh nghiệm, đã từng tham gia nhiều trận chiến đấu ở các mặt trận Thanh Hóa, Nghệ An, Hà Tĩnh và bờ Bắc sông Bến Hải. Số còn lại đều ngang lứa tuổi Phi và nhỏ hơn Phi vài tuổi, toàn những cậu nhóc rất hăng hái nhưng lại rất đỗi lơ ngơ. Các chỉ huy thì hét ra lửa, mặt lạnh như tiền và có thể rút súng bắn bất kì cậu lính nào dám sai kỉ luật mảy may, kỉ luật là sức mạnh quân đội cơ mà! Có lẽ nhờ vậy mà trung đoàn hành quân có trật tự, có kỉ cương.

*

Nơi mà trung đội của Phi phải chiến đấu cách bờ biển mười cây số, chỉ huy đã nói vậy. Trong bóng tối của đêm cuối tháng chạp, trời đen như mực, người giao liên nói giọng Quảng dắt trung đội đến một gia đình hoạt động ngầm, nơi đây người ta gọi là vùng xôi đậu, tức ban ngày Cộng Hòa, ban đêm Cộng sản. Đây là vùng đất khét tiếng Cộng sản nằm vùng, nên việc di chuyển khá là an toàn, dễ dàng, bởi lính Cộng Hòa ban đêm đồn trú, ở cứng trong đồn, chỉ thỉnh thoảng có đợt càn quét ban đêm, có tính toán và có trợ lực từ phía các trung đội biệt kích thì lính đồn trú mới dám đi càn hoặc đi tuần tra. Nhà này xây bằng vôi, một căn nhà ba gian truyền thống, chủ nhà trạc tuổi mẹ của Phi, không thấy chồng bà đâu, có lẽ chồng bà cũng là một chiến sĩ cách mạng, đã hoạt động ở một nơi nào đó. Thường thì cách mạng không bao giờ hoạt động tại nhà, bởi hoạt động như vậy chẳng khác nào tự nộp mạng cho lính Cộng Hòa.

Người Cộng sản tồn tại được ngay trên miền Nam nhờ nguyên tắc bí mật tuyệt đối, không chỉ bí mật với kẻ địch mà bí mật ngay với đồng đội, cấp dưới chẳng bao giờ biết mặt cấp trên, chỉ nhận những khẩu lệnh, sau đó ráp vào nhau theo qui tắc hai nửa trái táo, A nắm nửa trái táo, đến gặp B để ráp nửa trái táo của B, nếu khớp dấu thì là đồng đội, nếu không khớp dấu thì rút súng bắn. Mỗi khi báo cáo lệnh, thường thì cấp dưới đến báo cáo cấp trên trước một cái nong hay một bụi chuối, cấp trên ngồi sau cái nong hoặc nấp sau bụi chuối, sau khi hai câu mật khẩu ráp vào nhau trùng khớp thì bắt đầu báo cáo và nhận lệnh mới, nhận mật khẩu mới để đến điểm nào đó do bên trên chỉ định, lại ráp mật khẩu và báo cáo hành động.

Dường như mọi thứ đều rất bí mật và mong manh, chẳng có thứ gì để đảm bảo rằng mình làm việc với một cấp trên hay cấp dưới bằng xương bằng thịt, thế mà người Cộng sản lại làm việc rất hăng say, làm bất chấp nguy hiểm và có thể hi sinh tính mạng bất kì giờ nào. Rõ ràng ở đây phải dùng chữ hi sinh, bởi làm việc cho một lý tưởng nào đó, mọi thứ đều khó khăn và nguy hiểm, thì cho dù động cơ có như thế nào, tốt xấu ra sao, thì riêng với người chọn làm việc đó đã có sẵn một sự hi sinh. Hình như hi sinh cho lý tưởng, một lý tưởng cao vời nào đó chưa định dạng, nhưng vẫn cứ phải làm. Và họ đã tồn tại, đã hoạt động như vậy từ rất lâu, để cho đến hôm nay, cái ngày chuẩn bị tổng tiến công và giải phóng miền Nam. Nhưng sao không khí tổng tiến công có gì đó rất trầm, vẫn chưa có khí thế của tổng tiến công. Phi cứ suy nghĩ mãi, bù cho thằng Hải với thằng Bôn chui xuống hầm là ngủ ngay cò.

Phi mới chợp mắt được một chút dưới hầm, một căn hầm bí mật đào bên dưới bụi chuối của gia đình, nó ăn thông với một con lạch, nếu có gì bất ổn thì chỉ việc luồn ra con rạch và thoát thân. Có thể lặn dưới ngàm tre hoặc dưới chân bèo mà chờ đến lúc yên tĩnh thì rút lui. Chỉ huy đã dặn như thế.

Nhưng gần đến phút cuối, có một sự thay đổi bất thường. Theo lệnh của chỉ huy, khi pháo sáng Giao Thừa khai ngòi thì toàn quân khai hỏa, tấn công. Nhưng tấn công nơi nào, không lẽ tấn công vào chính ngôi nhà này? Đường đi nước bước rối mù, chẳng biết gì, lỡ mà vỡ trận thì chỉ riêng đạn của phe ta bắn phe mình cũng đủ chết rồi, Phi nghĩ vậy, rùng mình, ớn lạnh.

"Có lệnh, các đồng chí phải đào hầm mới và biến căn hầm của mình thành lô cốt!". Chỉ huy ra lệnh.

Vậy là tiểu đội choàng dậy, đi theo chỉ huy, ra đào hầm, hầm ngoài bãi đất trống, thi thoảng đã nghe tiếng pháo nổ lẹt đẹt của các gia đình cúng đón gia tiên muộn. Đây là vùng kinh tế khó khăn, đất đai cằn cỗi, luôn bị thiên tai, lũ lụt nên đời sống ai cũng như ai, cắm cúi làm cho đủ tiền để xây căn nhà, lớn nhỏ, nợ nần gì cũng phải xây, xây để mà trụ qua mùa mưa bão. Nhưng nói thì nói vậy chứ cũng không mấy nhà xây, bởi lúc tối, Phi để ý thấy chủ yếu nhà tranh vách đất, họa hoằng lắm mới có nhà tôn vách gỗ và nhà xây tường vôi. Hình ảnh này chắc hẳn phải khác ngoài thị trấn, Phi nghĩ vậy.

Các hầm đào xong, một dãy hầm dàn hàng ngang, chỉ huy ra lệnh chia thành các tổ, mỗi tổ sáu người, có tổ lên mười hai người, ngồi đấu lưng vào nhau, quay mặt về hai hướng, chỉ huy dặn dò khi khai hỏa thì cứ chờ quân địch rút ngang qua đây thì hẳn bắn. Và, điều Phi không bao giờ tưởng tượng nổi, Bôn và Hải cũng không bao giờ tưởng tượng được là chỉ huy ra lệnh mọi người rút cuộn dây thép đã được cấp lúc ở vùng B cho mỗi người ra, và chỉ huy dùng sợi dây thép của người nào buộc chân người đó, buộc vặn xoắn kiểu còng số 8, chỉ có hai ống chân là cựa quậy được một chút, sau đó nối với sợi dây thép của đồng đội.

"Đây là lệnh của cấp trên, các đồng chí chỉ được rời vị trí chiến đấu khi các sợi dây thép này mở ra. Ở ngoài Huế, chỉ huy còn dùng cả dây xích để xiềng chân các chiến sĩ nữa cơ. Tôi nghe nói vậy!".

Các hầm ngồi co ro chờ chiến đấu, ai buồn tiểu, cứ việc thoải mái tại chỗ. Anh nào đi nhiều nước thì cả đám cùng bị ướt bởi đất sét tháng chạp, độ ẩm còn khá cao, không rút nước nhanh được, cứ đái xuống thì nước chảy lan sang đồng đội, may sao không có anh nào đau bụng, nếu có thì khốn phải biết! Mà kể cũng lạ, đã đi đánh nhau, lại buộc chân vào nhau, ngồi lì một chỗ để chờ người ta đi qua, rút quân rồi mới bắn thì bắn kiểu gì, đánh kiểu gì đây. Rõ ràng làm như vậy khác nào chôn sống anh em, xử tử bằng cách cho bồng súng ngồi một chỗ, nó như một thứ đỉnh điểm của trò chơi chiến tranh, vừa khôi hài vừa chết chóc.

Pháo giao thừa nổ rang, anh em ngồi căng mắt, chẳng thấy thằng lính ngụy nào rút quân hướng này, thằng trước hỏi thằng sau đang dựa vào lưng mình có thấy gì không, thằng sau nhắc thằng trước nói khẽ chứ nhỡ địch nó nghe được, nó không thèm bắn mà ném cho một trái đạn thì hết chạy. Đúng là quá ngu, càng nghĩ, Phi càng tức, thanh niên trai tráng con nhà người ta, cho vào ba tháng quân trường, tòng quân nghe ngon lắm, tưởng làm gì, di chuyển cả ngàn cây số, lúc đi bộ, lúc lên xe, người chất như trâu lợn, xe chạy xóc thiếu điều lộn tim gan phèo phổi lẫn vào nhau, cuối cùng vào đây, ngồi xiềng chân vào với nhau như vậy để chuẩn bị chiến đấu. Cái tư thế chiến đấu bắt buộc rất đỗi kì quặc này không thể nào chịu được. Đã là lính chiến, khi vào trận phải được di chuyển, phải lăn lê bò toài, phải tiến lên, hô xung phong, lớp trước ngã xuống thì lớp sau xông lên, như vậy mới ra chiến tranh, mới gọi là đánh nhau. Đằng này rõ ràng là mang vào đây nướng thịt con người ta. Bởi vì sao ra nông nỗi này, bởi vì không tin tưởng, bởi vì sợ bọn trẻ nhát gan nghe súng nổ thì chạy, còn bắt chúng ngồi đây với cơ số đạn dược như vậy, địch tới thì chúng phải đánh, chúng đánh hết trách nhiệm, không phải là trách nhiệm của một người lính quả cảm mà là trách nhiệm giữ mạng sống. Rồi giả sử, sống sót xong làm gì nữa? Đây là câu hỏi bỏ ngỏ, bởi cái giờ phút thiêng liêng nhất, người ta cúng ông bà, mình khai hỏa, đã có gì đó bất thường, chơi không đẹp, lại thêm chuyện buộc chân lính vì sợ nó chạy, chứng tỏ lực lượng của mình có gì đó bất an. Nhưng thôi, lỡ rồi, biết làm sao. Phi thất vọng, Phi ngồi và mường tượng tới cảnh mẹ đang cúng gia tiên, đón giao thừa ở quê nhà. Quê nhà với Phi bây giờ sao xa quá, nó xa không những hơn ngàn cây số mà không chừng, nó xa cách cả thế giới trong phút chốc, một ánh chớp lóe lên, bóng tối bao trùm... Nghĩ đến hình ảnh mẹ lủi thủi một mình, mẹ thắp nhang lên bàn thờ cầu nguyện cho con được bình an, lành lặn trở về, rồi mẹ lại lủi thủi tắt nhang đèn, dọn mâm cơm giao thừa xuống ngồi ăn một mình, nghĩ đến hình ảnh mẹ khều đôi đũa tre đen cũ vào chén cơm, dích từng đũa cơm nhỏ cho vào miệng mà nghẹn ngào nhớ con, Phi thấy đau nhói lồng ngực, hai giọt nước mắt lăn xuống lúc nào Phi không hay.

"Mày khóc hả Phi?" – Thằng Bôn hỏi, giọng nó cũng toàn giọng mũi.

"Ủa, mày hỏi tao hay hỏi mày?".

"Thằng này, mày đang khóc đúng không?".

"Ừ, tao nhớ mẹ tao quá!"

"Tao cũng nhớ mẹ tao quá, bà nói rằng năm nay mới nuôi được bầy gà Đông Tảo, hứa Tết bán mua cho tao đôi dép mới, em tao áo quần, sách vở. Và cho tụi tao ăn thịt gà nữa. Nhưng mà cái đà này thì có mà bà cúng tụi mình thì có!".

"Mày nói toàn điềm gở, nhổ nước miếng đi mày!" – Thằng Hải gầm gừ, hình như hắn cũng đang thút thít.

"Ơ hay nhỉ, tự dưng vậy bây giờ tụi mình ngồi ở đây chờ chết rồi khóc, nếu như giờ này đang chuẩn bị hành quân hoặc đang nhảy vào xáp lá cà với đối phương thì không bõ cái tuổi trẻ, đằng này vào đây đánh mẹ gì giống ngồi tù!".

"Mày nói khẽ, chỉ huy nó nghe được thì khốn!".

"Tao lại nhớ cả chị ấy?".

"Ý mày nói mẹ Long bán phở lợn ấy hả?".

"Ừ".

"Tao hỏi thật tình với mày nhá, mẹ ấy cho mày ăn phở vậy, mẹ có ăn đời giai mày chưa?".

"Có! Từ lâu rồi cơ!".

"Ơ... cái thằng này! Há há...!".

Cả bọn cười rang dưới hầm, chỉ huy quát: "Các đồng chí trật tự!". Giọng quát vừa thé rít vừa đanh thép của chỉ huy khiến cả bọn giật mình, mọi thứ bị phá tan, cái không khí mệt nhũn lại quay về.

"Mày có nhớ chị Long bán phở lợn không?!" – Phi nói gần như thầm thì trong cuống họng với Hải.

"À, cũng lớn rồi, lớn hơn tụi mình bảy, tám tuổi thì phải, mày đừng nói là...?".

"Hơn tao năm tuổi thôi. Tao lớn hơn tụi mày ba tuổi cơ mà!".

"Vậy là mười tám tuổi mày bị mụ ấy thịt à?".

"Thịt cái gì, tao cũng thương chị ấy, tao biết mẹ tao không bao giờ chịu nhận chị ấy làm con dâu, mà chị gì, cô ấy xưng tao bằng anh hẳn hoi đó nha! Mà thịt nhau à, trước cơ, năm tao mười lăm, mười sáu gì đó".

"Ơ, cái thằng này! Mày thấy bà Long như thế nào?".

"Bà cái đầu mày ấy, cô ấy lớn hơn tao năm tuổi, thì có gì mà bà, tao thấy cô còn trẻ, đẹp hơn khối đứa! Nhưng mà với tao, xấu đẹp đâu phải chuyện quan trọng, có hợp nhau không thôi, cô có thương tao không thôi!".

"Tao hỏi thật mày, Long còn trinh không?".

"Mày có tin nếu không có sợi kẽm buộc này tao đá mày gãy xương không! Nói với chả năng, lịch sự một chút đi, có văn hóa một chút đi!".

"Tao xin lỗi mày, tao biết mày rất khổ tâm, tao thề đấy, cả tao và thằng Bôn đều biết mày khổ tâm chuyện này. Nhưng dù sao thì mày cũng may mắn hơn tụi tao, ngay giờ phút này, nếu có bề gì, hai thằng tao chẳng còn cơ hội nào, còn mày, ít nhất cũng đã nếm mùi đời, còn có phở ăn lai rai, thật đấy, sao mày sướng thế!".

"Có vẻ như chuẩn bị bắn nhau rồi đó, cố lên nhá!".

Súng nổ giòn, pháo sáng đầy trời, những trái pháo sáng mà chưa bao giờ Phi được nhìn thấy. Thằng Bôn nói như reo: "Bỏ mẹ, pháo của bọn Mỹ sáng thật đấy, sáng đến mức tao nhìn thấy cả cái quần bị ướt của thằng Hải. Ôi mẹ ơi, nó đái dầm rồi ông ơi!".

"Không phải đái dầm đâu, mồ hôi đấy, không hiểu sao tối nay tao ra mồ hôi khủng khiếp!".

Thêm một trái pháo sáng, đạn nổ tứ phía, lúc này dường như Phi chẳng nghĩ tới chuyện chiến tranh, chuyện bắn nhau nữa, Phi thấy nhớ mẹ, và nhớ tới nàng, Long của Phi, cái người đàn bà bán phở ngoài đầu thị trấn, đẹp người đẹp nết nhưng có số phận hẩm hiu, dường như ai cũng tới ăn phở vì phở ngon, vì để trêu ghẹo mấy câu, rồi lại đi, bởi không hiểu tự bao giờ, người ta quan niệm đàn bà mà không có lông âm hộ thì đàn ông đụng vào sẽ vong mạng. Chính cái lời đồn quái ác ấy đã đẩy người ta đến chỗ bế tắc.

2. Chợ phiên Bắc Hà

Phi gặp Long trong một dịp chợ phiên, tít tận mạn Tây Bắc, không biết cái duyên cái phận kiểu gì lại đẩy hai con người vốn rất gần nhau ở Đông Bắc phải lên tít tận Tây Bắc xa xôi để gặp nhau, và độ tuổi chênh lệch khiến cho mọi thứ trở nên kì cục, rất kì cục, một sự li kì lôi cuốn và thơm tho, khó nói. Cái cuộc gặp gỡ kì quái và định mệnh, bởi lúc đó, với cái tuổi mười sáu đầy rấm rức, Phi chẳng bao giờ nghĩ rằng mình sẽ có vợ, nhưng rõ ràng khát khao khám phá một cái gì đó rất kì lạ của con người là điều không thể chối cãi, Phi rất muốn dấn sâu vào ai đó, một cô gái nào đó, hòa quyện cùng với Phi, mường tượng cái phần sâu thẳm của người con gái sẽ cảm giác gì khi cái phần lồi ra của mình bù vào. Nhiều lúc ngồi trên hố xí hai ngăn, thỉnh thoảng suy nghĩ vẩn vơ và nhìn xuống hai hòn dái mọc lông lún phún của mình, Phi tự hỏi: Với cái dương vật này, với bộ dái này, mai sau, cô gái nào sẽ đón nhận nó đây? Và đón nhận kiểu gì đây? Nó cũng chẳng có gì lạ, nhưng chắc chắn nó phải có sức khỏe khác thường, bởi bằng mắt thường ta dễ dàng nhận thấy điều đó.

Chợ phiên bắt đầu đông đúc vào lúc năm giờ sáng, thậm chí, lúc bốn giờ, những người đồng bào H'Mong trên núi cao đã lục đục kéo vào chợ, họ mang theo những con lợn sề, chó con, lan rừng, gà trống, gà mái, trâu, bánh phở, mèn mén, những chiếc gùi tre, chổi tre, mật ong rừng, rượu ngô, hồng, táo, mận, lê... có cả trăm mặt hàng từ trên núi mang xuống, từ đỉnh cao Hoàng Thu Phố hay Bản Phố đưa xuống đây, và có cả một góc chợ bán thắng cố ngựa, món ăn không phải lúc nào cũng có. Người H'Mong dường như chỉ kiếm sống và sống. Nghĩa là họ sống hết mình, trọn vẹn với đời sống, kiếm một thứ gì đó để tồn tại và chờ đợi, cho đến chợ phiên, họ lại sống đúng nghĩa với tâm trạng đầy chất lễ hội của mình.

Phi xin chủ cho nghỉ một ngày để thăm chợ phiên, vì đã hơn nửa năm làm việc, chợ phiên mỗi tuần họp một lần vào cuối tuần, nhưng Phi đăng ký làm luôn chủ nhật, ông bà chủ thấy thương Phi chịu thương chịu khó, ngày làm việc, tối đọc sách, dùi mài với sách vở, ghi ghi chép chép... Ông chủ vốn người ham đọc sách, nhiều lần ông thử xem qua những cuốn sách Phi đọc, ông gật gù khen Phi chịu đọc sách và chịu học, ông nói rằng ở cái tuổi như ông, có muốn học hay đọc sách cũng khó mà được cái nhiệt huyết với con chữ như Phi, bởi cơm áo gạo tiền, men rượu và nhiều thứ khác đã làm chật hết không gian trong tâm trí, chỗ dành cho chữ còn ít ỏi lắm. Càng lớn tuổi, người ta càng nuối tiếc về tuổi trẻ, cái tuổi quá phung phí cho những việc vu vơ và vô bổ, đến khi có đủ từng trải cuộc đời thì nghĩ lại đã quá muộn.

"Nhưng thực ra, chỉ có một số ít người tận dụng được tuổi trẻ của mình thôi, họ tận dụng cũng không mấy hiệu quả, nhưng chí ít là được dùng" – Ông chủ Phùng chép miệng, nói bâng quơ một mình trong lúc Phi đang hí hoáy viết.

"Bác nói sao cháu vẫn chưa hiểu?".

"Tuổi trẻ của con người nói chung, bị ném vào rất nhiều thứ, và chưa bao giờ người ta sử dụng được nó, nhưng nghiệt nỗi, nếu thả lỏng, không ném vào đâu, thì người ta cũng tự ném nó vào một thứ gì đó có thể là thuốc độc. Cái bi kịch của con người nằm chỗ này".

"Dạ…"

"Cậu vừa bước vào tuổi thanh niên, nếu may mắn, cậu đi làm kiếm tiền và có thể đọc thêm sách, như vậy, cậu đã tận dụng tuổi trẻ của cậu hiệu quả rồi đó. Còn lại số đông, dường như tuổi trẻ hoặc bị ném vào chiến tranh, hoặc bị ném vào những thứ lý tưởng chính trị và người ta miệt mài theo đuổi nó, chẳng để làm gì cả ngoài chết chóc và hợm hĩnh. Số còn lại, bị ném vào cơm áo gạo tiền. Nghiệt ở chỗ cả đời lam lũ, cố gắng và loay hoay để làm cho được căn nhà, nợ nần chồng chất bởi muốn căn nhà vững chãi một chút, ở cái xứ thiên tai bão lũ liên miên, khổ! Cả đời dành dụm làm nhà, trả nợ, không dám ăn uống gì, tới khi đau ốm thì năn nỉ người ta để thế chấp cái nhà mà vay tiền trả cho bệnh viện, cuộc đời cứ quanh quẩn. Tuổi trẻ của chúng ta đốt quá nhiều, buồn thật!".

Không đợi Phi lên tiếng, ông nói như thể cho chính mình nghe, mà cũng là để cho Phi nghe, và nghe để làm gì, có lẽ ông cũng không quan tâm, nói xong ông ra ngoài hiên, ngồi rít thuốc lào, uống trà.

Trời đã sang giữa tháng Giêng nhưng cái lạnh vẫn như cắt da cắt thịt, lúc này đang là mùa hoa mận hoa mơ. Mận và mơ cùng mùa, cây mơ ra hoa trắng muốt, người Hà Nội gọi hoa lê, chúng trông giống những cây mai chiếu thủy mọc ngược ở xứ lạnh. Mùa xuân, cả một đồi trải dài hoa trắng, và những cây đào ra quả màu hồng phớt nhìn lạ mắt, mùa xuân cho hoa, rồi ra giêng cho trái, nhà giàu cắt nhánh vào chưng Tết, nhà nghèo cắt nhánh đi bán hoặc dưỡng hoa ngoài vườn mà thưởng thức, đợi chúng ra quả. Thời xưa, hoa không đẹp bằng thời đã có điện, nhưng quả lại nhiều hơn sau này, ở bất kì vườn nào. Bởi thời chưa có điện, người ta không đủ sức để gánh nước mà trèo lên cao, tưới từ ngọn cây cao vài mét xuống, người ta chỉ gánh nước đổ dưới gốc cây, hoa không được tưới, quen với sương gió nên sắc lại, có vẻ như khô đét và mùi hương cô đặc, còn thời bây giờ, người ta cầm vòi xịt nước lên tận ngọn cây, những cái hoa gặp nước phởn phơ, mơn mởn, hương hoa tan loãng vào nước thơm dìu dịu, rất dễ chịu, cứ mỗi sớm, người ta tưới hoa thì cả một khu vườn giống như vườn hương, tỏa đi mọi ngóc ngách. Nhưng bù vào đó, phấn bị trôi dạt, hoa chẳng kết trái là mấy.

Ngày mai là chợ phiên, thời chiến tranh, mọi thứ co cụm, thế nhưng người H'Mong vẫn cứ họp chợ phiên, hình như với người H'Mong, chiến tranh là câu chuyện của ai đó, không phải của mình, và mình phải sống cho hết ngày, hết tháng, hết năm, đúng điệu sống của mình. Và hình như những người dân nơi ngã ba cao nguyên nhỏ này, giống như một cái thị trấn nhà cửa leo pheo, chông chênh, cả thị trấn có đúng cái dinh Hoàng A Tưởng là bề thế, giàu có. Nhưng nó đã bị bỏ hoang, hình như nó cũng chỉ mới bị bỏ hoang thôi. Điều làm Phi thích thú là mỗi sáng, sương mù dày đặc và cái lạnh cắt da cắt thịt, khoác áo gió vào đi lang thang, ngắm những ngọn pơ mu và ngọn thông cao vút, cây pơ mu trong vườn dinh cao nhất thị trấn, nó đứng trên một ngọn đồi và nhìn nó như một kẻ ngạo mạn, quen chỉ huy, dẫn dắt cho đám cây trong thị trấn này.

Vẻ hoang sơ, cũ kĩ và buồn tẻ vì không có người vào ra, kín cổng cao tường của khu dinh thự càng khiến cho buổi sáng trở nên lạnh lẽo và hoang vu. Thở phì phà, hà hơi lạnh, người ta quàng khăn cổ, trùm kín đầu và đi xuống chợ phiên. Nơi mua bán tấp nập các loại sản vật của rừng, nhưng có lẽ thú vị nhất vẫn là khu chợ trâu, chợ chó, chợ gà và khu ẩm thực, chợ trâu trên một ngọn đồi, đứng trên chợ trâu có thể nhìn sang dinh Hoàng A Tưởng rất rõ, chợ gà nằm dưới chân đồi, chợ chó nằm cạnh chợ gà. Những con chó của người H'Mong mặt mũi hiền từ, lông vện vàng hay vện xám, tướng mạo to lớn, chúng rất khôn và người ta nuôi để huấn luyện chúng thành loại chó săn chuyên nghiệp. Chúng rất giỏi đánh mùi, biết phân biệt chủ, khách, người quen, người lạ, người hiền, người dữ và đặc biệt, khi đã chiến đấu, chúng không biết dừng nếu như chưa có lệnh của chủ. Chính vì những đặc tính này mà chó của người H'Mong ở chợ phiên trở thành động vật quí để người dưới xuôi mỗi tuần tìm lên đây mua về, bán lại cho người thành phố.

Ngoài món thắng cố ngựa, người H'Mong còn có món lạc đỏ ủ men, một kiểu ủ rất đặc biệt, có vị giống với húng lìu của người Hà Nội nhưng lại để nguyên vỏ lạc và ủ với cát, cách làm như thế nào chẳng thể biết được vì đây là bí quyết của họ, có ba món người H'Mong không bao giờ trao bí quyết cho người khác, đó là thắng cố ngựa, rượu ngô và lạc ủ. Người bên ngoài, ăn, đoán vị, phân tích và cố gắng làm cho giống họ nhưng không đời nào giống được. Có nhiều người Việt tới đây, người H'Mong ít gọi người Kinh mà gọi người Việt, họ bảo rằng trong năm mươi tư tộc người anh em, gồm cả tộc Việt, thế nhưng sau này, một số thổ ti Mường lại gọi người Việt là người Kinh với ý kỳ thị và khinh thường, bởi các thổ ti (với người Mường, họ xem là vua, chức thổ ti là do các vua Việt áp đặt lên họ) gọi các quan lại dưới triều đình là người Kinh, vừa ngụ ý người ở kinh kỳ, vừa ám chỉ một loại người mà họ gặp thì phải kinh sợ, kinh tởm, rút kinh nghiệm để gặp lần sau. Bởi dù sao đi nữa, người Kinh vẫn là loại người đáng ngờ và người ta phải tạo ra cái vỏ bọc để đối đãi, đối phó nhiều nhất so với những anh em tộc người khác. Gặp người Việt, người ta phải gọi họ là người Kinh. Và chưa bao giờ người Việt thôi tìm cách này hay cách khác mang rừng núi của người Tày, người Nùng, người Mường, người H'Mong và những người anh em thiểu số khác về đồng bằng, thay vào đó, họ mang một ít đồ ở đồng bằng lên, và hình như xài rất mau hư mà trả giá cho nó không nhỏ chút nào.

Long tìm tới chợ phiên không phải để học hỏi thứ gì, đơn giản đi là đi, cô muốn biết đời sống của những tộc người nơi đây, ở mạn Đông Bắc của cô vẫn có các tộc người thiểu số, nhưng đời sống của người Tày, Nùng khép kín, họ ở sát đồng bằng và thị trấn, luôn cố gắng nhô ra phố để làm một thứ gì đấy nhưng không làm gì được, điều đó khác với người H'Mong rút lên tít tận đỉnh núi cao và khi họ xuống đồng bằng hay phố thị, họ thực sự làm chủ nơi đó trong vài giờ, vài ngày khi họ có mặt, họ tổ chức những phiên chợ và những cuộc chơi đầy thi vị. Long thích điều đó, mà Long cũng mơ hồ, hi vọng rằng chuyến đi này, Long sẽ gặp một ông bà thầy mo nào đó để nhờ bà giúp cho cô, bởi cô đã hết hi vọng, cô muốn rời bỏ cái nơi chôn nhau cắt rốn ấy.

*

Những người đàn bà H'Mong bán thổ cẩm bày hàng gần cạnh những người đàn ông bán cày gỗ và khèn. Người H'Mong dùng cày bằng gỗ để cày đất, không giống người Tày, Nùng và Mường dùng cày sắt. Cày gỗ là một cách chung sống với thần núi, bởi chiếc cày chỉ có thể cày những phần đất mềm, cạn, không làm tổn thương đến đất sâu. Và khi bán cày, những người đàn ông H'Mong ngồi say sưa thổi khèn bầu, một loại khèn phát ra âm trầm, có bầu cộng âm bằng vỏ bầu khô hoặc bằng một thân gỗ tròn có đường kính khá lớn, được tiện hình vỏ bầu khô có hoa văn và khoét rỗng ruột, có những ống tre làm thanh âm giống như khèn trẻ xuyên qua bầu gỗ. Nhưng khác ở chỗ khèn trẻ làm ống cộng hưởng bằng gỗ pơ mu, nhỏ nhắn, các ống trúc thanh âm cũng nhỏ hơn, phát ra âm trong trẻo và tình tứ hơn khèn bầu. Người ta thổi say sưa đến độ quên cả mọi thứ chung quanh, hai má phính lên thành hai cái bong bóng to và gương mặt trở nên tròn như một quả lê núi hay một người luyện hàm mao công. Âm khèn như dẫn như ta đi vào một bi khúc lịch sử nào đó, nó vừa buồn, vừa ai oán lại vừa bất cần, pha chút chán nản và kiên trì bám đuổi, bám đuổi điều gì người ta không rõ nhưng rõ ràng ở đây có một sự bám đuổi, tỉ như mây trời lang thang đâu đó trong các khu rừng vắng và cố thoát thân ra khỏi chốn lạnh lẽo ấy để đi đến một đỉnh cao khác, mọi sự huyền hoặc, khó tả.

Phi bắt gặp một ánh mắt, nó làm Phi xốn xang, lần đầu trong đời bắt gặp một ánh mắt như thế, không phải của một cô gái mười lăm trong trẻo thơ ngây, đó là một ánh mắt u uẩn nhưng đầy thu hút và ẩn chứa nhục dục, nó khiến chàng trai mười sáu bị một luồng điện chạy khắp thân thể, Phi khẽ rùng mình, tiếp tục xem người ta phùng má thổi khèn, nhưng kì thực cậu không tài nào có thể tập trung để nghe và cảm nhận tiếng khèn nữa, nó cứ như một thứ tạp âm trong các trận giác đấu, nó thôi thúc một thứ gì đó nằm ngoài khả năng của nó.

Phi rời đám thổi khèn và đi lang thang, cậu không muốn đứng thêm nơi này một giây nào nữa, bởi cậu cảm nhận một thứ gì đó khó nói thành lời, và không có thật, nhưng nó đang diễn ra ở nơi này.

Cậu lang thang ra hồ nước, ngồi thở, hít đầy không khí lạnh vào lồng ngực và dõi mắt nhìn sang dinh Hoàng A Tưởng, cậu nghĩ nơi này, trước kia từng là nơi ở của một người giàu có, quyền lực bậc nhất của xứ này và đương nhiên ông muốn gì có nấy, ông có nhiều tiền và đàn bà đẹp, ông có những cô gái H'Mong, Mường, Tày, Nùng tươi trẻ, mát mắt sẵn sàng về làm vợ bé. Và ở cái chốn này, cần sa, thuốc phiện, rượu ngô và các món ăn núi rừng khiến cho người ta say khước, cứ muốn sà vào nhau mà ân ái, vuốt ve, mơn trớn và cảm nhận màu sắc của thịt da, hít căng lồng ngực mùi thơm da người và tan loãng vào nhau, cuộc sống như vậy, kể ra cũng đáng sống.

Phi ném một hòn sỏi xuống mặt hồ, hòn sỏi dẹp nhảy lồm chồm trên mặt nước mấy vòng trước khi chìm hẳn xuống đáy hồ.

Cậu dừng tay, cảm giác như có ai đó đang theo dõi mình, một thứ linh cảm nhà nòi của ông nội và cha truyền lại, từ một dòng máu chiến binh. Cái ánh mắt lúc trong đám thổi khèn đang dán vào gáy cậu. Cậu lại cảm nhận một luồng điện khác đang chạy dọc sống lưng. Bắt gặp ánh mắt của Phi, ánh mắt kia ném vội ra hồ nước như một viên sỏi, có cảm giác nó cũng đang nhảy lăn tăn trên mặt hồ trước khi chìm hẳn xuống đáy, mỗi cú nhảy của nó tạo ra những vòng sóng miên man, lan dần về phía bờ bên kia, thấm vào các thớ đất và tạo nên một chuỗi âm rền như sấm trong lòng núi.

3. Đào ngũ

"Tao thấy khó chịu trong người quá mày ơi!" – Thằng Hải kêu lên.

"Khe khẽ chứ chỉ huy nó nghe được thì khổ đấy! Mày bị làm sao?".

"Tự dưng tao đau bụng, bụng tao rêm từ hôm qua tới giờ, sau khi ăn củ kiệu, hình như lạ nước nên vậy. Mà không nghĩ tới thì thôi, giờ ngồi đây, tự dưng nó rêm lại".

Hải là đứa liều lĩnh, nó rất liều lĩnh bởi cuộc đời đã dạy nó như thế, nó theo cha mẹ đi buôn hàng từ miền biển lên vùng sơn cước, thứ mà gia đình nó mua dưới miền biển là cá cơm khô, tôm khô, tép khô, cá nục khô, thi thoảng có cá ngừ, cá thu hấp lên bán người miền núi và mang các loại thịt xông khói từ miền núi xuống dưới xuôi bán cho các quán tạp hóa. Nói là quán tạp hóa chứ kì thực, đó là ngôi nhà tranh tạm bợ, có đặt một chiếc tủ gỗ không có cửa, trong tủ gỗ có những cái kệ đặt các loại hương liệu, nhu yếu phẩm và các loại đỗ. Tủ được che bởi một bức rèm bằng lưới tre, người ta đậy nó lại khi đóng cửa quán để tránh chuột, gián, ban ngày mở nó ra. Các quán lớn hơn thì treo thêm một chiếc bao đựng bánh đa nướng, một chiếc hủ thủy tinh đựng rượu, một hủ đựng dầu lạc và một ít lá chuối héo để khi người ta đến mua rượu thì cuộn lại, nút chai rượu cho kín.

Thường thì gia đình Hải đến bỏ mối các món thịt xông khói, thịt khô tẩm ớt và quế, hồi cho các quán này. Tiền lãi cũng không là mấy, nó đủ để đi đò và mua một ít thức ăn khi cuốc bộ. Nhưng dù sao thì nó cũng bảo toàn được phần lãi từ nguồn hải sản khô mang về bán. Hải ước mơ được sống ở đồng bằng, bởi ở đó, cậu tha hồ đến trường, ra biển và mua đi bán lại những thứ sản vật biển. Hải luôn mơ thấy mình đi thuyền, đánh cá giữa đại dương, những con cá thu, cá ngừ lấp lánh sáng, mắt của chúng phát ra một thứ lân tinh kì quặc.

Năm đói, không hiểu sao đang yên đang lành lại xảy ra nạn đói, đói khủng khiếp, chưa có ai chết đói như nạn đói năm 1945 mà cha của Hải hay kể lại. Nhưng rõ ràng là ai cũng đói, hình như mọi thứ đều dành cho việc nuôi quân, lúa ngoài đồng chưa thu hoạch đã có người đến thu hoạch và người ta chẳng còn cơ hội để mang lúa về nhà. Nhà buôn cũng bị ảnh hưởng, bởi việc ngăn sông cấm chợ, hàng hóa bị tịch thu trên đường.

Lần đó ba mẹ và Hải phải nhịn đói, đi bộ về quê mà trong túi chẳng còn xu nào. Tình cờ gặp ông Tưởng trên đường đi, ông bắt chuyện, làm quen, ông giới thiệu mình là một thầy giáo chữ Nho thời trước, năm 1945, ông cũng từng trải cảnh như gia đình. Ông có nhã ý mời mọi người về nhà, nghỉ ngơi lấy sức, cơm nước rồi đi tiếp.

Ông sống gần như ẩn cư, nhà ông vắng vẻ, nằm giữa một rừng tre, hầu như chung quanh là tre đan dày ken, một mái nhà tranh nằm lọt thỏm giữa rừng tre hiu quạnh, và chẳng ai có thể vào nhà được trừ khi chủ nhà mời vào hoặc bọn trộm. Nhưng khi ông dắt cả ba người vào nhà thì Hải mới biết gia đình ông Tưởng không phải nghèo, nhưng ông ngụy trang bằng lớp vỏ nghèo khổ bên ngoài, và kẻ trộm khó mà vào đây được nếu ông không mời vào. Bởi ông là một thầy võ, các con ông cũng là những võ sĩ, con gái con trai gì đều giỏi võ, tới giờ thì họ tập luyện hết sức nghiêm túc.

Nhìn họ múa roi, đi quyền, đứng tấn, vận khí công, Hải ước mơ được học võ, hình như trong sâu thẳm Hải có ước mơ này nhưng chưa gặp cơ hội, cậu xin cha mẹ thưa với ông Tưởng để cậu được thụ giáo. Cha của Hải bảo gia đình mình bây giờ trắng tay, thân phận trôi sông lạc chợ, may sao người ta cho ăn nhờ ở đậu vài hôm để lại sức mà lên đường về quê, đừng tơ tưởng chuyện đó, khi nào mọi thứ ổn định hẳn tính. Vậy là Hải im lặng, giấc mơ học võ tiêu tan, tính Hải là vậy, nhiệt tình, bốc đồng, nhưng cũng rất nhanh nản chí và mau quên. Nhưng Hà, con gái ông Tưởng thì lại khác, cô khuyên Hải hãy xin cha cô học võ, cô hứa sẽ giúp Hải học võ lén cha nếu như cha cô không đồng ý.

"Anh cứ xin, nếu cha không cho, em sẽ lén dạy!".

"Nhưng tôi sắp theo cha mẹ về quê rồi!".

"Thì xin cha mẹ ở lại đây mà học võ, mai mốt về sau!".

"Ừ nhỉ, nhưng nếu thầy không đồng ý thì tôi không có lý do ở lại!".

"Ừ nhỉ, sao em không nghĩ tới chuyện này!".

"Hình như nhà em có nuôi trâu?".

"Đúng rồi, nhưng mà sao anh biết, ở đây đâu có cái chuồng trâu nào?".

"Thì tôi thấy các anh trai hay mang giỏ đi cắt cỏ, thỉnh thoảng có rút rơm mang đi, chỉ có nuôi trâu mới đi cắt cỏ, mà khi về, còn có mùi da trâu trên người nữa, thì nuôi trâu…".

"Ui, anh tinh thật!".

"Cho tôi hỏi, thầy có thuê người chăn trâu không? Tôi chỉ cần chăn trâu, cho tôi ăn ngày hai bữa là được, ngoài chăn trâu, tôi biết bổ củi, biết làm ruộng, và biết phơi cá, tôi biết nhiều thứ lắm…".

Đương nhiên là ông Tưởng cho Hải ở lại giữ trâu và học võ rồi. Bởi ngay từ lúc mới gặp, ông có linh cảm thằng bé khôi ngô này sẽ là con rể của mình, ông luôn tin và sống bằng linh cảm. Ông có đứa con gái rượu, ông dạy võ cho nó và cho nó tự do, nhưng ông cũng ngầm đi chọn rể, bởi ông không muốn con gái ông phải khổ. Mà trong đời này không có gì khó hơn việc chọn đệ tử và chọn rể. Đùng cái, gia đình này xuất hiện, trong hoàn cảnh không mấy sáng sủa, ông phải ra tay giúp đỡ, và mọi chuyện trong gia đình ông sẽ bị lộ, sẽ khó cho ông nếu như không có một mối quan hệ nào đó khăng khít, biết đâu cứu người thành hại mình. Thôi thì nhận nó làm đệ tử, cho nó đi giữ trâu, nó siêng cũng tốt mà không siêng cũng không sao, ai nỡ hành con rể tương lai bao giờ. Chỉ mong sao nó với con bé Hà có thể thành vợ chồng, hợp nhau. Cái cuộc đời ẩn cư đã giúp ông Tưởng có một cách suy nghĩ về cuộc đời rất giản dị và cách chọn người của ông cũng chả phức tạp gì, chỉ cần là người trung thực, có sức khỏe, thông minh thì càng tốt.

Bố mẹ Hải tạm biệt, về quê, ông Tưởng cũng có cái cớ để tặng tiền đi đường, ông nói tiền lộ phí này là tiền ứng của việc Hải giữ trâu cho ông. Ông dặn bố mẹ Hải giữ bí mật về gia đình ông, đừng bao giờ nói gì cả. Bởi kinh nghiệm xương máu từ thời đấu tố của cha mẹ ông đã làm ông quá đau khổ, ông đã trốn ra chỗ này, một cái chỗ ít ai ngờ bởi nó còn quá vắng vẻ, hơn nữa nó là một nơi đất thiêng trước đây, chẳng ai thèm đến làm gì.

Đám cưới của Hải và Hà diễn ra gần như bí mật, chỉ hai gia đình biết với nhau, bố mẹ Hải không sắm lễ vật gì, dành dụm chút tiền mua đôi nhẫn cưới, đến nhà ông Tưởng để làm lễ cáo gia tiên, tuyên bố hai đứa thành vợ chồng và Hải ở rể, hai ông bà về quê, nói đi thăm thằng Hải đang làm thuê dưới xuôi.

Hải định bụng sẽ ở rể chừng ba năm thì dắt vợ về quê, thế nhưng chiến cuộc mỗi lúc một ráo riết, sau một lần đi lùa trâu qua sông, trở về nhà, Hải chứng kiến căn nhà thân yêu của bố vợ bị bom ném tan nát, anh cố gắng vào bên trong đống đổ nát để tìm nhưng chỉ tìm được thịt da cháy khét lẫn lộn với xác tre, Hải nhặt nhạnh những gì còn lại của nhà vợ để chôn cất, lặng lặng ra chợ bán cặp trâu, lên đường về quê. Trước khi về, anh đến chỗ nấm mộ chung của gia đình vợ, khấn vái xin cha mẹ, các anh và vợ hãy theo Hải về quê của anh, để hằng năm, đến ngày này anh làm đám giỗ. Mọi việc diễn ra trong chốc lát, chẳng ai đoán được chữ ngờ.

Hải về quê được vài tháng thì có lệnh lên đường nhập ngũ, tổng động viên. Lúc này, anh vẫn đang lý lịch trai tân, nhưng kì thực, Hải đã có một người vợ. Và hình như hơn bao giờ hết, Hải thèm được đi vào chiến trường, được bắn nhau, được làm một thứ gì đó.

*

"Tao thấy khó chịu quá!" – Hải tiếp tục rên rỉ.

"Mày thấy như thế nào?".

"Tao thấy trong bụng tao giống như có lửa đốt, cảm giác này tao từng gặp một lần, đó là lần cuối, hồi ở nhà bố vợ tao!".

"Bố vợ nào? Sao tao chưa từng nghe? Mày có vợ khi nào?".

"Cái hồi tao đi làm thuê đó. Nhưng chuyện dài lắm, bây giờ tao nói cho tụi bay nghe nhá, nghe theo tao, hãy thoát khỏi chỗ này, cảm giác chết chóc quá!".

"Nhưng thoát bằng cách nào?".

"Tao đã có cách, nhưng tụi bay cứ ngồi yên như chẳng có chuyện gì là được, mọi thứ còn lại để tao lo, ông bà mình nói rồi, cái gì buộc càng chặt thì càng dễ đứt. Tụi mày nhớ đừng tỏ thái độ gì nha, khi nào tao hô chạy thì chạy, mình băng ra chỗ khu bàu nước, nhảy xuống đó, bằng mọi giá phải giữ cái mạng. Nhớ chưa!".

Phi và Bôn im lặng gật đầu, vậy là trong chớp nhoáng, các đoạn dây thép buộc như những cái ổ khóa bị cắt đứt bung từng đoạn, cũng trong chớp nhoáng, các đoạn dây thép được xếp giống y như đang buộc vào chân. Chỉ huy bò tới kiểm tra rồi quay đi, chờ lúc chỉ huy bò về hướng hầm của anh ta, Hải hô chạy khẽ trong vòm họng, vậy là cả ba thằng bỏ súng ống, bỏ mọi thứ lại, tung người chạy thẳng về phía bàu súng, lặn xuống đó, chui vào các hàm tre nằm thở. Lúc này súng nổ ráo riết, nổ dồn dập, tiếng máy bay trinh thám rò rò trên đầu, thả đèn pháo sáng trưng cả một vùng trời, sau đó liên tục những trái đạn Canon và M79 nã về chỗ dãy hầm. Dễ chừng có đến ba chục trái M79 và cả chục trái Canon dội xuống chỗ các đồng chí trẻ của Hải, Bôn và Phi.

Tờ mờ sáng, tạm yên tiếng súng, cả ba thằng chạy băng đồng, tới chỗ các căn hầm đêm qua, quan cảnh bày ra trước mắt là một bình địa với lỗ chỗ đất đá, không thấy căn hầm nào cả, thi thoảng thấy một mảnh áo nằm rách bươm trên mặt đất, nhà có căn hầm bí mật cũng bị đạn bắn lổ chổ... Ba đứa luồn vào nhà, không thấy ai, mỗi đứa tìm một cái áo, cái quần nào đó khoác tạm ngoài cái áo lính rồi đi ra, nhắm hướng biển mà chạy. Thực ra, lúc đó cố chạy cho có chạy chứ chẳng biết chạy đi đâu. Bởi cả ba đều biết rằng nếu may mắn chạy được về quê nhà lúc này thì cũng chết, cũng khó mà tránh được tòa án binh vì tội đào ngũ, bỏ vị trí chiến đấu. Nhưng dù sao thì quyết định bỏ chạy cũng là quyết định sáng suốt, bởi nếu ở lại, số phận của cả ba thằng cũng giống như số phận của các đồng đội khác và ông chỉ huy ở cái bình địa kia rồi. Thôi thì... Dù sao cũng sống sót, sự sống không thể đánh đổi bằng bất cứ thứ gì được, cho dù như thế nào đi nữa!

*

Nhớ lại những ngày tháng chiến tranh, rồi bị bắt làm tù binh, được đưa ra một bệnh viện trên tàu thủy để cứu chữa cái chân bị đạn bắn vỡ xương, ông Phi thấy bùi ngùi nhớ hai người bạn của mình. Bôn và Hải.

"Ông Phèng ơi, ông còn nhớ thằng Bôn và thằng Hải không?".

"Hải và Bôn, nhớ chứ sao không, hai thằng bạn thân của ông, hồi đó tụi nó cũng xem tôi là bạn thân nữa mà. Nhưng tôi mặc cảm lắm ông à, vì hai thằng đều giỏi, nhưng hơi hách. Nhất là thằng Hải!".

"Thằng Hải mà hách gì?"

"Nó giỏi võ lắm, ông thì giỏi võ nhờ gia truyền, nhưng nó giỏi võ cũng nhờ gia truyền".

"Ông Phèng nói gì vậy, cha thằng Hải nào có biết võ gì đâu!".

"Ui, nó học từ bố vợ nó đấy, bố vợ nó là một ông võ sư, từng thụ giáo khá nhiều cao nhân, tạo ra môn võ riêng, trường phái Thái Thụ Tây Lâm, thiên về khí công và cận chiến đấy. Ông chưa biết thằng Hải nó mà cận chiến khó ai chịu nổi với nó đâu, tôi từng học qua võ Mèo, dùng cặp dao phay để chiến, vậy mà tôi thử với nó, dùng cặp dao gỗ, vừa vào là nó khóa ngay, khóa và giải khóa của thằng Hải hay lắm đó. À, mà giờ hai thằng đó ra sao rồi ông?".

"Hai đứa nó chết rồi!".

"Là sao?".

"Thì trận Mậu Thân 1968, tổng động viên, cả ba thằng tôi còn non choẹt, vào chiến trường không chết, vậy mà khi sắp về thì chết!".

"Ông nói rõ hơn được không?".

4. Những tháng ngày đau khổ

Câu hỏi của ông Phèng vô tình lục lọi lại những ngày tháng khắc nghiệt mà ba chàng trai trẻ đã trải qua, chỉ có thể nói đó là chiến tranh, bởi nó cướp đi không chỉ sinh mạng mà cả sự sống của con người khi người ta đang ăn, ngủ, thở. Nó đã chiếm trọn sinh mệnh của con người trước khi người ta nhắm mắt. Phi không thể hiểu được chiến tranh ở các quốc gia khác như thế nào, người lính miền Nam đã sống như thế nào, nhưng với những gì trải qua trong cuộc đời, có lẽ, Phi sợ nhất hai chữ Lý Tưởng. Nó cao đẹp và hằng cửu lắm, nhưng nó cũng nhanh đổi màu và người ta nhân danh nó để làm những việc chẳng liên quan gì đến nó, thậm chí người ta có thể biến tha nhân thành một thứ súc vật hoặc dưới mức như vậy. Phi đã từng mất ngủ mấy năm trời chỉ vì chuyện này.

Ba thằng cố luồn ra khỏi cái khu đất chết chóc, nhưng đi đâu cũng thấy chết chóc, đang đánh nhau mà, tự dưng từ ngoài Bắc vào đây để đi lang thang như ba con chó đói, chẳng biết chỗ nào đáng tin cậy để vào xin cơm, đi đâu cũng có thể đụng cái chết, loay hoay bên mình họ phát hiện được, bắt vì tội đào ngũ, bỏ vị trí chiến đấu thì toi đời, gặp bên kia thì khỏi phải nói nữa, chó lửa khạc đạn, nghe đoàng mấy phát, xong.

Nhưng giá như bây giờ cho gặp, có lẽ người ta chọn gặp bên kia, bởi điều ấy nó diễn ra nhanh chóng, không rầy rà đau khổ, ngược lại, nếu gặp phe mình, chỉ mỗi việc bị bắt, bị di lý, bị biệt giam chờ ngày ra tòa án binh, bị đánh đập tra khảo, phải khai mình đã phản bội tổ quốc ra sao không thôi thì cũng đã chết rồi, chết đi chết lại, thà chết một lần cho nó nhẹ vía mà còn đầu thai. Nghĩ tới đây, Phi nói với hai thằng bạn không nên đi tiếp, giờ chạy đi đâu cũng chết, gặp bên nào cũng chết, sao không ghé vào nhà nào đó, tìm một bà mẹ nào đó, xin bữa cơm cho ra hồn rồi tính tiếp.

"Nhưng giờ đi đâu?" – Bôn hỏi.

"Thì cứ đi thẳng vào chỗ nhà dân, lội bộ ngoài ruộng kiểu này miết, chỉ có mà bứt cỏ nhai chắc!".

"Nhỡ, đi trúng nhà lính thì sao?" – Hải lo lắng.

"Thì chí ít cũng kiếm được một bữa ăn cho ra hồn rồi chết, chứ lẽ nào làm ma đói! Chết sống giờ bàn làm chi nữa cho mệt, có thằng nào thoát ra nghĩ mình sống đâu, nhưng ít ra thì mình cũng khỏi phải chết trong lúc chân bị xiềng".

Cả ba thằng bỏ ruộng, đi thẳng lên đường đất, ung dung đi, thẳng đầu đi, chẳng phải lủi, lạng lách dưới các bờ lúa nữa. Hình như cả ba đứa đã xác tín rằng mình đã chết hoặc phải chết, nhưng may mắn là lần này, nếu có chết thì may ra cũng chết riêng lẻ, xác thằng nào thằng nấy chết và may mắn hơn chút nữa thì có chén cơm ấm vào bụng trước khi chết. Thì các anh bộ đội nhà ta đã xăm dòng "Sinh Bắc Tử Nam" lên cánh tay đó sao. Nghĩ vậy và Phi mạnh dạng hướng về khu có nhiều nhà mà bước.

"Mày có biết nói giọng Nam không?" – Bôn hỏi Phi.

"Mày hỏi vậy ý gì? Tao sao nói giọng Nam được!".

"Thế thì chết là chắc rồi, phải có thằng biết giả giọng Nam, để dân họ khỏi biết mình là lính Bắc, Việt cộng!".

"Trời ạ, mày cần gì phải thế, cứ nói thẳng tụi con là lính ngoài Bắc vào, thật thà hay hơn, bộ dạng của mày đâu có thể giả dân Nam được, Nam – Bắc có cung cách khác nhau, hơn nữa thần thái của tụi mình, giờ chỉ có nói thật là hay nhất".

Cả ba đứa rẽ vào một khu xóm, hình như xóm làm nghề nông, nhà cửa nhìn cũng nghèo, chẳng hơn miền Bắc là mấy, toàn nhà lợp tôn, lợp tranh, họa hoằng lắm mới có nhà lợp ngói đỏ. Chỉ khác với nhà miền Bắc là vườn nhà nào cũng rộng cả ngàn mét vuông, không có ao chuôm nuôi cá trong vườn và không có tường rào chống trộm, hầu như nhà nào cũng rào cái rào tre phong phanh, chẳng che chắn được thứ gì, bờ rào như một thứ ranh giới để phân biệt với bên ngoài khu vườn, có nhà không rào mà chỉ trồng một dãy sả để làm bờ dậu, có nhà trồng chè tàu, hoặc trồng hoa dâm bụt. Các nhà trồng chè tàu và hoa dâm bụt có vẻ khá giả hơn những nhà rào tre hoặc rào bằng cách trồng sả. Cả ba đứa cứ ngần ngừ, chẳng dám ghé nhà nào, bụng cồn cào đói, cứ định ghé nhà này, thì thằng kia bảo thôi, định ghé nhà kia, thì thằng này bảo thôi. Cứ như vậy lang thang khắp xóm, chó sủa rang. Tự dưng Bôn thấy ớn lạnh, lỡ giờ gặp lính Cộng Hòa đi tuần thì chết, thôi thì tìm chỗ nào ghé vào.

"Hay mình tìm cái chùa mà vào, tao nghĩ chỉ có chùa là vừa được ăn, vừa có cơ hội sống!".

"Thằng này thông minh dữ mày!" – Hải nói như reo.

5. Chùa làng

Chùa nằm sau lưng một lò ngói, cái lò ngói miền Nam cũng giống hệt lò ngói miền Bắc, có một cột ống khói cao chừng hai mươi mét, hình trụ tròn, đế rộng, đường kính mười mét, ôm trọn lấy một đầu lò và nhọn dần lên bên trên, cột ống khói xây bằng gạch thẻ với đất sét, cái hay của nó là với hình trụ tròn, nhỏ dần về bên trên thì gần như hứng trọn nước mưa nhưng chưa thấy cột khói nào bị đổ do mưa bão, thế mới biết kĩ thuật xây dựng của những người thợ cao cỡ nào, họ chỉ xây bằng đất sét thôi. Cột ống khói nối với lò, một cái lò dài, cao chừng năm mét, rộng chừng mười mét và dài chắc cũng hơn ba chục mét, lò xây mái vòm, nó như một đường ống và cũng chỉ xây bằng đất sét, bên trên được che chắn bằng tranh, bởi phần mái vòm cũng xây bằng gạch, người ta gông gạch vào nhau và dùng đất sét làm mối dán, nên nếu gặp mưa, đất sét ngấm nước, gạch sẽ bị rơi từng mảng, dẫn tới sập lò. Những cái lò lâu năm nhờ vào nhiệt nung ngói, đất sét sẽ cháy thành gạch, sẽ cứng hơn và không còn sợ mưa nữa, lúc này, phần mái bên trên lò ít được chăm sóc, thậm chí người ta để trống giữa trời, nhìn xa, cái lò ngói giống như một boong-ke chứa máy bay có cái tháp nhọn trang trí trên đầu. Nhưng thay vì máy bay, bên trong nó chứa nhiều người, những người thợ in ngói, những người thợ phụ nhào đất sét và những người vô lò, phần vô lò là quan trọng nhất, phải do ông chủ lò hoặc trưởng lò điều hành, chỉ bảo từng li từng tí. Bởi việc lót những viên than đá như chiếc bánh in khổ lớn phải đúng tỉ lệ, kích cỡ cho phù hợp với việc hứng gió từ miệng lò và các cửa sổ thông gió, một chục lớp ngói sẽ kê một đến hai lớp than đá, tỉ lệ này thay đổi nhỏ dần khi lên cao, bởi nhiệt lượng trên không trực tiếp như bên dưới nhưng hơi nóng bốc lên.

Làm ngói thủ công là một công việc dài hạn và hết sức khó khăn, tuy có lãi nhưng đâu phải ai cũng có thể mua ngói về lợp nhà, nhiều khi làm một mẻ ngói đẹp, bắt mắt, thấy trúng đậm rồi đấy nhưng cả năm chưa gỡ được vốn bởi ngói ra lò xong, lại phải dựng nhà trên chỗ đất cao che chắn để tránh mưa, tránh nước lụt, ngói đất nung, chỉ cần một trận lụt kéo qua thì bùn non bám vào, không tài nào rửa sạch, mà nếu rửa được tất cả các viên ngói rồi nó cũng không còn sắc sảo, màu không còn sáng như trước. Bản thân viên ngói sinh ra là ở trên cao, nó là một thứ vừa dùng để che nắng mưa, vừa dùng để trang trí, làm gương mặt, tầm vóc cho cái nhà. Làm ngói là khổ, tuy có lãi, bởi để làm ra viên ngói, người ta phải mua than đá, trộn với nước, in thành từng viên, rồi lấy đất sét dưới ruộng, phải đào ruộng, bỏ đi lớp đất mặt dày chừng nửa mét, sau đó tháo nước vào cho ướt rồi lại tát toàn bộ nước ra khỏi hố, hai ngày sau thì dùng lưỡi mai xăm từng mảnh nhỏ, mỏng lét, đưa lên cao, ủ hai ngày rồi mang ra nhào cho thật nhuyễn, sau đó mới bắt đầu đưa vào khuôn in, xong lại phơi mấy ngày cho khô, mùa hè thì phơi năm ngày, mùa thu thì hơn tuần, mùa đông thì phơi trong nhà chờ cả tháng mới gỡ ra khỏi khuôn và xếp lại thành lớp, chờ vào lò, rồi lại mua củi mồi lửa, in than đá thành từng viên thẻ như chiếc bánh in lớn. Khi đốt lò, tránh giờ Bà Hỏa, trúng giờ này thì ngói cháy đen, chảy sệ, uốn éo, phải chọn giờ lành, đốt củi trước, sau đó nhiệt bén sang chỗ than đá mới dừng lửa củi. Dừng lửa củi thì người ta dùng đất sét và gạch xây bịt kín miệng lò, bởi lúc này nhiệt than cháy dựa vào gió từ các ô thông gió sát vách đáy của lò. Việc bịt miệng lò nhằm đảm bảo nhiệt om kín, ngói chín đều, không bị cháy sém do quá gió mà cũng không bị cháy hụt, sống sượng do nhiệt không om. Lò cháy suốt bảy ngày đêm thì tự tắt, lại chờ thêm một tuần cho nguội và khui lò, ra lò. Khi ra lò, viên ngói còn nóng hừng hực, nhưng người ta phải khui chứ nếu để lâu, lấy lò đâu mà làm tiếp mẻ sau.

Làm thì khổ vậy nhưng có khi cả hai tháng trời người thợ làm ngói mới lĩnh được đồng bạc lương, bởi mọi khoản đều trông chờ vào đống ngói, bán được sớm thì có tiền công sớm, bán chậm, quá ế thì chủ lò phải đi vay tiền để trả lương. Đó là chưa nói có nhiều mẻ ngói lỗ trắng tay. Ví dụ như có quan lớn nào đó làm nhà, tới ngỏ ý mua ngói, thì chủ lò phải lo xun xoe để tặng chứ không bao giờ dám bán. Bởi nhà nước chưa có qui hoạch cho việc sản xuất gạch ngói, mọi thứ làm tự phát, chủ lò tự mua đất ruộng của nông dân để làm, sau khi lấy đất sét làm ngói xong thì đám ruộng trở thành cái ao nuôi cá, trồng sen. Cũng có khi chủ lò tìm một nghĩa địa bỏ hoang để lấy đất sét. Đương nhiên là khi đào đất, gặp toàn xương cốt, vậy là mua mấy cái quách mang đi chôn ở một bãi đất trống khác rồi im lặng lấy đất mà làm. Bởi nếu không im lặng giữ bí mật thì chẳng ai dám mua ngói nếu biết được trên đầu mình sẽ là đất lấy từ các đáy huyệt. Vì làm tự phát nên có thể bị phạt, bị phá lò, thôi thì chung, hối lộ, chấp nhận lỗ mà gở vốn lần sau. Làm ngói tuy đơn giản nhưng sẽ thua lỗ sặc máu nếu không có quen biết. Cha thằng Bôn từng là chủ lò ngói, đến cuối đời, ông chết vì ung thư phổi, chết đau đớn, câu ông dặn duy nhất với con trai lúc hấp hối là "đừng bao giờ làm ngói nữa!".

Sau lưng lò ngói là một ngôi chùa cổ, chùa nhỏ, có gian chánh điện thờ bức tượng đức Thích Ca ngồi kiết già, mắt hé mở nhìn xuống, hai bên thờ Văn Thù Sư Lợi và Quán Thế Âm Bồ Tát, trước cửa là hai vị hộ pháp, hai ông hắc diện và xích diện, cắp đao, kiếm đứng chầu, hai bên tả và hữu có hai dãy nhà để thờ các linh hồn, dãy bên phải chánh điện thờ các cô hồn trận vong, dãy bên trái thờ các vị chân sư, các anh hùng tử sĩ Cần Vương và gia đình cụ Nghè. Tam quan có gác chuông trên tầng lầu, có hai cánh cửa nhỏ hai bên, cổng là cánh cửa gỗ lim lớn khóa im ỉm. Phi bước vào chánh điện, quì xuống lạy Phật, hai đứa kia cũng làm theo Phi. Phi vái: "Con lạy ngài Phật, tụi con là lính chiến, nhưng tụi con chẳng giết ai, tụi con sợ máu nhưng do tổng động viên nên tụi con phải ra trận, sắp đánh nhau tụi con bỏ chạy, giờ chẳng biết đường về, cũng chẳng có chi để ăn. Tụi con đói, mà có về quê thì cũng khó bề thoát chết vì tội đào ngũ, bỏ chiến địa. Xin ngài rũ lòng thương mà cứu độ chúng con!". Khấn tới đây, tự dưng Phi thấy nghèn nghẹn trong cuống họng, cái cảm giác muốn khóc, chực khóc. Thế rồi Phi khóc nghẹn ngào, hai thằng kia cũng khóc theo.

Phi ngước nhìn Đức Phật, ngài như một người cha hiền từ, mỉm cười nhìn những đứa con đau khổ của mình, những đứa con còn trẻ trung, tràn trề sức sống và ước mơ đã bị người ta ném vào chảo lửa chiến tranh, phải rời bỏ gia đình, phải rời bỏ mọi dự tính tương lai để bồng súng, đi hàng ngàn cây số vào miền Nam theo một thứ lý tưởng mà bản thân chúng chẳng biết đó là lý tưởng gì, chỉ đơn giản tổng động viên thì đi, vào chiến trường, bóp cò, ai sống, ai chết không biết, gặp đối phương thì phải nổ súng, và trước khi nổ súng thì phải bị xiềng chân. Tự dưng, lúc này Phi mới hiểu ra vì sao mình bị xiềng chân, tự dưng nụ cười an lạc của Đức Phật khiến anh sáng ra, anh hiểu rồi! Vì phải ngụy trang làm lính bên kia, phải mặc quần áo làm lính đối phương, chiến trường khốc liệt, nếu không ngụy trang thì khó bề hành quân, mà ngụy trang rồi thì nguy cơ bắn nhầm sẽ rất cao, bởi nhìn đâu cũng thấy đối phương, kẻ thù, vậy là xích chân, ngồi tại chỗ, phe mình ngồi tại chỗ mà chiến đấu. Trời ạ, ai nghĩ ra cái cách đốt quân kinh khủng như vậy chứ. Chỉ vì để tổng tấn công, người ta nghĩ ra cách đưa quân xuống đồng bằng và bảo toàn mạng sống của quân nhân bằng thứ chiến thuật chưa đánh đã thấy hi sinh.

"A Di Đà Phật, các con là...?".

Câu hỏi bỏ lửng của vị sư già khiến cả ba giật mình, quay lại cúi chào ông. Một vị sư có dáng gầy, hom hem, mũi cao, gương mặt hiền từ, nước da của ông không được hồng hào, nhưng đây là sự tái nhợt của người thiếu dinh dưỡng, thần thái của ông lại ngược với nước da tái nhợt, ông điềm đạm, trầm tĩnh và mắt sáng nhưng không sáng quắc, một kiểu sáng của người có tướng long nhãn tàng thần, từ trong ánh sáng vừa của đôi mắt lại tỏa ra một thứ ánh sáng bí nhiệm, huyền ẩn, nó như một giao lộ ánh sáng mà ở đó, người ta nhìn thấy rất nhiều con đường sâu hun hút, bất định, và tuy bất định nhưng các con đường đều sáng rõ, đều không mang tính cạm bẫy với bất cứ ai. Nếu xét tìm một ánh mắt chân như, huyền hoặc, thì có vẻ như trong đôi mắt của vị sư, ánh sáng cho thấy ông đã trải qua rất nhiều đau khổ, nhưng thần lực và trí huệ của ông đã thắng.

"Dạ, chúng con chào thầy! Chúng con lỡ đường, chúng con là lính phía Bắc, chúng con sống chết chưa rõ...".

"Ta biết rồi, ta nhìn người nhanh lắm, các con cứ yên tâm, cửa Phật là nơi để chúng sanh đến tìm cho mình một nguồn sống bình an, tùy duyên, tùy cơ mà phát sáng. Các con đã ăn gì chưa?".

"Dạ, chúng con chưa có gì bỏ vào bụng đã trải qua một ngày đêm, ban ngày chúng con trốn trong các vạt ruộng, tối đến lại đi, đi lòng vòng mãi cũng không ra khỏi cái nơi này, sáng ra lại thấy mình rất gần chỗ cũ...".

"Thôi được rồi, bây giờ các con hãy vào trong, tắm rửa, đừng ra ngoài giếng tắm, hãy vào trong buồng tắm mà tắm, nhà chùa có cái buồng tắm che bằng tranh phía sau, tắm xong hãy mặc áo quần của chú điệu mà lên ăn cơm".

Nói xong, vị sư dắt ba người trẻ xuống nhà sau, sai chú điệu lấy áo quần cho ba anh và dắt ra nhà tắm. Nói là chú điệu chứ thực ra cũng không nhỏ hơn ba anh lính trận là bao, tuổi có thể nhỏ hơn một chút, chừng mười bốn, mười lăm, còn độ lớn con thì cũng tương đương. Chú điệu đưa cho mỗi người một cục đường đen, nói hãy ngậm nó khi tắm, bởi nhịn đói đã lâu, nếu không ngậm đường khi tắm sẽ dẫn đến tuột huyết áp, rất nguy hiểm. Vì nhà chùa không dùng nước mắm, chứ thường khi quá đói mà tiếp xúc với nước, người ta sẽ uống một ngụm nước mắm để bổ sung đạm trước khi đi tắm hay xuống nước. Thôi thì ngậm tạm đường vậy, và nếu như múc nước lên thấy quá lạnh thì đừng tắm, hãy rửa ráy, ăn uống xong đi ngủ một giấc rồi dậy tắm. Dặn xong, chú điệu ra lấy nước cho ba anh lính và dặn thêm khi tắm xong, nhớ vào nhà ăn, ngồi ăn rồi thì vào phòng của chú mà ngủ, không thể lang thang bên ngoài được, tình hình đang rất căng thẳng.

Mỗi đứa ngậm một cục đường đi tắm, không phải sợ lạnh mà vì quá đói, ba cục đường ngon khó tả. Thực ra, chú điệu lo quá xa, tuy có đói bụng đấy, mệt đấy, nhưng mức độ lạnh của nước mùa xuân ở miền Trung thì chẳng có gì thấm béo so với độ lạnh của nước các tỉnh Đông Bắc, Tây Bắc mùa này. Trời lạnh cắt da cắt thịt, người ta phải nấu nước lên để tắm, người trẻ thì tắm, người già thì giặt khăn bằng nước ấm để lau người. Lạnh có lúc sương trên cây cỏ đóng băng, đêm ngủ nghe cảm giác lạnh chạy từ trong xương chạy ra, có đắp hai lớp chăn cũng thấy lạnh. Nhưng mấy ai có được hai cái chăn để đắp, nhà khá giả, từng buôn bán ngược xuôi như gia đình Hải, mà cũng chỉ mỗi người một cái chăn, ưu tiên cho Hải hai lớp chăn, có những gia đình không có chăn để đắp, họ phải đắp bằng tấm tranh, trước khi ngủ phải quạt một nồi than để xua đi cái lạnh. Ngủ bếp than thì ấm nhưng rất ngộp thở, có nhiều gia đình hôn mê sau một đêm hít phải khói than ẩm. Than để đốt sưởi trong nhà mùa đông là loại than được tuyển chọn kĩ càng, nó được đốt từ gỗ cây mùn hoặc cây chò, những thứ gỗ không cho khí độc, nếu như đốt bằng gỗ kiền kiền hoặc lim, gụ thì quá phí mà khi đốt lò sưởi, nguy cơ bị ngộp thở, thậm chí chết ngạt rất cao. Thường, khi mua than sưởi gia đình, người ta chọn mua của những người H'Mong, Thái, Tày, Nùng, Mường… Bởi những người tộc thiểu số họ không biết nói dối và họ cũng nhận biết cây rừng rất giỏi, họ chặt cây, mang ra ngoài để đốt chứ không như người Việt cứ lên rừng, nhắm chỗ nào đốt lấy than được thì khoanh qua quýt bằng một vài nhát chặt để cây cách cây, khoảnh cách khoảnh rồi thì châm lửa đốt. May mắn thì lửa đốt hết khoảnh lại dừng, không may mắn thì gió nhẹ một chút là cháy cả cánh rừng. Người Việt làm thứ gì cũng nhanh, cũng có thu nhập và cũng cẩu thả, người nào sống tử tế một chút thì ít ai chơi.

*

Nghĩ tới việc đi tắm lạnh, tự dưng Phi nhớ nhà, Phi nhớ người cha quá cố của anh, một người cha nói giọng Bắc rất khó nghe, và thỉnh thoảng ông dạy anh phát âm giọng Quảng, ông cũng có thói quen ngậm đường cục hoặc uống nước mắm trước khi đi tắm vào mùa đông, ông gân guốc, bản thân ông là một người quen làm việc, con người của hành động nhưng lại có cách nói chuyện rất thâm trầm, hình ảnh vị sư già khiến cho Phi nhớ đến hình ảnh cha và ông nội, dường như họ có nét hao hao giống nhau, từ thể tạng hơi gầy, cho đến độ gân guốc và đôi mắt không quá sáng nhưng chứa đầy ánh quang nhiệm. Phi chưa biết mặt ông nội, Phi chỉ nhìn thấy ông qua ảnh thờ, mà ảnh thờ cũng chưa chắc đúng bởi ông nội không có tấm hình nào, cha của Phi học vẽ, sau đó vẽ lại hình ảnh của cha mình. Nhưng Phi tin rằng cha đã vẽ đúng, bởi Phi nhìn thấy gương mặt của cha nơi ông và nhìn thấy ông nơi cha của mình. Một người cha ít nói, tính tình cương nghị nhưng cũng đầy bí ẩn, bù cho mẹ của Phi tính xởi lởi, bao dung và hiền hòa.

Tự dưng lúc này Phi nhớ mẹ quá đỗi, bởi giờ này, mẹ đang làm gì, đã là trưa Mồng Hai Tết, thường thì những ngày còn ở nhà, sáng Mồng Một, hai mẹ con ngủ dậy hơi muộn một chút so với ngày thường, bởi thức đón Giao Thừa, cúng Giao Thừa xong thì ai cũng mệt, cái Tết bắt đầu từ Hai Mươi tháng Chạp, mọi người loay hoay chuẩn bị nếp, lá, gừng, thịt, dưa kiệu, dưa cải… đủ các thứ để đủ món mà nấu cúng gia tiên, cùng ăn ba ngày Tết. Sáng Mồng Một, dậy rửa mặt sạch sẽ, chải tóc thật thẳng, vận quần áo mới lên thắp nhang ông bà, gia tiên, mẹ pha một ấm trà, nhón một dĩa mứt gừng đem cúng cha, nấu mâm cơm chay cúng cơm Tết ông bà. Loay hoay nấu nướng, cúng kính, xong lễ cúng thì đã quá ngọ, mẹ tranh thủ đi thắp nhang đền Mẫu, còn Phi thì ra thắp nhang miếu Tướng Quân và lên thắp nhang mộ.

Về việc thắp nhang Tết, viếng mộ Tết, có vẻ như với gia đình Phi rất đơn giản và nhanh gọn, bởi Phi chỉ thắp nhang ba ngôi mộ, của Tướng Quân, ông nội và cha. Ba ngôi mộ nằm liền kề nhau từ cao đến thấp, một Tướng Quân cao nhất, nằm trên vị trí bằng phẳng, rộng thoáng, nhìn ra rừng sim, một ông nội thấp hơn một chút và mộ cha nằm ở vị trí thấp hơn mộ ông nội. Không thấy mộ của bậc gia tiên trước ông nội, cũng không ai giải thích. Nhiều lần Phi hỏi cha nhưng ông nói để Phi lớn rồi ông sẽ giải thích. Thế nhưng Phi chưa kịp lớn thì ông qua đời, trước khi nhắm mắt, ông hứa với Phi rằng khi Phi lớn, mẹ sẽ kể cho Phi nghe rất nhiều chuyện. Thế nhưng Phi chưa kịp nghe mẹ kể thì tổng động viên, và giờ này Phi đang ở một cái nơi mà từ nhỏ tới giờ, chưa bao giờ Phi nghĩ mình sẽ tới.

6. Duyên nghiệp

Không hiểu sao chỉ mới gặp ba thanh niên nói giọng Bắc trọ trẹ này lần đầu mà sư Thích Long Hải lại rất yêu mến họ, đặc biệt ông nhận thấy cậu trẻ tên Phi có gì đó rất gần gũi với ông, ông có cảm giác từng gặp cậu bé này ở đâu đó, nhưng không tài nào nhớ nổi, bởi cậu bé người miền Bắc, ông người miền Trung, suốt nhiều năm nay chẳng mấy ai muốn vượt vĩ tuyến 17, ông cũng không ngoại lệ. Thế nhưng ông vẫn thấy ngờ ngợ, lạ nhỉ!

Thích Long Hải là pháp danh ông tự đặt cho mình, ông không thụ giáo vị sư nào trước khi có pháp danh này. Trước khi vào chùa tu, ông là một pháp sư, có thể nói là pháp sư nổi tiếng, ông có thể giải tất cả các loại ngải, bùa, các loại ma gà, ma xó của người Tày, Nùng và ngải trâu, ngải gà, ngải chuối, thậm chí cả ngải cụt đầu, tức những vong hồn của người chết do sét đánh, bị bọn luyện ngải đào trộm mộ, lấy mất hộp sọ và cánh tay trái để luyện ngải. Ông thấy kinh tởm cho những kẻ nuôi loại ngải này, và ông cũng đau đớn nhận ra rằng cả thế giới người đang sống hay thế giới người âm đều có thể bị lừa gạt như nhau, không phải cứ đã chết thì linh hồn sáng suốt, thấy mọi thứ mà lúc sống không thấy được, không phải vậy.

Thì bọn nuôi ngải cụt đầu đã lén lút cắt mất phần đầu của người đã chết, phải nói là cắt, tháo gân mà lấy đi chứ làm sao có thể lấy đi một cách bình thường khi người ta chết chưa đủ hăm mốt ngày. Lúc đó mọi phần mỡ có thể bị phân hủy, nhưng phần cơ bắp, nhất là cơ cổ vẫn còn rất cứng, rất dai, chỉ có cách dùng dao cắt nó đi mới được. Như vậy có nghĩa là người ta phải chết hai lần, một lần bị sét đánh, rồi một lần bị quật mộ để lấy trộm đầu lâu, bàn tay trái. Mà bàn tay trái đâu chỉ lấy mỗi bàn tay, bọn chúng lấy nửa ống xương tay, như vậy có nghĩa là chúng đã chặt cánh tay của người chết, nghĩ đến chuyện này, ông rùng mình ớn lạnh. Và cái thứ ngải cụt đầu mà chúng nuôi, có thể nói đây là loại ngải mạnh nhất, đáng sợ nhất bởi chúng thông minh hơn rất nhiều loại ngải, chúng biến hóa khôn lường và kẻ nuôi nó dùng để lừa bịp những phi vụ lớn.

Ông từng gặp một người bị ngải cụt đầu ám, người này gốc gác là con một ông Nghè, theo Quốc Dân Đảng thời học trung học phổ thông, được đưa sang Pháp để học cử nhân và thi đậu cử nhân bằng ưu, tức học rất giỏi, ông về Việt Nam, được Tổng thống thời Đệ Nhất Cộng Hòa mời làm cố vấn ban kiến thiết xây dựng nông thôn, qua ba thời kỳ Dinh Điền, Khu Trù Mật và Ấp Chiến Lược, ông đều thuộc vào hàng cán bộ cốt cán, dưới một vài người nhưng trên cả vài ngàn người, thậm chí trên cả triệu người. Thế rồi lãnh đạo Đệ Nhất Cộng Hòa bị đảo chính năm 1963, người này rút lui về quê với thú nông nhàn, làm ruộng sống qua ngày, xem như mình là kẻ ẩn cư, bởi thời Tổng thống còn sống, ông làm việc theo kiểu đặc cách, thỉnh thoảng đến dinh gặp Tổng thống và không trực thuộc một bộ nào cụ thể, chuyên môn cũng không cụ thể, nhưng việc xây dựng, tổ chức chiến lược và chiến thuật, sách lược chống Cộng và sách lược tài chính, ông luôn có mặt trong các cuộc họp quan trọng gồm những nòng cốt của đảng Cần Lao. Rồi mọi sự thay đổi, thế sự nổi trôi, ông cố gắng quên hẳn mình là ai để gắn với ruộng đồng.

Tuy người ngoài không mấy ai biết ông là ai, nhưng em vợ ông biết ông là ai, và cha vợ ông cũng vậy. Em vợ và cha vợ ông là kẻ không có tài năng gì nhưng lại rất giỏi lạng lách và nhiều tham vọng. Nhân lúc thế cuộc đổi thay, thằng em vợ ông đăng ký đi lính và muốn mở cho mình một đế chế trong quân đội. Nó cố gắng tiếp cận các bậc tướng tá từng quen biết ông và xin cho được một chỗ để mở cửa hàng bán đồ lính. Ban đầu bán những thứ quà vặt, sau đó mở rộng dần. Cha vợ ông nhờ ông trực tiếp ra mặt để nhờ vả những chiến hữu cũ giúp thằng em vợ. Nhưng ông lắc đầu từ chối, cho đến một ngày, cả cha vợ và em vợ ông trở nên giàu có bất thường, có thể sai khiến ông làm bất kì thứ gì họ muốn. Và khi ông ra mặt giúp đỡ cho em vợ, càng ngày, sức khỏe của ông càng suy sụp, đầu óc ông bất thường, ông chưa bao giờ là ông, một con người hoàn toàn khác. Vợ ông là người hiểu ông nhất, bà đã quan sát cha và em trai mình từ vụ mất cắp đầu lâu và bàn tay của người bị chết vì sét đánh, chôn ở nghĩa trang chưa được ba ngày, tức chưa mở cửa mả. Thời gian này, gia đình chỉ cần sơ xuất thì bọn luyện ngải sẽ bất chấp mà tới cắt trộm đầu, chặt trộm cánh tay. Bởi đó là thời gian luyện ngải thiêng nhất, sai khiến mạnh nhất, sau ba ngày còn những mốc mười bốn ngày, hăm mốt ngày và bốn mươi chín ngày, số ngày càng tăng thì ngải lực càng giảm. Sau vụ mất cắp, cha và em của bà có vẻ khác thường, hầu như không đi ra ngoài, bà nghi họ làm chuyện mờ ám, cho đến lúc...

Bà tìm tới gặp thầy Bốn, (tên của sư Thích Long Hải lúc còn thế tục) và nhờ thầy giúp đỡ. Ban đầu, ông cho một lá bùa có luyện châu sa thần sa và trấn bốn vị long vương hộ pháp quanh vườn nhà của người bị bỏ bùa. Nhưng chưa đầy ba ngày sau, ông phát hiện bốn vị long thần chưa kịp định vị đã bị xua đuổi và lá bùa châu sa thần sa của ông chẳng giúp được gì, bởi nó đã bị phá tan nát. Ông tiếp tục tăng công lực trấn chú, ông đưa người bị hại về sống với ông để theo dõi ngày đêm và quyết định dùng phương pháp trừ ngải mách và ngải cụt đầu.

Cũng xin nói thêm về ngải mách và ngải cụt đầu, ngải mách tức loại ngải luyện được từ bàn tay trái của người bị sét đánh, loại ngải này dùng để chỉ hướng và chỉ đường ăn trộm, khi đi trộm, cướp, chỉ cần nửa đêm lên trò chuyện, hỏi ngải mách, tức cánh tay và bàn tay đã luyện thành ngải trên bàn thờ, mời nó uống rượu và hỏi thăm đường đi hôm nay, đường nào là đắc lợi, nó sẽ chỉ điểm đến, đường đi nước bước bằng hướng ngón tay, sau đó người nuôi nó sẽ nói kế hoạch với nó, nếu có khả năng thành công thì nó đứng im, nhếu không thành công, bàn tay toàn xương kia sẽ xoay tròn trong dĩa. Thường thì kẻ nuôi ngải cụt đầu nuôi thêm ngải mách là xem như có ngải lực vô cùng lớn. Ngải cụt đầu chính là hộp sọ của người bị sét đánh, đã được nuôi và luyện để khi cần dùng đến, chủ của nó sẽ sai khiến nó đầu độc người khác bằng cách làm cho người ta thần hồn thần xác vênh nhau, không nhận biết mình là ai và sẽ bị sai khiến khi cần.

Và cái lão bố vợ và thằng em vợ ông ấy muốn sai khiến ông ấy là bằng cách nào đó, phải đột nhập vào kho bạc quốc gia để cắp đi số châu báu có từ nhiều đời vua đang lưu trong kho bạc. Suốt ngày ông không nói không rằng, chỉ ngồi vẽ kế hoạch đi cướp, ông vẽ mô hình kho bạc trên giấy và vẽ những lối vào. Nhưng ông lại không tài nào biết được các cơ quan bên trong nó, nên ông lại bị hành hạ, vò đầu bứt tóc. Thầy Bốn cho ông uống nước sả và tỏi hằng ngày để đào thải bớt tà khí, sau đó mỗi ngày lại cho ông ngồi với thầy để thầy bắt ấn, đánh từng phần tà khí, tiêu giảm sinh lực của nó để trục nó ra khỏi ông. Và đúng hai mươi mốt ngày thì mọi chuyện xem như ổn, nạn nhân trở lại bình thường, nhận biết công việc mình đã làm quá sai và hơn nữa, ông ta thấy hối hận, cố gắng nhớ lại thử ai đã xúi mình làm việc này. Khi ông dò ra manh mối cũng là lúc thầy Bốn, người đã cứu ông trở tay không kịp. Bởi bất kì thầy phù thủy nào, cho dù động cơ hành sự có tốt, có đạo đức cỡ nào chăng nữa thì hệ lụy của nó không nhỏ.

Mà thường thầy phù thủy làm việc xấu dễ sống hơn thầy phù thủy làm việc tốt. Nghĩa là khi thầy chọn làm việc bất nhân, bằng khả năng bắt liên lạc, nói chuyện và sai khiến được thế giới âm binh, xui chúng làm việc xấu, vừa có lợi cho chúng, vừa có lợi cho người sai khiến. Bởi chúng muốn làm việc đen tối, muốn làm những việc phi nhân. Khi chọn theo hướng này, thầy phù thủy trở thành loại đại ca của thế giới âm linh và chẳng phải lo ngại chúng hại mình, cùng là đồng bọn nên chẳng nỡ hại nhau. Ngược lại, những thầy phù thủy nuôi lời thề sẽ làm cho cuộc sống tốt đẹp hơn, sẽ cứu người, sẽ giúp người, thì hẳn nhiên tai ương đang rình rập, cái nguy hiểm của nghề phù thủy còn hơn cả nghề an ninh. Tất cả những nhân viên an ninh giỏi, muốn cống hiến cho cuộc đời, muốn góp tay xây dựng xã hội trở nên tốt đẹp thì hẳn nhiên anh/chị ta đang đối mặt với thế lực xấu, với xã hội đen và cả những đồng nghiệp đã bắt tay với xã hội đen. Ngược lại, bọn an ninh đen tối, chơi với xã hội đen và bắt tay với chúng, thì mối nguy từ xã hội đen giảm đi một nửa và tăng thêm phần quyền lợi từ chia chác. Thầy phù thủy cũng vậy, pháp thuật tu luyện chỉ là phương tiện, vấn đề là dùng nó cho mục đích nào. Một thầy phù thủy luôn cứu người yếu thế, luôn cố gắng trục những thế lực xấu đang bâu bám, ám hại người tốt, thì đương nhiên phải gây thù chuốc oán với chúng. Lúc công lực thầy còn đủ mạnh, chúng chưa nói chi, đến khi công lực yếu đi, lũ âm binh ào ào kéo đến báo thù. Hoặc lúc công lực còn đủ mạnh nhưng có sơ hở, ví dụ như đường con cái, tử tức, làm sao có thể bảo vệ họ suốt ngày đêm nếu họ muốn sống một đời sống bình thường như bao người khác, họ cũng muốn đi chợ, con trẻ muốn đi học, muốn đi chơi... Thầy Bốn đã liên tục chịu ba cái tang của ba đứa con trai trong vòng chưa đầy một tháng, vợ ông sau đó cũng đau khổ, điên loạn mà nhảy giếng. Ông còn đứa con trai út, ông quyết không để mất đứa con này, ông dắt con trai vào chùa, xin tá túc, nương nhờ cửa Phật, ông quy y Phật. Cuộc đời của ông thay đổi từ đó, người anh trai của ông cũng là một thầy phù thủy kiêm thầy võ, thấy tình hình em mình như vậy, cũng xin theo em vào chùa, quy y cửa Phật. Cuộc đời của hai ông thay đổi từ đó. Và người ta nhìn thấy thầy Bốn già đến độ trong vòng chưa đầy ba tháng, có cảm giác như ông già đi hơn ba mươi tuổi.

Chùa mà thầy Bốn vào là chùa dành thờ những anh hùng trận vong, một nghĩa trung viên cải thành chùa, ngôi chùa này do cụ Nghè xây dựng, dưới nền chùa vốn là một hố chôn tập thể. Giặc Pháp đã chặt đầu và chôn hàng trăm người lính nghĩa quân Cần Vương, họ là lính của tướng Hường Hiệu. Những cái chết uất hận, bất đắc kì tử khiến cho vong hồn của họ trở nên u uất và dữ tợn, họ có thể biến thành ma đói để phá phách. Thầy Nghè vận động bằng mọi cách, cầu cạnh đến Tổng thống Việt Nam Cộng Hòa để xây mộ, cải táng các bộ hài cốt, dựng lên nền của hố xương cốt tử sĩ ấy một ngôi chùa, lấy tên là chùa Nghĩa Trung, với ngụ ý thờ các anh hồn trung liệt, đã tận trung với đất nước mà ngã xuống. Hằng ngày cầu an, cầu siêu cho họ siêu thoát.

Ban đầu chùa không có sư trụ trì, chỉ có một bà vãi, bà vãi làm ruộng, nuôi heo nái sau chùa để lấy tiền mua nhang, mua hoa quả, nấu chè xôi cúng Phật. Đến khi sư Thích Long Hải về tu, bà vẫn giữ nguyên nếp cũ, vẫn làm vườn, làm ruộng và nuôi heo nái. Sư Thích Long Hải và sư anh Thích Long Tuyền nhận phần làm ruộng, làm vườn và khuyên bà đừng nuôi heo nái nữa. Nhưng bà bảo rằng có hai lý do để bà nuôi con heo ấy, thứ nhất, việc bán heo con, cũng không phải là bán heo thịt nên không đến nỗi, và số tiền kiếm được giúp cho bà có chút tiền giúp những người nghèo khổ trong làng. Thứ hai, con heo nái bà đang nuôi chính là hóa thân của con gái bà.

"Cô Đạo nói vậy, cô không nghĩ tới việc có khi nào mình đang bán cháu ngoại của mình sao?" – Sư anh Thích Long Tuyền hỏi bà.

"Dạ… Kiếp nào theo kiếp ấy, nghiệp nào theo nghiệp ấy, con biết rằng con gái con có thể đang là con heo nái này, nhưng khi nó đẻ con, không thể gọi là cháu ngoại của con được, nó phải trả cái nghiệp của nó. Con là mẹ nó, con xin nuôi nó cho đến lúc nào nó siêu sanh, con chẳng còn lựa chọn nào khác!".

"Theo đệ, cứ để cho cô Đạo nuôi, tùy duyên tùy nghiệp thôi sư huynh à! Chuyện này có vẻ như bất khả luận giải rồi đây. A Di Đà Phật!".

Lạ ở chỗ con heo nái bà Đạo nuôi lại ăn chay theo bà, nó không hề ăn các món mặn, món nào tanh tưởi đưa vào chuồng thì nó hộc lên dữ tợn. Nhưng nó chỉ tu được phần ăn uống, phần sinh đẻ thì nó quá dữ dội, cứ mỗi khi động đực, nó kêu ầm ĩ, cách cả cây số cũng nghe tiếng kêu gào của nó, nếu không kịp đưa heo đực về giao phối, nó sẽ phá chuồng, chuồng đóng bằng ván gỗ kiên cố, thế nhưng nó dùng mõm hất tung mọi thứ, máu me khắp mặt để đi tìm đực. Mỗi khi như vậy, nếu chưa kịp tìm được đực cho con heo nái, nhìn nó phá tung mọi thứ và kêu gào, bà Đạo thấy đau lòng và xót xa cho số kiếp của một sinh linh, nó thật u ám và đen tối. Mà hình như cũng vì sự xót xa ấy mà bà xin con trai thầy Nghè cho bà làm vải giữ chùa, và lén lút dựng cái chuồng heo phía sau chùa để nuôi nó, để nó nương nhờ bóng Phật mà siêu sanh.

7.   Tình mẫu tử

Con gái bà Đạo, người sau này gọi là bà vãi Đạo vốn là đứa lanh lẹ, nó nổi tiếng đẹp gái. Năm mười lăm tuổi, nó đã phổng phao khác thường so với mấy đứa cùng lứa tuổi của nó. Bà cho nó đi học trường làng, thầy giáo trường làng khen nó học rất nhanh, giỏi một cách khác thường nhưng ông cũng tỏ ra lo lắng, ông khuyên bà nên tìm một lớp khác có nhiều con gái để nó học, trường của ông toàn con trai, thật là khó nói nhưng ông mong bà thông cảm. Tuy thầy giáo không nói ra nhưng bà Đạo cũng mang máng hiểu ẩn ý của thầy. Bà cảm ơn thầy và tìm xin một trường khác, nhưng rồi trường khác cũng nói với bà y như vậy. Cuối cùng, thầy giáo trường làng đầu tiên con bà đến học chấp nhận giúp con bà biết chữ, biết làm toán nhưng sẽ cho nó học lớp riêng của vợ thầy chỉ dạy, những gì khó thì thầy dạy giúp, vì vợ thầy cũng biết chữ, biết làm toán. Học không được bao lâu thì con bé xin nghỉ học, nó nói muốn đi làm, nó ra thành phố đi phụ bán nước cho người ta.

Chẳng bao lâu sau đó, nó trở về thăm bà với bộ dạng khác lạ, đẹp gái, lớn hẳn ra và mọi thứ nở nang, có phần hở hang. Bà nhắc nó ăn mặc kín một chút, nó bảo bà quá lạc hậu rồi, để cho nó tự do, nó cho bà mấy lượng vàng và một cọc tiền toàn đô la, bảo bà cứ yên tâm mà an dưỡng tuổi già, xây nhà xây cửa cho tử tế vào, đừng lo cho nó. Nói xong nó đi, đi ra tới đầu làng thì có chiếc xe jeep ghé lại đón. Mọi người trong xóm có vẻ như xa lánh bà Đạo hơn lễ từ ngày con bé về thăm. Bà rất buồn nhưng chẳng biết tính sao, bởi chỉ có mỗi mình nó là con gái, mà nó sinh ra đời cũng chẳng may mắn như người khác, nó sinh ra từ một cuộc vật lộn chống cự đầy tuyệt vọng của bà trước tay chủ người Tàu, ở một tiệm thuốc Bắc. Thế rồi từ chỗ chống cự, bà thèm được chống cự và bà hẹn hò với ông chủ để được có cái mà chống cự, bà trở thành con nghiện của lão ta không biết tự bao giờ, cho đến cái ngày bụng bà phình to, không giấu vào đâu được thì ông ta cho bà hai lượng vàng để bà ăn uống mà sinh con, ông hứa sẽ chu cấp cho mẹ con bà. Thế nhưng con bé chưa ra đời thì ông chủ lại mất mạng trong một chuyến đi săn, cuộc đời con không cha của nó là vậy, khởi nguồn từ những gì tưởng chừng như không thể chấp nhận được, thế rồi cuối cùng cũng chấp nhận và thích thú, đam mê, rồi trả giá. Mà bà, không hiểu sao lúc ấy cô gái tên Đạo lại thấy chuyện đó là hợp lý, là xứng đáng để trả giá và chẳng có gì gọi là trả giá. Có lẽ số bà vốn vậy, nên giờ con bé có khác thường thì bà cũng không quá bất ngờ.

Ba năm trôi qua, con gái bà biền biệt rồi trở về nhà thăm mẹ, nhưng lần này nó ở với bà lâu, nửa tháng sau nó mới ra lại thành phố để làm việc, bà để ý thấy nó mệt mỏi, xanh xao và không còn năng nỗ như trước. Hỏi gì nó cũng không nói, bà sợ nó bị ai đó lừa phỉnh hoặc giả có một ông chủ Tàu nào đó lại gặp nó, và câu chuyện cũ lặp lại. Nửa tháng nghỉ ngơi xong, con bé lại đi làm, rồi lại về thăm bà, bà mừng thầm vì để ý kĩ vẫn không thấy bụng nó phình to như bà trước đây. Bà mừng rơn, giờ bà chỉ còn mong sao cho nó sớm lấy chồng, sinh con để bà có cháu mà bồng bế, cuộc đời bà luôn bị cảm giác cô đơn, chỉ đến khi bị ông chủ hiếp mới đỡ cô đơn một chút cho dù đó là nỗi nhục, nhưng bà tự nguyện để được nhục thêm, rồi bà nuôi con, đến giờ đủ lông đủ cánh, nó lại bay, bà lại thui thủi một mình.

Nhưng hình như con người có số phận, không tin cũng không được. Con gái bà đi biệt gần nửa năm, sau đó nó về thăm mẹ, nói mẹ nuôi một con heo nái cho đỡ buồn và cũng bán có chút tiền tiêu vặt. Bà nghe nó nói mà sửng sốt, tuy rằng nó cho bà nhiều tiền đó, nhưng nó giàu cỡ nào mà dám nói nuôi heo nái bán kiếm chút tiền tiêu vặt, bởi ở nhà quê, có con heo nái là coi như có vốn liếng lớn cho cả gia đình. Bà vừa mừng nhưng lại vừa lo, không biết con gái mình đã làm gì, có khi nào... nhưng bà quyết không nghĩ quẩn, bà quyết tìm ra thành phố để xem nó làm gì. Nhưng rồi cái quyết tâm ấy cũng không toại nguyện nếu như nó không cho bà biết nó làm gì, ở đâu. Thôi thì bà cứ giữ nó bằng cách thân thiện, chiều chuộng và thương yêu nó như đã từng, phải tin tưởng nó là người tốt, hoặc ít ra là người không xấu.

Năm sau, bà có con heo nái, giống heo Móng Cái lưng cong, bụng sệ, lông đen, giống như heo rừng nhưng lông ít hơn và ăn uống thuần chủng, dễ nuôi hơn heo rừng, và nó cũng chóng đẻ, nuôi chừng một năm thì nó bắt đầu rỡ, tìm đực, heo đực nhảy xong, ba tháng mười ngày sau thì nó đẻ. Từ ngày có con heo nái về, bà Đạo đỡ nhàm chán, suốt ngày hết trồng rau thì hái rau, nấu cám, xắt rau heo, đốn chuối, xắt chuối... Rồi lại trồng khoai, trồng sắn, trồng bắp để giã làm cám cho nó, công việc nuôi heo nái tưởng đơn giản, hóa ra làm quần quật cả ngày.

Đến lứa heo đầu tiên tròn chín ngày, chưa biết ăn thì con bé về, nói bà bán toàn toàn bộ bầy heo cho nó, nó sẽ trả gấp đôi số tiền bà bán được ngoài chợ. Bà nói với nó muốn bán, cũng đợi heo bỏ bú, biết ăn kia mới bán, ít nhất cũng tháng sau mới có thể bán heo được. Nó bảo không cần phải vậy, nó đang nghiên cứu một thứ gì đó nên cần mua những con heo con chưa bỏ bú, mới đẻ từ một tới mười ngày, heo đẻ chừng chín ngày là hợp lý nhất, nếu bà thương nó thì phải bán cho nó, nó không muốn nói nhiều, là mẹ của nó thì phải nghe lời nó. Nói xong, nó kêu người vào bắt heo, để lại cho bà một cọc tiền mà qui đổi ra giá heo chợ, phải gấp ba lần.

Bà nghĩ, chắc là nó trả gấp đôi tiền, số còn lại nó tặng bà ăn quà. Nó chỉ có thể cho bà tiền, nhiều tiền, nhưng nó không biết bà đang cần gì. Bà mang số tiền ấy đến gặp con trai cụ Nghè để cúng vào quĩ xây mở rộng chùa. Con trai cụ Nghè rất mừng, ông nói rằng bà tuy đơn chiếc, gặp nhiều éo le, trớ trêu, nhưng tấm lòng bà từ ái, công đức vô lượng. Nghe câu ấy, bà cũng thấy bớt tủi thân, bớt cô đơn.

Những lứa heo con của bà Đạo chưa bao giờ được nuôi quá mười ngày, dần dà, con gái bà cũng ít về thăm mẹ, những lứa heo sữa chưa kịp bỏ bú, mới đẻ vài ngày trở thành niềm hi vọng để bà gặp con gái. Và bà trở nên chai lì, chỉ mong được gặp con, heo sữa như cái cớ để bà gặp mặt nó. Tuy rằng mỗi lần gặp mặt là một lần bà thấy buồn và xót xa vì những con heo bé tí, chúng như những đứa bé con rúc vào bầu vú của mẹ, còn mẹ của chúng thì nằm thiu thiu, mắt nhắm nghiền, hồ như đang cảm nhận hết cái tình mẫu tử đang động đậy dưới các núm vú của mình. Cứ mỗi lần nó về, vì nó là đứa thông minh, nên cách làm của nó cũng quyết liệt và dứt khoát.

Đợi bầy heo con bú xong, no nê, chúng sẽ nằm tụm vào dưới bụng mẹ để ngủ, nó lấy cây gậy khều cho heo mẹ giật mình, theo phản xạ tự nhiên, để bảo vệ con mình, heo mẹ lồng lên, nó lấy cây roi điện chích một phát, heo mẹ lăn quay ra, nó lấy tấm mành lùa heo con vào một chỗ, sau đó đưa giỏ vào lùa toàn bộ heo con vào giỏ và đậy nắp, đưa ra khỏi chuồng rồi múc một thau nước, dội ào lên heo mẹ, heo mẹ tỉnh dậy, loay hoay đi tìm con và mặt đờ đẫn ra, nhìn thật tội nghiệp. Khi người giúp việc của nó mang heo ra khỏi nhà, những con heo con bị mất mẹ kêu thảm thiết, còn heo mẹ thì hộc liên tục trong chuồng, tiếng hộc của nó vừa căm tức, giận dữ lại vừa tuyệt vọng, đau đớn.

Với bà Đạo, những ngày sau khi heo mẹ mất con là những ngày kinh khủng nhất, sữa nó căng cứng và nó phát sốt, nằm thở hồng hộc, li bì, thở nặng nhọc, nước mắt nó chảy ra, bà không cầm được nước mắt, bà đi mua mấy con heo con về thả vào chuồng để chúng bú bớt sữa. Heo mẹ biết không phải con nó đẻ ra, ban đầu phản ứng dữ dội, nó hộc lên hù dọa những con heo lạ. Nhưng rồi dần dà, hình như bản năng làm mẹ của nó thức dậy, nhìn những con heo con đói khát, run rẩy, nó vẫy đuôi, ụt ịt mấy tiếng, hình như nó đang trò chuyện với mấy đứa con xa lạ kia, những con heo con lạ nghe nó ụt ịt thì xông lại bú lấy bú để.

Heo mẹ nằm thở nặng nhọc, chảy nước mắt. Nhìn cảnh này, bà Đạo thấy buồn và đâm sợ con gái mình, bà lo cho tương lai của nó, bà thấy nó có gì đó rất xa lạ với bà, dường như nó không còn là đứa con ruột thịt, thân yêu của bà nữa. Và bà rùng mình nhớ đến ông Tàu đã từng làm bà nghiện, bà thấy xốn xang vì đau đớn này, rõ ràng lúc ấy bà đâm nghiện lão ta, dù bà biết rằng mọi thứ bà bị động, bị làm nhục, thế nhưng bà lại muốn được làm nhục, bà nhớ cái mùi lão thở hắt ra khiến bà rùng mình.

8. Nghiệp lực

Đó là cái mùi khó chịu nhất trong cuộc đời, bình thường lão Sùng nhai thuốc bắc, miệng lão nói ra luôn có mùi hơi nồng nồng của quế, gừng hoặc rượu sâm. Và lão có những hũ rượu mà nhìn vào, bà rất sợ, đó là những chùm nhau con so, lão bảo loại này dầm rượu uống rất bổ, rất tốt cho sức khỏe. Thi thoảng lão còn chưng một cái thai mèo hoặc thai khỉ còn lua lúa đỏ với thuốc bắc để ăn. Lão nói rằng nhà giàu ở bên Tàu còn ăn cả hà nàm người, tức những cái thai trẻ con chưa đủ ngày đủ tháng chưng với thuốc bắc, đây là thứ bổ dưỡng số một. Nhưng lão không dám ăn thứ này, lão chỉ dám ăn thai khỉ, thai gấu, thai mèo.

Chỉ mới nghe lão nói thôi, bà đã thấy lờm lợm và sợ hãi. Thế nhưng mỗi khi lão ôm choàng lấy bà, bà cũng không chống đối như lần đầu, nhưng dường như có một thứ gì đó khiến cho bà thấy nổi da gà khắp người, cho đến lúc lão hôn vào gáy bà, những sợi râu lỗm chỗm của nó cạ vào da gáy khiến cô gái tên Đạo lúc đó thấy vùng bụng dưới của mình bắt đầu rưng rức nóng và nhức nhối, khó chịu, cô chỉ mong sao lão xé bỏ mọi thứ trên người của mình càng nhanh càng tốt. Nhưng thay vì làm vậy, lão làm từ tốn, nhâm nhi từng phần trên cơ thể cô. Cho đến lúc lão hôn vào đôi nhũ, cô đã thấy toàn thân của mình có xu hướng ưỡn về trước nhưng không hiểu vì sao. Và lão cởi quần áo của lão ra, nắm lấy tay cô đặt vào chỗ ấy của lão, cảm giác ấm nóng và cương cứng của lão khiến tay cô bóp mạnh như nắm lấy một thứ gì đó thuộc về số phận, cô nắm chặt lấy nó, và dần dà, cô thèm cắn nó, cô muốn ăn lấy nó, cho đến khi nó từ từ cạ khắp nhũ hoa, bụng, nó vân vê trên rốn cô và cuối cùng, nó loay hoay ngoài cửa một lúc, nó làm cho cô nhức nhối thêm bận nữa, cô có cảm giác một thứ gì đó đang tuôn chảy, đang rỉ rả như núi lửa sắp tuôn trào. Cô nghĩ đó là một cuộc chơi đầy bất lực của con người trước cái chết của vạn vật, cái chết cuồng nộ của thiên nhiên, cách mà lão đi vào cô, giống như cách người ta đang cố gắng bịt miệng một ngọn núi lửa bằng một khối bê tông cứng có bọc lớp chống nhiệt vừa mềm lại vừa ngoan cố bên ngoài. Tiếng nhạc, một loại nhạc có trống đánh liên tục mà lão từng nói đó là những tiếng trống của một bộ tộc người ở châu Phi, đó là trống mừng hội mùa và tình yêu, lão nhịp nhàng theo nhịp trống, ban đầu nhịp trống đánh chậm, dần dần, nó đánh nhanh dần cho đến lúc Đạo dùng tay đẩy lão ngược ra, bởi núi lửa đã tuôn dung nham, khối bê tông kia trở thành thứ gì đó làm nghẽn lối của nó. Và lần lượt, đôi ba lần, lão lại làm cho Đạo tuôn trào, Đạo cảm thấy trong sự tuôn trào ấy có một thứ tội lỗi mơ hồ nào đó được giải phóng. Đạo trở nên nghiện lão Sùng, mỗi khi phụ việc cho lão, đứng gần lão, mùi mồ hôi của lão khiến cho Đạo nổi gai ốc.

Nhưng cô sợ nhất là giây phút lão tới, lúc đó gần như Đạo cảm thấy hơi rát đau chứ không còn tuôn trào như trước, bởi sự tuôn trào liên tục đôi ba lần trước đó, lúc này, một thứ gì đó nóng và ấm phóng vào bên trong Đạo, nó phát ra âm thanh, một thứ âm thanh cảm nhận bằng thịt da, nghe kêu róc rách như một dòng nước đang rơi từ trên cao xuống lũng đất mềm ở một hoang địa nào đó. Thường thì lúc này Đạo nín thở, bởi cái hơi thở dốc, hơi thở học ra từ vùng bụng và lồng ngực của lão mang một thứ mùi tử khí pha lẫn với mùi thuốc bắc rất khó chịu, nó khiến cho mọi thứ đứng lại, co cụm lại, người của Đạo rút hẳn lại, mọi cơ bắp như sắc lại. Có lần, hình như là lần thứ hai, Đạo không để ý tới hơi thở và quên nín thở, mọi cơ bắp của Đạo co thắt lại và cái cửa của cô cũng đóng lại bất ngờ, giữ cứng của lão trong người, lão chảy nước mắt đau đớn bởi đang lúc lão tới, chưa kịp xong thì bị bóp nghẹt, lúc ấy lão rên lên gần như khóc vì đau. Đạo thấy mình có lỗi với lão nhưng chẳng biết làm sao. Chịu đau một lúc, lão lấy lại bình tĩnh và nín thở, cố gắng hôn hít Đạo, cố gắng làm lại từ đầu cho đến khi cô thấy trong người ấm và nóng, có một thứ gì đó vừa được cởi trói. Dường như những lần sau, lão luôn chú ý chuyện này nên cho Đạo uống một viên thuốc gì đó có mùi hơi tanh. Sau này lão mới cho cô biết nó là chất cực kỳ bổ dưỡng, nó làm bằng hà nàm, nhưng lão không nói rõ đó là hà nàm gì. Nghe lão nói xong, cô nôn thốc nôn tháo, nhưng vô nghĩa, vì đó chỉ là cảm giác, còn mọi thứ đã tiêu hóa từ lâu.

Đạo chảy nước mắt, cô không hiểu nó là tai họa hay hạnh phúc, là oan khiên hay phúc đức. Bởi có biết bao nhiêu cô gái có chồng, có gia đình, đẻ năm, bảy đứa con nhưng hình như cả đời, núi lửa có được tuôn trào đâu, những dung nham ấy lắng cặn và trở thành một thứ độc dược tàn phá cơ thể họ, khiến họ trở nên sâu cay và gai độc. Hầu hết những người đàn bà sâu cay và gai độc bởi vì họ luôn bị chọc khuấy, dung nham sôi lên một chút, chưa kịp tuôn trào thì lắng xuống, nằm cứng trong lòng đất, lâu dài, nó trở thành thứ lửa tức tối, phát ra, thác vào những câu chuyện gia đình, những bi kịch thầm lặng. Hay nói một cách thô thiển, sự hung hăng, cay cú của người vợ là sản phẩm của những tiếng rên bị bỏ quên trong cơ thể khi làm tình với người chồng yếu ớt, chưa tới chợ đã hết tiền. Còn với Đạo, không có đám cưới, không có bất kì một sự tán tỉnh nào, cũng không có một sự thừa nhận nào của cha mẹ hai bên, không có đồng cảm về tuổi tác và dáng vẻ bên ngoài, cô bị một lão chủ cưỡng hiếp, nhưng chính sự sợ hãi, tức giận vì bị xúc phạm ấy lại kèm theo một sự ưa thích, sung sướng và dần dà cô trở nên nghiện nó, cô liên tục trông chờ nó, dường như mọi tức tối, mọi nỗi buồn thân phận con nhà nghèo, phận con ở dần được giải thoát trong cô, nó kết tinh thành một thai nhi.

Cho đến ngày con bé ra đời, cô thêm trống rỗng, chẳng còn thiết gì, và có một tiếng gọi khác, một tiếng gọi mơ hồ nhưng huyền bí đang dần đến với cô, nó lớn dần theo con bé, nó trở nên mạnh mẽ khi con bé ngày một mạnh bạo và đôi khi hành xử quái gở, tàn bạo, cô nghĩ tới đức toàn giác, một luồng ánh sáng bi tâm, nhân từ đang đến gần với cô. Cô nghĩ rằng cuộc đời của mình đang dần chuyển sang màu khác, nó không còn là một thứ màu hồng nóng bỏng và tuôn trào, nó là màu vàng dịu đầy bi tâm và lân mẫn, nó thúc giục từ sâu xa, nó đứng đâu đó trong góc khuất đời cô, nó gọi cô bằng một thứ tình cảm khác, trắc ẩn và bao dung hơn, cô không còn thấy mình khổ đau hay hạnh phúc theo cách thường gặp, cô thấy chảy nước mắt hoặc chua xót trước một nỗi đau nào đó không thuộc về số phận cô nhưng lại chạm đến thịt da và cốt tủy của cô. Tiếng đau ấy cứ lớn dần.

Việc cô tìm đến con trai thầy Nghè để xin đóng tiền xây mở rộng chùa là một bước khởi sự, nó như là một sự giải phóng hay giải thoát nào đó, và đó cũng là niềm hi vọng. Hình ảnh đấng từ phụ với chiếc áo cà sa màu vàng, khoan hòa và màu nhiệm như đang che chở cho bà Đạo, mỗi khi nghĩ tới con gái mình, bà lại thầm cầu nguyện cho nó được bình an, cho nó được hiền hòa và nhu mì.

*

Bà Đạo rũ bỏ mọi thứ sau một cơn ác mộng, và đáng sợ hơn là cơn ác mộng ấy thành hiện thực. Bà chiêm bao thấy con gái mình mang những con heo con ra thành phố, nó là kẻ có tiền, nó chẳng bao giờ động chạm tay chân, nó bỏ tiền ra để sai khiến người khác, nó cho tiền một ông phu xe và bảo ông ta hãy lùa heo con vào giỏ, mang heo ra thành phố và giết những con heo ấy đi, bà nhìn thấy những dĩa tiết canh. Rồi sau đó những con heo con bị xiên một cây que sắt nhọn từ miệng xuống đuôi, cho lên lò than và quay, lúc quay, con gái bà đứng bên cạnh, ánh mắt nó đầy sung sướng và hoang lạc, nó cầm cây chổi, phết một ít gia vị và mật ong lên con heo quay, xoay tròn cho đều lửa. Một cái máng dài chứa than hồng, trên miệng máng gác ngang những cây que sắt xiên heo con. Bà thấy tức thở, không nói được. Thế rồi một tay lính Mỹ, hình như sĩ quan ghé đến, gật gù nhìn những con heo trên lò quay, hình như ban đầu hắn rất sợ, sau đó nghe con gái bà giải thích gì đó, hắn gật gù. Và hắn ôm lấy con gái bà, hắn làm tình ngay bên lò quay, trần truồng, trống trải, không có bất cứ tấm màn nào che đậy, những đứa khác da đen, da vàng đứng vây quanh vỗ tay và nhăm nhe chờ đợi, thằng kia hộc lên mấy tiếng và lui ra, những đứa khác xúm vào, đến lúc thằng lính da đen vào thì bà nghe con gái bà rên gào, tiếng kêu của nó nghe tựa hồ như tiếng kêu của con heo mẹ lúc động đực, cũng có lúc nghe như tiếng heo mẹ kêu gào lúc mất con, và có cả tiếng éc khi bị chạm roi điện. Bà giật mình choàng tỉnh, mồ hôi vã khắp người. Bà lên bàn thờ, lấy nhang ra thắp và khấn vái.

Ngày 2 tháng 9 năm 1966, bà nhận xác con mình về chôn, xác nó nằm trong một bao đựng tử thi của lính Mỹ, nổi trôi trên sông Hàn, ra đến cửa Thuận Phước thì ngư dân vớt được, họ đọc các giấy tờ tùy thân trong cái túi xách chứa rất nhiều đô la đỏ và đô la xanh của nó. Họ mua áo quan liệm nó và tìm vào báo tin bà. Bà nhận xác con cùng với cái túi xách. Bà quì lạy những người đã cứu giúp con bà trong lúc nó trôi nổi trên dòng nước, bà hậu tạ họ bằng rất nhiều tiền của nó để lại nhưng họ lắc đầu từ chối. Những con người nghèo khổ, quanh năm bám biển, lấy mồ hôi và đôi khi nước mắt đau khổ vì người thân mất tích trên sóng dữ làm phương tiện sống qua ngày, tương lai mịt mù và nghèo khổ, những người mà người ta gọi cái tên nghe đầy kì thị và đau đớn, dân ba đờ ghe, những ba đờ ghe này nhiều khi thiếu ăn, nhiều khi đói dài, đói vĩ đại, thế nhưng họ từ chối nhận những đồng đô la có mệnh giá lớn nhất nhì, trăm đô, năm mươi đô, họ đã từ chối. Họ nói rằng nghĩa tử là nghĩa tận, không ai đi lấy tiền của người không may mắn, không ai đi chôn người, liệm người hay vớt người để lấy tiền cả. Họ không thể nhận. Họ cũng nói với bà rằng bà không nợ gì họ, vì tiền mua áo quan họ lấy từ trong cái xách để mua, còn dư bao nhiêu, họ để lại chỗ cũ. Nghe họ nói tới đây, dường như lúc này bà mới tin chắc rằng mình đã mất con.

Và rồi cho đến một đêm, sau lễ tuần bốn mươi chín ngày của con gái, bà nằm mơ thấy nó về, vẫn dáng bộ ấy, vẫn là đứa con gái thông minh và xinh đẹp của bà, nhưng ánh mắt nó trông buồn bã, hiền và lạnh, không còn sắc sảo pha chút dữ tợn nữa. Nó cười buồn, nói với bà rằng nó phải trả tất cả những con heo con mà nó đã quay lại cho bề trên. Bà hỏi nó bề trên là ai, nó không trả lời được, nó chỉ cười và nói bà rằng sau này gặp lại, bà nhớ thương lấy nó như đã từng thương, hãy giúp nó được toại nguyện. Sáng hôm đó, bà thắp nhang bàn thờ con gái mình và khóc như mưa như bão, khóc như thể trút bỏ mọi nỗi sâu cay gai độc mà thời gian đã dần dần tích tụ trong thâm tâm bà. Bà mang toàn bộ số tiền mình có được đến gặp con trai thầy Nghè, và bà xin một điều kiện. Nghe bà nói xong, con trai thầy Nghè chắp tay vái bà ba lạy, ông cảm động nói: "Tôi vô cùng cảm kích tấm lòng của bà, như vậy chùa có thể xây được tam quan, sửa được chánh điện và cả hai khu nhà thờ linh hai bên sân trước cũng sẽ rất khang trang. Và tôi cũng đỡ một mối lo không có ai nhang khói cho chùa. Tôi thành thật chia sẻ với nỗi đau của bà! Công đức của bà thật là lớn lao! Cầu Trời Phật phù hộ, che chở cho bà!".

Năm đó, con heo nái nhà bà Đạo đẻ đúng một con heo cái rồi chết đi. Bà ẵm con heo con tới chùa và xin ở lại làm công quả từ đó.

9. Mồng Bốn Tết Mậu Thân

Sư Thích Long Hải dậy sớm hơn mọi khi, bây giờ đã Mồng Bốn Tết, tiếng súng cũng đã vãng dần, mọi thứ gần như trở lại sinh hoạt bình thường, các đội công binh rảo khắp nơi để tìm xác lính và chôn những cái xác vô danh. Sư Thích Long Hải dậy tụng kinh gõ mõ, sư anh Thích Long Tuyền lên lầu tam quan đánh một hồi chuông chiêu cảm các linh hồn đã ngã xuống trong mấy ngày Tết. Mà hình như không chỉ riêng các linh hồn đã ngã xuống mấy ngày gần đây, những hồi chuông chiêu cảm mọi linh hồn đang lang thang, vất vưởng đâu đó trên mặt đất, trong cõi u minh này. Trong một đất nước liên tục chiến tranh và đau khổ, thì sự đau khổ lớn nhất không chỉ là cái chết mà là những cuộc chiến giằng xé trong tâm hồn con người, con người luôn giữ và ôm lấy một tư thế chuẩn bị cho chiến tranh, và cái máu đánh nhau lặm dần vào cốt tủy, đôi khi nó lấn chỗ và đè bẹp, hòng thay thế những chủng tử yêu thương đang ngắc ngoải trong con người.

Những hồi chuông chiêu cảm, tiếng vang ngân, tiếng rung động vào không gian của nó như một luồng sóng vừa đủ để chạm vào, đánh thức các chủng tử lành trong mỗi con người, xoa dịu và chuyển hóa những chủng tử độc, để chúng ngủ đi, chúng đổi màu thành chủng tử thiện, bởi thiện và ác cùng nằm trong một sinh thể, để cái sinh thể, hay cái tại thể ấy sẽ tùy duyên mà chuyển màu, yêu thương cũng nó mà thù hận cũng là nó.

Những hồi chuông, chúng tạo ra những vòng sóng, rung ngân, đánh thức…

"Có lẽ ba đứa con phải chuyển đến một chỗ ở mà ta đã tính trước, bây giờ ở đây sẽ bất tiện. Và ở chỗ đó, các con có thể trở về quê an toàn" – Sư Thích Long Hải nói vậy sau khi ông nhấp một ngụm trà, ngồi tĩnh tâm sau buổi tụng kinh cầu nguyện.

"Dạ, thưa thầy, chúng con sẽ đi đâu? Giờ chúng con xem như đã chết rồi, bởi với thân phận đào ngũ, bỏ vị trí chiến đấu, có về quê cũng sẽ chết, mà chết còn đau đớn hơn. Có khi, chết ở đây sẽ giúp chúng con giữ được thanh danh cho gia đình ngoài đó!".

"A Di Đà Phật, người nhà Phật, cửa Phật là nơi để con người, chúng sinh sống chan hòa, bảo toàn mạng sống và lòng nhân ái với nhau. Các con không cần phải nói chuyện như vừa nói. Hãy chuẩn bị để bước vào một giai đoạn mới, ta sẽ giúp các con đến trú nhà một người Phật tử, ta nghĩ nhà này, tạm thời các con sẽ trú được. Sau đó rồi tính tiếp. A Di Đà Phật!".

Nhà mà sư Thích Long Hải giới thiệu ba chàng đào ngũ đến trú tạm là một bà mẹ đau khổ tên Hạnh, chỉ có thể nói là vậy, chồng bà chết sớm, bà có ba đứa con trai, đứa đầu theo Quốc Dân Đảng, bị bắn chết trong vụ cầu Chiêm Sơn, đứa thứ và đứa út đều học giỏi, thông minh, nhìn chung cả ba đứa con của bà thông minh và cá tính. Đứa thứ theo Cộng Hòa, mang lon Thiếu tá Quân Lực Việt Nam Cộng Hòa, còn đứa út nhảy núi. Cả ba đứa con của bà đều được học võ, chồng bà lúc còn sống là một võ sư, ông dạy con một thời gian, sau đó nhờ võ sư Hồ Cập tiếp tục dạy cho hai người con của mình, bởi sức khỏe ông bỗng dưng xuống cấp trầm trọng, sau đó ông đột quị, qua đời đột ngột.

Vì cả ba đứa con đều học giỏi, văn võ song toàn, nên bà cũng yên tâm, bà chỉ lo cá tính của mỗi đứa, đứa nào cũng rất nhiệt tình, thông minh và khác biệt so với hai đứa còn lại. Chính vì vậy, anh em chúng chỉ có thể ngồi ăn uống với nhau khi giỗ cha, còn lúc bình thường, chúng chẳng bao giờ ngồi chung bàn ăn với nhau, mỗi đứa mỗi ngả, mỗi việc, mỗi giờ ăn khác nhau, nhà chỉ có bốn người nhưng mâm cơm luôn nguội lạnh trên bàn vì đứa ăn trước, đứa ăn sau. Thế rồi thằng Cả mất, bà như bại xuội, chẳng còn thiết điều chi, bà bắt đầu đi chùa, lễ Phật.

Bà Hạnh luôn tin vào Mẹ Quán Thế Âm Bồ Tát, một vị bồ tát có thể nghe thấu thanh âm của nhân gian, nghe nỗi đau của con người và sẵn sàng cứu độ chúng sinh. Bà tuy đau mất chồng, mất con, trải qua chiến tranh nhưng bà vẫn có linh cảm về một nỗi đau nào đó đang chất nặng trong tim bà mà bà chưa thấu được. Bà chỉ biết cầu nguyện.

Cho đến cái ngày định mệnh ấy, cái ngày giỗ chung chồng và con trai đầu của bà, vì đang chiến tranh, mọi thứ đều khó khăn nên chỉ có mâm cơm đạm bạc, hương đăng hoa quả trà tì để giỗ chồng, giỗ con và nấu một mâm mời bà con, chòm xóm. Với bà, như vậy cũng đủ lắm rồi. Mâm chay giỗ chồng con, để dành mà ăn, mâm mặn dành mời bà con. Tuy đơn sơ nhưng cái tình bà con, tình xóm làng ở quê bao giờ cũng đậm đà, người mang chai rượu, người mang vài lạng thịt heo, vài lạng thịt bò sang góp vào mà nấu. Sau lễ cúng, bà con thắp nhang cho chồng con bà Hạnh rồi cùng ngồi vào bàn ăn. Thằng Ba và thằng Út cũng về dự đám giỗ của cha và anh chúng nó.

*

Một buổi chiều, nắng vàng ruộm, nắng như thể có ai đó đang rót những chai mật màu nghệ đỏ xuống mặt đất, nó chảy chậm và thả mình qua những thân dừa bị đạn bắn nát. Sư thầy Thích Long Hải dẫn chúng tôi đi đến địa điểm mới, con đường mà sư thầy chọn dẫn chúng tôi đi cũng rất đặc biệt, thay vì tránh trớ ra bên ngoài, sư đã dắt chúng tôi đi qua thành tỉnh, đi ngang cơ quan quận, có một buổi chiều như thế, dường như sự sống đã tạm dừng trong vài phút cho chúng tôi đi. Chúng tôi đi như đang trong chiêm bao, bởi thành tỉnh là nơi khét tiếng với cơ quan an ninh, trung tâm hành chính và quân đội, mọi thứ khuôn lại trong một ô vuông rộng vài cây số vuông, chung quanh có hào nước sâu, sen mọc lún phún. Thành tỉnh có từ thời Pháp, người ta đã đào hào, xây dựng trung tâm hành chính của cả miền Trung ở đây, nó vừa xây theo phong cách cung đình Huế với thủy hào bao bọc, có bốn cửa, Tả, Hữu, Tiền và Hậu vừa bố trí theo phong cách châu Âu với các văn phòng, trụ sở bề thế, vững chãi và hiện đại. Nơi đây, một con muỗi cũng không thoát. Đến thời chiến tranh hai miền, hay nói khác đi, đến cái lúc mà chúng tôi, ba thằng lính Cộng sản Bắc Việt đang lang thang cùng một ông thầy tu đi ngang cơ quan an ninh, ngang trại tạm giam, xuyên trung tâm hành chính để đi, chỉ mới chiều Mồng Bốn Tết, mùi khói thuốc súng và không khí chiến tranh, mùi tử khí vẫn còn chất ngất, u uẩn. Nhưng dường như có những phút giây như vậy, không thấy chiến tranh, không thấy bố ráp, không thấy truy lùng, không thấy bắt bớ, những ngôi nhà, những mái ngói như đang say ngủ dưới cái nắng vàng nghệ, vàng đến não ruột. Và chúng tôi đi xuyên qua thành tỉnh, rẽ về hướng Bắc, đi bộ chừng năm cây số nữa thì rẽ lên hướng núi, gặp một khu xóm rừng, nơi đây còn nhiều cây cối, còn nhiều gò bãi đất hoang. Xuyên xóm rừng, chúng tôi gặp một xóm ngụ cư chừng hai chục mái nhà. Nơi chúng tôi đến là một căn nhà khá khang trang, chủ nhà là một người mẹ có gương mặt buồn, Thầy Long Hải giới thiệu với chúng tôi đây là bà Hạnh, bà ấy sẽ giúp đỡ chúng tôi để được an toàn, thầy chỉ còn mỗi bà để gửi gắm chúng tôi, thầy chỉ biết hi vọng, còn mọi chuyện thì tùy duyên.

Giới thiệu, gửi gắm xong, thầy từ biệt bà Hạnh ra về. Bà Hạnh chỉ cho chúng tôi một căn phòng rộng với ba cái giường gỗ, bà bảo chúng tôi cứ tự nhiên mà dùng, bà dặn thêm, nếu gặp con trai của bà về thì cứ chào hỏi và kể thật sự tình cho nó nghe, biết đâu nó sẽ giúp được gì đó. Nói xong, bà thở hắt một cái đầy nặng nhọc rồi đi vo gạo nấu cơm. Chạng vạng ở nơi này cũng rất khác ngoài Bắc, bởi cái lạnh dường như không thấy vào những ngày Tết, nên không gian không bị cô đặc lại, cái cảm giác se sắc, tê cóng dường như rất xa lạ ở đây. Nhưng có một thứ gì đó hoang vu, lạnh lùng, tiếng cuốc gọi bầy thổn thức, tiếng những con chim đỗ quyên ăn đêm bắt đầu thức giấc và gọi bạn, tiếng lũ cò bay về núi thi thoảng thả rền khàn, trầm đục bầu trời, không gian có gì đó im vắng nhưng không hề tĩnh lặng, nó như một bầu khí dung ngột ngạt.

"Cô ơi, chúng cháu có thể giúp gì cho cô không?".

"Ừ, không cần đâu con ơi, ba đứa tắm táp, nghỉ ngơi đi, chút cô gọi ăn cơm!".

Nói xong, người mẹ già tiếp tục nhóm lửa bắc nồi cơm lên bếp, chiếc bếp được kê bằng ba hòn gạch, bên trên nó che bằng một tấm tôn, bếp đặt ở góc vườn. Phi lấy làm lạ vì trong nhà lều nối với nhà dưới là một căn bếp rộng, ở đó treo xoong, nồi, chảo, có chạn lớn để chén bát và có một cái bếp đất truyền thống. Tức một cái bếp đóng bằng gỗ hẳn hoi, có bốn chân, mặt bếp cao chừng một mét, có thành trước bằng gỗ cao hai tấc, hai lan can hai bên bếp cao hơn hai tấc, có bệ gỗ để đặt tiêu, hành, tỏi, ớt và mặt sau của bếp cao tám tấc, có một cái kệ thờ Táo Quân. Mặt bếp trát bằng đất sét dày, trên bếp đặt hai ông kiềng ba chân, thường thì một để nấu cơm, một để nấu thức ăn như kho cá, chiên trứng. Đây là loại bếp tiện dụng nhất mà không phải ai muốn cũng có, vì làm nó khá là tốn tiền, bếp có thể nấu bằng nhiều thứ chất đốt, từ củi, than, trấu, mùn cưa cho đến rơm rạ, đều có thể nấu được. Nhưng có vẻ như chiếc bếp này đã bị bỏ quên khá lâu, mọi thứ có vẻ lạnh.

Con người, thường thì khi cái gì đã diễn ra rồi, thời gian ngồi ngẫm lại chính là lúc ngấm thuốc. Giả như uống rượu say, khi say rồi người ta ói mửa, la hét, đập phá, đến khi tỉnh, đó là lúc trống rỗng nhất bởi mọi thứ xung năng đã được giải phóng và người ta ngồi nhìn lại những gì vốn tiềm ẩn trong con người mình, người ta cảm thấy dị hợm, mắc cỡ hoặc liều lĩnh, chai lì, nhưng chắc chắn đó là lúc tâm hồn bị tổn thương và dấy động nhiều nhất. Nó cũng giống như khi nấu bếp, than tro của nó khiến cho chiếc bếp chật chội và bừa bộn, những gì để lại đằng sau một cuộc bùng cháy luôn là vậy. Lúc này, dường như cả ba đứa lính đào ngũ đều rất mệt mỏi và hoang mang, bởi cả ba đều không ngờ rằng mọi thứ lại trở nên lững thững lờ đờ thế này, giá như lúc ấy cùng ngồi lì trong trận địa, rồi im lặng đón nhận một trái nổ, biết đâu bây giờ, linh hồn ba đứa đã bay về miền Bắc, đã ngồi trong ngôi nhà thân yêu. Tự dưng Phi ứa nước mắt nhớ đến những đồng đội cũ, mà chỉ cách đây chưa đầy tuần lễ, họ sung mãn và đầy khí thế, hừng hực lửa của một kẻ đi chinh phục và chiến thắng, thế rồi chiến địa với xác của họ, với áo quần rách suốt văng đâu đó, xương thịt tan nát, và những cọng thép buộc, mọi thứ cứ như một trò chơi, thứ trò chơi khiến người ta chưa kịp vui và cũng không kịp than thở hay nước mắt.

*

Chiến tranh là một thứ gì đó rất kì lạ, chưa bao giờ Phi nghĩ rằng mình phải suy nghĩ về chiến tranh, thế rồi chàng trai trẻ lại phải suy nghĩ về cái chết, mà đâu riêng gì Phi, lúc này, Hải mới là người hoang mang nhất, bởi Hải là kẻ thúc giục anh em bỏ trốn, chính Hải đã mở các khóa dây thép, Hải tổ chức đào ngũ ngay lúc chiến cuộc nổ ra. Nhưng lúc ấy Hải có suy nghĩ được gì đâu, Hải thấy cái chết đã cận kề, bởi Hải quan niệm rằng chiến tranh là chắc chắn phải có chết chóc, nhưng cái chết khi bị buộc chặt vào vị trí chiến đấu là cái chết quá kinh khủng và không sòng phẳng, bởi một người lính chiến, cho dù trước bất kì tình huống nào, họ cũng phải là người tự do tuyệt đối, bởi không ai được quyền tự do tuyệt đối hơn người phải mang thân mình để chơi trò đánh cược với thần chết. Thế nhưng cuộc chơi chưa bắt đầu thì đã thấy sự bất công, thiếu sòng phẳng, nên Hải rủ các bạn bỏ trốn.

Nhưng rồi trốn xong thì làm gì nữa? Đây là câu hỏi mà lúc đó Hải chưa nghĩ tới, bởi nếu kịp nghĩ tới, Hải sẽ không bỏ trốn. Bởi vì sợ chết nên mới trốn, mà trốn cũng đâu có thoát chết! Thậm chí nguy cơ đối mặt với tử thần lại nhân lên gấp bội. Mọi thứ đâu đơn giản như vậy, mày trốn đội ngũ hả, mày phản bội tổ quốc hả, mày đầu hàng, đứng vào hàng ngũ kẻ địch làm gián điệp rồi mò về đây hả??? Sẽ có hàng ngàn câu hỏi đặt ra khi ba người may mắn sống sót về được miền Bắc. Còn bây giờ, nếu ở đây, sẽ chẳng bao lâu nữa, người ta lại tới trói gô cả ba đứa, đưa lên đồn, tra tấn, hỏi đủ các câu hỏi như đồng chí của mày vào đây bao nhiêu người, mày liên lạc với ai ở đây, mày có quan hệ như thế nào với thầy Long Hải, mày là gì của bà Hạnh, ngoài chúng mày ra bà Hạnh còn nuôi giữ bao nhiêu thằng Cộng sản nữa??? Mày phải khai, nếu không khai thì cho mày dội nước xà phòng, cho mày sám hối bằng cách chắp tay đứng nhìn cây nến trên cao, mày cứ đứng như vậy mà nhìn, nhìn đến khi nào đổ quị xuống thì lại bị dội nước, tát tai, lôi đứng dậy mà tiếp tục đứng sám hối. Nhưng sám hối chỉ là chuyện muỗi, là trò đùa chúng tao dành cho những thằng Cộng sản, tao sẽ cho mày nếm mùi quay điện thoại, ngoài mày có điện thoại không, à, có chứ, không có làm sao chúng mày liên lạc được với Trung Quốc, Liên Xô, không có làm sao chúng mày có thể ngồi ở hang Pác Pó mà điều khiển tận trong Quảng Trị! Nhưng mà chắc chắn chúng mày chưa đủ lớn để được quay điện thoại đâu, để chúng tao quay giùm. Vậy là một đầu dây gắn vào đầu ngón tay trỏ, nước xà phòng đổ lên khắp người, mũi toàn mùi xà phòng, cứ mỗi câu hỏi lại có một cú quay điện thoại, dòng điện chạy qua khắp người, tê cóng, đau đớn nếu như không có lời khai như người hỏi mong muốn. Nói về tra tấn thì có hàng ngàn, hàng vạn kiểu. Nhưng cũng có thể nhanh chóng thoát chết, được ăn sung mặc sướng nếu chịu đầu hàng ngay từ đầu, nhận mọi tội lỗi vì đi theo Cộng sản, vì ở ngoài Bắc không theo Cộng sản thì theo ai, vì chúng tôi cũng không phải dân hoạt động nằm vùng, chúng tôi vào đây theo lệnh tổng động viên, chúng tôi không biết gì cả và không có lựa chọn, chúng tôi tình nguyện theo chính nghĩa quốc gia, gọi là chiêu hồi. Đương nhiên được sung vào quân đội để làm một công việc phụ nào đó, được thoát chết và được ăn lương. Nhưng chỉ thoát chết với bên quốc gia thôi, chứ với các đồng chí nằm vùng, thì sẽ có lệnh ám sát đầu tiên, bởi có ai rành địa hình miền Bắc hơn chính người Bắc, không chừng chúng nó còn chỉ đường cho phi công Mỹ ném bom... Đến nước này, thì đằng nào cũng chết, vinh hay nhục đều phải chết nhưng bây giờ sống cũng nhục mà chết cũng nhục, sợ chết không sòng phẳng thì phải đối mặt với sống nhục, chết nhục. Đời chẳng biết rồi sẽ về đâu!

"Tao có lỗi với chúng mày, tao xin lỗi!" – Hải nói khẽ với Phi và Bôn.

"Mày có lỗi gì đâu, lỗi để tụi tao sống theo mày à?" – Bôn hỏi nhưng mắt nhìn đi hướng khác.

"Không phải, giờ này tụi mình thảm hại quá. Tao thấy buồn!".

"Chiến tranh mà mày, mày có biết thứ quí nhất trong chiến tranh là gì không?" – Bôn hỏi Hải.

"Chiến thắng, giải phóng".

"Không phải, đó là mạng sống, suy cho cùng, mọi thứ thắng hay thua, vinh hay nhục gì đó, phải có mạng sống để bảo chứng cho điều ấy, kẻ chiến thắng trong chiến tranh là kẻ giữ được mạng sống".

"Nhưng giữ được mạng sống như tụi mình thì nghĩa lý gì?".

"Tao nhớ ngày xưa mày từng phụ cha mẹ đi buôn đồ rừng và đồ biển?".

"Thì có liên quan gì đến chuyện này?".

"Có đó, bây giờ, việc đầu tiên là chúng mình phải nhất quyết rằng ba thằng sống sót do may mắn, với bất kì ai, chúng ta phải khẳng định như vậy, phải nói chúng ta đã nã đến viên đạn cuối cùng và chạy thoát. Còn mày thấy đó, ngày xưa mày đi buôn hàng, đâu phải lúc nào cũng bán được, có khi lỗ, có khi lãi cao nếu mày biết giữ hàng, không bán xả trong lúc giá nó quá thấp, đến lúc có giá, mày có thể bán để thu vốn, thậm chí có lãi!".

"Tao vẫn chưa hiểu ý mày?".

"Chiến tranh là một vụ buôn bán, người ta đầu tư mạng sống và lấy lãi bằng chiến thắng, những người lính là vốn liếng của thương vụ này, hãy cố gắng sống đến cuối cuộc chiến, lúc đó hẳn nói về số phận!".

Cả ba đứa ngồi im lặng, bởi chính Bôn cũng không ngờ rằng hôm nay mình lại có những suy nghĩ sâu xa như vậy, và một đứa có chất phổi bò như Bôn lại nghĩ được về chiến tranh như vậy, thì không chỉ Bôn mà cả Hải và Phi đều thấy kinh ngạc.

10. Đội biệt kích Tây Hồ

Út về, cả ba đứa rất sợ, và hình như Út nhìn cả ba đứa dò xét, phòng thủ, mặc dù mẹ của Út đã nói cho con biết trước. Nếu không nói, không chừng Út đã rút súng. Thao tác rút súng đối với Út như một thú vui, Út thấy vui bởi chí ít, đến lúc này, Út cũng dằn mặt được đội biệt kích Tây Hồ, làm cho chúng rúng động. Tây Hồ là đội biệt kích do đại úy Tám chỉ huy, tên này ác ôn và máu lạnh, hắn đã cho đàn em cắt vành tai của các đồng chí bị hắn giết, xâu thành chuỗi, phơi khô mà đeo trên ngực như một thứ huân chương chiến thắng. Trong quân đội, hắn là đứa có huân chương Bắc Đẩu Bội Tinh, một loại huân chương bảo chứng cho mạng sống của hắn nếu hắn lỡ tay bắn ai đó chết, chỉ bị thu hồi huân chương và không cần đền mạng.

Trong đời này, có hai thứ khiến cho người khác sợ là huân chương Bắc Đẩu Bội Tinh và giấy chứng nhận tâm thần, hai thứ ấy giúp cho người ta làm được nhiều thứ mà người bình thường không dám làm, kể cả việc đoạt mạng người khác. Và kinh tởm hơn là tên Tám đã từng cắt gan anh em đồng chí của Út để xào cà chua thơm nhắm rượu, với bọn lính da đen đàn em của Tám, và một số nghĩa quân sung vào đội này, dường như ăn gan là một cái thú khiến cho bọn chúng có sức mạnh và thèm giết người hơn. Và hình như càng ăn gan, chúng càng hăng máu, càng tinh nhuệ.

Út nhớ lần các đồng chí của mình bị giết ngoài cây Sợp. Dưới gốc cây sợp có một khu miếu bỏ hoang đã lâu, mỗi buổi tối, có một người cao tuổi trong xóm ra thắp đèn, đốt nhang. Một cái đèn trứng tù mù, nhưng đó lại là tín hiệu bí mật của anh em nằm vùng. Bữa nào không có tuần tra, càn quét và cơ sở có việc cần họp bàn, đủ an toàn thì người giữ miếu sẽ ra đốt cây đèn để cháy nguyên đêm. Bữa nào không an toàn thì cây đèn sẽ đốt tới chín giờ đêm thì bí mật tắt. Tín hiệu này đã có suốt nhiều năm, từ những ngày sau kháng chiến chống Pháp, chia đôi Nam – Bắc, tập kết cán bộ ra miền Bắc cho đến nay. Và nó trở thành điểm an toàn của cán bộ. Nhiều trung đội biệt kích Mỹ, lính da đen, lính Nam Hàn từng truy lùng, càn quét nhưng vẫn không tìm ra cơ sở, thế mà giao cho đại úy Tám, chỉ trong tích tắc, hắn đã hốt gọn anh em.

Cây Sợp vốn là nơi linh thiêng, nằm ở cửa Hữu khu thành tỉnh, cách trung tâm hành chính quận chưa đầy một cây số đường chim bay và cách thị trấn cũng chừng đó, trung tâm hành chính quận nằm sát thị trấn, thị trấn nằm bên cánh đồng Tha La, nơi các phi công Mỹ tới đạp xả bom mỗi khi đi chiến trận về. Ví dụ như họ bay ra Bắc để thả bom, nhưng khi đến nơi, phòng không của phía Bắc đã chuẩn bị, tung lên một lưới lửa, nếu bay vào sẽ dính đạn, vậy là quay đầu bay về. Nhưng bay về cũng phải đạp bom xuống đâu đó, hoặc là rừng Trường Sơn, hoặc là một nơi nào nghi có nhiều Việt Cộng nằm vùng. Bởi nếu để nguyên cơ số vũ khí thì không thể nào hạ cánh, với phi công chiến đấu, cất cánh dễ hơn hạ cánh, và chỉ hạ cánh sau khi trút sạch bom, xả sạch đạn. Đó là nguyên tắc bất di bất dịch của người lái chiến đấu cơ. Đã ra trận thì phải đạp bom. Cánh đồng Tha La là nơi giáp giới giữa vùng mất an với vùng kiểm soát của quân lực Việt Nam Cộng Hòa, ban ngày do Cộng Hòa kiểm soát, ban đêm do Việt Cộng kiểm soát. Bất kì anh lính nào hăng máu đi theo đường hướng về Trường Sơn vào chạng vạng, ngang qua đồng Tha La thì có may mắn đằng trời cũng nghe tiếng "cắc cù" rợn tóc gáy. Thường thì sau phát cắc cù này, chiếc jeep sẽ lao xuống ruộng vì người lái dính đạn, nhẹ thì vỡ quai hàm, nặng thì vỡ hộp sọ. Đã có rất chiều người chết vì bắn tỉa trên cánh đồng này, sĩ quan cũng có, lính cũng có và cũng đã có rất nhiều cuộc càn quét của biệt đội Đại Hàn qua làng giữa đồng Tha La, có lần, họ đốt làng, giết đàn ông và trẻ nhỏ, hiếp phụ nữ, trong một ngày, có mấy mươi nhân mạng bị giết và hiếp. Thế rồi đâu cũng vào đó, lính Nam Hàn hay lính Mỹ hay lính Việt đi qua đây đều có thể bị "cắc cù", xong đời.

Cây Sợp nằm ở vị trí vị trí khá là nhạy, ngay trung tâm, vì nó là trung tâm, nên người ta nghĩ Việt Cộng có ăn gan trời cũng không dám bén mảng tới. Thế nhưng ít ai biết là Việt Cộng đã có mặt khắp nơi, Việt Cộng chính là người nông dân hôm qua bị ông trưởng thôn mắng, chính là cái cậu bé hái trộm trái cây bị xã trưởng đánh đòn, treo lên gốc mít, Việt Cộng chính là anh em trong nhà với Quốc Gia. Việt Cộng có mặt khắp nơi, bởi Việt Cộng là lực lượng dễ gần gũi, gần với cái nghèo, gần với dân nghèo, họ cũng là nông dân, là thành phần ở tầng đáy xã hội, là bần cố nông ba đời, là kẻ bị bỏ quên trong thế giới văn minh… Chính vì cái lý lịch đầy đau đớn này, người ta có thể đánh vào lòng trắc ẩn của bất kì ai, người ta thương và được thương. Bởi có khi nào con người có thể tựa vào nhau, nắm tay nhau dễ hơn khi người ta đối mặt với đói khổ và nỗi đau, cùng chung thân phận thấp bé. Chính vì vậy mà xã hội đầy rẫy Việt Cộng, cho dù chính nghĩa quốc gia có kêu gọi, dân vận đủ kiểu, họ vẫn cứ hoạt động, ngày càng mạnh hơn.

Cây Sợp là nơi dễ bị lộ nhất, nhưng nơi nào nguy hiểm nhất thường là nơi an toàn nhất cho những người gan lì và mạo hiểm. Nói về gan lì và mạo hiểm của lính Việt Cộng thì vô đối. Nhưng họ rất khéo léo, bởi họ là những người nông dân, những thành phần gặp nhiều đau khổ và được xếp hạng dưới đáy, nên họ tránh được những cái lỗi mà kẻ ở tầng lớp trên không bao giờ nghĩ tới, đó là tính nhiều chuyện và tâm lý bất an của người Việt, nhất là nhà nông. Bởi nông dân có nhiều giờ rảnh sau ngày mùa, nông dân đói, nông dân chia sẻ, có miếng mít, củ khoai cũng mang cho nhau, rồi ngồi trò chuyện, tám chuyện. Vì hoang mang, sợ hãi và cả mặc cảm nên lúc nào cũng cố gắng tỏ ra mình biết và trao truyền cái sự biết ấy với người khác. Tốt bụng là đặc điểm người nông dân mà nhiều chuyện cũng là đặc điểm của nhà nông. Nhà nông ra chợ thì cái chợ trở nên nhiều chuyện. Bởi dân buôn ngoài chợ lo kèn cựa, đố kị và luôn gờm nhau, giữ bí mật làm ăn nên ít khi nào nói chuyện với nhau, mà đã nói thì chỉ có chửi nhau, thế nhưng khi nông dân mang đồ ra chợ bán thì cái chợ trở nên sinh động, khí thế, ồn ào. Có bao nhiêu chuyện họ mang ra kể tuốt, thậm chí thêm mắm dặm muối để câu khách. Hoạt động cách mạng biết dựa vào, lợi dụng người nông dân thì thành công, nhưng để họ biết chuyện gì thì mệt, họ có thể giữ bí mật, không khai, nhưng bản tính mau miệng của họ trước sau cũng lộ đầu mối. Chính vì vậy mà các tổ chức hoạt động nằm vùng giữ nguyên tắc không ai biết mặt ai, chỉ biết bí số và mật khẩu là đủ.

Cây Sợp cũng là một điểm họp rất thường xuyên với người làm cách mạng, thế nhưng bao nhiêu năm nay, cơ sở vẫn chưa bị lộ mặc dù người ta đoán chắc rằng có một cái hang nào đó dưới gốc cây, Việt Cộng ở trong đó sẽ bò ra ban đêm và khó mà lường được. Thế nhưng có biết bao cuộc càn quét, bố ráp, vẫn chẳng thấy Việt Cộng đâu. Cho đến ngày đại úy Tám nhận nhiệm vụ, trên hỏi hắn có cần tăng cường thêm quân không, hắn cười và nói đội biệt kích của hắn luôn trong tình trạng thất nghiệp, không nuôi nổi người mới. Cách nói của hắn khiến cho nhiều sĩ quan chột dạ và bẽ mặt, nhưng biết tính hắn rồi nên chẳng ai đụng tới.

Việc đầu tiên mà đại úy Tám yêu cầu là các đội tuần tra trước đây vẫn tuần tra như cũ, xem như chưa hề có biệt kích Tây Hồ tham gia. Phần đại úy Tám gần như vắng mặt, không rõ đi đâu, thế rồi sau một tuần, Tám yêu cầu các đội tuần tra ngưng hoạt động để giao địa bàn cho hắn. Ngày đầu tiên, Tám cho lính phục kích và bắt ông Ngãi, người cao niên chuyên đốt cây đèn ở miếu hoang, đã hơn tuần nay, Tám để ý thấy đúng chín giờ đêm thì ông Ngãi ra thổi tắt cây đèn. Sáu cho hốt ông Ngãi, không đánh đập mà bí mật mang đi biệt giam ngay trong đêm, lúc này ông chưa kịp tắt cây đèn, sau đó cho quân mai phục và dặn các tay đàn em khoan hành động, để xem thử cuộc họp bí mật này nêu ra nội dung gì rồi mới tấn công. Đến mười giờ đêm, vẫn chưa thấy gì, mãi cho đến ba giờ sáng, một bóng đen xuất hiện từ hướng thị trấn, bóng đen tiến thẳng vào miếu hoang, tắt đèn và lăn một cái nong ở ngoài sân, ôi, lâu nay Tám không để ý cái nong, cứ nghĩ nó nằm đó để người ta phơi lúa, mang nong vào che trước cửa miếu và ngồi sau cái nong. Chưa đầy mười phút sau, một bóng đen khác xuất hiện đứng bên ngoài, đọc nhỏ: "Báo cáo, những con cáo đã bị mắc bẫy. Nhưng vẫn chưa thể làm tiệc!". Bên trong cái nong đáp lại: "Đúng hai năm sau sẽ là Tết Nguyên Đán của năm Kỷ Dậu". Bên ngoài lại nói: "Vụ mùa đã bị trâu trắng phá nên thu hoạch không như ý!". Sau khi ráp mật khẩu đúng, bên ngoài báo cáo vào: "Báo cáo Thủ trưởng, dự tính là hai ngày sau sẽ kết nạp đảng có Á, A phẩy và A7 ở đồng Cổ Lưu, khu giáp giới Quảng Lăng". Bên trong đáp ra: "Các đồng chí làm việc tốt lắm, cứ tiến hành!". Câu chỉ thị vừa dứt thì loạt súng nổ rang trời, một người bên ngoài nong chết tại chỗ, một bên trong bị gãy chân, Tám xông thẳng vào bắt người bên trong cái nong. Hắn định trói tay dắt về đồn để tra khảo, tìm tiếp đầu mối. Nhưng vừa nhìn thấy mặt người bên kia, hắn đã rút súng nã liên tiếp vào đầu đối phương, máu văng tung tóe. Lính của hắn vốn là những tay khát máu, thế mà nhìn cách hắn nã súng cũng sợ xanh mặt. Dường như bao nhiêu thù hận hay tức giận gì đó, hắn đều phó thác cho ngón tay bóp cò. Nã xong, hắn ra lệnh cắt hai vành tai giao cho hắn, còn hai vành tai của người giao liên bên ngoài thì tùy lính của hắn sử dụng.

Hai ngày sau, sau thời gian quan sát, hắn tiếp tục cho lính ra cánh đồng Cổ Lưu, điểm giáp giới với Quảng Lăng, chỗ nghĩa địa, nơi có gò đất cao và mấy bụi tre hoang mà hắn đoán chắc rằng chỉ có nơi này mới có thể sinh hoạt, họp hành chứ chẳng ai họp hành dưới ruộng hoặc lặn dưới sông mà kết nạp đảng, còn bơi ghe thì chắc chắn họ không dám rồi, để phục kích. Trời mưa lâm râm, hắn cho hai mươi bốn lính cõng nhau, trùm áo mưa cánh dơi của Mỹ để ngụy trang giống như chỉ có mười hai người mặc áo mưa, ra nghĩa địa, sau đó ngồi thấp xuống và đào hầm, đào hầm xong thì mười một tay súng thiện xạ cùng với hắn nhảy xuống hầm, mười hai lính mặc áo mưa đứng dậy, pin đèn ra về. Đúng như hắn dự tính, chưa đầy mười giờ đêm, trời mưa tầm tã, mười cái bóng đen xuất hiện, họ vừa tụm lại với nhau thì súng nổ chát chúa. Họ ngã xuống, họ không bao giờ nghĩ rằng mình bị phục kích, bởi đây là vị trí họ đào hầm, phục kích, bắn tỉa từ trước tới nay, xong việc, họ lại rút đi.

Chiến thắng của đại úy Tám giúp hắn được thưởng nóng một trăm đô la, tức bằng năm tháng lương của người lính quân lực Việt Nam Cộng Hòa và bằng một phần ba lương của lính Mỹ. Hắn nhận tiền, cho anh em ăn nhậu thỏa chí và chửi: "Mồ tổ cha nó, mình đánh đến lòi cả ruột nó thưởng trăm bạc, thằng Mỹ qua đây chỉ ăn chơi nhảy nhót, đi đâu cũng trang bị tận răng, cuối tuần đi chơi đĩ, nhảy đầm... Mẹ nó, lương ba trăm đô mỗi tháng!".

11. Ngày định mệnh

Út được lệnh phải ngừng hoạt động trong một thời gian, mọi anh em phải rút lên cứ, riêng Út phải gắn bó với gia đình, đừng để kẻ địch biết mình thuộc hàng ngũ cách mạng. Chỉ riêng việc Út không đăng ký đi lính không thôi người ta cũng nghi ngờ, hơn nữa, anh Cả là một cán bộ cốt cán của Quốc Dân Đảng, cái đảng này chắc chắn không phải là anh em của đảng Cần Lao hay các đảng khác, và đương nhiên nó phải là kẻ không thể đội trời chung với chủ nghĩa Cộng Sản thần thánh. Nhưng dù sao thì anh Cả cũng đã chết rồi, còn lại anh Ba. Anh là người đỡ đầu cho Út rất nhiều thứ, từ việc giúp Út khỏi phải đi lính cho đến việc Út có thể đi đây đi đó mà không bị xét hỏi nhiều, bởi dù sao cũng là em của một sĩ quan quân lực Việt Nam Cộng Hòa. Có thể nói đây là tấm bình phong tốt nhất cho Út. Thế nhưng giả sử anh Ba biết được Út tham gia cách mạng thì sao? Nhiều lần Út muốn kể thật, trên phương diện tình anh em. Nhưng lộ ra thì cả hai anh em sẽ chết dưới tay các đồng chí khác, bởi đây là vấn đề tuyệt mật, nhưng nếu không thành thật với nhau thì một lúc nào đó, hai anh em lại bắn nhau! Nhiều đêm Út suy nghĩ nát nước nhưng chẳng tìm được cách nào cho hợp lẽ. Thôi thì cứ y như bao năm nay, Út là em của anh Ba, khi nào chiến sự xảy ra, câu chuyện của hai bên là câu chuyện số phận.

Nhưng có một điều làm Út không thể chịu được anh Ba, đó là việc anh cưới Lài, người con gái mà Út thầm thương trộm nhớ, lẽ ra anh em, anh Ba phải hiểu Út chuyện này mới đúng, đằng này Lài đi học, anh đưa xe jeep đến đón về, rồi đón đưa mãi thành yêu đương, Lài gật đầu cái rụp, hai người cưới nhau khi Lài học hết 12, anh Ba cưới Lài vào mùa hè, đến niên học mới, cho Lài đi học tiếp một khóa cán sự y tế, Lài thành điều dưỡng của bệnh viện quân đội. Mọi thứ đến thật nhanh và nỗi đau của Út thì có lẽ Lài biết, anh Ba cũng ít nhiều biết, nhưng có vẻ như bọn lính ngụy thì thằng nào cũng như thằng nào, chúng xem đàn bà là con mái, còn đàn ông là con trống, hễ con trống nào xòe lông đẹp, múa hay làm xiêu lòng con mái thì đạp mái, chấm hết. Nó khác với những đồng chí lý tưởng của Út, họ sống dựa trên lý tưởng, một trái tim đỏ chia ra nhiều ngăn, cái ngăn lớn dành cho lý tưởng, cho Đảng, cái ngăn vừa dành cho gia đình, và cái ngăn nhỏ nhất dành cho người yêu, bởi vậy, họ mới là con người xã hội chủ nghĩa, một con người cao quí, đáng kính trọng và một chủ nghĩa đáng tôn thờ. Ở đó, con người làm theo năng lực và hưởng theo đầu người, đến một lúc nào đó làm theo năng lực và hưởng theo nhu cầu. Nhưng muốn có được cái thiên đường làm theo năng lực và hưởng theo nhu cầu ấy, việc đầu tiên là phải giải phóng đất nước, giải phóng dân tộc. Khi dân tộc được tự do, nhân dân được tự do, đảng thiên tài nắm quyền lãnh đạo đất nước, thì mới hi vọng đất nước phát triển và con người được hưởng theo nhu cầu.

Xét trên góc độ này, anh Ba là anh em ruột thịt, máu mủ, có những tháng ngày anh em đầm ấm, yêu thương, gắn bó keo sơn. Nhưng đó cho dù yêu thương đứt ruột đứt gan, thì vẫn là sự yêu thương nằm trong cái ngăn nhỏ, chiếm một phần nhỏ, cũng như tình yêu nam nữ, nếu không có lý tưởng, người ta sẽ xòe lông nhảy múa và sà vào nhau, nó hoàn toàn bản năng và kém lý tưởng. Vì lý tưởng của một dân tộc, vì tương lai, vì cái phần lớn trong tim của một chiến binh Cộng sản, Út phải đi theo con đường cách mạng của Út, không thể chấp nhận những yêu đương vụn vặt và đau khổ. Và đến khi đất nước giải phóng, hai miền Nam – Bắc thống nhất, lúc đó Út cũng oai vệ, Út cũng có xe bốn bánh, Út cũng là một anh hùng trong mắt phụ nữ, lúc đó Lài sẽ hối hận. Nhưng thực ra, lúc đó Lài hối hận hay không cũng là chuyện đã rồi, bởi nó vô nghĩa. Mọi sự đã rồi.

Nghĩ đến cái ngày đất nước giải phóng, nghĩ đến cái ngày các nữ sinh tay cầm hoa, cầm cờ, đội nón lá, mặc áo dài và đứng thành dãy hai bên đường để vẫy chào, mừng đón anh bộ đội cụ Hồ, tự dưng lòng Út rưng rưng như muốn khóc. Út ước mơ và chờ đợi cái ngày ấy đến cháy lòng. Bác Hồ đã từng nói, cho dù đốt cả dãy Trường Sơn để cứu nước đi nữa thì việc ấy cũng phải làm, và cho dù có đập phá tan tành mọi thứ, thì sau này ta sẽ xây dựng gấp mười lần nó. Mà có cuộc cách mạng nào, có cuộc giải phóng nào mà không đổ máu, không máu chảy thịt rơi, không tang tóc chia lìa và đổ nát. Chính sự máu chảy thịt rơi ấy, chính cái đống đổ nát từ chiến tranh ấy là cái nền hào hùng nhất để chúng ta xây dựng tương lai, kiến thiết đất nước. Mỗi viên gạch xây dựng tương lai, mỗi giọt mồ hôi kiến thiết đất nước như một nốt nhạc, như một ca từ làm nên bản anh hùng ca cách mạng. Nghĩ đến đây, Út thấy trong lòng tràn trề niềm hi vọng và căng tràn sức sống, cơ hồ như anh có thể đạp bỏ nửa quả núi trong chốc lát. Sức mạnh lý tưởng và niềm tin ngày mai cho con người một thứ năng lượng vô cùng lớn, và người ta cũng sẵn sàng đốt cháy dãy Trường Sơn.

Út nhận lệnh của chính ủy từ khu B, yêu cầu Út phải thực hiện một phi vụ ám sát, kẻ mà Út phải tiêu diệt là một tên ác ôn. Nhưng vẫn chưa có lệnh cụ thể là giết kẻ nào, kẻ ác ôn đó ở gần hay xa, nó bao nhiêu tuổi, đang làm gì… Không có, đây là cách mà chỉ có thiên tài mới có thể nghĩ ra trong chiến tranh. Bởi giả sử như kẻ sắp bị tiêu diệt đó là người quen biết, là người có quan hệ với người lính cảm tử được giao nhiệm vụ, thì chắc chắn, vì chỗ quen biết, anh ta có thể đánh tiếng cho kẻ thù bỏ trốn, hoặc lưỡng lự, không dám nhận nhiệm vụ. Còn ở đây, cấp trên chỉ giao nhiệm vụ, đây là nhiệm vụ quan trọng, thể hiện sự trung thành của người bộ đội với Bác Hồ, với Đảng và với quân đội, anh có nhận không? Đương nhiên là nhận rồi. Và thời điểm ám sát do cấp trên tính toán thật kĩ lưỡng, phần người nhận nhiệm vụ chỉ nhận và chờ đợi, đến khi nào cơ hội chín muồi thì cấp trên hạ lệnh hành động.

Mặc dù thấy vui vì được cấp trên ra lệnh đi ám sát kẻ ác ôn, và dù chưa biết cụ thể là ai, nhưng Út cũng mơ hồ đoán ra được đối thủ nặng ký của anh, đã nhiều lần anh muốn ám sát hắn, nhưng hắn đi đâu cũng có vài cận vệ, và bản thân hắn là thằng rất giỏi võ, ngoài môn võ ta với khả năng hốt ngựa bậc thầy, thụ giáo từ võ phái Long Xà của gia đình họ Hồ vốn có lời thề không truyền thụ võ cho người ngoài, thế rồi đến đời thứ sáu, người ta giải lời thề và dạy cho bên ngoài vì mục đích xây dựng quốc gia, hắn là đệ tử thuộc vào hàng đại huynh trong võ phái, hắn có sức mạnh và cặp quyền phi thường, bất kì đối thủ nào bị lâm vào thế hốt ngựa của hắn thì xem như trắng bụng. Hắn là đệ tử của một võ sư tầm cỡ, từng vô địch Đông Dương và từng mệnh danh bất khả chiến bại, mệnh danh bức tường đá, ngọn Thái sơn của miền Trung. Hắn được thầy truyền thụ các tuyệt chiêu, nhưng chưa dừng ở đó, hắn không muốn là người dưới mức tài năng của thầy, hắn tiếp tục học Thiếu Lâm, học võ Bình Định và đặc biệt là môn võ Thần Quyền Năm Ông. Tức môn võ mượn tha lực của các linh hồn nhà võ, của các bậc thánh võ, tướng võ đã khuất mà đánh. Trước khi đánh, võ sĩ đứng đúng tư thế, bắt ấn, niệm thần chú. Khi các tha lực nhập vào, dường như con người không còn cảm giác, chỉ có thể đánh và đánh, bàn ghế gỗ hắn cũng đá gãy chân ghế, ngũ trảo móc trái dừa khô thành năm lỗ giống như đang nhét tay vào cát. Sức mạnh của một người vốn có căn cơ võ thuật lại cộng thêm sức mạnh của tha lực, kì thực hắn không có đối thủ. Nhưng hắn là đứa không phản thầy, hắn dữ tợn nhưng coi trọng tình nghĩa thầy trò. Hắn là thằng ăn gan, uống máu kẻ thù, là thằng đạn bắn trượt vì nghe đâu hắn có một chiếc nanh sanh của heo rừng. Tức là cái nanh quá già, heo rừng muốn bỏ đi, nó chạy thật mạnh, húc vào cây và găm chiếc nanh vào đó, sau đó lắc một phát cho gãy. Người đi rừng thường thấy chỗ nào có nhiều hang heo rừng, có bầy đàn thì đốt luôn cánh rừng đó sau khi săn được con heo đầu đàn. Việc đốt rừng giúp cho họ tìm thấy cái cây có cái nanh sanh cắm vào. Bởi đây là một thứ phép màu kỳ diệu, đạn bắn trượt gốc cây, lửa cháy cả rừng nhưng chừa cái cây có chiếc nanh này lại. Chiếc nanh này ai lấy được, xem như bắt được của báu, nhất là thời chiến tranh khói lửa này, nếu không xài, bán nó đi, số tiền có thể lên đến hàng chục lượng vàng, có thể xây vài ba cái nhà kiên cố. Không biết ở đâu ra, hắn có chiếc nanh này đeo trên ngực. Hắn là thứ khó nhai nhất cho các sát thủ.

Út cũng biết võ, nếu không nói là giỏi võ, bởi thầy của Út là em ruột của thầy hắn, ông cũng là một cao thủ, từng vô địch Đông Dương và ngoài người anh ruột của mình ra, ông không có đối thủ. Và trong ba đệ tử của thầy, hình như Út là đứa có khả năng nhất. Nhưng cũng chính vì có khả năng nhất nên con đường học vấn, tiến thân của Út không xa, bởi Út lưỡng lự giữa võ và văn, Út vừa muốn đi theo con đường võ học, lại vừa muốn đi theo con đường chữ nghĩa. Mọi thứ cứ giằng co cho đến khi Út tham gia hoạt động nằm vùng. Mọi thứ, nói cho cùng là do định mệnh, Út tin vào điều này. Và sắp tới đây, Út sẽ chạm mặt hắn, Út phải dùng tất cả những gì thầy đã truyền đạt để đối phó với hắn, xem như hai vị thầy là anh em ruột, không thể phân thắng bại, thì các đệ tử làm thay vậy. Nhưng việc làm thay này còn nâng lên một cuộc chơi mới, đó là chơi sinh tử. Mà kì thực, có võ đài nào không sinh tử đâu, thời các thầy đấu đều ký giấy sinh tử, võ đài bên trên, quan tài bên dưới cơ mà! Út cũng tính tới chuyện hắn đã có huân chương Bắc Đẩu Bội Tinh, hắn rất tự tin để nã súng, không sợ nhầm ai, chỉ cần thấy khả nghi là bắn, nhưng cái huân chương kia là chiếu bài cuối cùng, chứ thường bắn xong thì hắn gán cho người ta cái tội Việt Cộng nằm vùng thì coi như xong. Và võ Năm Ông, Thần Quyền của hắn, Út cũng đã tính, anh sẽ dùng máu chó, tỏi, nước đái heo, máu gà, cứt gà sáp và một ít thứ đồ dơ của phụ nữ hằng tháng. Tất cả những thứ đó được trộn lẫn, tạo thành một hỗn hợp giắt sẵn trong túi, nếu cần sẽ dùng đến. Giả sử cả hai thằng đều bắn hết đạn mà chưa giết được nhau, thì cách gì cũng phải xông vào giết nhau bằng tay chân, lúc đó có bao nhiêu đòn độc đều phải dùng. Và giả sử hắn mượn thêm thế lực thần thánh, thì Út sẽ rút túi hỗn hợp này ra tung vào người hắn. Thần thánh sẽ phải tránh xa, không thể nhập vào hắn được.

Cái ngày ấy mỗi lúc càng gần, đương nhiên là kẻ thù của Út vẫn không hề hay biết. Rõ ràng, chơi như vậy cũng không sòng phẳng lắm nếu xét theo tinh thần con nhà võ. Nhưng rồi Út nghĩ, đây là cách mạng, đây là lý tưởng, thế lúc hắn giết các đồng chí của Út, hắn phục kích, ăn gan uống máu đồng chí của Út, hắn có nói trước không? Nghĩ đến đây, Út chỉ mong cái lệnh của trên đến càng nhanh càng tốt.

Ngày giỗ cha, cũng là ngày giỗ anh Cả, thời chiến tranh, bom rơi đạn lạc, mẹ bảo rằng thôi thì nấu mâm chay cúng cầu nguyện cho hương linh của cha và anh Cả siêu thoát. Sáng sớm, mẹ đi chợ, các cô, dì đến phụ lau quét bàn thờ, anh Ba đến trưa mới về, còn Út thì chuẩn bị trà, nước lọc và rượu trên bàn thờ cho trang trọng. Mẹ sẽ nấu mâm chay, các cô, dì, chú, bác sẽ lo mâm mặn. Giỗ quê muôn đời vẫn thế. Út nhận lệnh lúc người bán gà mang cặp gà đến. Người mà Út phải giết, trưa nay mới xuất hiện, đó không phải là tên đại úy Tám mà Út muốn giết bấy lâu nay. Đó là một cựu đảng viên Cần Lao, một đảng phái đang bị triệt tiêu dần dần bởi người khai sinh ra nó đã bị ám sát năm 1963. Út bàn thần, không thể tin vào mắt mình, Út mang cặp gà ra giết, lúc này mọi thứ đã lạnh lùng, có hai con gà trống, hai con gà đều rất khỏe mạnh, mào đỏ chót, một con có đốm trắng, một con lông tía. Út bắt thăm cho hai con gà, một con trống tía đẹp và cựa dài cho anh, một con nhỏ hơn, có đốm trắng là cho Út. Út gọi đó là con gà thế mạng, giả sử bây giờ, con gà của Út bị dứt một dao mà chết ngay, thì út sẽ tự tử để đảm bảo mạng sống cho anh Ba. Ngược lại, con gà của Út dứt một dao không chết, vẫn oằn oại, mà con gà thế mạng của anh Ba dứt một dao lăn ra chết, thì hỡi ôi, đó là số phận, người ta không thể thay đổi số phận. Và phải mạnh tay, phải công tâm, phải trong sáng như một người Cộng Sản trung kiên. Út nghĩ vậy và dứt cổ con gà thế mạng của Út trước, sau đó dứt cổ con gà trống tía thế mạng của anh Ba. Út dứt mạnh tay, dứt khoát và cương quyết, bởi đây là định mệnh, là tử sinh, một định mệnh quá kinh khủng!

Con gà của anh Ba tuy dứt sau nhưng lại giãy mấy cái, kêu quát quát rồi lăn ra chết, nằm mềm oặt, bù vào, con gà thế mạng của Út cắt trước và vết cắt rất sâu, máu chảy lênh láng, thế nhưng nó vẫn cứ giãy dụa, nó cố rướn mình, tung cách bay phành phạch về phía đám cỏ, nó cố thoát thân, máu nó văng ra khắp nơi, nhưng phải đến lúc nhúng nó vào nước sôi, dùng cái rổ sổ đậy lên trên, chận cứng nó xuống nó mới hết vùng vẫy, mới chịu chết. Như vậy mọi thứ đã an bài, lý tưởng không cho phép chúng ta suy nghĩ về việc lấy một phần tim máu đỏ rất nhỏ để đánh đổi với phần tim máu đỏ rất lớn dành cho Đảng, cho cách mạng. Mọi sự đã an bài, chỉ một tiếng nổ là xong, và phải hành xử thật ngọt, phải tính đường thoát, bởi lính của anh Ba sẽ về ăn giỗ vài người, họ cũng là các vệ sĩ thân cận của anh.

Và đó là một buổi trưa định mệnh, cái đám giỗ kép này cũng là giỗ kép cuối cùng của cha và anh Cả, năm sau sẽ là đám giỗ ba người. Mọi chuyện đã an bài. Người bất ngờ nhất là anh Ba, bởi anh không bao giờ nghĩ rằng đứa em út của anh là một tay Việt Cộng nằm vùng, và giả sử như hắn có là Việt Cộng nằm vùng, thì anh cũng không bao giờ nghĩ rằng hắn nỡ cầm súng bắn anh. Bởi anh nghĩ hắn cũng có lòng trắc ẩn giống anh, bởi hắn và anh cùng dòng máu, chui ra cùng một chỗ, cùng ôm một bầu sữa và cùng nghe những bài hát ru lúc nhỏ giống nhau, ắt hắn tâm hồn và tình yêu thương phải giống nhau thôi. Khi dính phát đạn của Út vào ngực, cả đám giỗ nháo nhào, anh Ba cảm thấy không thể tin vào mắt mình, anh nghĩ Út nó nhầm người, anh nhìn nó như tha thứ, nói nó hãy bình tĩnh, đừng quá xúc động. Thế nhưng phát đạn thứ hai, liền sau đó nó nhắm vào trán anh. Và mọi thứ chấm dứt từ đó, Út rút chạy khi những người lính thân cận của anh Ba chưa hết bàng hoàng, chưa kịp trở tay, họ còn đang lo đỡ anh Ba dậy và lấy tay chặn chỗ bị bắn đang tuôn máu xối xả. Bà Hạnh chết đứng, bà chẳng thể tin vào mắt mình, chừng vài phút sau, thấy máu thằng Ba nhuộm đỏ nền nhà, bà thấy trời đất tối dần, tai bà chỉ còn tiếng vo ve, mọi vật đen ngòm, bà lã đi và nghe người ta nói đến gần tuần sau bà mới tỉnh dậy được.

VII
NHỮNG
NGÀY TẢN CƯ

1. Hẻm núi

"Tôi vẫn nhớ mãi cái tay Bôn, hắn mạnh không thể tưởng tượng, thằng đó mà giỏi võ nữa thì ai chịu cho nổi chứ!" – Ông Phèng tợp một ngụm rượu, mắt đỏ hoe.

"Hình như hắn và ông từng tấn nhau?" – Ông Phi cũng buồn rười rượi, hỏi lạ.

"Ừ, hắn tấn tôi rớt xuống suối, thằng đó không biết võ, nhưng tôi đấm thằng phát Thôi Sơn vào ngực, hắn không hề hấn gì mặt dù tay tôi phát đau, nắm đấm tôi thì ông biết rồi. Vậy là hắn húc thẳng vào tôi, cả người tôi văng xuống suối. Ai cha, nhưng mà hắn chết làm sao hả ông?".

"Bữa đó ông Út đưa tụi tôi lên một khu đền tháp bỏ hoang của người Chăm Pa, khu này nằm dưới chân núi Chúa, có một con suối đi qua tên suối Khe Thẻ, suối này nước đỏ au như máu. Nghe nói ngày xưa Cao Biền đã chặt đứt long mạch chỗ này, người Chăm tàn lụi vì khu đền tháp của họ bị triệt long mạch. Tôi không tin vào phong thủy cho mấy nhưng rồi sau này lại vô cùng tin ông ạ. Đúng là thế đất rồng cuộn, các dãy núi như một con rồng cuộn lấy quả trứng, chính là khu đền tháp. Cuối cùng con rồng bị chặt đứt gân máu, nó chết dần chết mòn…".

"Nhưng ông vẫn chưa kể cho tôi duyên cớ nào thằng cha Út, cái thằng dám giết anh ruột mình lại cứu các ông?".

"Chuyện này dài dòng lắm, nhưng mà chung qui, tôi thấy hắn xem chúng tôi như anh em, hắn hết lòng che chở cho chúng tôi, và sau này, đất nước thống nhất, hắn được phân công làm giám đốc một công ty cao su, nhưng làm được mấy năm thì hắn đi tu, hắn lên trên núi dựng một cái cốc để tu. Hắn bảo rằng hắn trả nợ của hắn với mẹ, hắn đã đẻ cho bà ba đứa con trai và một đứa con gái, hắn đã giao cho mỗi đứa con ôm một bát nhang, thằng con cả của hắn sau này sẽ thờ bác Cả, thằng con thứ thờ bác Ba và thằng út thờ hắn. Thế rồi hắn bỏ lên núi, mọi thứ do vợ con hắn lo. Vợ con hắn tính ra cũng thuộc dạng giàu có nhất nhì vùng đó ông ạ!".

"Ông vẫn chưa nói vào vấn đề chính?".

"À, có nên nói không nhỉ. Ông có biết là khi giải phóng, việc đầu tiên là tôi tìm cách phóng lên tàu mà về quê, nhưng tàu không có, tôi ghé đến chùa Nghĩa Trung thăm thầy Thích Long Hải, thầy cho biết tôi có liên quan đến dòng họ thầy, câu chuyện dài lắm, và thầy trao cho tôi một thứ, nói tôi hãy mang về thờ ở lăng Tướng Quân trước nhà tôi. Tôi bàng hoàng vì những gì thầy nói với tôi, làm sao ông có thể biết là trước nhà tôi có lăng Tướng Quân, ngoài mình hay gọi là miếu do nhỏ, nhưng rõ ràng với bậc trung thần như Tướng Quân, phải gọi là lăng cho dù nhỏ, đúng không ông? Tôi nhớ cái bữa nghe tin thằng Hải và thằng Bôn chết, thật là đau. Ở khu đền tháp, bom đạn dội liên miên, chúng tôi được đưa vào thử thách ở đội đặc công nằm vùng, hoạt động biệt động thành sau này. Lúc đó họ dạy các thế tự vệ căn bản, rồi nâng cao, bởi tụi tôi cũng có căn cơ nên khóa học cũng nhanh thôi. Chúng tôi không có quân số, không có gì hết, nhờ một tay Út bảo lãnh mà sống sót, chứ dễ bị xếp vào diện thám báo lắm ông à! Nhưng mà cũng không có yên đâu!".

"Có phải vì vậy mà chết không?".

"Cũng không hẳn vậy, vì bây giờ mình không có bằng chứng chi hết. Nhưng mà tôi nhớ năm đó là năm 1972, khi miền Bắc bị ném bom nặng nề nhất, tôi ở miền Trung mà nghe máy bay chiến đấu của Mỹ quần thảo, gầm rít liên tục. Lúc đó chỗ khu đền tháp cũng thuộc vùng mất an, do chúng tôi đóng, thỉnh thoảng chúng càn quét nhưng hễ thấy động là chúng tôi rút vào núi sâu, mỗi khi đi ném bom về, thừa bao nhiêu bom chúng ngang qua đền tháp mà xả, vì chúng biết bọn tôi trong đó. Rồi thằng Bôn với thằng Hải được chuyển sang đơn vị khác, chúng nó bị ném bom, chết trong hầm. Tôi định dịp nào đó đi tìm hài cốt hai đứa nó. Nghe nó chết, tôi lúc đó cứ chảy nước mắt, tôi thương thằng Hải nhất, vì nó sợ chết trong hầm nên mới rủ tụi tôi thoát ra, để rồi thoát ra xong, lại dằng vặt, rồi cuối cùng chết trong hầm. Nó chết là xem như đứt hết, vì gia đình vợ chết rồi, hai ông bà không biết giờ ra sao, tôi có ghé thăm nhưng bỏ đi đâu chẳng biết, thằng Bôn thì chưa vợ. Chiến tranh, nhắc tới buồn quá ông ạ!".

Câu chuyện trà dư tửu hậu giữa lúc chiến trường Đông Bắc đang nhuộm khói lửa, đã có rất nhiều người dân bị bọn giặc Tàu bắn chết.

Bởi khi chúng tràn sang, người ta vẫn còn nghĩ rằng chúng đưa quân tình nguyện sang để giúp Việt Nam đánh Pol Pot bên Campuchia, người dân vẫn chưa hết kinh hoàng về vụ núi sọ ở Ba Chúc, nên người ta mừng rỡ, ùa ra đường để đón, ai dè chúng khai hỏa, nhà cửa, vườn tược tan hoang, chết không kịp hết ngạc nhiên, chết chưa kịp nhắm mắt. Cướp, hiếp, đốt như là một cuộc trình diễn của chúng.

Cả ông Phi và ông Phèng đều đã chuẩn bị tinh thần cho mình, bởi cả hai từng là lính chiến, lúc vào Nam, ông Phi vào chiến trường miền Trung, ông Phèng vào chiến trường miền Nam, đánh xong, còn bao nhiêu người thì rút về Trường Sơn, rút ra Bắc trở lại, ông Phèng may mắn sống sót, đôi khi ông nghĩ mình đã chết, máy bay trực thăng rượt theo ông qua các vườn chuối, đạn bắn tóe lửa trước mắt ông, nóng và cay xè, ông nhảy xuống một cái hố mà sau này ông mới biết đó là hố đổ nước dơ của phụ nữ tới tuần kinh nguyệt, ông úp một chiếc chậu đất nung lên đầu, sau này ông mới hiểu rằng cái chậu đất nung ấy là người ta dùng để giặt đồ dơ của phụ nữ tới tháng. Ông sống sót nhờ những thứ đó, mặc dù cả đời, khi truyền các bí phép thầy mo cho ông, cha ông, một trưởng làng luôn dặn ông đừng bao giờ chui qua dây phơi áo quần, vì như vậy sẽ ảnh hưởng tới thần lực tu luyện được, rồi ảnh hưởng tới sức mạnh của chiếc nanh sanh của lợn rừng mà ông nội đã đeo cho ông trước khi vào Nam.

Bây giờ không còn gì để mất, ông đã tạo sẵn một cơ sở trong núi, hẻm núi ở Chi Lăng sẽ che chở cho dân làng nếu như Lộc Bình bị tấn công, bởi hẻm núi Chi Ma này cũng có thể là hướng đổ quân của bọn chúng, qua khỏi Chi Ma thì đến ngay Lộc Bình, làm sao mà mang sức người đấu với súng ống, hơn nữa sức của đàn bà, con gái, trẻ nhỏ, sức của thanh niên quen lao động, chưa từng cầm súng. Họ phải được di chuyển, tất cả sẽ tản cư theo chỉ dẫn của con bé Diễm, con gái ông Phi và thằng Nhì con ông. Còn hai ông thì ở lại, sống chết với làng. Ở trong hẻm núi đã có sẵn lương thực, thuốc men do hai ông bí mật cất giấu, mọi chuyện đã đến lúc như thế này, hai ông phải để một thứ gì đó cho con mình thấy mãn nguyện khi làm con của người cha như hai ông, không thể đánh theo kiểu bị động, bị đưa vào chiến trường, cười không nổi mà khóc cũng không xong. Còn bây giờ là đánh quyết liệt, đánh tự do, đánh nghiêm trang, đánh không từ nan!

Nhưng cái trận đánh ấy không đến, bởi quân Tàu hành quân theo các hướng khác, và bản nhà trình tường ở Lộc Bình dường như vẫn bình yên, vẫn sáng ra đồng, chiều nấu cơm, khói xuyên mái tranh, mái ngói. Và rồi bản cũng phải tản cư, không phải bởi giặc đến mà vì những trái pháo kích không địa chỉ của chúng, đã có nhiều gia đình trong bản bị vong mạng bởi những trái pháo kích mù này, đang ngồi ăn cơm, nhà hàng xóm nghe ùng một phát, mặt đất rung chuyển, ngày mai là đám tang qua quýt thời chiến cho gia đình kia. Chiến tranh luôn mang đến cho người ta những cái chết thật vô nghĩa lý, vốn liếng của cuộc chiến này là mạng người, rất nhiều mạng người và cuối cùng, bọn giặc Tàu rút quân về nước, cuộc chiến xả một mớ vốn liếng máu xương hai bên, nhưng không có phe thắng cuộc, một cuộc chơi trên cả man rợ khi những kẻ man rợ chơi trò chiến tranh. Tây Bắc, Đông Bắc lại phải nhặt lại từng viên ngói, từng cục gạch, từng vụn xương người mà xây dựng, mà nhìn tới tương lai.

*

Sau chiến cuộc, một niềm vui nho nhỏ của hai gia đình, thực ra đây là niềm vui lớn, nhưng rồi lại là niềm vui nhỏ, bởi niềm vui nào lớn hơn con cái dựng vợ gả chồng, hơn nữa ông Phi và ông Phèng làm sui thì còn gì vui hơn. Thế nhưng đám cưới của bọn trẻ trên đống đổ nát, điêu tàn, bà con vẫn còn thiếu đói, mọi thứ thiếu trước hụt sau, nhiều nhà tang tóc, niềm vui trở nên lạc lõng, nhưng dẫu sao, người ta cũng có quyền vui vì điều này. Mọi chuyện nhiều lúc rắc rối, phức tạp nhưng chẳng đến đâu, nhưng cũng có lúc mọi thứ cứ đến một cách tự nhiên, bất ngờ đến mức tưởng như nó không diễn ra. Chuyện Diễm và Nhì lấy nhau cũng vậy. Bởi trước khi bỏ đi, mẹ của Diễm có để lại lá thư, nói về những gì sau này ông Phi nên đối xử và dạy dỗ Diễm, đây là một vấn đề tế nhị và đau đáu.

Long lớn tuổi hơn Phi và có dung mạo chững chạc hơn Phi nhiều. Bởi phụ nữ với nam giới, bằng tuổi nhau đã thấy phụ nữ già hơn, đằng này phụ nữ lớn tuổi hơn, dĩ nhiên là phải chững chạc hơn nhiều. Long mang thai bé Diễm sau cái lần định mệnh ấy, ở xứ Tây Bắc, trong một khu dinh thự bỏ hoang, không hiểu sao ngay lần đầu gặp mặt, Long có cảm giác con người này sẽ đi vào cuộc đời của mình, ngay tại nơi này, ngay trong đêm nay. Cái cảm giác ấy chưa từng có ở Long bao giờ, bởi dù sao Long cũng là người đã chín chắn, đã lớn tuổi và quá trình làm ăn, chăm lo cha mẹ già, nuôi bầy em ăn học cũng giúp Long trưởng thành, giúp Long nguội lạnh đi nhiều thứ. Cho đến cái ngày tự dưng Long thấy chán chường mọi thứ, Long thấy mình giống như một con ngựa bất kham, chỉ muốn rời nhà đi đâu đó thật xa một thời gian, bởi chỉ có như vậy Long mới đỡ bứt rứt, bực bội trong người. Cái cảm giác rất khó chịu, khi mà bạn bè cùng tuổi với Long bây giờ đã có chồng con, chúng dắt con đến quán phở lợn của Long để ăn, nhìn cảnh chúng bón phở cho con, Long thấy nhoi nhói trong lòng, thấy một thứ gì đó đang làm cho cô trở nên buồn tủi, lạnh lẽo, mặc dù Long rất mến đứa trẻ, Long chỉ muốn ôm lấy nó.

Nhưng... Cuộc sống luôn dày vò vì cơm áo gạo tiền, cha mẹ luôn đau ốm, em út luôn xin tiền vì việc này, việc khác, đương nhiên em của cô quí mến và tôn trọng cô, cha mẹ cũng rất thương Long. Nhưng rồi ngày này qua ngày khác, mọi thứ cứ lặp đi lặp lại, sáng ra mở cửa, bắc nồi nước lèo lên bếp, thái thịt, thái phở, lặt rau, rửa ớt, thái ớt, nếu cuối tuần thì mấy đứa em phụ giúp, cho tương ớt, tương đen vào lọ, tiêu hành mắm muối có chúng cũng đỡ vất vả một tay, đến khuya lại dọn quán, rửa chén bát, chuẩn bị cho nồi nước lèo ngày mai. Ngày này qua ngày khác, ngày nào cũng giống ngày nào, mọi thứ trở nên quen thuộc và đáng yêu khi người ta say sưa với nó và những lời khen, lời cảm ơn. Nhưng rồi cũng nó, chính nó trở nên nhàm chán nếu người ta nhìn lại cuộc đời của mình, nhìn ra cái riêng chung của đời sống. Vậy là Long bỏ nhà đi vài hôm, nói là đi vài hôm chứ chưa biết bao giờ quay về.

Nào ngờ lên đây, Long lại gặp một hàng xóm, một hàng xóm chưa bao giờ gặp bởi cậu ta nhỏ tuổi hơn Long, nhưng không hiểu sao Long nhận ra một thứ sức hút kỳ diệu từ cậu. Thế rồi mọi thứ cứ đến tự nhiên, cậu trẻ lần đầu làm chuyện ấy nên vụng về, chị lớn tuy kinh nghiệm trường đời nhưng cũng lần đầu làm chuyện ấy nên cứ run bắn lên.

*

Long mang thai, chuyện ấy đến cũng rất tự nhiên, chỉ có cha mẹ Long là chịu không nổi, các em của Long thương chị, chúng rất thông cảm và ân cần với cô trong những ngày cô ốm nghén. Còn cha mẹ Long, mặc dù họ thương cảm Long nhưng họ không chịu nổi miệng tiếng thế gian. May sao đang thời chiến tranh, nên việc trong làng có cô gái chửa hoang, điều đó vừa bị kỳ thị lại vừa được trông chờ, bởi bất kì sự sinh nở nào giữa chiến tranh đều hứa hẹn thêm một chiến binh, cho dù là nam hay nữ.

Con bé ra đời, nó không có cha, và Long cũng chỉ muốn cho mỗi mình con bé sau này biết cha của nó là ai. Thế rồi mọi thứ thay đổi, năm con bé lên ba, nó vẫn chưa biết cha nó là ai, rồi có lệnh tổng động viên, thanh niên lên đường vào giải phóng miền Nam, mọi thứ hừng hực khí thế. Nhưng với Long, dường như đây là một cuộc đi chết chóc, người ta chuẩn bị cho sự chết chóc của hàng trăm ngàn đứa trẻ mới thành niên, thậm chí có đứa còn vị thành niên nhưng to con lớn xác. Chúng được lên dây cót với chất ngất khí thế, nào là giải phóng miền Nam, nào là cứu nhân dân miền Nam, rồi tiêu diệt bọn đế quốc đã giày xéo nhân dân miền Nam, và trên hết, điều này thì Long thấy khẩu hiệu đúng, phải cứu lấy Hà Nội, không thể để Hà Nội trở về thời đồ đá.

Long nghĩ rằng nếu đánh dằn mặt, đánh các sân bay, để giảm bớt lượng máy bay từng đoàn ra rải thảm bom xuống miền Bắc là đúng, chứ giải phóng miền Nam thì khó hi vọng quá, bởi ngay trên đất Bắc, chúng nó thả bom, chỉ mấy chục chiếc máy bay chồm ra thì chúng ta nháo nhào lên, súng cao xạ, súng trường, đủ các thứ bắn lên trời, cũng có rơi vài chiếc đó, nhưng rơi chiếc này thì chúng thế chiếc khác như vậy thì làm sao mà địch lại, thằng dưới chọi đá lên, thằng trên thả đá xuống, thằng nào lợi thế hơn. Nếu như nói rằng giải phóng miền Nam bằng cách mang các loại máy bay hiện đại hơn vào ném bom Sài Gòn thì may ra. Hoặc chờ cho Sài Gòn yếu đi, Mỹ rút khỏi Việt Nam, cắt mọi khoản viện trợ thì may ra.

Long không có lý tưởng hừng hực như những người kia, bởi Long từ nhỏ buôn bán, so đo, tính toán từng li từng tí, mọi thứ phải thực tế, phải có phép tính, phải hoạch định ra chi tiết. Việc bán phở giúp Long cân đối được rất nhiều thứ, Long có thể suy luận sang chuyện đánh đấm. Bởi đó không phải là những lát thịt bò cho vào bát phở rồi chan nước lèo lên để lấy tiền của khách, để ăn. Mà đó là sinh mạng của hàng trăm, hàng ngàn con người, họ chẳng có gì ngoài sức mạnh cơ bắp vừa mới nhú và một ít hăng hái, bồng bột của tuổi trẻ, họ không thể giải phóng miền Nam, họ sẽ trở thành những con mồi để đối phương lùa dần đến cái chết. Trong số hàng chục, hàng trăm ngàn con mồi ấy, có cha của đứa bé tội nghiệp này, đứa bé mà sự ra đời của nó đã phải chịu cô đơn và mang trên người một vết tích dị thường.

2. Cháu nội gái

Mẹ của Phi hoàn toàn không biết gì về Long, và chắc chắn bà cũng không biết bé Diễm là đứa bé nào, bởi câu chuyện này, chỉ có hai người biết với nhau, một thứ định mệnh kỳ diệu, nhưng Long có bổn phận phải cho đứa bé biết cha của nó là ai, và Long cũng không muốn con mình thiếu tình thương của bà nội từ tấm bé. Long nhiều lần đi qua căn nhà nhỏ, nó nằm tựa lưng vào núi, nhìn ra một đám ruộng nhỏ, đám ruộng này vốn dĩ là cái đầm cạn dưới chân núi được người ta cải tạo, bồi đắp thành ruộng, nhìn ra một đám hoa cải ngồng, su hào và bắp cải bên chân ngôi miếu nhỏ.

Đã hai cái Tết, mẹ của Phi sống trong cô đơn, buồn thảm, bởi Phi đã chết ở chiến trường miền Nam. Cuộc chiến mà ngay từ đầu, Long thấy rằng phần thua nhiều hơn là thắng, chết nhiều hơn là sống, một cuộc chiến, tổng tiến công có tính toán rất kĩ lưỡng nhưng không hiểu sao sự tính toán này lại không đáng tin, bởi chỉ với suy nghĩ và tính toán từ phép toán nước phở, bát phở của mình, Long đã thấy đây là một cuộc mạo hiểm vô ích, làm tổn thương nhân mạng và cuối cùng là đi mười về ba, chết bảy. Trong cái số chết bảy ấy, có cha của con bé Diễm. Mẹ của Phi đã để tang cho Phi hai năm nay, bởi trong số những người lính quay về, nhóm ba người Phi, Hải và Bôn bặt vô âm tín, trong khi đó, giấy báo tử đến tay, nghe đâu toàn bộ trung đoàn của Phi, chỉ còn mấy người sống sót trở về.

Một cái Tết trôi qua, hai cái Tết trôi qua, thời gian làm cho người ta xác tín về sự vắng mặt của người thân, có biết bao gia đình Tày, Nùng, Dao, Thái và Việt đã mòn mỏi suốt hai năm dài giống như mẹ của Phi, bà trở nên hom hem, già đi trông thấy. Và bà cũng không hề biết Long là ai, có lẽ bằng cách này hay cách khác, Long phải đưa bé Diễm đến với bà, dù sao, lúc này ngôi nhà ấy cũng cần một bàn tay chăm sóc, cần một tiếng cười trẻ thơ cho bớt lạnh lẽo. Có những ngày mưa rét, Long nhìn thấy mẹ ngồi bứt lá chân bắp cải, bà làm mải miết, làm như không hề có mưa lạnh, giá rét. Long biết, cái lạnh trong tâm hồn, cái lạnh tuổi già đã khiến cho mọi thứ băng giá bên ngoài trở nên bình thường, nó không thể lạnh hơn.

Nhưng bây giờ đến với mẹ bằng cách nào? Cái câu hỏi ấy cứ lặp đi lặp lại mà Long không tìm ra được câu trả lời. Giá như bố mẹ còn sống, thì bố mẹ sẽ giúp Long việc này, chí ít hai ông bà sẽ đến thăm mẹ của Phi, thăm dò thái độ của bà, còn đằng này, trong vòng chưa đầy hai năm, bố mẹ của Long theo nhau ra đi, một đứa em kế vào quân đội, trước đó anh của nó, tức đứa em kế của Long cũng hi sinh ở chiến trường Quảng Trị, giấy báo tử về, người đi, điều đó làm cho bố mẹ Long ngã quị, hơn nữa, khi biết Long có chửa hoang, chịu miệng tiếng của đời, bố mẹ cũng tổn thương không ít. Đối với Long, hình như nỗi mất mát của Long không hề nhỏ, mất bố mẹ, mất đứa em trai, và đứa em trai nhỏ vốn là trợ thủ của Long trong quán phở lại phải bồng súng lên đường, mọi thứ mất dần, thưa vắng dần, quán phở cũng không buồn mở cửa, bởi có mở cửa cũng chẳng còn mấy khách đến đây. Nhưng có lẽ nỗi mất mát lớn nhất chính là Phi, bởi dù gặp gỡ không được bình thường cho mấy, nhưng đứa bé ra đời, thành quả của cuộc gặp gỡ ấy khiến cho Long hi vọng rằng cuộc đời của mình cũng không đến nỗi đơn lạnh, quạnh quẽ lúc tuổi già bóng xế, chí ít rồi một ngày nào đó, cha của bé Diễm sẽ đưa mẹ con cô về nhà, có một mái ấm. Long từng nghĩ vậy. Thế rồi mọi thứ mất dấu trong chiến tranh, niềm hi vọng tắt ngúm.

*

Bà Hường đặt nải chuối oản lên bàn thờ con trai, bàn thờ không có tấm hình nào, vì Phi chưa từng chụp ảnh, cha của Phi cũng vậy, bà vót những tấm thẻ tre, khắc tên của hai cha con lên đó và đặt làm bài vị, bàn thờ có ba bài vị bằng tre, ghi tên ba thế hệ, ông nội, cha và Phi. Một chén cơm muối vừng, một lát cá quả kho khế, một miếng thịt gà xé. Những thứ ấy Phi và cha của Phi rất ưa. Bà thắp nén nhang và chẳng khấn được gì, nước mắt cứ như vậy mà tuôn trào, bà thương con, nó chưa vợ, nó thông minh và thương mẹ, nó là đứa học giỏi và hiếu thảo, nó biết điều, nó ước mơ sau này sẽ làm một thầy giáo đi gõ đầu trẻ, nó nói rằng sau này nó có vợ, nó sẽ để cho bà một đàn cháu, đứa con đầu tiên là cháu gái, để nó đỡ đần cho bà và mẹ nó, rồi những đứa cháu trai. Nghĩ đến đây, bà khóc rấm rức.

"Thưa… bác!" – Bà Hường giật mình bởi tiếng chào từ ngoài cửa.

"Ờ… chào cô… cô tìm tôi có việc gì… hay là…?" – Tự dưng, bà Hường trở nên ngắc ngứ, không nói được gì khi nhìn thấy đứa bé gái độ năm đến sáu tuổi đang nắm chặt ngón tay mẹ nó, nhìn bà. Cái nhìn đầu tiên của nó dán vào bà, ánh mắt của nó khiến bà xốn xang, nó như một bếp lửa ấm, như một điều gì đó trong trẻo mà bà chưa nhận ra, nó làm cho bà thấy vui, ấm lòng, và nó có gì đó rất quen thuộc mà bà không rõ. Dường như bà Hường quên mất nó đang đi với mẹ nó, bà cứ nhìn nó đăm đắm cho đến lúc mẹ của nó lên tiếng.

"Dạ, mẹ con cháu đến đây có một việc, mà không biết nói từ đâu!".

"Ờ… cháu cứ nói đi, nhà bác tuy nghèo nhưng chỗ ở cũng rộng lắm, nhà bác có trồng lúa, có ngô, khoai và rau ăn qua bữa…" – Nói đến đây, bà Hường giật mình, vì thấy mình bị lố, bởi bà có biết mẹ con cô gái này tới để làm gì, hơn nữa bà tại sao lại đặt chuyện ăn ở với người ta một cách đường đột như vậy chứ. Bà thấy ngượng, một cái ngượng lâu lắm rồi mới gặp lại, từ thời ông chồng bà la rầy bà vì quá nhiệt tình với vợ của một vị già làng, mà sau này vị già làng đó trở thành bạn thân của ông bà, rồi thằng Phi chơi thân với thằng Phèng, con của gia đình ấy, nhưng chuyện cũng lâu rồi, ngủ quên rồi, vậy mà giờ, con bé nhỏ xíu này nó làm cho bà giật mình, một đứa bé chừng sáu tuổi, nó nắm lấy tay mẹ nó, mắt nó tròn và to.

"Con gọi bà nội đi!" – Người phụ nữ nhìn con, vỗ về.

"Cháu…?".

"Thưa bác, đây là con của anh Phi".

"Ờ…".

Cuộc trò chuyện, tâm sự của họ kéo dài suốt đêm, họ dường như mất ngủ, trong lúc con bé được bà nội của nó bế lên giường, giăng mùng và đắp chiếc chăn mới nhất của gia đình, chiếc chăn bà mua cho con trai của bà từ ba năm trước, bà muốn nó mang theo vào chiến trường nhưng nó để lại, nó bảo mang theo nặng lắm, hơn nữa miền Nam trời nóng lắm, để mẹ đắp. Nhưng bà không đắp, bà cất giữ nó, đợi con trai về đắp. Giờ bà mang đắp cho con của nó.

Cũng từ bữa ấy, Long ở lại với mẹ chồng, bà Hường nhận Long làm con dâu, coi Long như con gái, bà chỉ muốn Long ở nhà chăm con bé, mọi việc ngoài đám cải ngồng, đám su hào hay ruộng lúa đã có bà. Thế nhưng Long vẫn phụ giúp bà làm nhiều thứ, nhờ bà chăm con bé, trông nó cho cô ra đồng. Có lẽ, cuộc sống của hai người đàn bà cô đơn này cộng vào nhau thành một gia đình ấm áp cùng tiếng trẻ thơ trong trẻo đã là định mệnh. Một định mệnh của những người đàn bà đơn chiếc ghép vào nhau bởi mối ràng buộc nào đó cũng thuộc về chiến tranh hay định mệnh, không thể nói bằng lời.

3. Lá thư

Với Huy, một người lính gốc miền Trung, Sài Gòn đẹp nhưng xa lạ, bởi thành đô Sài Gòn dành cho bậc thức giả và những người giàu có, ngược lại, với những cư dân nghèo, Sài Gòn là một cổ thụ mà dưới chân nó cho nhiều nấm, dế, các loại côn trùng và vỏ cây mục, mùn lá, đủ để tìm, bươi bới mà sống, không đến nỗi đói, không đến nỗi thiếu thốn nhưng chắc chắn thế giới hoa lệ kia không thuộc về họ. Huy biết tìm cô ấy ở đâu, không có tên người nhận, chỉ có ký hiệu A to tướng, địa chỉ trên thư là những con số với xuyệt, xuyệt và xuyệt. Giữa cái quận Tư, giữa cái phường Khánh Hội nhà nối nhà, đường nối đường và khi vào bên trong các nhà, dường như có sự liên thông giữa nhà này với nhà kia, biết làm sao tìm được cô ấy. Huy tìm một quán nước ngồi nghỉ, dường như nỗ lực tìm người cả một ngày trời của anh đã hoàn toàn tắt ngúm, anh cũng không hề hay biết rằng nơi xóm nước đen này, người ta ăn cơm quốc gia thờ ma cộng sản và chẳng mấy ai thiện cảm với một kẻ mặc bồ đồ lính biệt kích đi lục lọi khắp xóm. Đương nhiên anh chỉ đi hỏi thăm người và bộ dạng của anh không đến nỗi hung hãn, nếu như anh có những biểu hiện gian ác nào đó, không chừng, những ngôi nhà kia sẽ là cửa tử cho anh, cái xóm lòng vòng ấy sẽ dẫn dần anh vào mê lộ và ở đó, những người lính phía bên kia sẽ xử đẹp anh. Nhưng may sao, bộ dạng thất thểu tìm người của anh lại đánh động lòng trắc ẩn còn sót lại giữa chiến tranh. Sau này, khi biết được đây là vùng của Cộng sản và ma cô, của những biệt động thành, anh thấy lạnh tóc gáy. Huy ghé vào quán nước bên đường, kéo ghế ngồi thở mệt.

"Anh trai uống gì đây?".

"Cô cho tôi ly nước gì uống đỡ khát, đi cả buổi mệt quá?".

"Anh uống chanh đường nha. À mà anh trai tìm ai trong khu này?".

"Tôi tìm một người quen, mà số nhà để trên thư cũng nhòe đi, đường cứ vòng vèo, nên khó quá!".

"Anh có thể cho em coi lá thư đó được không? Vì em thỉnh thoảng cũng nhận thư giùm, ở đây địa chỉ lộn xộn lắm!".

Huy lấy lá thư đưa cho cô bán nước. Lạ thay, cô chủ vừa nhìn thấy lá thư thì sắc mặt thay đổi, cô vẫn cố giữ điềm tĩnh, cầm lá thư, mở nó ra và đọc thay vì nhìn vào địa chỉ, cô đọc và nước mắt cô rớt trên lá thư.

Huy ngồi im lặng quan sát cô gái, anh cũng không buồn hỏi cô có phải là người được nhận thư hay không, tại sao cô mở lá thư... Anh ngồi nhìn cô gái vừa đọc vừa rớt nước mắt. Anh ngồi im lặng, cô cũng ngồi im lặng, cuối cùng, anh lên tiếng trước.

"Anh ấy đã giữ đúng lời hứa với tôi rồi" – Huy buột miệng.

"Anh Đông đã hứa gì với anh?" – Câu hỏi của cô giúp Huy biết được người chiến sĩ đặc công kia tên Đông.

"Anh hứa sẽ chỉ đường cho tôi tới tìm cô".

Nghe tới đây, cô gái không nói thêm được lời nào, cô khóc nghẹn ngào, cố giấu đi nước tiếng khóc, cô vào trong phòng ngồi khóc, mặc cho Huy ngồi thừ ra đó với ly nước chanh đã loãng ra, nước đá đã tan sạch trong ly, tạo thành hai lớp nước có màu khác nhau. Anh bưng ly nước lên uống. Lúc sau cô quay ra, mặt cô ráo hoảnh, cô nhìn thẳng vào anh.

"Anh gặp anh Đông lúc nào? Sao anh có lá thư này?".

Huy ngồi kể lại trận đánh, kể lại cái đêm anh ngủ trong rừng Sát và khi kể đến chi tiết chiếc áo của người chiến sĩ tên Đông bị rách bục thì anh không cầm được nước mắt. Anh cũng muốn nói thật, anh nói như tha thiết, van lơn với cô gái rằng anh không có tội trong cái chết của Đông, anh chỉ là người đến sau và chiến trường lúc ấy đã ngổn ngang chết chóc. Anh cũng kể về sự linh hiển của người đã che chở cho anh ngủ một đêm trong rừng Sát.

"Thế các đồng đội của anh cũng ngủ trong đó, thì sao?".

"Họ nói với tôi là họ không tài nào chợp mắt, họ thấy đủ thứ hết, cái đêm đó mới thật sự là đêm chiến tranh, không có tiếng súng nổ, không có máu đổ, biệt đội chúng tôi đến đó để chiến đấu với chính sự hãi hùng của mình, chưa bao giờ có một trận chiến như vậy. Mấy người bạn tôi có người về bị hoảng loạn, chỉ huy phải đưa thẳng vào viện tâm thần. May sao tôi được anh ấy che chở".

Cô chủ quán không nói gì thêm, cô lấy một tấm danh thiếp của cô, đưa cho Huy, cô nói sau này, khi nào gặp khó khăn, hãy tìm đến cô. Hãy xem đây là một sự đền ơn của cô đối với Huy vì Huy đã giúp Đông, cô xem Huy như là bạn của Đông, một người bạn ngẫu nhiên không cùng chiến tuyến, không cùng thế giới.

Huy tạm biệt cô gái, anh cũng quên hỏi cô tên gì lúc đó, khi về, nhìn qua tấm danh thiếp anh mới biết cô tên My, chủ một hiệu may. Huy lấy làm lạ là hôm gặp, Huy không thấy hiệu may nào, chỉ thấy một quán nước. Thời bây giờ, ai có danh thiếp thì rõ ràng người đó phải có tầm cỡ, có mối quan hệ xã hội ở tầng trung lưu trở lên, nhưng chỗ anh gặp cô ta là một xóm nước đen giữa phường Khánh Hội, giữa quận Tư Sài Gòn, một cái quận khét tiếng ở mọi thời.

*

"Sắp tới đây là đại hội trù bị, anh thấy lo lắng, khó hiểu!" – Đặng thở dài, gỡ tay ra, thay cái gối vào dưới đầu Ngọc.

"Anh lo lắng điều gì?".

"Thằng Nam, con bà My, sức ảnh hưởng của bà My còn rất lớn, bà là dân biệt động thành trước đây, sau đó bà làm Chủ tịch quận, rồi khi về mua nhà ở Đà Nẵng, bà làm Giám đốc ngân hàng, thằng Nam con út của bà, bà có mỗi nó con trai, chị nó làm giảng viên đại học, nó theo đường chính trị".

"Nhưng thằng Nam có liên quan chi tới anh?".

"Vừa rồi huyện đặc cách nó về nhận chức Phó Chủ tịch xã, nó quản mảng kinh tế, và nó chiếm thiện cảm của nhiều người".

"Nhưng đại hội trù bị chọn ra mấy người trong hội đồng chứ đâu có riêng anh?".

"Đúng rồi, nhưng chắc chắn chức Bí Thư sẽ thuộc về nó. Nó không có bề dày thành tích như ông Hường nhưng nó có thế chống lưng, anh cũng trẻ như nó, nó cũng đại học giống anh, mà…".

"Mà sao?".

"Mà nó có thêm bằng cao cấp lý luận, anh chưa có".

"Nhưng anh có năng lực!".

"Năng lực thì nó với anh chắc cũng ngang nhau, thằng đó cũng khôn lắm, thông minh chẳng kém ai đâu!".

"Thì thôi, bất quá anh làm Chủ tịch ủy ban, còn nó làm Bí thư, có chi đâu mà lo!".

"Nghe nói sắp tới trên cho tích hợp hai chức này làm một…" – Đặng nói xong thở dài. Ngọc ôm lấy Đặng, cô hôn hít khắp người Đặng, cô muốn kéo thêm lần nữa. Nhưng Đặng tỏ ra bực bội, hắn đứng dậy mặc áo quần, đi ra cửa, dặn vói lại: "Anh về, em nhớ thanh toán tiền phòng".

Ngọc gật đầu, cô thấy ứ nghẹn một thứ gì đó trong cổ, hành động của Đặng làm Ngọc hết sức bất mãn, có vẻ như thứ mà Đặng cần bấy lâu nay không hẳn là cô, mà là một thứ gì đó tệ hơn, là tiền chẳng hạn. Cô đã lo lắng cho hắn mọi thứ, kể cả căn nhà khang trang vợ chồng hắn đang ở cũng là tiền của cô. Con gà hắn cúng về nhà mới cũng của cô mua, cái áo hắn mặc cũng của cô, hắn gặp cô, dường như ra lệnh nhiều hơn là trò chuyện, tâm sự, hắn ra lệnh cô đầu tư tiền mua đất, cả hai năm trời không thấy miếng đất nào cả ngoài cái nhà hắn xây mới, hắn ra lệnh cô đi đến phòng trọ, hắn ra lệnh cô trả tiền phòng trọ. Thứ mà hắn quan tâm là cái ghế Chủ tịch xã, và miếng đất mà vợ chồng cô đang cất nhà để ở, chẳng có miếng giấy làm bằng, bởi đây là đất của bà Phán, một mảnh đất vàng, chưa có người thừa kế vì mất giấy tờ, bà Phán thì không có con cháu ruột, nhưng con cháu ở hàng thừa kế thứ hai thì không ít, Sung cũng là cháu bà Phán nhưng không thuộc hàng thừa kế nào, vì là cháu họ. Nhưng có lẽ giấy tờ cũng do chính thằng Đặng làm mất, vì trước khi làm Phó chủ tịch xã, hắn là cán bộ địa chính. Ở đây, hắn cố gắng chuyển tên miếng đất này sang cho Ngọc, một việc vừa mạo hiểm vừa bất khả, Ngọc cũng đủ khôn để hiểu được dã tâm của hắn, nếu chuyển không được thì hắn không mất gì cả, vì hắn chỉ là người làm thuê cho Ngọc trong việc này, mọi chi phí, thủ tục Ngọc lo. Hắn là kẻ núp lùm trong vụ này nhưng nếu như sự việc thành công, thì Ngọc phải li dị chồng để đến với hắn, và ai dám bảo đảm hắn không xúi Ngọc mang miếng đất thế chấp vay tiền để làm ăn. Rồi tiếp đó là sao nữa?

Nghĩ đến đây, Ngọc thấy cô đã đi quá xa, đã sai lầm, bây giờ, mọi khó khăn đang dồn lên gia đình cô. Chồng cô cũng đã đôi lần hỏi han, tỏ ra nghi ngờ cô, rồi lão Huy, bạn thân của ông Lương cha chồng của cô, đến một lúc nào đó, lão ta hết kín tiếng thì cô biết làm sao đây! Ngọc muốn làm một phép thử với Đặng, và cô cũng muốn hỏi rõ ràng với Đặng về số tiền đầu tư mua đất bấy lâu nay. Mọi thứ không thể cứ ỡm ờ mãi vậy được!

*

Dịch kéo dài, mọi khoản thu của gia đình ông Huy eo hẹp dần, nhà trọ chẳng có ai tới, cặp khách mối của ông, Đặng và Ngọc cũng không tới, hình như chúng nó cũng đang gặp trục trặc gì đó. Ông cố gắng không quan tâm đến cặp đôi này, khi chúng đến thuê phòng trọ thì ông không nỡ từ chối, bởi phòng trọ của ông, cũng như của rất nhiều người cho thuê phòng trọ bây giờ đều dành cho các cặp đôi ngoại tình, các cặp đôi trai bao gái điếm, chứ làm gì có các cặp đôi vợ chồng đến thuê, họa hoằng lắm mới có mấy cặp nam nữ mới quen nhau thuê qua đêm. Bởi bây giờ, hầu hết bọn chúng đều tính một công đôi chuyện, hoặc là dắt thẳng về nhà, vào phòng khóa trái cửa lại, thời bây giờ, nhà cửa ai cũng khang trang, có phòng riêng. Đương nhiên là có nhiều gia đình nghèo, nhưng nghèo thì mấy ai hành xử hay yêu đương như kẻ có tiền đâu. Mà kẻ có tiền thì nhà cửa khang trang, vợ chồng có phòng riêng, chẳng ai điên đi chọn phòng trọ. Còn các cặp đôi nhiều tiền thì chúng vào karaoke, gọi nước, mở nhạc lên rồi khóa trái cửa lại, hôn hít, vuốt ve, bí bách thì làm luôn trong phòng, chuyện này đầy rẫy, hoặc vào khách sạn. Người ta mở dịch vụ karaoke nhằm mục đích này, tiền dịch vụ cao hơn nhà trọ một chút nhưng lại được vừa hát vừa làm tình, lãng mạn hơn nhà trọ. Nhà trọ chỉ dành cho công chức, giáo viên, họ hẹn nhau, vào đây giấc trưa, phần ai nấy biết, xong lại đi. Nói tiếng chủ nhà trọ, tiền bạc rủng rẻng nhưng rõ ràng là có gì đó bẩn bựa, ông Huy biết vậy. Nhưng có đồng tiền nào trong xã hội này ít bẩn bựa hơn cho những người như ông. Nghĩ tới đây, ông thấy chẳng thiết làm gì nữa, nhất là khi đứa con trai đầu của ông đã chết, nó là thằng con khắc khẩu của ông nhưng trong sâu thẳm, ông thương nó nhiều nhất. Bởi gặp ông vài phút thì ông và nó không thể trò chuyện với nhau, nên thôi, nó đi đường nó, ông lo đường ông. Sài Gòn kẹt cứng, phong tỏa, cách ly, giãn cách, vùng xanh vùng cam vùng đỏ, nó rớt vào vùng đỏ, nó đi cách ly, nó F0, nó chết mà vợ con nó không được thấy mặt, nó chết cả hơn tháng trời mà vợ con nó vẫn chưa nhận được tro cốt. Mọi thứ lẫn quẩn và buồn thảm.

"Bữa nay tôi đãi mấy anh em nha!" – Ông Huy nói với hội dế già.

"Thôi để tôi, lão cứ trả tiền hoài vậy chịu chi nổi, bộ mới trúng mánh hả?" – Ông Lương hỏi.

"Không, nhưng bữa này tôi thích đãi anh em quá, chẳng hiểu vì sao. Từ ngày thằng Hai nó mất tới giờ, tôi không có đêm nào ngủ được, buồn quá, hồi nó còn sống, cha con cứ cãi nhau à, gặp nó là tôi chịu không được, chắc nó cũng vậy. Nó chết rồi mà tôi mơ thấy nó cũng là hai cha con cãi nhau" – Ông Huy thở dài, gọi một thùng bia loại ngon nhất, quán quê, ngã ba đầu làng thì chỉ có bia Heineken là xịn nhất thôi, mà dễ gì ai uống, nên muốn uống thì phải gọi nguyên thùng, chủ hàng không dám khui lẻ vì khui xong, số bia còn lại chẳng biết bán cho ai.

"Tôi có lỗi với ông nhiều lắm ông Lương à. Nhưng tôi sẽ không xin lỗi đâu, hãy coi như cái số anh em mình nó vậy. Tôi quí ông, ông quí tôi, vậy là đủ!".

"Có lỗi chi đâu ông, có mà tôi hay nói móc nói ngoéo với ông, gây khó chịu cho ông, thôi thì ông thương tôi, ông bỏ qua, tụi mình thằng nào cũng chứa một đống ức chế trong người, chuyện đời, chuyện người, khổ quá. À, nhưng sao bữa ni thấy ông là lạ?".

"Cũng không lạ chi đâu ông, bình thường mà, ai cũng có con cái, nên cái bình thường của người này là cái lạ của người kia, rứa đó!".

Bàn năm người, hình như con số này ít thay đổi, trong đó có hai người là cán bộ về hưu, ba người là cựu lính chiến quân lực Việt Nam Cộng Hòa, họ ngồi với nhau và thi thoảng có sự thay đổi hoặc là thêm một khách mời nào đó hoặc là giảm một người do bận việc hoặc đau ốm. Và hình như trong năm người, chỉ có ông Lương và ông Huy là nhiều lời nhất, dường như trong cuộc rượu nào, ba người kia cũng im lặng, trầm ngâm, nhấp rượu chắp khà rồi gật hay lắc đầu khi nghe hai ông trò chuyện. Cái bàn rượu ở ngã ba đầu làng này tồn tại từ lúc cái quán này mọc ra, dễ chừng đã gần hai mươi năm, cứ đúng năm giờ chiều, nhóm dế già lại xuất hiện. Trước đây chỉ có ba người, sau này có thêm hai cán bộ về hưu. Họ tuy khác nhau về thân phận chính trị, về thời thế, nhưng họ là những người bạn đồng liêu, đồng môn thời đi học. Họ đến uống rượu, uống bia với nhau như một thú vui mà cũng là cách gặp gỡ, thấy nhau mỗi chiều, bởi cơm áo gạo tiền, vinh nhục, đau đớn hay hạnh phúc trải qua quá nhiều, thứ họ cần bây giờ hình như là điều gì đó thật đơn giản, thật bình thường và ấm áp. Cái ấm áp của rượu, cái ấm áp của ngồi lại với nhau, biết thằng này sống chết, mạnh yếu ra sao, biết thằng kia vui buồn, hạnh phúc ra sao, nó như một cuộc họp báo cáo trạng thái sống của năm ông bạn vẫn luôn xem nhau là những thằng còn rất trẻ, hình như là trẻ nhất cuộc đời này thì phải, bởi họ đã tái sinh nhiều bận.

"Tui có chuyện buồn, nói nhỏ với anh em thôi!" – Ông Lương lên tiếng, phá tan không khí im lặng. Hầu như lần nào ngồi uống với nhau, các ông cũng chỉ im lặng, thi thoảng nghe cụng ly lách cách, vang nho nhỏ.

"Chuyện chi vậy ông?" – Ông Huy dừng ly bia, hỏi lại.

"Chuyện thằng Sung với con Ngọc ấy mà, tôi cũng chẳng biết nói làm sao nữa!".

"Tụi nó lại đánh nhau hay sao?".

"Đánh nhau thì có chi mà buồn, tụi nó đánh nhau, chửi nhau như cơm bữa, từ ngày mấy đứa nhỏ về sống bên ngoại thì tụi nó có ngày nào yên đâu, thằng thì hỏi con này làm gì đi rông suốt ngày, con thì hỏi lại làm gì ăn nhậu suốt ngày, hành nó phải lăn lộn kiếm tiền, cũng vòng qua vòng về rồi cũng chừng đó chuyện!".

"À... ra vậy, tôi tưởng chuyện chi trầm trọng!".

"Thì trầm trọng chứ lão nói chi vậy, tôi nói cái chuyện kia là bình thường, nhưng chuyện này mới mệt này, thằng Sung nó tuyên bố sẽ li dị mà trước khi li dị, nó phải làm cho ra nhẽ, nó sẽ giết con Ngọc. Mà con Ngọc cũng chẳng có hiền đâu, nghe nói hai bữa trước nó lên nhà thằng Đặng Phó Chủ tịch xã quậy, đòi tiền, đòi cái khoản đầu tư đất chi đó, thằng đó không trả. Trưa nay nó vào thằng ủy ban xã đòi tiền nữa, rồi nó chửi om sòm cái vụ thằng Đặng ngủ với nó, bắt nó trả tiền phòng, nó nói là nếu xã không tin thì cứ ra hỏi lão Huy, vậy là sao hả lão Huy?".

Ông Huy ngồi như chết lặng, cuối cùng cây kim trong bọc đã lòi ra, ba người còn lại cũng ngồi chết lặng, trân trối nhìn ông Huy và ông Lương.

"Thôi thì chuyện chi còn có đó, từ từ nói chuyện nghe hai lão" – Ông Bốn Khâu, cán bộ về hưu lên tiếng.

"Tôi hỏi là bất ngờ vì lão Huy giấu tôi, chứ nếu nó không tới chỗ lão thì nó cũng tới chỗ khác thôi, thời đại bây giờ nó vậy, bọn có chữ, có ăn có học còn ngoại tình đầy rẫy, huống chi con Ngọc, một đứa học mới xóa mù chữ, làm có tiền rủng rẻng trong tay mà thằng chồng thì gặp nhau gây gỗ, chỉ biết ăn nhậu, bám đít vợ như vậy thì làm sao mà tránh được chuyện đó. Nhưng tui chỉ buồn là lão Huy không chia sẻ với tui sớm, không phải chia sẻ để tui làm gì vì có làm chi thì cũng vậy thôi, cuộc đời mà! Có điều bạn bè, chơi với nhau cả đời người mà nỡ giấu tui!".

"Tui xin lỗi lão, thực sự là tui cũng không biết tính sao nữa lão à. Vì nếu cho tụi nó thuê trọ, mình cũng có tiền mà đỡ bị tụi nó hạch hỏi. Lão biết rồi đó, miếng đất tui xây trọ là đất ruộng của tui chứ không phải đất ở, tui xây dựng trái phép, thằng Đặng trước đây làm cán bộ địa chính, nó im lặng để cho tui làm, giờ tui im lặng lại với nó như là trả ơn vậy!".

"Ui chao ơi, sao các người ơn nghĩa kiểu chi mà rắc rối thế!" – Ông Bốn Khâu chép miệng, rên rỉ.

"Nói ra lão kêu tui hèn, mà lão chửi tui hèn cũng quen tai rồi, tui chơi thân với lão là vì lão dám chửi tui hèn, lão dám nói thật mà vẫn chơi với tui. Nghe tụi nó vậy, tui vừa buồn vừa lo. Bởi thằng Đặng mà rớt lần này thì chuyện đất đai khui ra cả đống, tui cũng dính chùm lão ơi! Mà thôi kệ, tới đâu hay tới đó, hi vọng là thằng Nam, con bà My nó cứu được chừng nào hay chừng đó! Thời buổi khó khăn rồi, giờ liều thôi mới sống được lão Lương ơi!".

Bàn rượu trở nên im lặng và không hiểu do động lực nào mà năm ông vốn uống ít, uống nhâm nhi, lai rai trở nên uống như thể cường hào ác bá, uống như thể khát nước cả trăm năm rồi. Năm người già, uống hai thùng Heineken có dư hai lon. Sau bữa nhậu, ông Lương nhập viện vì đột quị, ông Bốn Khâu cũng nhập viện vì tụt huyết áp, bàn rượu còn ba người lành lặn nhưng hình như không có thêm bữa nhậu nào từ đó.

4. Chờ đợi

"Rốt cuộc, nó là cái gì? Cho đến lúc này, lẽ nào anh không tin em để nói ra? Và nếu không tin thì em trả nó lại, em không muốn giữ nó nữa?" – Nàng hỏi mi, hình như mi không thể nhớ nổi nàng đã hỏi mi lần thứ mấy.

"Em chưa hề xem qua nó sao?" – Mi hỏi.

"Có, em có xem qua, nhưng vẫn không rõ nó là cái gì, đá ruby thì không phải rồi, ngọc thì cũng không phải. Mà giá trị của nó ra sao?".

"Nó không phải ngọc, không phải kim cương gì đâu, nó là xá lợi của một vị vua, người ta đào được từ lăng mộ của ông, ông vua này không phải vua Trần Nhân Tông đâu!".

"Nghe rối mù!".

"Đúng hơn là xá lợi của một Thái Thượng Hoàng, là cha của vua đấy, người ta đào được nó cùng với năm đồng xu Minh Mạng Phi Long. Anh chưa thể kết nối giữa năm đồng xu này với viên xá lợi kia. Bởi đồng Minh Mạng Phi Long ra đời năm 1834, đời Minh Mạng thứ 15, nhà vua cho đúc mười đồng tiền bằng bạc thịt, đường kính 4cm. Một mặt đúc nổi 4 chữ Hán "Minh Mạng Thông Bảo", ở phía chính giữa đồng tiền có một núm nhỏ giống như núm vú, được gọi là thiên minh nhật, xung quanh có mười lăm tia toả ra với khoảng cách đều nhau, phần viền ngoài của đồng tiền có một trăm bốn mươi lăm vạch nổi… Mặt còn lại đúc nổi hình một con Phi Long Ngũ Trảo, tức rồng bay, có bốn chân, mỗi chân có năm móng, tượng trưng cho sức mạnh nhà vua, đang trong tư thế vờn, ở phía dưới đúc nổi hai chữ Hán "Ngự thập" và phần viền mép ngoài cũng có một trăm bốn mươi lăm vạch nổi. Năm đồng thưởng cho gia đình họ Lê ở Hương Khê, Hà Tĩnh vì gia đình này có công mở kho gạo cứu đói cho nhân dân lúc gặp nạn, năm đồng còn lại lưu quốc khố. Không hiểu vì sao các đồng bạc lại lưu lạc dưới mộ. Và chuyện một viên xá lợi đọng lại dưới đáy váng mộ là chuyện hoàn toàn không thể. Thế nhưng đây là ngôi mộ thiên táng, một ngôi mộ được chôn một cách đặc biệt, không phải do bàn tay con người, và ai đã bỏ năm đồng bạc quí giá dưới đáy quan tài? Thằng Định vẫn không nói cho anh. Nhưng rồi có lúc nó lại nói khác, nguồn gốc thật là bất minh. Chỉ có điều, với con mắt của một người từng lùng sục khắp núi để tìm ngọc, thì viên này rất quí. Em tin anh đi, nó quí lắm!".

Mọi câu hỏi cứ quanh quẩn trong đầu mi.

Nhưng giờ biết tìm thằng Định đâu ra để mà hỏi, bởi cuộc đời tưởng như cà ngất, chả ra làm sao của nó lại có quá nhiều nỗi niềm và chuyện để nói, từ ngày nó bỏ nhà đi làm đá, dường như vợ con nó cũng không ngó ngàng hay hỏi han gì tới nó, vợ nó bồng con về phố Thu Xà, được vài hôm thì cha mẹ nói nặng nói nhẹ, lại bồng con ra nhà thằng Định, chị chồng em dâu nghe đâu đánh nhau, xâu xé vì đất đai. Mà vợ chồng thằng Định có đăng ký kết hôn nên con vợ nó đòi quyền lợi cho con gái. Thằng Định hầu như không muốn dính dự gì đến bất cứ gì từ quê nhà, gọi điện hắn không bắt máy, thư viết không đọc, hắn hoàn toàn cắt đứt mọi liên lạc. Và hắn cũng không muốn người ta biết hắn đang đi đào ngọc, hắn xin thằng Vinh một ít tiền, chị đại cho nó mấy tháng lương thêm sau khi trả đủ một năm lương cho hắn, mi cũng cho hắn một ít tiền và khuyên hắn hãy về quê làm ăn, tiện thể thăm gia đình mi, bởi cũng ngót nghét mười năm mi chưa về lại quê nhà, mi nhớ nhiều thứ, nhưng có một thứ mi cố tình không muốn nhớ tới nhất thì nó lại hiện ra rõ nhất, hình ảnh một đứa bé chạy dọc bờ sông, đuổi theo con thuyền chở cô dâu chú rể, cô dâu trên thuyền ấy là mẹ thằng bé. Những nhành gai tre đã chắn lối, thằng bé không thể chạy thêm, nó đứng nhìn theo cho đến khi bóng chiếc thuyền khuất hẳn vào bụi gai tre.

Thằng Định đi biền biệt, hắn không về nhà, cũng không quay trở lại nghề tìm đá quí, nghe đâu hắn xuôi vào Quảng Bình, làm nghề bốc mộ thuê, làm thợ xây mộ một thời gian rồi lại đi tiếp, chẳng biết hắn ở đâu mà tìm, cuộc đời hắn tưởng đơn giản mà hóa ra lại kì bí, khó hiểu.

"Liệu mình có thể bán nó đi không anh?".

"Đến giờ phút này, thú thực là anh cũng không hi vọng gì nữa. Nhưng hãy cứ giữ nó lại, em có thấy nó có gì khác lạ không?".

"Thì rõ ràng em chả hiểu nó là cái giống gì, không chìm hẳn mà cũng không nổi hẳn, nó nằm lưng chừng giữa đáy lọ và mặt nước, nhìn màu hồng của nó cũng khá là thú vị, nhưng chả hiểu! Cái em cần là sự đổi đời của xóm Việt Kiều, họ cần chứng minh thư để đưa con đến trường, tụi nhỏ ở đây mù chữ hết!".

"Các lớp tình thương giúp tụi nó nhiều mà!".

"Nhưng cơ hội để vào đời là không có, anh phải hiểu rằng bây giờ xin làm công nhân ở khu công nghiệp cũng phải có tốt nghiệp 12, mới gọi là xóa mù chữ. Mà cơ hội bằng cấp của dân Việt Kiều là không có, biết bao giờ mới ngóc đầu lên đây! Không lẽ cứ con gái thì làm đĩ rồi lấy chồng, con trai thì làm thuê, đâm thuê chém mướn rồi về bám hồ, lấy vợ!".

"Anh nghĩ không đến nỗi bi quan như vậy đâu, chính phủ sẽ chiếu cố và tìm cách..." – Cách gì thì mi cũng chưa rõ và chính phủ có quan tâm hay không mi cũng không rõ. Nhưng bây giờ còn cách nói nào khác hơn là mượn chính phủ để trấn an.

"Anh không thấy bi quan, bởi vì anh chưa trải qua, anh chưa thấy đời mình dài thườn thượt giống em. Cuộc đời nó quá dài và lê thê, anh cứ tưởng tượng một ngày làm đĩ, qua nhiều cảnh giới khác nhau, rồi nhiều ngày làm đĩ trong tháng, rồi nhiều tháng làm đĩ trong năm, rồi nhiều năm làm đĩ trong đời rày đây mai đó, khác nào cái hồn ma không có chỗ trú!".

Mi cũng chưa biết tính làm sao, nàng mang chiếc hủ nhỏ bằng thủy tinh đưa cho mi, mi mở lớp giấy bên ngoài ra xem, nó, mặc dù không hiểu nó là thứ gì, rốt cuộc nó từ đâu đến và đến như thế nào với thế giới này, trước khi thằng Định đưa nó cho mi, hắn nói rằng có một người khác đã tặng cho hắn, rồi hắn lại mang về tặng mi, mặc dù có người ngã giá với hắn ba chục triệu đồng để bán tại chỗ nhưng hắn không bán, hắn biết nếu biết làm giá, con số sẽ tăng lên gấp mười lần hoặc hơn thế nữa, kinh nghiệm lang thang ở chợ đá quý Lục Yên nhiều năm đã dạy cho hắn như vậy. Nhưng hắn lại không muốn bán, hắn muốn đưa nó cho mi để mi lại đưa cho một ai đó cần thiết.

5. Nhật ký đời tôi

Ngày… tháng… năm…

Một cuộc chiến tranh dài, bảy năm dài với ba đứa chúng tôi như bảy thế kỉ vậy. Bởi sự chuẩn bị tinh thần của chúng tôi chưa bao giờ là bảy năm, khi chúng tôi được huấn luyện ba tháng quân trường, các chính trị viên đã dạy và rèn cho chúng tôi đức tính quyết thắng, nói với chúng tôi về giây phút vui chiến thắng và những đoàn người cờ hoa đón chúng tôi. Chỉ nghe qua thôi cũng đã muốn rưng rưng, muốn bồng súng tiến công vào miền Nam, thực hiện công cuộc giải phóng chính nghĩa và hào hùng, để xứng danh con lạc cháu hồng ngay. Thế rồi chiến trường đã giữ chân chúng tôi lại, bằng cách này hay cách khác, chúng tôi phải sống, cố gắng sống, bởi chúng tôi hiểu ra rằng mạng sống là vốn liếng của chiến tranh, nếu mất đi một mạng sống có nghĩa rằng cuộc chiến đang nghiêng cán cân về bên kia một chút. Nhưng vấn đề chính không phải vậy, chúng tôi giữ mạng sống cho mình, chúng tôi không đủ anh hùng để sống theo cách của các anh Hùng như Lê Văn Tám hay Phan Đình Giót, đơn giản, chúng tôi là con người, khi bước vào cuộc chiến, chúng tôi cần tự do cuối cùng trước khi chết đi, nhưng nếu không có tự do ấy, chúng tôi quyết sống, bằng cách này hay cách khác.

*

Ngày… tháng… năm…

Phèng không bị theo dõi hay ray rứt vì bất cứ điều gì, bởi cậu ấy không phải lính đào ngũ, cậu vào chiến trường miền Nam, chiến đấu và may mắn thay vẫn sống sót, trở về theo đợt tổng rút quân. Tôi không thể hình dung được cái đợt tổng rút quân ấy nó ra sao, bởi khi tổng tiến công, chúng tôi hành quân rất đỗi hào hùng, và không có ai nghĩ rằng mình sẽ rút quân, để lại các đồng đội nằm chết đâu đó trong thành phố và họ sẽ được chôn ở các hố tập thể. Bởi chúng tôi không có thẻ bài, không có những dấu hiệu nhận biết trên thẻ bài như nhóm máu, đơn vị, chức danh… Nên việc chết đi và thất lạc là một việc khó tránh khỏi. Lửa bạn của chúng tôi đã bỏ mình trên chiến trường nhiều vô kể, cái câu họ xăm trên cánh tay như một lời nguyền: Sinh Bắc Tử Nam.

Ngày… tháng… năm…

Không phải ai cũng may mắn sống sót, nhóm chúng tôi ba đứa, ở lại chiến trường Quảng Đà với thân phận cảm tử quân, tân binh không chuyên nghiệp. Và niềm tin của tổ chức ở đây dành cho chúng tôi dựa vào điểm số xả thân, quả cảm, không sợ chết, tiêu diệt địch của chúng tôi. Hai thằng bạn thân của tôi đã bỏ mạng nơi rừng núi Phước Sơn, và tôi không có bất kì thông tin nào để tìm chúng nó. Bởi lúc đó, tôi đang chiến đấu ở Duy Xuyên, hai đứa nó được chuyển đơn vị, sang lực lượng công binh mở đường. Chiến trường khắc nghiệt, sống chết chẳng biết giờ nào, phút nào, giây nào. Thế nhưng nỗi nhớ nhà và ám ảnh về cái chết còn nặng nề hơn cả chết thật.

*

Ngày… Tháng… Năm…

Tôi luôn lo lắng khi trở về miền Bắc, tôi phải đối mặt với tòa án binh. Và khi đó, tôi có thể không phải chết, nhưng cái chết về danh dự của một kẻ đào ngũ sẽ lấy mất mọi cơ hội để sống những ngày về sau. Đôi khi tôi muốn tự bắn vào chân mình, hoặc một viên đạn vào mang tai, mọi chuyện chấm dứt, không cần suy nghĩ, và chí ít, cái chết ngắn gọn, không lê thê, người ta, tình người với nhau, có thể chôn xác của tôi ở đâu đó, và tôi cũng không mong thân xác của tôi sẽ được đưa về quê, bởi điều ấy thật vô nghĩa, tôi đã làm mẹ tôi buồn quá lâu, dòng họ của tôi cũng không còn ai.

*

Ngày… Tháng… Năm…

Cụ nội của tôi, một người theo nghĩa quân, từng theo tướng cướp Thu, ngay tại cái mảnh đất mà sau đó gần trăm năm, tôi quay lại với thân phận một chiến binh, tôi chiến đấu trong tư thế bị xích chân và chúng tôi đã đào thoát. Còn các cụ, ông nội tôi đã theo chủ tướng, tướng cướp Thu lẫy lừng một thuở, ông đã thụ án thả sông, nhưng sau đó, cũng chính ông làm tướng quân trong ngôi miếu thần mà ông nội tôi và cha tôi thờ trước nhà. Ông tôi đã đầu quân cho tướng Hường Hiệu, và khi Cần Vương miền Trung bị tan tác, ông tôi đã cùng một vị tướng quân khác trốn ra Bắc Hà, với mong mỏi đầu quân cho Hùm Thiêng Yên Thế Hoàng Hoa Thám. Thế nhưng lại lạc lên xứ Lạng, và chết ở đó bởi các sát thủ người Tàu đã bán đứng Tướng Quân cho Pháp.

*

Ngày… tháng… Năm…

Tôi chưa bao giờ chứng kiến đất nước phải đi qua một cuộc khủng hoảng như thế này, những năm chiến tranh, khủng hoảng lương thực, nhưng người ta có thể chia nhau những củ khoai còn sót lại để sống, và chưa bao giờ có một cuộc nhốt tù tập thể, mà nhà tù ở đây chính là thứ tư duy man rợ, ngu xuẩn, nó đã làm chết hàng chục ngàn người và đẩy hàng triệu số phận đế chỗ bế tắc, tương lai mờ mịt.

*

Ngày… tháng… Năm…

Có thể nói ngắn gọn rằng Dốt Nát cộng Độc Đoán sẽ thành Giết Người. Cái chết của hàng chục ngàn người Sài Gòn trong những ngày vừa qua khiến tôi xây xẩm mặt mày, bởi tôi từng chứng kiến cái chết không dưới mươi lần, đời lính đánh trận, có đôi khi bạn bè, anh em, đồng đội chết trên tay, cũng có khi trên đường hành quân, gặp một cô gái đang khát nước, đang đói, cô ấy xin, tôi dừng lại cho nước, cô ấy vừa tợp xong ngụm nước thì súng nổ, tôi không chết, tôi chứng kiến cô ấy chết, nước chạy tràn hai bên khóe miệng và tôi lấy lại chiếc bi đông, tiếp tục lên đường. Nhưng cũng chưa bao giờ có cái chết của hàng chục ngàn con người, chết chồng chất, chết thê thảm, chết vì bị nhốt trong nhà quá lâu, chết vì tức tưởi, bị ép đeo mặt nạ oxy, chỉ xin được cởi mặt nạ để dễ thở nhưng vẫn bị ép đeo, quá trình đeo mặt nạ khiến cho sự thở ngày càng tệ hơn, đến khi không còn thở được, cần thở oxy thì bình đã cạn, khan hiếm oxy. Chết vì hàng chục người bị nhốt trong nhà tù gia đình của chính mình vài chục mét vuông, thậm chí vài mét vuông thiếu dưỡng khí, chết vì thiếu lương thực, chết vì thiếu ăn, thiếu thuốc và tuyệt vọng nơi trại cách ly, nơi bệnh viện. Có đến hàng chục ngàn cái *chết oan uổng. Chết vì kẻ dốt nát đã toàn quyền, chuyên chế và độc đoán. Chưa bao giờ tôi phải kinh hoàng và sợ như vậy. Nó làm tôi nhớ đến người y tá đã chạy loạn trong lúc sắp giải phóng Đà Nẵng, cô ấy từng là y sĩ trên chiếc tàu cứu thương của Mỹ ngoài khơi Đà Nẵng, tôi bị đạn bắn xuyên bắp về, xuyên qua xương đùi, tôi không thể chạy thoát, và bị bắt, thực sự lúc ấy tôi đã đưa tay đầu hàng để giữ mạng sống. Họ đã đưa tôi lên cáng cứu thương và cho tôi lên trực thăng, bay thẳng ra tàu, ở đó, họ không xích tôi lại bởi lực lượng bảo vệ tàu dày đặc, và mỗi y tá cũng là một quân nhân, nên họ chỉ cần theo dõi sức khỏe cho tôi, họ treo chân tôi lên, khoan và bắt những con ốc, cho đến khi tôi lành lặn.*

*

Ngày… Tháng… Năm…

Cũng chính tôi đã gặp cô ấy trên đường Đà Nẵng, những ngày sau 29 tháng 3 năm 1975, cô nhìn tôi và sợ hãi. Tôi chỉ muốn cúi đầu cảm ơn cô, nhưng cô lẩn tránh tôi, cô chạy ra khỏi nhà ga, tôi đuổi theo gọi cô, nhưng cô càng chạy nhanh hơn, và cô dính đạn của những đứa trẻ chơi trò bắn súng, chúng đã nhặt những khẩu súng của một tốp lính nào đó bỏ lại bên đường, chúng bóp cò. Tôi cầu nguyện cho cô và mong cô đừng bao giờ hiểu lầm đó là đạn của tôi đã giết cô, nếu cô nghĩ vậy thì cái chết của cô thật là buồn và tủi hận.

*

Ngày… Tháng… Năm…

Nhưng hình ảnh cái chết của cô y tá không ám ảnh tôi bằng cái chết của một người lính phía bên kia, anh đã bỏ vũ khí trước đó, anh mặc đồ thường dân và chạy trốn bằng cách đi như một thường dân. Có lẽ cuộc chạy trốn của anh cũng đã khá dài, hình như từ Đà Nẵng anh chạy bộ vào Tam Kỳ. Ở một gốc đa, ở một ngã ba, ở huyện Thăng Bình, tôi nhớ là vậy, anh ngồi nghỉ mệt, tôi cũng ngồi nghỉ mệt, anh lấy dao ra khui một lon sữa để uống, tôi lấy bình nước ra ngồi uống. Cái nhìn của anh có vẻ sợ hãi tôi nhưng trong mắt của anh lại đầy thiện chí, anh mở túi, lấy thêm lon sữa, anh mời tôi sữa, tôi mời anh nước. Cùng tuyến đường, tôi và anh vừa đi bộ vừa uống sữa, cái không khí mới giải phóng thành phố Đà Nẵng, Tam Kỳ rục rịch, người ta chạy nháo nhào, súng ống, áo quần lính nằm lăn lóc bên vệ đường, những đứa trẻ mười bốn, mười lăm tha hồ nhặt chơi. Chúng chĩa súng lên trời rồi bóp cò, có khi chúng chĩa lung tung. Anh lính này bị trúng đạn giữa ngực, không phải vì súng Cộng sản, vì súng của quân lực Việt Nam Cộng Hòa, bởi một đứa trẻ nghịch ngợm nào đó bóp cò, anh chết khi sữa còn chảy hai bên khóe miệng. Anh nhìn tôi như cười, có hai giọt nước mắt lăn ra khóe trước khi tôi vuốt mắt cho anh. Tôi lục túi áo và phát hiện thẻ căn cước, tôi cho thẻ vào túi áo anh lại rồi đi tiếp. Tôi chưa bao giờ thấy cô đơn, trống rỗng như cái lúc đất nước giải phóng. Nhưng dù sao, cũng dễ chịu hơn lúc này!

*

Ngày… Tháng… Năm…

Bởi với tâm trạng của một quân nhân từng đào ngũ, rồi từng vào trại chiêu hồi sau khi được chữa lành vết thương, rồi trốn khỏi trại chiêu hồi để vào lại chiến trường, chẳng có ai tin tưởng mình ở nơi này mà về lại quê nhà cũng chẳng có ai tin tưởng. Tôi thật sự hoang mang. Nhưng tôi muốn sống. Cũng như bây giờ, giữa lúc này, tôi đã là một người cao niên, tôi thực sự muốn sống. Bởi đời sống tuy tẻ nhạt và buồn thảm, nhưng nó đáng yêu làm sao!

*

Ngày… Tháng… Năm…

Tôi trở về quê hương trên một chuyến tàu mà lẽ ra nó phải chuyển bánh trước đó. Nghĩa là cuối năm 1975 tôi mới về quê. Lúc đó con gái tôi đang sống với mẹ tôi, Long đã mất tích sau một chuyến gánh rau cải bắp ra chợ Đồng Đăng để bán. Con gái tôi lúc này cũng đã lớn, nó đã gần mười hai tuổi tròn nhưng chưa biết chữ, tôi bắt tay vào dạy cháu học và tôi giấu đi thân phận một người lính, tôi chỉ nói rằng cha lâu nay đi dạy học xa, cha được nghỉ hưu non vì sức khỏe không được tốt. Và hai yến gạo hỗ trợ cho quân nhân trở về, tôi đã nói với con gái tôi đó là lương hưu. Nỗi nhục nhã của một người lính không thân phận, có thể bị mang ra tòa án binh bất kì lúc nào nếu có đồng đội nào đó tố cáo đã được tôi biến thành nỗi thất vọng của một thầy giáo bị đối đãi tệ hại trước con tôi. Và tôi đã dành tất cả thời gian còn lại của mình cho con gái mình, tôi đã dạy cháu mọi thứ trong vòng ba năm hơn. Tôi dạy với tâm thế có thể bị bắt đưa ra tòa án binh bất kì giờ nào và có thể chết bất kì giờ nào. Con gái tôi thông minh ngoài sức tưởng tượng của tôi, đến năm thứ ba thì tôi không còn gì để dạy nó, kể cả toán tích phân. Đây là chuyện quá đặc biệt, nó khiến tôi tự hỏi đây là may mắn hay là tai họa. Bởi một lần nữa, những đứa trẻ như nó có thể thuộc về nhà nước, và họ lại đưa sang một quốc gia nào đó để đào tạo, và tôi có thể mất con, tôi đã nhìn thấy điều này, tôi không hề muốn nó xảy ra. Bởi tôi đã mất quá nhiều!

*

Ngày… Tháng… Năm…

Vợ tôi, một người vợ lớn hơn tôi năm tuổi và chúng tôi chưa hề có đám cưới, chúng tôi đã có một đêm nơi dinh thự bỏ hoang, ở xứ Bắc Hà, và kết quả là đứa con gái thông minh và tội nghiệp này. Tôi không dám xác tín, bởi con gái tôi đã đủ lớn, nhưng mẹ tôi nói rằng điều vợ tôi dặn dò trong thư là đúng. Thực sự, có nỗi buồn nào với một người làm cha khi biết con gái mình có đặc điểm khác người như vậy chứ. Bởi theo thầy tướng số, những người có bớt đen như con gái tôi, sẽ sống trong cô đơn, bởi họ là người phụ nữ sát phu. Tôi cố gắng không tin vào điều này. Nhưng rõ ràng, ngay từ nhỏ, con bé đã có những tính cách khác người, nó quá thông minh nhưng nó cũng quá cá tính và luôn thích sống cô đơn.

*

Ngày… Tháng… Năm…

Điều này, tôi không nghĩ do chiến tranh gây ra. Nhưng hình như, từ trong sâu thẳm tôi, từ vô lượng kiếp của dân tộc Việt buồn này, nó như một biểu tượng của tính thể mẹ đã bị đốt cháy do khói lửa chiến tranh và thân phận nhỏ nhoi, nấp bóng âm hộ của một dân tộc. Tôi mong rằng mọi suy nghĩ của tôi chỉ là thứ suy nghĩ điên rồ…

6. Chị đại vùng Tây Bắc

Một cuộc nổi loạn của những người dân khu vực chung quanh mỏ vàng Bồng Miêu ở Quảng Nam khiến cho mọi mỏ khoáng sản đều thít chặt an ninh, các gia đình khai thác theo kiểu tự phát bị chặn đứng. Riêng tại mỏ vàng Bồng Miêu, Quảng Nam, người dân tiếp tục chiến đấu căng thẳng với lực lượng bảo vệ công ty Bồng Miêu, chính quyền phải đưa công an vào can thiệp. Và các mỏ khoáng sản cũng rục rịch theo chiều hướng tăng cường an ninh.

Chị đại cho đàn em dừng tìm đá trong nửa năm, anh em có thể tản mát đâu đó, khi mọi chuyện êm xuôi hẳn quay về khai thác. Đương nhiên khi anh em về quê hay tản mát, chị đại cho luôn sáu tháng lương đó và hứa với đàn em nếu quay trở lại mà chưa có việc thì chị nuôi ăn ở, trả một nửa lương. Nói cho cùng thì chị đại rất nghiêm khắc, rất rõ ràng rành mạch về các khoản lợi tức, chia chác nhưng được cái, chị rất thương đàn em, thương thật tình, không tính toán. Có lẽ nhờ vậy mà đàn em không thấy đứa nào phản chị, thậm chí chúng xem chị như người mẹ của chúng nữa là đằng khác. Trước khi chia tay, chị đại làm một bữa tiệc nho nhỏ, chủ yếu là ăn ngon chứ không uống nhiều, đứa nào muốn uống thì tự mua thêm rượu bia, đó là luật chơi của chị đại bấy lâu nay.

"Tao nói với tụi mày, không có thằng nào ngu như thằng tham" – Chị đại nói oang oang sau khi uống vài ly rượu.

"Tham mà sao còn gọi là ngu, nó phải khôn mới tham được chứ chị" – Vinh hỏi chị đại.

"Nhầm rồi nha cưng, thằng tham nó ngu lắm, mày để ý đi, mấy cái thằng rước bọn nước ngoài về khai thác khoáng sản của quốc gia, mà tao theo dõi rồi, cái thằng công ty này nó không nợ thuế, nó không bỏ chạy mới là chuyện lạ. Tới lúc đó, vàng của nước mình thì nó đã mang ra nước ngoài, mình còn phải đưa quân đội, công an bảo vệ cho nó mang đi, còn tiền thuế thì nó xù. Chỉ có thằng ngu mới lựa chọn như vậy. Nó tưởng nó khôn lanh, ăn vài chục triệu đô la của bọn nước ngoài rồi chia chác, vênh mặt, hô hào với nhau. Tao nói là tới khi lịch sử hỏi tội kia mới chết. Mà lịch sử là ai, không ai xa lạ, đéo cần hiểu sâu xa, lịch sử, người phán xét chính là con em chúng nó, đến lúc thế hệ sau lên nhận cái nợ, cái đống thối do chúng nó để lại, thì bằng cách này hay cách khác, chúng cũng bị mang ra tùng xẻo. Rõ ràng, chúng nó ngu bỏ mẹ! Tiền mất tật mang, tao nói làm ăn theo kiểu bọn ngu này, thà để dân tự khai thác, vừa giữ được vàng trong dân, lại vừa khỏi phải lấy ngân sách ra mà bù vào thuế. Toàn một lũ ăn hại!".

"Ui chị Diễm ơi là chị Diễm, ai cũng nghĩ như chị thì dân họ bớt khổ. Chị mà lên làm lãnh đạo thì dân sẽ bớt khổ!".

"Mày lại nhầm rồi Vinh, mày nhầm nặng nữa là khác!".

"Em nhầm cái gì hả chị?".

"Ê, gần đây tao thấy mày nói hơi lơ lớ giọng Bắc nghe khó chịu quá, mày nói giọng Quảng đi, tao ưa giọng Quảng lắm đó! À mà này, tao đố mày tại sao người tử tế lên làm lãnh đạo thì dân khổ, đố mày đó, mày là thằng thông minh lắm kia mà!".

"Em chịu!".

"Vì chuyện đó không bao giờ xảy ra, nên mày khỏi có phải suy nghĩ làm gì cho mệt, hại não lắm!".

*

Sau bữa tiệc, mi chia tay với chị đại Diễm, Vinh, Định và anh em, mỗi đứa mỗi ngả, hình như có đứa không về quê, tiếp tục phiêu bạt đâu đó trên vùng Đông Bắc. Cái máu đi lại, giang hồ đã ngấm vào từng thớ thịt của những kẻ đi nhặt đá trời, đi đào vàng hay đi làm thuê ở các bến xe, nó như một thứ định mệnh vừa đầy bi kịch lại vừa hạnh phúc, hoang lạc. Bi kịch bởi cuộc đời đứa nào cũng chứa bên trong hay đằng sau nó những thảm kịch quá khứ, đụng đến là chạm vào cả một trời đau côi cút, nhưng hạnh phúc bởi may sao chúng đã bứt ra, đứng ngoài lề xã hội, chúng sống thật với bản năng của mình, không cần phải suy nghĩ gì cho nhiều về những thứ quan hệ nhằng nhịt và bỉ ổi của cái xã hội chúng đang chịu đè nén.

Mi xuôi về miệt Tây Nam Bộ, rồi ngược lên Tây Ninh, mi muốn đi trọn vẹn hai đầu đất nước, nếu như miền Bắc với những đêm lạnh cắt da cắt thịt, với trập trùng đồi núi, rừng cọ và những dãy núi đá vôi mê hoặc mi, những cung đường tưởng chừng như lao thẳng vào trời cao rồi chạy thẳng xuống địa ngục của con đèo dài Hoàng Liên Sơn hay đèo Mã Pí Lèng, những cô gái Mèo hoang dã và rất khôn tình, những người đàn bà im lặng, bí hiểm, chịu thương chịu khó như chị đại, có lẽ đã quá đủ khi nói về miền Bắc đối với mi. Dẫu mi và chị đại đều biết rằng nơi đây là cái nôi của những mưu toan chính trị, của những kẻ chỉ thích ngồi trên đầu thiên hạ, nhưng đâu phải ai cũng vậy, và cái tính trưởng thượng ấy, nếu giữ được trong mỗi người dân, giữ được cái phần không bao giờ muốn mình bị đẩy xuống hàng hạ đẳng và luôn tin rằng mình phải là một bậc hào kiệt hay một bậc nào đó để giữ thiên lương cho thiên hạ cũng tốt lắm chứ có sao! Giữa lúc đất nước như một nồi lẩu thập cẩm, cái thiện cái ác, cái xấu cái tốt, cái giả dối cái chân thật, cái tàn nhẫn cái thiện lương, hàng ngàn cái đối cực trộn lẫn, lộn tùng phèo, con người chới với, lăn lộn, mất phương hướng vì không biết lúc nào bản thân mình là thật, không biết lúc nào bản thân mình là giả, mất phương hướng trước cái xã hội mà đằng sau cái bắt tay, nụ cười, đằng sau câu tụng niệm nam mô ngầm chứa cả một bồ dao găm... Thì cái việc chọn mình đứng bên lề xã hội, với nỗi kiêu mạn về mình lại có cái hay của nó.

Cái thời mà trí thức, tiếng nói của họ bị lấp mất sau những tấm màn truyền thông, họ không nói được gì ngoài việc im lặng cùng chút lương tri đang le lói cháy của mình. Và những trí thức có thể lên tiếng được, thì họ lên tiếng theo cách của một kẻ vụ lợi, họ đứng sau một thế lực hay phe nhóm nào đó để tiếng nói của họ đảm bảo không bị soi mói và không bị bóp cổ. Cái thang biểu kiến tri đức này nhanh chóng trở thành liều thuốc gây họa cho nhân dân, xã hội. Và bằng chứng nhìn thấy rất rõ là xã hội mi đang sống lúc nào cũng hừng hực như muốn nổ tung, mi chẳng biết mình sẽ làm gì để trở lại với nó. Bởi con người có gia đình, họ hàng và làng xóm, quê hương để về. Thế nhưng với mi, bà ngoại đã qua đời, những người anh em của mi mong gặp mi nhưng không phải để thỏa mong nhớ, để ngồi nhớ lại những tháng ngày tốt đẹp năm xưa, mà họ muốn gặp mi để xin mi một chữ ký, đi đến quyết định cuối cùng, kết quả cuối cùng cho họ về phần thừa kế. Mi thấy đau lòng và mọi thứ trở nên trống rỗng, hình ảnh quê hương dán chặt trong trí não mi từng con đường, từng buổi chiều, từng mảng màu hoàng hôn bong tróc trên bức tường gạch cũ và từng chạng vạng bà lúi húi bên bếp lửa rơm, dáng điệu cần mẫn và cam chịu, đôi vai bà gầy như thể đã gánh cả một thế kỉ nặng oằn trên đó. Hình ảnh thằng bé chạy theo chuyến đò đón dâu nó cứ ám ảnh lấy mi, mi không tài nào dứt ra được.

Mi nhớ những hạt đậu ngự mới hái, bà thả chúng vào nồi cơm, trước khi thả, bà giảm lửa, thổi mớ tro trên nắp vung và mở vung, cho vào rồi đậy lại ngay, bởi khói rơm, tro rơm nhẹ, chụm không khéo chúng bay khắp nhà và lẫn vào trong cơm. Tro rơm rơi xuống đọng đen thành nồi, nơi tiếp giáp giữa nắp vung và nồi, khi sơ cơm, bà phải thổi phù phù để lớp tro này bay đi sạch mới dám mở nắp vung. Và người nấu cơm phải lắng nghe tiếng sôi của nồi cơm, khi cơm sắp sôi, lại phải thổi sạch tro để khi nắp cơi lên khỏi bị tro lẫn vào cơm. Việc nấu cơm bằng lửa rơm là một nghệ thuật, hay một quá trình, hay một cách thiền, mà cũng có thể là một cách chiêm nghiệm đời sống, cách tư lự, người ta không thể vội vã với nó, người ta phải chú tâm vào công việc của mình, từng giây trôi qua, lắng nghe công việc đang đi đến đâu, chỗ nào, hạt gạo nở ra sao và hạt gạo đang om nhiệt như thế nào. Đến khi cơm sôi rồi thì sơ cơm để các hạt gạo khỏi vón cục, đến lúc cơm cạn, tức cơm đã ngấm đủ nước, đã nở đều trong nồi, người ta lại sơ cơm lần nữa, đậy vung và cho lửa riu riu, thật nhỏ, thử tưởng tượng lửa rơm cho riu thật nhỏ, nó khó đến độ nào, bởi chỉ cần châm lửa vào thì rơm cháy ngùn ngụt. Lúc này người ta cho rơm cháy to và dùng chiếc đũa bếp chần giữa búi rơm, đè nhẹ nó xuống mặt bếp, lửa cháy nhỏ lại, người ta rê búi rơm di chuyển quanh đáy nồi cơm. Mọi chuyện nghe có vẻ phức tạp nhưng lại đơn giản và thú vị khi tập trung, chú tâm và sống với nó, thấy được niềm vui, nỗi hoang lạc từ nó.

Những ký ức nằm ngủ quên hoặc bị đánh mất, bị đè nén khiến con người trở nên xơ cứng và hoang mang, nhưng không phải ai cũng muốn đánh thức nó, thậm chí người ta mong sao nó chết hẳn đi, đừng thức dậy, bởi trong một xứ sở mà quá khứ của mỗi người đều mang nhiều thương tật, dù muốn hay không muốn, nó vẫn cứ đến thì chẳng còn cách nào khác, lạy trời cho nó ngủ quên.

7. Niềm tin

"**A**nh từ đâu đến, tại sao anh tin em?" – Nàng hỏi mi.

"Có những thứ không thể lý giải được, cũng giống như cái người đưa chiếc hủ thủy tinh này cho anh, đến giờ anh vẫn tiếc vì chưa hỏi họ tại sao họ tin anh. Nhưng việc ấy có ý nghĩa gì đâu!".

"Thực sự cho đến giờ phút này, em chẳng còn hi vọng gì, bởi một thế hệ nữa sắp ra đường, những đứa trẻ, những đứa bé gái tinh khôi này, chúng sẽ…".

"Hãy tin rằng chính phủ sẽ cứu họ và em!" – Mi nói, giọng cố giữ khẳng khái và không dám nhìn nàng.

"Thì lúc nào anh chẳng nói với em như vậy! Chính phủ… chính phủ…!".

Mi im lặng, mi nắm lấy tay nàng, một bàn tay ngón thon, gầy, có nhiều sợi gân xanh trên mu bàn tay, nó khác hẳn với hơn một năm trước đây mi gặp nàng, bàn tay vẫn còn đầy dặn, ấm áp. Sao hôm nay tay nàng lại lạnh quá, có cảm giác các ngón tay đã khô hơn trước và các lóng xương có phần nhô ra, đội lên phần da. Lúc này mi nhìn kĩ vào gương mặt nàng, làn da xanh xao, nhợt nhạt và mỗi khi nàng thở, cánh mũi phập phồng, buồn bã. Ngực nàng hình như cũng lép lại, mọi thứ giống như sáp ong đang chảy và tan dần vì cái nóng và bất ngờ gặp tiết lạnh, nó đứng im trong bộ dạng tan chảy nửa chừng của nó.

"Kể từ hôm nay, anh và em không làm chuyện ấy nữa!" – Nàng nói, giọng mệt mỏi.

"Ơ… Em đang có chuyện gì buồn bực?"

"Bực thì chắc chắn không có rồi, bởi em đã quên cái bực chắc cũng hơn chục năm rồi, sống là cam chịu! Nhưng buồn thì hình như có đó, em vẫn còn biết buồn!".

"Em có thể chia sẻ với anh được, sao em không chia sẻ?".

"Để làm chi, anh chắc gì đã vui, sao em bắt anh phải gánh thêm một gánh nặng của người khác?".

"Không phải, em đừng nghĩ vậy, anh nghĩ rằng khi chia sẻ buồn vui với người khác, cả hai sẽ nhẹ bớt, bởi trong nỗi buồn của người này có cái bóng nỗi buồn của người kia... Khi người ta chia sẻ với nhau, nghĩa là mang cái cây buồn lo của mình ra mà phơi nó dưới nắng, cho nó khô queo lại, mình đỡ phải lo nó mọc nhánh, mọc rễ".

"Anh còn khôi hài được là tốt rồi, em chỉ tiếc là em không còn khả năng này. Và mọi thứ đã quá muộn. Năm ngoái em cố ý để giữ lại mọi thứ của anh với hi vọng có con với anh, em luôn mơ ước một đứa trẻ thông minh, lãng tử mà có cái nhìn thấu đáo, không bộp chộp, hời hợt. Nhưng rồi thôi, vì có giữ cũng vô nghĩa. Em nói anh đừng cười em, mỗi khi xong, em tin là mình sẽ mang thai, vì lúc đó em mấy lần rùng mình, tê điếng cả người, giờ nói còn thấy nhoi nhói, em còn kê thêm cái gối dưới mông, cho chúng chảy ngược vào. Thế mà cũng chẳng ăn thua gì".

"Hay là anh bị vô sinh không ta? Có khi anh vô sinh, vì ngày xưa...".

"Ngày xưa như thế nào?".

"À không! Nhưng, mình không thể làm chuyện ấy được nữa rồi!".

Lúc này mi nhớ tới chị đại Diễm của mi, mi có thể gọi đó là tình yêu, một tình yêu cay đắng, hoang lạc và bất chấp, một thứ tình yêu kì cục và vô nghĩa nhất trần đời nhưng thực sự, mi lại thấy thích sự vô nghĩa ấy. Nó có ý nghĩa với mi lớn lao biết nhường nào.

8. Hỗn chiến so tài

Chuyện thằng Vinh từng nói với mi, cho dù hắn có cố tình ngăn cản và không muốn xảy ra thì nó vẫn cứ xảy ra, Hùng Bò đã rắp tâm thì khó bề mà thoát, bởi trong đám đàn em của chị đại, hắn là thằng đầu gấu điên nhất, nói về độ điên, khó có ai qua mặt hắn. Hắn không phải là đứa mạnh nhất, không phải là đứa ghê gớm nhất, nhưng hắn liều, máu lạnh và điên nhất, hắn không chấp nhận ai hơn hắn nếu như chưa có sự đồng ý hay chấp nhận thua của hắn.

Lúc mới ra, Vinh cũng từng chạm mặt với Hùng Bò, và sau cú chạm mặt nảy lửa, Hùng chấp nhận dưới cơ Vinh. Bởi Vinh vốn dĩ là con nhà nòi, biết sống và cũng thông minh, sự ăn học của hắn đứt gánh giữa đường vì cái lý lịch, thay vì theo đuổi vô vọng, hắn chủ động nghỉ học trước khi người ta sờ mó đến cái lý lịch của mình cũng đủ biết hắn khôn lanh cỡ nào. Nhưng hắn là thằng biết sống, chân thành với bạn bè và biết chơi trình diễn. Tức không bao giờ xuống tay đến mức người ta không còn đường lui, mà giữ cương, ghìm cương để con ngựa không bị lồng lên vì tức giận nhưng cũng không để người khác phạng gậy vào chân, biết đá vỗ mặt người ta, sau đó kéo tay người ta đứng dậy, đó là cách chơi của Vinh. Cũng vì cách chơi này mà Vinh bị Hùng Bò chiếu tướng, hắn muốn tẩn cho Vinh một trận, bởi hắn ghét cay ghét đắng bọn trai Quảng Nam, ở đâu nói giọng trọ trẹ, tự dưng thò đầu tới, quen ngay với chị đại, được chị đại cất nhắc lên thành trưởng nhóm, trong khi Hùng theo chị đại cả mấy năm trời cũng chỉ lẹt đẹt là một người truyền lệnh, người thân cận để chị sai vặt chứ chưa bao giờ chính thức cho hắn cái chức trưởng nhóm kia, hắn cay cú lắm, và hắn quyết gặp Vinh. Trận đấu diễn ra trong chốc lát, Hùng Bò dặn đàn em không được nhảy vào đánh tập thể, vì đây là cuộc so tài giữa các anh hùng, nghe câu này, Vinh thấy thiện cảm với Hùng. Nhưng cách chơi của Hùng là tuyên bố đấu, vừa tuyên bố xong thì bay vào đánh ngay, mà cú đòn đầu tiên của hắn luôn là cú Thần Công Xạ Tiễn, một cú đấm thẳng với gối, chỗ khép rất kín, thân thủ nâng cao khỏi mặt đất và dồn lực bay thẳng vào đối phương, tung ra quả đấm. Với đòn này, đứa nào biết võ chưa chín sẽ dính ngay một quả Thôi Sơn trời giáng và có khi đứng hình luôn, đưa tay đầu hàng.

Nhưng với Vinh thì khác, ngay khi tuyên bố anh đã chuẩn bị trườn người lệch sang trái và cú thần công xạ tiễn của Hùng Bò vừa tới cũng là lúc Vinh đã hoàn toàn lệch người, tung cú liễu liệp cước bằng má chân phải vào mặt Hùng. Dính cú đá trong lúc thân thủ bo kín và tin rằng đối phương sẽ lúng túng nếu đủ căn cơ để né khiến Hùng Bò khựng lại. Vinh tiếp tục xoay người nện một cú Đảo Sơn Cước vào ngang phần vai và cổ của Hùng Bò, hắn loạng choạng. Nhưng đúng là Hùng Bò, sức hắn như trâu bò, hắn nhào thẳng tới ôm ghì lấy hông Vinh, ủi thẳng người đẩy ngược Vinh về phía sau, nếu Vinh di chuyển và trụ không khéo thì sẽ bị té ngửa, hắn đè lên Vinh, sức nặng cả hai rơi xuống mặt đất sẽ khiến Vinh chấn thương và yếu lực ngay. Vinh ghìm tấn, xoay người, lật một bước vòng số tám kết hợp mở khóa tay khiến cho mọi lực Hùng dồn vào Vinh bây giờ đang tự kéo hắn chúi nhủi. Vinh đứng đợi hắn đứng dậy và thủ thế. Hắn đứng dậy, lấy tay vuốt mặt cho tỉnh người và chỉ vào Vinh "Thằng Quảng Lam, mày thắng rồi đấy! Tao chịu thua!". Vinh thở phào. Nhưng cũng lo bọn đàn em hắn đang lườm lườm nhìn, chúng có thể xông vào bất kì giờ nào khi Hùng Bò ra lệnh, bọn này chơi rất nghĩa khí với nhau, đàn anh có thất bại ngay trước mặt nhưng khi nghe đàn anh ra lệnh vẫn tuân răm rắp, xông vào sống mái, đó cũng là cái nghĩa của giang hồ xứ Bắc.

"Tụi bay, kể từ hôm lay, Vinh nà đàn anh của tụi bay, cũng nà đàn anh của tao. Mọi thứ phải nghe huynh ấy!" – Đám đàn em im lặng gật đầu đáp lời Hùng Bò, có đứa dạ khẽ.

Nhưng đó là chuyện Hùng Bò với Vinh, còn Hùng Bò với mi, hắn chưa bao giờ chấp nhận mi, bởi Vinh cao to, mi nhỏ con hơn Vinh và Hùng Bò, có cảm giác như hắn chỉ cần nắm lấy gấu áo, nhấc mi lên cao rồi ném ra xa là đủ. Và mi luôn nghĩ đến chuyện này, tức là chuyện mi đang loay hoay làm việc, hắn nắm lấy cổ áo, xách hỏng mi lên theo kiểu hắn thộp lấy gáy cổ con chó becgie và nâng lên, con chó đau đớn kêu oăng oẳng mà không tài nào cắn lại được vì cổ đã bị khóa cứng, bốn chân đã bị hỏng. Con chó nặng cả năm chục ký mà hắn nhấc như vậy, đủ biết hắn mạnh cỡ nào. Mỗi khi hí hoáy tìm đá, mi luôn đề phòng bàn tay gấu ai đó từ phía sau nắm lấy gáy áo của mi. Nhất là trong thời tiết lạnh, mi phải mặc áo gió, gáy áo gió là thứ có thể thay thế cho sợi dây nịt treo nặng cả trăm ký, bởi nó rất bền, rất cứng. Mà hầu hết mùa lạnh thì người ta đi làm tản mát, mỗi người mỗi góc, ít trò chuyện hơn mùa thu mát mẻ. Nên trong bối cảnh vắng vẻ đó, Hùng Bò dễ dàng ra tay.

Rồi chuyện gì đến cũng sẽ đến, mi đang loay hoay tìm một vết chân vôi, dẫn vào một mầm đá mà mi chắc mẩm nó sẽ là mầm ngọc, bõ công tìm bấy lâu nay, mi đưa chiếc đục sắt vào gà mấy cái, mảnh vỏ đá vôi bên ngoài bong ra, lòi một mảng màu xanh lục, trong, mi chưa kịp reo lên thì cổ mi rụt lại vì một bàn tay nào đó thộp lên, khi mi thụt cổ, nhướn người về trước thì bàn tay này nắm lấu gấu sau cổ áo mi và nhấc bổng mi lên. Mi kịp trấn tỉnh, nhận biết chuyện gì đang xảy ra, nó đã đến. Mi không cố vùng vẫy thoát ra theo cách của người bình thường, mi xoay người, bắt chân xuôi theo cánh tay đang móc mi lên và móc ngược chân vào cổ hắn, ghì chân, dùng chân còn lại để khóa trái lực với chân kia, cú khóa khiến đối phương nghẹt thở, mi chờ đối phương dùng tay còn lại để gỡ ra thì mi chuyển hướng khóa ngược và chuẩn bị rơi, vì trong tư thế này, kẻ nắm mi xách lên phải cố gắng gỡ mi ra khỏi hắn càng nhanh càng tốt, hắn sẽ vung và ném mi xuống đất. Mi vừa chạm đất liền lăn mấy vòng về phía đất bằng và đứng dậy, lấy đà tung ngay cú thăng thiên cước ngược trở lại cái vị trí vừa rời bỏ. Bị dính thăng thiên cước giữa ngực, Hùng Bò lùi lại hai bước nhưng chẳng hề hấn gì, bởi hắn là Hùng Bò, hắn tiếp tục bước tới tấn công, đương nhiên kẻ mạnh thường dùng gối, chõ và đấm, cái thế mạnh của người có sức là đòn nào của hắn xuất ra cũng đầy khí lực, có thể đoạt mạng người khác trong một cú nhưng bù vào đó là không có nhiều tốc độ và thân thủ của hắn lại chậm so với người nhỏ hơn, tiếp diện đòn của hắn cũng rất lớn. Chính vì người ta sợ tiếp diện đòn lớn nên hầu hết lính đặc công, vệ sĩ thứ dữ đều là những người không to lớn nhưng nhanh, mạnh và quyết liệt. Nói tới kĩ thuật nhập nội của đặc công và vệ sĩ thì miễn bàn, có thể nói là xuất quỉ nhập thần. Vì mi mê những kĩ thuật này, không hiểu để làm gì, nhưng rõ ràng một người nhỏ con như mi, chỉ có cách nhập nội, bám lấy lưng nịt của đối phương mà đánh thì mới hi vọng thoát chết. Với những người không cao lớn, việc đánh người khác không phải là để thắng thua, cũng chẳng phải là tự vệ mà là để giữ cái mạng của mình. Nghĩa là đánh cho người ta khỏi đánh mình nữa, còn tự vệ thì xa hơn một bước, người ta có thể đánh trước khi đối phương ra đòn và có thể đoạt mạng đối phương, và có thể đối phương nhỏ con hơn người tự vệ nhưng anh, chị ta phải đánh chặn trước.

Mi cố gắng giữ bình tĩnh, không nao núng, bởi lần đầu tiên mi chạm phải một thứ sức mạnh kinh khủng, sức chịu đòn trâu bò như vậy. Cỡ Vinh, nó giỏi võ vậy chứ dính một cú thăng thiên cước của mi đúng cự ly thì nằm dài như cây chuối, vậy mà Hùng Bò không nhào, còn xông tới tiếp để kẹp cổ mi, đương nhiên, đây là đòn của kẻ mạnh, to con, mi không bước lệch tấn, đổi hướng theo kiểu Vinh mà mi nhập nội, đánh thốc vào eo lưng, sau đó chuyển tấn đánh tiếp vào trung lộ, tức chấn thủy của hắn và lại đổi hướng đánh vào gáy hắn. Mi liên tục ra đòn trong khi Hùng Bò càng lúc càng lúng túng. Thú thực thì mi cũng lúng túng không kém khi đến cú chạm thứ ba của đòn chõ vào gáy mà hắn chưa đổ, hắn vẫn có thể hất ngược người theo quán tính làm mi bổ ngửa về sau, mi nương theo đà, chống tay lộn hẳn người và đứng dậy. Lúc này Hùng Bò thở phì phò, thủ thế và nói: "Mày thắng, địt mẹ mấy thằng Quảng Lam chúng mày thằng lào cũng nì như con trâu!". Thực ra thì mi có lì lợm gì đâu, chẳng qua mi chậm hơn hắn một tiếng thôi, nếu hắn tiếp tục thì mi cũng đưa tay đầu hàng và bỏ chạy. Bởi tới nước này mà vẫn còn tiếp tục đánh nhau thì không còn gọi là thử gà, so tài gì nữa mà là giết nhau, mi thông cảm được cho cú bốc sau lưng của Hùng Bò, bởi hắn nghĩ làm vậy có thể uy hiếp mi và khỏi phải đánh đấm gì, hắn không ngờ mi phản ứng. Ngược lại, mi cũng chỉ muốn dằn mặt Hùng Bò thôi chứ cũng chẳng muốn đi xa hơn trong chuyện đánh đấm.

"Anh Hùng à, anh thắng tôi rồi!".

"Ê thằng Quảng Lam, mày đểu với ông, ông niều với mày đấy nhá!".

"Tui thiệt tình, tui không có đểu anh đâu, một người chịu được đúng một cú chõ lật của tui là tui sợ họ rồi, đằng này anh chịu được một cú rước vào trung lộ, một cú lật vào hông, một cú cắm vào gáy thì tôi nói thật, sức anh phải là voi chứ không gọi là bò".

"Địt mẹ cái thằng Quảng Lam lói xiên lói xỏ! Mày thắng tao thì thắng tao, tao thề không có thù vặt đâu mà mày phải khiêm tốn con à! Tao thua mày, tao lễ mày nắm đấy, giỏi đấy! Xứng danh con cháu ngũ phụng tề phi đấy!".

"Ủa, anh cũng biết ngũ phụng tề phi sao?"

"Thì có lăm con phụng, ló bay nên, ló chiến đấu với nhau, ló sản sinh ra những thế võ, chúng mày học nấy và mang đi khắp lăm châu bốn bể, đúng không?!".

Mi cố nín cười, giờ không phải là lúc giải thích với hắn, không chừng nói cho hắn biết, hắn lại quê độ thì mệt.

9. Đêm hoang lạc

Mi và băng Hùng Bò đang ngồi uống rượu thì chị đại đến, chị ngồi vào bàn, cụng ly, thằng Hùng khúm núm mời rượu và thay vì "mời chị ạ" hắn đưa ly cụng và nói "em xin nỗi chị". Chị đại im lặng, bưng ly rượu uống cạn, sau đó bưng luôn ly của mi cuống cạn, uống xong, chị lườm hai đứa, nhưng trong ánh mắt chị đại lườm mi, có gì đó sắc lẻm, lúng láy rất khó tả. Nó làm mi vừa sợ vừa muốn ôm lấy chị đại để xin lỗi và muốn cả việc cắn chị ấy một miếng cho đỡ kiêng răng. Bởi vậy người ta mới gọi là chị đại, cách xuất chiêu kiểu gì cũng đứng vào hàng sát thủ, mà mi là thứ cỏn con nên mi đâu dám nghĩ gì nhiều ngoài răm rắp phục tùng và xem chị như một bà mẹ. Bữa đó Hùng Bò uống tỉnh nhất, mi và chị đại say mềm, Hùng bò đòi cõng chị đại về, chị lắc đầu, bảo: "Thằng Phúc, mày cõng tao, mày thắng thì mày phải cõng!". Vậy là mi, một thằng trai cao 1,63 mét, cõng chị đại cao 1,68 mét. Chỉ mỗi việc giữ hai cái chân chị khỏi thòng xuống đất không thôi cũng đã mệt bở hơi tai, Chị say, cứ vùi mặt vào gáy mi mà ngủ, thở hơi rượu phì phà vào gáy nóng ấm, làm gai gai.

"Ê thằng Quảng Nam, mày có sợ chị không?".

"Ơ, chị này, trong đời em không có khái niệm sợ, nói chị đừng buồn!".

"Thế sao mày gọi tao chị đại?".

"Em có ba loại người để chơi: Loại người mình nể, vì họ giỏi hơn mình, loại người mình quý, vì họ có cái tình, loại người mình phục vì họ vừa cao quí, có cái tình lại vừa giỏi. Nên không có khái niệm sợ với em!".

"Mày say chưa?"

"Cũng có say, hơi mệt, nhưng mà nếu quá say làm sao cõng chị về được. Sao lúc nãy chị không để Hùng Bò nó cõng, em nhỏ con!".

"Mày thắng nó thì mày phải cõng tao, sao, thấy mệt, hối hận rồi hả?".

"Dạ không đâu, em chỉ thấy hơi vô lý!".

"Mày giả nai hay mày thấy bất công đây! Tao nói với mày là có khối thằng đệ muốn cõng chị, không phải ai cũng có phước ấy đâu nhé!".

"Ùi, sao bọn nó ham phước báu thế!".

"Mày nói vậy là ý gì?".

"Em đùa tí thôi, sao chị mau nóng thế!".

"Nóng bỏ mẹ, nóng đến chảy nước ra đây rồi, sao mày ngu thế, tao hỏi mày, mày có thích đụ chị không?".

"Ơ…" – câu hỏi bất ngờ của chị đại làm mi tỉnh rượu, nhưng lại có một thứ gì đó cứ choáng váng đầu óc.

"Chị hỏi lại mày, mày thích làm tình với chị không, thích đụ chị không?".

"Ơ… Sao bữa nay chị ăn nói kinh thế!".

"Kinh cái gì? Tao hỏi mày có thích tao không?".

"Ơ…!".

"Em chã em chã chứ gì? Mày thằng có mắt như mù, bù cho khối thằng thèm chị nhưng chị lại đéo thèm bọn nó. Nó cứ thấy chị không chồng, chị nhịn gần chục năm nay rồi đấy, mày thấy tao có giỏi không?".

"Ơ, thế chồng chị mới chết ba năm cơ mà, bộ anh ấy bệnh hơn mười năm rồi sao?".

"Không phải đâu, thằng đó là thằng đệ của tao, nó mà làm sao làm chồng tao được, tao chỉ nhận con nó làm con tao, tao đăng ký kết hôn với nó là cứu nó thôi!".

"Đăng ký thành vợ chồng rồi cơ mà…!".

"Bởi thế tao mới làm chị đại tụi mày, chứ cứ tơm tớp như mang cá mè thì làm sao làm chị tụi mày được! Chồng của chị mất hơn mười năm trước kia, anh ấy là người Nùng, chị và anh ấy yêu nhau lắm. Nhưng rồi cái số của chị, người ta bảo chị sát phu".

"Dựa vào đâu mà người ta nói vậy? Em thấy gương mặt chị hiền, lưỡng quyền chị cũng cao bình thường, gương mặt chị đâu có điểm nào sát phu đâu hè!".

"Mày cũng biết coi tướng số à?".

"Em cũng biết chút đỉnh!".

"Mày giỏi, nhưng chưa giỏi lắm đâu cưng. Vì con người có tướng ẩn nữa, chị rơi vào tướng ẩn. Mày muốn biết không?".

"Dạ, chị…?".

"Cái ấy của tao nó đen, nó có một cái bớt tròn dán lên trên… Mày nghe sợ chưa?".

"Ui, vậy thì nó phải rất là đẹp chứ sao lại bảo sát phu hè, thường đó là quý tướng, chỉ những người may mắn, số được hưởng lộc mới gặp được người như chị!".

"Địt mẹ thằng Quảng Nam, sao mày đểu thế, mày cứ khéo mà nịnh. Mày…!" – Nói xong, chị đại đấm thùm thụp vào lưng mi. Tự dưng mi có cảm giác chị đại cũng là một đứa trẻ, cũng có đủ tính cách của con nít, cũng muốn khám phá, cũng nghịch ngợm và đứa con nít nghịch ngợm ấy cũng có gì đó cô đơn, buồn bã…

"Chị!".

"Sao?".

"Em phải thấy mới tin!".

"Ơ… cái thằng này!". Hình như lúc này chị đại bắt đầu tỉnh rượu, nên cách ăn nói của chị trở nên nhát gừng, rõ ràng là chị lúng túng trông thấy và im lặng, không nói gì thêm, hồ như chị muốn tự đi bộ về nhà. Nhưng mi vòng tay, bấu cứng hai bắp chân của chị vào lưng, cứ như vậy mà về nhà. Đóng cửa nhà xong, mi không thể chờ đợi được thêm, mi ôm lấy chị đại hôn rối rít, chị cố tránh né cái hôn của mi, mi hôn vào cổ, hôn vào ngực chị. Chị đẩy mi ra, nghiêm mặt: "Chị đi tắm!". Mi đi theo chị đại, chị nghiêm mặt: "Mày chờ chị!". Nói xong, chị bước vào phòng tắm và kéo cửa lại, chị không khóa cửa, mi đứng chờ một lúc, tiếng nước chảy róc rách, tiếng kỳ cọ, mi chỉ nghe mơ hồ thôi, nhưng mi hình dung được bàn tay chị đang lướt trên từng phần da thịt, mỗi nơi là một cung bậc, những nốt nhạc phát ra từ chỗ cung bậc ấy cũng thánh thót, du dương. Những thanh âm như một tràng tiếng suối, những tiếng chim, tiếng của lũ nhái rừng và lũ khỉ đang chí chít gọi bạn. Như một bản nhạc đang cất lên giữa rừng già, mi men theo bờ suối, thật nhẹ nhàng, bởi rêu trơn trợt trên những phiến đá có thể làm mi trượt và tuột xuống dòng nước sâu bất kì giờ nào, mi tiếp tục đi, thật khẽ, cho đến lúc có một tảng đá chắn ngang lối đi, trên tảng đá có một dấu hiệu cơ quan, mi nắm tay vào núm và vặn, tảng đá mở bung ra, nhẹ nhàng, mi tiếp tục bước vào bên trong, một thác nước đang chơi đùa trên một bức tượng, mi nhắm mắt và hít thở thật sâu, mi kéo tảng đá khép lại và cầm lấy đỉnh thác, đỉnh thác là một đài sen bằng pha lê, mi cầm lấy đài sen và hướng cho dòng nước chảy dọc bức tượng.

"Em không chờ chị được sao?" Chị nói, tiếng thở của chị hồi hộp, pha chút hổn hển.

"Em nghe tiếng nhạc, và mùi thơm, nó rất thơm!" – Mi tiếp tục miết tay lên làn da của chị và cho dòng nước ấm đi theo bàn tay mi, chị quay lại, ôm lấy mi và hôn một nụ hôn thật sâu. Chị mở các cúc áo của mi, và đến khi chiếc quần lót của mi được kéo xuống, dường như có một con quái thú vừa sổng chuồng, chị ô lên một tiếng kinh ngạc hay ngạc nhiên cũng không rõ, chị cầm lấy vòi sen, cho nước chảy dọc thân hình mi. Chị kì cọ cho mi và hôn khắp người mi, mi cảm nhận được chiếc lưỡi ấm áp, mềm mại của chị, nó làm mi nhức nhối. Mi dành lấy chiếc vòi sen và cho nước chảy dọc lưng chị, mi nhìn những sợi lông măng trên lưng chị đang đong đưa theo làn nước, mi bất giác kéo chị đứng dậy, xoay người chị úp hơi khom trên bồn tắm và dội nước lên lưng chị, mi kì cọ chị từ phía sau, mi nhấm nháp những giọt nước ngọt và thơm trên lưng chị. Mi bất giác vào chị từ phía sau, mi hơi nhóm chân, tay mi vẫn giữ nguyên vòi nước đang chảy trên lưng chị, nó chạy dọc xuống khe mông, những sợi lông măng nhảy múa trên lưng, chúng đong đưa và lắc lư như ai đó đang bỏ một mảng rong vào chậu nước, sau đó cầm chậu lên và lắc qua lại, tới lui. Chị ạ lên một tiếng, tiếng bật ra như một mỏ dầu nung nén đã lâu, chúng rò rỉ và tuôn lên mặt đất. Mi thở như chưa từng thở, mi vất cái vòi sen và đưa tay vòng qua bụng chị, rồi vòng qua ngực chị, chộp lấy hai bầu vú mềm, tròn trịa của chị và mi có cảm giác như đang chạy đua nước rút, mi sắp về đích, chị cũng đang cố gắng chạy những bước cuối cùng trước khi ưỡn người chạm dây vạch đích và từ từ đi vài bước, sau đó nằm vật xuống.

"Ôi, em ra nhiều thế, chị nghe nó chảy róc rách vào trong!".

"Ôi, cứ như chết đi sống lại! Nói xong, mi ôm ghì lấy chị đại, mi hôn khắp gáy, cổ, mặt, môi, lưỡi chị và mi buộc miệng "Anh yêu em!".

"Em cũng yêu anh!".

Mi lau khô nước trên thân thể Diễm, nàng cũng lau cho mi khô ráo. Mi và nàng quấn hai chiếc khăn tắm để đi vào phòng. Lúc này, mi sực nhớ trên người của nàng có một nùi hương thơm dịu, mùi hương này không có trong các loại sữa tắm.

"Em có mùi thơm rất lạ!".

"Ơ… Thường thì em dùng sữa tắm, nhưng hôm nay hết mà em quên mua, anh đừng cười em nhé, mùi mồ hôi, tế bào da chết đó, anh đừng cười em nhé!".

Mi không cười nàng, đương nhiên rồi, mi đang bận ngửi mùi hương thơm ấy, nó cũng là một bản nhạc, một Serenade của mùi hương, những phần da của nàng như những hợp âm chứa những nốt nhạc cao thấp, có trường độ, cao độ, dài ngắn khác nhau, có lúc dịu vợi, có lúc nhẹ nhàng, thanh thoát, có lúc cuồng nộ, âm vang. Mi ẵm nàng, đặt nàng nằm gối đầu lên một con gấu bông và mi tiếp tục nhắm mắt, cảm nhận thứ ánh sáng phát ra từ bản Serenade mùi hương. Cảm giác du dương, âm trầm, nhẹ nhàng, thanh thoát, vội vã, đậm đặc và tan loãng liên tục, một bản nhạc thật là đẹp. Nó làm mi nhớ đến những ngày ba mươi Tết ở chốn quê, lúc đó, chưa có gia đình nào thắp điện, chỉ có những chiếc radio nhỏ để mở đài, bà mi mua một chiếc cassette một hộp băng, loại bỏ sáu viên pin đại, bà nói để dành những ngày Tết hẳn dùng. Những ngày giáp Tết, bà cho mi chẻ củi, bà phơi củ kiệu, vuốt nếp và phơi nếp gói bánh tét. Nhưng cái không khí Tết vẫn chưa là bao nếu như không có phút giây chấy nếp, chấy đậu. Bà bắc chiếc chảo lên bếp củi, cho nếp sau khi đã vuốt, để ráo, phơi hơi khô vào chiếc chảo nóng, bà dùng chiếc đũa cái bằng tre khuấy đều cho đến khi nào nếp chín vàng ruộm, thơm lừng bay khắp nhà thì trút ra thau đồng có lót giấy báo, lại chấy mẻ khác. Nếp chấy, đậu xanh chấy và đậu nành chấy sẽ mang ra thị trấn xay thành bột mịn, mang về cho vào thau, đặt lên mái nhà, sương tháng chạp sa đậm, ngấm vào bột, giúp cho bột đủ ẩm, sáng mai bà lại mang vào, cạo đường bát vào bột, nhát cạo thật mỏng và mịn, sau đó trộn, dùng tay miết cho đường quyện vào bột và in bánh. Trước khi in, bà bỏ một ít bột khô vào khuôn in, sau đó cho bột in vào, nhận chặt, miết tay cho đều các vị trí của bánh và dùng dao bén cắt mặt bánh cho phẳng, sau đó nghiêng khuôn, gõ nhẹ cho bánh rơi vào tấm tấm vỉ bằng lưới thép mịn. Khi đủ một vỉ bánh, bà nướng bánh trên than hồng, bánh chín hơi vàng, trở mặt bánh và đợi bánh chín đều hai mặt thì cho vào hộp giấy, vẫn mở nắp đợi khi bánh nguội mới đậy lại.

Nhưng có lẽ vui nhất vẫn là gói bánh chưng, bánh tét và hấp bánh tổ. Bánh chưng bánh tét thì gói khéo tay một chút rồi nấu, thường nấu bánh chưng, bánh tét vào tối hai mươi tám tháng chạp, thức cả đêm để nấu, khi chất bánh vào đầy nồi, bà chặt thêm mấy nhánh bù ngót già, rửa sạch rồi bỏ vào nồi nước. Bà giải thích rằng làm như vậy, bù ngót sẽ trung hòa với một số độc tố trong nước và hơn nữa, bù ngót sẽ cho ra màu xanh, màu này sẽ ngấm vào bánh tét, da bánh sẽ xanh màu ngọc đậu khanh chủng, ruột bánh trong veo, trắng muốt. Đó là nồi bánh thành công. Còn bánh tổ được làm vào sáng ba mươi tháng chạp. Bà xay bột nếp đã vuốt sạch, để khô nhưng không rang chấy gì, cho bột nếp vào cối đá, cho đường đã thắng với gừng, nước đường hơi dẻo, tương đương mật ong đặc vào bột và trộn đều, cứ ba chén bột một chén đường thắng, trộn bao giờ đường và bột quyện đều vào nhau, không còn những mắt cá bột trắng nữa thì dùng chày quếch cho nhuyễn, quếch đến khi nào đường và bột trở nên dẻo, phát ra mùi thơm nhè nhẹ của hương sữa nếp thì bắt đầu cho vào rọ. Rọ đan bằng tre, lớn hơn bát đường một chút, bên trong lót lá chuối đã lau sạch, hong lên bếp cho héo để khỏi bị rách mí. Bột đổ vào lưng nửa rọ thì đổ tiếp các rọ. Trong lúc quết bột, bà bắc thùng nước lên bếp, cho lửa thật to để nước sôi. Khi các ổ bánh đã đổ xong, bà cho chiếc giỏ sắt vào bên trong nồi, lót lên giỏ một tấm mành tre và đặt các rọ bánh lên tấm mành tre. Khâu cuối cùng là đậy bánh. Hấp bánh tổ là một nghệ thuật kết hợp nghi thức tâm linh. Người hấp bánh sẽ đợi bánh chín trong ba tuần nhang, tức là thắp liên tục ba cây nhang từ khi cho bánh vào lò cho đến khi bánh chín là lúc cây nhang thứ ba vừa tàn. Riêng nắp đậy thùng hấp bánh, đó không phải là chiếc nắp bình thường mà là một chiếc nón lợp vải hoặc bao tải giặt sạch. Hơi nước sẽ thoát qua lớp vải hoặc bao tải này, nồi bánh chỉ giữ nhiệt nhưng không bị hiện tượng nước đọng thành giọt nhỏ xuống mặt bánh. Một ổ bánh tổ hấp thành công sẽ có bề mặt rỗ, mềm và đen nâu, màu nâu đen càng sậm càng tốt, mặt bánh khô ráo nhưng mềm, ẩm và thơm. Điều đó như một báo hiệu về sự may mắn, phúc phồn cho năm mới. Phụ với bà làm bánh tổ, không có gì thú vị hơn bà dành riêng một tổ ban phúc, tức tổ bánh đổ cuối cùng, có bao nhiêu bột cho vào đó hết, thường đầy đặn và mũm mĩm hơn so với các tổ bánh để cúng. Đợi bánh nguội, bà sẽ cho tổ bánh ban phúc đó cho mi. Mi không đợi bánh khô để cắt ra từng lát mà mở bánh khỏi rổ, cắt phần lá chuối thừa đến sát mặt bánh và cứ như vậy, mi hít lấy mùi thơm dẻo của nếp quyện đường, mi vục miệng vào gặm, vị ngọt của bánh, mùi hương tháng chạp, bản nhạc xuân phát ra từ chiếc máy cassete chạy bằng pin, mọi thứ như một giấc mơ cổ tích. Mùi bánh ngọt, đậm đà khiến mi gặm một cái thật mạnh cho đã nư…

"Úi, anh đang làm gì em thế!" – Nàng ưỡn người thở dốc, hỏi mi, giọng rền rĩ.

"Anh đang ăn bánh tổ…".

"Ui, vậy thì em tặng anh hết chiếc bánh đó, anh ăn đi, ăn nữa vào đi!".

Mi từ từ nhâm nhi chiếc bánh tổ của nàng, nó thơm mùi đường non, pha mùi hương cải tháng chạp ngai ngái và một ít mùi khói trầm. Mi hít thở thật sâu, tiếng nhạc du dương tháng chạp và sương mù, mi nếm vị ngọt của chiếc bánh tổ, một dòng mật róc rách chảy… Một tổ khúc của mùi hương và tiếng thở, có những quãng lặng, để rồi đột ngột trỗi lên trong đêm thanh vắng.

Mi thức dậy, sương vẫn còn rất lạnh, nàng nằm ngủ ngoan như một con mèo, da thịt nàng ấm và hơi thở của nàng nhẹ, mắt nàng nhắm nghiền, mi hôn vào mắt nàng, nàng bất giác ghì lấy mi, nàng nói rằng đàn ông là bánh tét, nàng muốn ăn. Mùi hương tháng giêng phảng phất khắp căn phòng, mi vào nàng thêm lần nữa trước khi nàng đi chiên bánh tét cho mi. Đã gần cuối tháng Giêng, trời vẫn chưa hết lạnh. Mùi hương hoa cải pha mùi hoa oải hương ngai ngái bám sâu trong hốc mũi mi, mi không buồn đi rửa mặt, mi nằm nhìn trần nhà, một chút kỉ niệm thời con nít, hình ảnh bà hiện ra. Mi nhớ quê da diết, nhưng bà bây giờ đã đi xa, mi thấy sống mũi cay cay... Mi nhớ bà từng nói với mi rằng bánh tét và bánh tổ là biểu tượng âm dương, bánh tổ tượng trưng cho người đàn bà, bánh tét tượng trưng cho người đàn ông... Lúc đó mi không hiểu gì.

*

Một dĩa bánh tét chiên, một chén dưa kiệu nho nhỏ, một dĩa bắp bò muối dấm được xắt thật mỏng, đẹp. Mi phải ngồi ăn một mình, nàng nói rằng nàng hơi mệt, cần ngủ thêm một chút, ánh mắt nàng nhìn mi đầy tránh trớ, ái ngại. Tự dưng mi chạnh buồn, bởi chỉ mới đó thôi, mọi sự lại thay đổi. Thái độ tránh né của nàng khiến mi muốn gọi nàng bằng chị đại trở lại như mọi ngày, như chưa hề có chuyện gì xảy ra. Nhưng làm sao có thể nói rằng mọi chuyện như chưa hề xảy ra được. Mi chỉ thấy buồn, và mi muốn rời khỏi nơi này. Bởi lúc này, dường như mọi thứ đối với mi thật chơi vơi, chông chênh, mi không thể hình dung được ngày mai ra sao. Thái độ của nàng khiến mi thấy mọi thứ trống rỗng, và bàn ăn như thừa ra. Mi ngồi hút thuốc, chưa buồn ăn vì thấy miệng mình đăng đắng, khó nuốt. Mi buồn bâng quơ.

*

Suốt buổi sáng nàng ngủ vùi, nàng thức dậy lúc mười giờ trưa, nàng loay hoay đi nấu cơm. Nhìn mi ngồi thừ bên bàn thức ăn, nàng hình như ngạc nhiên và thất vọng lắm.

"Sao, em chiên bánh không ngon hả anh?".

"Ờ, không phải đâu... Diễm!".

"Ơ, sao anh có vẻ xa lạ với em vậy?".

"Vì lúc sáng, em đã rất xa lạ với anh. Thú thực, anh còn định bỏ đi kia!".

"Ôi là con nít, người định bỏ đi phải là tui kia mới đúng chứ. Bộ anh không thấy em ngượng ra sao hay sao? Anh có biết vì sao như vậy không?".

"Anh không biết!" – Mi vừa nói vừa thò tay thộp một miếng bánh tét chiên nhai ngấu nghiến, không hiểu sao lúc này bụng mi đói cồn cào và mi thèm ăn đến vậy. Diễm nhìn mi nhai bánh nhoàm nhàm, cười tủm tỉm.

"Vì em cảm nhận được là anh cũng yêu em, và em thì rất yêu anh, em đã cất giữ cái tình cảm của mình suốt nhiều năm nay, từ lúc vào quán cà phê, rồi anh lẽo đẽo theo em về đây, em đã có tình cảm với anh rồi, nhưng em là một chị đại, giữa chốn giang hồ này. Em phải cất giữ nó, đến giờ này em lại thấy hối hận nhiều thứ!".

"Em hối hận? Vì…?".

"Anh đừng con nít như vậy nữa, sao cứ hỏi những câu cắc cớ và con nít quá đi. Em hối hận vì lẽ ra em phải tỏ tình với anh lâu rồi, tỏ tình một cách êm dịu, phải nhẹ nhàng và khéo léo. Lúc sáng, cứ nghĩ đến chuyện tối qua em nói thì ngượng chết đi được!".

"Ủa, em còn nhớ mình nói gì sao?".

"Anh say hơn em thì có!". Nói đến đây, nàng đứng dậy, ngoe nguẩy đi vào bếp. Mi kéo tay nàng.

"Ngồi thêm với anh chút nữa đi! Năn nỉ! Anh nói thật với em chuyện này nha, em nghe xong, đừng oán hận anh, tội anh, mà em hứa, đừng trách anh tệ, bởi con người, tệ bạc hay chung thủy đều do số phận chứ chẳng ai muốn vậy. Nghe xong, em hứa đừng giận anh, nghe xong, em nhớ đừng nổi giận nha!".

"Anh nói đi, em sẵn sàng đón nhận mọi bất ngờ, em hứa sẽ không buồn!".

"Em hứa nha!"

"Anh nói đi, làm em hồi hộp quá, em hứa!" – Nàng hứa nhưng trong mắt nàng có chút hờn dỗi và nôn nóng bởi mi kéo dài vấn đề quá lâu.

"Anh nói thật tình, em hứa không được nổi nóng nha!".

"Hứa!".

"Anh nói thật, trong đời anh, anh xem phim ảnh cũng nhiều, anh cũng từng gặp đôi cô gái, cũng từng trải trong đời, nhưng anh phải thừa nhận, lồn em quá đẹp, nó đẹp đến mê mẩn tâm hồn!".

"Á, dừng, không được nói nữa!" – Nàng đưa tay bịt miệng mi lại, mi tranh thủ hít lấy mùi hương từ lòng tay của nàng. Nàng ngượng ngùng rút tay về.

"Và mùi thơm của nó, từ sáng tới giờ, anh buồn không ăn uống, mùi thơm của nó từ hốc mũi cứ quấn lấy anh, anh ngồi vừa buồn, vừa muốn bỏ đi vì em lạnh nhạt, lại muốn vào cưỡng hiếp em nữa kia, nhưng rồi lại buồn, lại tự ái. Em hấp dẫn lắm em yêu ạ. Anh khẳng định trong cuộc đời này, không có ai hấp dẫn như em, vú em đẹp, tròn trịa và có một đường lượn mềm mại và thi vị, mùi lồn của em thật ma mị và huyền nhiệm, anh chết mê vì nó. Anh nói ra, có thể em cho rằng thô thiển và nịnh em, em sẽ mất thiện cảm với anh. Nhưng anh thà nói thật, nói cho thỏa trong lòng".

"Nhưng…".

"Sao hả em?"

"Anh chỉ thích… của em thôi, anh không thích cái tính gàn dở của em đúng không?".

"Nếu anh không thích tính em, thì bấy lâu nay anh đã đi chỗ khác để làm việc, ở đâu cũng là làm thuê thôi, đúng không? Nhưng anh mê…".

Nói đến đây, mi lại choàng tay qua ẵm nàng vào phòng. Nàng cười khúc khích: "Gớm, khỏe thế!". Cả ngày hôm đó, mi và nàng chỉ loay hoay làm tình rồi ngủ. Dường như bao nhiêu ước mơ, khát khao và chờ đợi của cả mi và nàng đều gửi gắm vào các xúc giác, vòm miệng ngọt và ướt át, thịt da nóng hổi và tiếng thở gấp gáp như thể chỉ một chút nữa thôi, cả mi và nàng sẽ hấp hối, sẽ chết đi và mất dấu giữa cuộc đời vốn hiu quạnh này.

VIII

GIẤC MỘNG GIA ĐÌNH

1. Tìm mẹ

Nàng và mi cùng ước mơ có một đứa trẻ trong nhà. Nàng nói rằng những đứa trẻ con nuôi của nàng cũng đã lớn, chúng cũng được học hành, nàng sẽ nuôi chúng học hết đại học, cho chúng một ít vốn để chúng tự làm ăn, nàng chỉ mong sao chúng trưởng thành, đủ lông đủ cánh để mà bay vào đời, mong sao cuộc đời nó suôn sẻ và không phải vất vả như mẹ nuôi của nó.

Gần như mi và nàng quấn quýt nhau suốt ngày, công việc cho lũ trẻ ăn, đưa chúng đi học, mua sách vở, áo quần cho chúng, mi nhận đảm nhiệm thay thế nàng. Nhiều lần nàng và mi bàn tính kế hoạch tổ chức một đám cưới gọn nhẹ nhưng đủ để bạn bè vui vẻ, chúc tụng cho hai người. Chỉ có Hùng Bò là buồn, bởi hắn nói thật với mi rằng lâu nay hắn chiếu mi không phải vì chuyện tranh ăn tranh thua công việc, mà hắn yêu nàng, nhưng từ bữa nàng yêu cầu mi cõng về thì hắn biết rằng mọi thứ đã hoàn toàn sụp đổ. Ngày đám cưới mi và nàng, hắn đến dự, chúc tụng và cũng là ngày cuối cùng hắn ở đây. Hắn nói rằng hắn sẽ đi một nơi nào đó để yên tĩnh một thời gian, hắn gửi gắm đàn em hắn lại cho mi, hắn nhờ mi giúp đỡ họ.

Sau đám cưới, Vinh cũng về quê cưới cưới vợ. Hắn nói rằng hắn không cần tình yêu nồng nàn cho lắm, bản lĩnh và tiền bạc của hắn sẽ thay thế cho nồng nàn tuổi trẻ, bởi tuổi tác của hắn cũng đã cao, hắn đã đánh đổi tuổi trẻ của hắn với ước mơ làm giàu, nhờ vào nàng, tức chị đại của hắn, cuộc đời hắn thực sự có chỗ đứng trong chốn giang hồ và chốn thương trường. Mẹ hắn đã già, ông nội hắn bắt đầu lãng, người mà hắn thương nhất là bà nội nhưng bà đã qua đời, điều làm hắn áy náy là những phút cuối của bà không có hắn bên cạnh, hắn chỉ về kịp trước khi người ta tẩm liệm bà, hắn đã mua cho bà chiếc áo quan thật đẹp, xây mộ bà thật đẹp và xây luôn kim tỉnh của ông bên cạnh bà. Với hắn như vậy cũng mãn nguyện chút nào. Giờ hắn về quê, mở một tiệm vàng và sống với nghề kinh doanh vàng bạc đá quí. Nhưng trước khi về quê, hắn sẽ đến Cổng Trời để đưa mộ của cha về quê, một người cha mà trong ký ức hắn, ông thật là đẹp, ông có cái nhìn ấm áp, vầng trán thông minh, tuy ông không lực lưỡng nhưng tướng đi vững chãi, như một vị thần trong thần thoại của cuộc đời hắn. Hắn ứa nước mắt khi nói chuyện này với mi.

Mi và nàng lên kế hoạch đi tìm mẹ Long của nàng, sau nhiều năm bà nội và bố Phi của nàng giấu gốc gác, cuối cùng bố của nàng cũng gọi nàng về, kể thật với con về gốc gác người Quảng của nàng. Ông mong nàng đừng buồn bởi câu chuyện lịch sử rất dài dòng, người Việt của mình là một loại người không giữ được khả năng trung tính, nghĩa là yêu thương thì cũng yêu thương hết mực, đến khi ghét thì cũng ghét tận mạng. Khi yêu thương người ta sẵn sàng thổ lộ ruột gan với nhau, đến khi ghét, thì người ta sẵn sàng bươi móc đến từng chân tơ kẽ tóc để tố nhau. Thậm chí người ta bịa ra những chuyện động trời, những chuyện mà thực tế chỉ "nghi nó vậy" để đấu tố, giết hại nhau. Đó là cái tính khiến cho người Việt gặp cơ hội thì phát triển rất nhanh, có thể giàu trong tích tắc, dựa nhau, choàng vai nhau để làm ăn, để chộp lấy cơ hội, nhưng chỉ cần có động tịnh gì đó thấy bất lợi thì quay ra tìm một khuynh hướng mới có lợi hơn và sẵn sàng ném bỏ mối quan hệ cũ vào chỗ dơ bẩn nhất.

Nàng được biết rằng ông nội là một người giỏi võ, cũng được học chữ thánh hiền và biết chữ quốc ngữ, ông từng là cướp, sau đó đầu quân cho một vị tướng của phòng trào Cần Vương ở Quảng Nam, phong trào tan rã, ông cùng một vị huynh đệ chạy ra Bắc với hi vọng sẽ gia nhập với tướng quân Đề Thám, thế nhưng mọi sự không như đã định, hai người bị bán đứng, ông nội thoát được nhờ may mắn đến muộn, cuối cùng, ông về lập miếu thờ chiến hữu của mình mà cũng là vị huynh đệ, đàn anh của ông nội. Cha của nàng đã kể với nàng như vậy. Về nguyên nhân tại sao phải giấu thân phận người miền Trung, cha bảo chắc không cần kể thêm, nàng cũng hiểu được vì sao phải giấu đi thân phận. Bởi xứ sở này luôn ưu ái bên thắng cuộc, thắng làm vua thua làm giặc, cho dù đã xuống mức giặc cỏ đi nữa thì nguy cơ bị nhổ tận gốc là có thật, cách tốt nhất hãy quên đi thân phận, gốc gác của mình. Nàng nói với mi rằng đôi khi ông nội và bố đã nghĩ quá xa, đã quá bi quan. Nhưng họ cũng không còn cách chọn lựa nào.

Đi tìm mẹ, đi tìm vợ, chỉ có một cách là sang bên kia biên giới để tìm. Nhưng tìm bằng cách nào thì vẫn chưa thể nghĩ ra, bên kia biên giới là đất Trung Hoa, ở đó, đời sống giàu nghèo phân biệt rất rõ, những khu ổ chuột, những vùng quê óc eo và khô cằn, tâm hồn con người cũng khô cằn, nếu không may mẹ bị rơi vào những vùng này thì số phận của mẹ thật là thê thảm.

"Bà nội nói rằng mẹ của con sáng hôm đó dậy sớm hơn thường nhật, mẹ nói với bà rằng sẽ bán bắp cải cho dân khách trú, họ mua với giá cao hơn bình thường. Mẹ đã chở đến ba lượt xe cút kít lên chợ Đồng Đăng, dễ chừng cả trăm bắp cải. Mỗi chuyến được giá gấp đôi lần, mẹ về đưa tiền cho bà nội giữ và hồ hởi, vui mừng lắm. Đến chuyến xe bắp cải thứ ba, mẹ đi ra ngõ, tự dưng mi mắt phải bà nội giật liên hồi. Bà gọi với theo nhưng mẹ nói để mẹ chở nhanh bắp cải lên chợ giao cho kịp, mẹ về ngay. Thế rồi mẹ không về. Ban đầu, bà nội lo sợ và trách mẹ, nghĩ rằng chắc mẹ gặp một ai đó, mẹ đã bỏ con và nội để theo họ, bởi mẹ đang tuổi xuân, làm sao chịu nổi cảnh đơn thân nuôi một đứa trẻ, một người già, chồng thì đã bỏ xác nơi chiến trường được. Bà nghĩ vậy và khóc thương cho bố, cho con, rồi cho thân già. Khi bố về, bà nội con nhìn không ra, khi bố ngồi kể lại mọi chuyện, bà ngất xỉu đó con ạ! Chắc con còn nhớ cảnh này! Sau lại bà nghĩ khác, bởi tất cả những gì mẹ con đã đối đãi với bà, bà tin mẹ con không phải người như thế. Con còn nhớ hình ảnh bà chứ?" – Bố Phi nói với nàng.

"Dạ, con vẫn còn nhớ!" – Nàng nói với bố Phi.

"Nhưng theo bố, bây giờ mình đi đâu để tìm mẹ?".

"Bố thực sự cũng không biết bắt đầu như thế nào! Vì suốt bao nhiêu năm nay, bố hỏi thăm về mẹ khắp cả đất Lạng Sơn này, một người bạn Nùng, có quen biết với gia đình bố Phèng của con, ông ấy nói rằng sáng hôm mẹ con chở ba xe bắp cải đi, ông có nhìn thấy và để ý, bởi bình thường mẹ con gánh một ít bắp cải đi bán, hôm đó mẹ chở xe. Và trước đó, những phụ nữ mua hoa củ quả người Hoa qua chợ Đồng Đăng rất nhiều. Ông nhớ là mẹ của con có mua bán với hai người phụ nữ Hoa, sau đó có đi với họ về chỗ trọ của họ để lấy tiền. Hôm đó ông cũng bán mía và hạt dẻ. Ông cứ nghĩ mẹ của con nhận tiền xong thì về luôn. Nhưng ông lấy làm lạ là chiếc xe kéo, vẫn nằm y trong chợ cho đến trưa, ông mang chiếc xe kéo về nhà, nó vẫn nằm sau vườn nhà ông cho đến nay".

2. Điện Ông Định

Định quay trở lại chỗ làm việc, bây giờ không còn mấy người, Hùng Bò đi rồi, Vinh cũng đi rồi, chỉ còn mỗi mi và Định, mi bận lo việc trong nhà, có quá nhiều việc để làm, phần việc ngoài bãi đá giao cho Định, thời thế khó khăn, các công ty cá mập cũng bắt đầu nhảy vào, chỉ riêng công ty Hồng Lực không thôi cũng đã rất khó khăn cho người nhặt đá, bởi họ có những hợp đồng lớn, họ mua cả một vài quả núi, hoặc họ khoanh riêng một vùng có nhiều ngọn đồi mà họ nghi sẽ có vỉa ngọc, phôi ngọc, nhưng quan trọng hơn cả là cái diện tích có được từ quả đồi đó, nó sẽ là kho vàng của họ. Đương nhiên các công ty này có lực lượng bảo vệ hùng hậu và sau lưng của họ là chính quyền, công an. Chị đại Diễm và các nhóm phu tìm đá giang hồ phải rút về, co cụm.

Nhóm của nàng giao cho Định dẫn dắt, họ phải luồn sâu vào các hẻm núi. Nghiệt nỗi, từ ngày trở lại, tính khí của Định thất thường, thỉnh thoảng hắn ngồi thừ ra và mặt đỏ gay, ai hỏi gì hắn cũng không nói, còn xưng tướng này tướng kia, xưng ta – ngươi với người đối diện. Hình như sau quá trình tiếp xúc với quá nhiều hài cốt và âm khí, điện trường của thằng Định trở nên bất thường, các cánh cửa luân xa của hắn đã bị mở một cách thụ động bởi một bộ chìa khóa âm linh nào đó. Hắn thành xác đồng. Và nhanh chóng, nhóm phu tìm ngọc trở thành các đệ tử của Định. Công cuộc tìm ngọc của chị đại Diễm xem như tạm khép lại. Hắn mua miếng đất nhỏ, gần sát nhà nàng, xây một căn nhà có hình thù giống như cái am thờ. Ở đó, các đệ tử của hắn chăm nom hắn như một ông chủ. Họ dự đoán thiên văn, dự đoán mưa nắng, coi âm linh, cho lộc, chữa bệnh, người khắp nơi kéo đến để chữa bệnh đông nườm nượp. Gia đình mi mở cái quán nhỏ, chẳng bao lâu, quán trở nên đông đúc, suốt từ năm giờ sáng đã có người ngồi uống chè, cà phê, hút thuốc lào, ăn sáng, kéo dài cho đến ba giờ chiều mới vãng khách.

Mi lấy làm ngạc nhiên là lão Lượng và mụ Hiền, hai người vốn đã bỏ nhau từ lâu, sau cái vụ lão Lượng bị đám cán bộ về hưu xông vào đánh tập thể, sau đó mướn xã hội đen đến nhà tìm lão Lượng để xử, chuyện rùm beng, hai người bỏ nhau, thằng Biên trở thành đứa mồ côi, lang thang kiếm ăn, rày đây mai đó. Từ một đứa trẻ mệnh danh cậu ấm nhà giàu, bịch một cái, rơi xuống đáy xã hội với việc trộm vặt để sống qua ngày. Lão Lượng thề sẽ không tha thứ cho mụ Hiền, bởi cái tính lăng loàng của mụ nó chỉ tạm ngủ, khi có đủ khí hậu, thời tiết cho nó thì nó thức dậy và còn mạnh hơn xưa. Từ ngày mở cái quán nhậu, mụ bắt đầu giao du với đám quan chức về hưu, mụ hẹn hò và gần như bỏ bê gia đình. Cho đến một bữa lão Lượng bắt quả tang mụ đang ngồi bá vai choàng cổ với tay Một, cán bộ về hưu, cũng là đàn em của ông Út, cha mụ Hiền, lão Lượng bực bội, xông vào tát mụ Hiền một bạt tai, kéo mụ ra khỏi quán karaoke. Lão cứ nghĩ đó là chuyện bình thường và mụ Hiền phải biết sợ lão, nhưng không, mụ xông vào đánh lão túi bụi, sau đó nguyên một đám hát karaoke xông vào đánh tập thể lão. Nếu như lão còn trai trẻ, có lẽ đám này không có đường về, bởi với kĩ năng của một trinh sát đặc công, lão không phải vừa. Thế nhưng lúc này, chứng bệnh tim khiến cho lão tự biết phải làm gì, lão không thể chiến đấu với cái bọn mà trước đây từng là các đồng chí đàn anh của lão. Lão tìm cách tránh né, thoát thân ra khỏi phòng. Có vài đứa dính đòn của lão, nhưng lão cũng te tua, rách áo quần, tóc tai bờm xờm, nhục không chịu được.

Vụ ly hôn giữa lão Lượng với mụ Hiền hình như là vụ ly hôn đầu tiên trong làng.

Sau ly hôn, mỗi người mỗi ngả, mụ Hiền tha hồ ăn chơi lang bạt, lão Lượng cũng nghỉ việc, thỏa sức uống rượu, gửi thằng Biên về sống với cô Hai của nó. Cô Hai hầu như không quản được nó, nó đi lông bông rồi kết bè kết phái, trở thành đứa trẻ hư hỏng, còn lão Lượng đi tiếp bước nữa, lão lấy một cô công nhân, hai người sống với nhau già nhân ngãi non vợ chồng, không cưới xin gì. Thằng Biên chết sau một vụ tai nạn xe, chiếc xe Exciter đời mới mà mụ Hiền mua cho nó đã giúp nó no bụng, ăn trên ngồi trốc với đám bụi đời một thời gian rồi chết sau một vụ tai nạn do đua xe. Mọi ràng buộc giữa lão Lượng và mụ Hiền dường như chấm dứt. Thế nhưng đám tang thằng Biên lại là mối gắn kết của hai người. Mụ Hiền muốn quay lại với lão Lượng, và khi ngồi trước quan tài con trai mình, lão Lượng nhớ đến những gì mà cô Mân, người mà Biên gọi bằng dì, mẹ kế của nó đã đối xử với Biên, tự dưng lão nhìn ra có một khoảng trống quá xa giữa lão với Mân. Hai người, lão Lượng và mụ Hiền quay trở lại thành vợ chồng, dắt nhau đi tái hôn sau khi chôn thằng Biên. Mọi chuyện đến rồi đi, đi rồi đến thật buồn cười. Hai người lại tìm thầy thuốc, đến các điện thờ, đồng bóng để cúng xin những vong hồn Chăm Pa tha thứ, vì mụ Hiền đi coi bói, thầy nói rằng những gì mụ lấy của các vong hồn thì phải trả lại cho họ. Mụ nhớ tới bầy gà vàng và đứa con bị chết do tai nạn xe. Ngày xưa lão Lượng cứu mụ sau một vụ đua xe, mụ suýt bị hãm hiếp tập thể, may sao lão Lượng xuất hiện, thế rồi con trai mụ đói no lây lất, khi mụ có tiền bạc rủng rỉnh và vốn liếng một bầy gà vàng. Thế rồi gia đình mụ tan nát, con trai mụ chết cũng vì đua xe, mụ chẳng còn gì.

"Chúng con đến đây để xin ngài mở lượng hải hà, ban cho chúng con một đứa con!" – Mụ Hiền thụp lạy "ngài" đang nhập xác thằng Định.

"Nữ kia lớn tuổi rồi, sao còn cầu tự?" – Tướng quân đang nhập xác thằng Định hỏi.

"Dạ, chúng con nghiệp nặng quá, trải qua quá nhiều đau khổ, đã mất đứa con, giờ tuổi già, cô đơn, cần một đứa con. Xin Thánh mở lượng hải hà mà giúp đỡ!".

"Ta hỏi cả hai người, dỏng tai lên mà nghe cho rõ" – Tướng quân đập bàn, trợn mắt, quát.

"Dạ, chúng con cắn răng cắn cỏ lạy ngài, xin ngài chỉ dạy chúng con!" – Cả mụ Hiền và lão Lượng quì thụp lạy lấy lạy để thánh.

"Ta hỏi, các con muốn có con để nối dõi tông đường đúng không?".

"Dạ!"

"Muốn có con để sau này tuổi già, chúng nó quấn quýt đúng không?".

"Dạ!".

"Vậy thì chúng mày đã hết tiêu chuẩn rồi, chúng mày phải tự biết là chúng mày từng làm gì, và chúng mày cũng phải nhớ rằng bản thân chúng mày đã hết khả năng sinh nở, vậy thì ráng làm gì mà đi khắp các nơi, thánh này thánh nọ, điện nào thật giả gì cũng có chúng mày, uống ba cái thứ nước tro đốt giấy đó vào cho lắm rồi mai mốt ung thư phổi, cháy gan, sao chúng mày ngu thế!".

"Dạ, lạy ngài!".

"Nghe ta phán này! Chúng mày đừng có đi cho lắm vào, vừa tốn tiền vừa tốn công, mất sức. Mà tiền đem nướng vào những chỗ bất lương là cái tội đấy! Hãy để tiền đó mà cho những đứa trẻ mồ côi, có biết bao nhiêu đứa trẻ mồ côi ở thành phố, sao chúng mày không đến chọn đứa nào thấy hữu duyên mà nhận nuôi chúng".

"Dạ…!".

"Chúng mày ngu thế, chúng mày sợ nuôi con nuôi bởi vì chúng mày nghĩ rằng khi nó đủ lông đủ cánh, sẽ lén lút tìm đến với cha mẹ ruột của chúng, chúng mày lại cô đơn, đúng không? Còn những đứa bé mồ côi ở thành phố, sau cái đợt cúm Vũ Hán vừa rồi, có biết bao nhiêu đứa mồ côi, đói khổ, chúng mày hãy chọn, và nhận lấy hai đứa, đứa nào mình thấy yêu thương và cho mình niềm tin ngay tức thời, đó là đứa hữu duyên, hãy nhận chúng là con nuôi, hỏi chúng có chịu làm con mình không, nếu chúng chịu thì hãy xin nhận con nuôi, có giấy tờ đàng hoàng mà nuôi chúng tử tế. Chúng lớn lên sẽ không lén lút đi tìm cha mẹ đâu! Vì chúng biết cha mẹ chúng đã chết, chúng biết họ hàng của chúng nữa, và chúng sẽ xem chúng mày là cha mẹ ruột thịt! Nghe ta đi, đừng có phung phí tiền bạc vô ích!".

"Dạ, con lạy thánh minh triết, chúng con có mắt mà như mù, chúng con hiểu rồi ạ!" – Mụ Hiền quì thụp lạy thánh, mụ khóc nức nở.

Thánh vỗ đùi, cười khà khà, nói "Tốt, ta đi đây!". Thằng Định đang ngồi xếp bằng vì thánh nhập, bỗng dưng đứng dậy, phóng người qua cửa sổ như một con ngựa với hai tay biến thành hai chân trước, thân mình lọt ngang qua cửa, cắm đầu xuống nền xi măng bên ngoài cửa nghe độp một tiếng rõ to rồi ngồi thở phì phò. Lão Lượng và mụ Hiền chạy ra đỡ thằng Định dậy, hắn nói hai người cứ yên tâm, hắn đã quen với chuyện này và không hề hán gì.

3. Cuộc chiến trong tâm hồn

Cuộc chiến đã đi qua lâu rồi, những cựu binh, người đã chết đi, có người bây giờ trở thành doanh nhân, thi sĩ, người đã thành một công dân nước khác. Nếu đừng nhìn từ những cừu thù xưa cũ, dường như cuộc chiến đã khép lại với đầy đủ thương đau của nó. Cho dù đứng ở biên giới nào, phe phái nào, thì tang tóc và mất mát cũng đã quá đủ để người ta không muốn nghĩ đến nó. Nhưng dường như có một cuộc chiến khác, nó đang gặm nhấm linh hồn mỗi người.

Điều làm ông Huy ray rứt nằm chỗ này. Có những lúc ngồi nghĩ lại, một mình ông thôi, ông thấy mình là một kẻ xôi thịt, tệ và quá đỗi thực dụng, tầm thường. Cái cuộc đời bần cố nông từ tiền nhân cho đến hậu bối của dòng họ, tổ tông và gia đình ông đã khiến ông khát khao muốn thoát ra khỏi nó, bất chấp mọi thứ, người ta giàu được thì ông cũng phải giàu, người ta làm lớn được thì ông cũng phải có chức danh, người ta được lịch sử quốc gia, lịch sử tỉnh, lịch sử huyện nhắc tên thì chí ít ông cũng phải được lịch sử xã nhắc tên. Ông đã nghĩ vậy và đạp qua mọi ê chề để bước tới. Cái chức danh trưởng xóm, quản lý việc cúng kính ở miếu xóm là bước đầu thành công trong hoạt động xã hội của ông, rồi sau đó đến nhà thờ làng, ông hoạt động năng nổ, ông được bầu vào ban thường vụ của làng, lo việc vật tư, cúng kính, ông luôn cố gắng để làm cho mình nổi trội hơn ở bất kỳ nơi nào.

Từ việc cố gắng hoạt động xã hội năng nổ cho đến việc chung chi để mở khu nhà trọ trên đất ruộng đã giúp ông Huy trở nên giàu có, được một địa vị đáng kể trước xóm làng. Nhưng mọi thứ, ông vẫn nhìn ra rằng con người luôn có khuynh hướng trâu buộc ghét trâu ăn mặc dù những con trâu bị buộc cũng chẳng tốt lành chi, mà trâu ăn cũng chẳng may mắn gì. Cái việc ông trở thành trưởng xóm là do ngay từ những ngày miếu xóm còn bị bỏ hoang, ông đã vận động, kêu gọi từng người, từng gia đình để dọn cỏ, tu sửa, dần dà con đường vào miếu từ chỗ bị xớt cỏ bờ còn vừa đủ bàn chân đi đến nay đã thành đường bê tông hơn mét, mọi thứ được sạch sẽ, gọn ghẽ, ông cho cắt cây đa trước miếu để che lên một mái tôn, có chỗ mà ngồi ăn uống khi có đám cúng. Thế rồi người ta tiếc cây đa, người ta hỏi ông rằng một năm chỉ có một đến hai đám cúng, tại sao không che bạt tạm thời dưới bóng mát cây đa, bởi nói đến văn hóa đình chùa miếu mạo, nói tới văn hóa truyền thống thì phải có hình ảnh cây đa, đằng này miếu xóm lại che chắn giống như một cái nhà trọ. Nghe nói vậy, ông chột dạ và cứng họng, ông thấy tiếc cái công đi vận động từng đồng của mình.

Rồi cũng chẳng bao lâu, người ta lại bới móc chuyện ông không minh bạch trong tiền quĩ xóm, ông giật mình nghĩ đến niềm tự hào bị tổn thương của mình. Bởi ở cái tuổi lục tuần tri thiên mệnh, ông đã làm cho bà vợ của ông nể nang ông bội phần bởi ông có công việc ổn định giao cho bà, đó là chăm nom miếu và tiền đi chợ, mua sắm cúng miếu xóm ông giao cho bà tự quản, tiền giặt giũ áo quần của đội trợ tang, ông cũng giao cho bà, mỗi lần giặt được một số tiền kha khá, qui ra vàng cũng được vài ba phân vàng, cứ như vậy, mỗi tháng có chừng bốn đám tang thì bà có một chỉ vàng. Tiền phòng trọ ông cũng đưa cho bà, bà mang gởi ngân hàng để lấy lãi. Ở cái tuổi già bóng xế, con cái giàu có, có nhà cửa nơi thành phố lớn, bản thân ông bà cũng có cơ ngơi, nhà vườn đẹp như mơ, nhà trọ hai chục phòng, như vậy bà không nể ông thì nể ai nữa! Thế nhưng trong vòng chưa đầy nửa năm, dịch giã kéo đến, người ta bắt đầu phanh phui chuyện tiền bạc, vậy là ông mất cái chức trưởng xóm, mất luôn chân thường trực hội đồng nhà thờ làng, mọi xui rủi vẫn chưa dừng ở đó, thằng Đặng mất chức Phó chủ tịch xã, bị khai trừ khỏi đảng vì dính đến vụ bẩn thỉu giữa nó với con Ngọc. Vì nó quỵt tiền con Ngọc, nó không những im lặng ăn quỵt mà khi con Ngọc ra nhà nó đòi, con Ngọc khóc như mưa, năn nỉ nó trả bớt để về chữa bệnh cho thằng Sung, bởi thằng Sung bị bệnh thần kinh tọa, đi lại khó khăn, cần được chạy chữa. Vợ chồng thằng Đặng đã đánh con Ngọc thừa sống thiếu chết, con Ngọc đâm đơn kiện, đưa những đoạn video hai đứa làm tình trong nhà trọ của ông Huy làm bằng chứng, và cả những đoạn ghi âm giao dịch làm ăn, đưa bao nhiêu tiền, ở đâu. Như vậy là trước khi thụ lý hồ sơ để truy tố thằng Đặng về việc nó lừa đảo con Ngọc, người ta cho nó thôi chức, khai trừ khỏi đảng và tiếp tục điều tra những vụ râu ria của nó.

Ông Huy bị mời lên cơ quan công an để đối chấp vì nhà trọ của ông có liên quan. Ông Huy vừa phải đối chấp với cơ quan công an để làm sao chứng minh mình hoàn toàn không biết gì về chuyện họ dây dưa tiền bạc với nhau, ông cũng cố gắng chứng minh rằng mình không biết họ là những người đã có gia đình. Thế nhưng cơ quan điều tra đặt câu hỏi, vặn ông rằng nếu như không nhận thẻ chứng minh nhân dân khi giao phòng, không biết tên tuổi, thì ông dựa vào đâu để cho họ thuê phòng, dựa vào niềm tin, vậy niềm tin này dựa trên cơ sở nào để cho họ nợ đôi ba chục triệu tiền phòng? Đến đây ông cứng họng và nhận lỗi. Đương nhiên ông không bị phạt hành chính, ông chỉ ngồi viết bản tường trình vụ việc để hỗ trợ cơ quan điều tra và viết kiểm điểm. Thế nhưng khu nhà trọ của ông bị lung lay, sắp tới đây là hàng loạt các vụ bẩn của thằng Đặng. Hắn trở nên nổi tiếng bởi việc ăn bẩn, chỉ mới ngồi chức Phó Chủ tịch xã mà đã bày ra hàng loạt các trò mờ ám, đen tối. Ông nghĩ đến Chủ tịch Nam, một chủ tịch trẻ, con của bà My, người đàn bà đã nhiều lần dò hỏi thử ông có yêu cầu bà giúp gì không. Bà My là người yêu của Đông, một chiến binh liệt sĩ đã trò chuyện với ông Huy trong giấc mơ. Nhưng lần này, hi vọng nhờ bà My giúp đỡ lại rất mong manh, bởi chính cái giấc mơ mà hơn nửa thế kỉ, từ trận đánh vào những năm đầu thập niên 1970 thế kỉ trước đến nay, ông gặp lại người chiến binh ấy, ông Huy thấy buồn và tuyệt vọng.

*

"Anh nên dừng lại!".

"Dừng việc gì hả anh?"

"Có rất nhiều việc, anh đã đi quá đà, giấc mơ bần cố nông lên làm lãnh đạo, làm ngọn đuốc dẫn đường cho một dân tộc là giấc mơ mù quáng và nó chỉ mang đến đau khổ!".

"Tôi không rõ anh đang nói gì?".

"Đơn giản thôi mà, anh thấy đó, chức trưởng xóm, ước mơ của anh, xem như anh đã thực hiện được giấc mơ của anh, rồi chân trong hội đồng hương hỏa nhà thờ làng, anh cũng có hô mưa gọi gió, rồi kết nối với phó chủ tịch để làm cái nhà trọ, xem ra anh cũng rất năng động, anh thấy tôi nói đúng không?".

"Ừ… nhưng tôi vẫn chưa hiểu?".

"Thực ra anh đã thấy, đã hiểu từ lâu rồi, việc anh cưa bỏ cái cây đa ở miếu xóm, điều đó chứa mặc cảm của anh, anh mặc cảm về quyền lực của cái chức anh đang giữ, cái cây đa đó như một bằng chứng về bần cố nông của anh, anh muốn cắt bỏ đi và thay thế vào đó một thứ bóng mát khác, từ chính bàn tay bần cố nông của anh xây dựng nên, một mái tôn. Rồi thì sao? Chính tự nhiên, cái tự nhiên trong tâm hồn con người, nó dẫn dắt và kéo người ta về với chính nó, người ta năm đầu thấy anh có lý, ngồi dưới mái tôn, ăn uống, hát hò, thấy hợp lý quá đi chứ, nhưng dần dà, người ta nhìn thấy, nhận ra vẻ thô lậu của mái tôn anh đã che thế chỗ gốc đa, người ta thấy nó giống cái nhà trọ của anh hơn là mái che miếu xóm. Và việc gì đã xảy ra, chắc tôi không cần nhắc anh nữa. Rồi anh tiếp tục hưởng những thành quả cách mạng của anh sau rất nhiều nỗ lực để chứng minh khả năng hoạt động và lãnh đạo xóm của mình, anh được người ta tin tưởng, và rồi anh biết khéo léo hưởng hạnh phúc trên thành quả cách mạng ấy. Cuối cùng thì sao, đằng sau những tháng ngày hạnh phúc và mãn nguyện của anh là một tai ương cho bản thân anh và cho rất nhiều người. Tôi nghĩ cái chết của thằng Sung, hạnh phúc tan vỡ của một gia đình lương thiện như ông Lương, bạn anh, rồi tương lai mờ mịt của gia đình thằng Đặng, nó đủ cho thấy cuộc cách mạng của anh thất bại!".

"Nhưng tôi đâu có làm cách mạng gì đâu?".

"Có đó, anh mang lý tưởng thay đổi bản thân, thay đổi thân phận bần cố nông từ thời cụ ky xa xưa, để bước vào một đẳng cấp khác, để lãnh đạo, dẫn dắt những tầng bậc khác trong làng, anh muốn rằng anh nói họ phải nghe, phải gật đầu vì nể, anh tin rằng họ có nhiều chữ nhưng bất lực hơn anh, bằng chứng là ở tuổi tri thiên mệnh, họ chỉ dựa vào đồng lương hưu, còn anh có thể làm ra nhiều tiền, có thể tung tẩy tiền bạc và có thể thao túng được nhiều người, điều này anh phải tự thấy. Thế rồi sao nữa? Anh đã bỏ qua một công đoạn vô cùng quan trọng trong cuộc cách mạng và lý tưởng của mình, đó là tri thức, anh nhầm cái lý luận xã hội đại đồng và tiến lên của mình với căn cốt nhân loại. Anh đạp trên tri thức nhân loại để trưởng thành. Và anh thấy đấy, sự giàu có của các con anh có bền không? Sự hãnh tiến của anh tới đâu?

Anh đã thấy cả rồi, đừng nên say sưa bước thêm, càng bước thì càng sai!".

"Nhưng anh ơi, tôi cần một sự hợp thức hóa, chỉ cần hợp thức hóa mảnh đất kia thành công, thì nhà trọ của tôi bền vững. Anh nghĩ đi, tất cả đất đai đâu có do ai đẻ ra, đó là của tự nhiên, người nông dân biết canh tác, cải tạo mảnh đất của mình, rồi kinh doanh trên đó, rồi xác lập chủ quyền thì có gì là sai?".

"Đúng rồi, anh nói đúng, và cái đúng của anh hình như, xét rộng ra, nó đúng rộng lắm, nó thuộc về người nông dân, nó thuộc về giai cấp nông dân và được đại diện bởi những bần cố nông vĩ đại. Nhưng anh thấy đó, các bần cố nông đã làm được gì ngoài việc xác lập cái quyền của họ trên mảnh đất rộng lớn kia và cuối cùng lại rị mọ học cách kinh doanh, nhưng mà kinh doanh bẩn, bởi nó khởi sự bằng lòng tham, bằng sự thâu tóm nhân danh điều gì đó cao cả và trong sạch".

"Như vậy thì tôi nên làm gì?".

"Anh thấy đó, con người càng ngày càng đông, có biết bao nhiêu cặp vợ chồng phải chạy vạy, phải vay mượn và đau khổ vì cái nhà, vì mấy chục mét vuông đất. Thế còn anh? Anh đã có nhà cửa, có vườn tược hàng ngàn mét vuông, nếu như anh cũng chơi theo luật chơi của nhà tư bản, tức anh bỏ tiền ra mua đất và xây nhà trọ thì tôi không bàn, tôi ủng hộ anh. Ở đây anh đã dùng thủ đoạn bần cố nông để bước vào thế giới tư bản, chơi như vậy là hèn!".

"Nhưng…?".

"Chúng ta đã chết khi chúng ta chưa được trưởng thành, anh ạ! Không, vì tôi quí anh, tôi xem anh là bạn, dù rằng anh khác chiến tuyến, nhưng tôi cảm nhận được anh là một người lính lương thiện, hơn nữa anh đã giúp tôi mang lá thư về tìm Mỵ, cả một ngày lang thang tìm người để trao thư của anh khiến tôi xúc động, tôi muốn gần gũi để giúp đỡ anh nhiều hơn nữa. Nhưng tôi xin anh, lịch sử đã khép lại rồi, chúng ta đừng đào bới, đừng bao giờ nhắc đến lá thư và đừng bao giờ nhờ Mỵ hay Nam. Bởi đó thuộc về một lịch sử khác, Mỵ đã có gia đình, đã có con cái và con cái của Mỵ không thể chịu trách nhiệm về chuyện xưa cũ của My để rồi phải trần trọc, khốn khổ mà giúp anh. Bởi giúp anh chuyện này là trái đạo đức, trái lương tâm. Anh phải biết dừng đúng lúc!".

Nói đến đây, Đông lặng lẽ bỏ đi, Huy không thể nhớ rằng Đông đã gặp mình ở chỗ nào và gương mặt của Đông dường như rất rõ nét, nhớ từng nét nhưng không thể dán mọi nét vào thành một gương mặt.

Ông Huy tỉnh giấc và nhớ lại giấc chiêm bao, ông nhớ rằng trong chiêm bao mình còn rất trẻ, vẫn là anh lính biệt kích và Đông là một bộ đội đặc công rừng Sát. Nhưng sao lúc trẻ ấy, đã có chuyện của bây giờ? Ông Huy cố vắt suy nghĩ để tìm câu trả lời nhưng không tài nào trả lời được, dường như mọi thứ đã nén trong một bầu khí quyển nào đó, quá khứ, hiện tại, tương lai vốn đã có sẵn trong vũ trụ, con người chỉ là một cái bóng đèn lóe sáng trong một dòng sáng ngẫu nhiên của Thượng Đế.

*

Đám tang thằng Sung, một đám tang buồn bã, đương nhiên có đám tang nào vui đâu, cho dù đó là đám tang của người miền Nam. Nhưng chí ít, người miền Nam biết chuyển hóa nỗi buồn mất mát người thân, hoặc giả đánh tráo nỗi buồn ấy thành một dịp vui với ý nghĩa mừng cho người vừa chết đi thoát khỏi cái kiếp làm người khốn khổ và bi thảm trên mặt đất này, hãy ca hát, hãy ăn nhậu và nói cười, để người quá cố thấy rằng sự vắng mặt của mình là một bước chuyển hạnh phúc và người thân đang ăn mừng vì cái hạnh phúc ấy của mình, để bước vào một cõi khác an vui và hạnh phúc hơn. Nhưng đó là một cách nghĩ cho thấy rằng người miền Nam vốn hào phóng, sống với hiện tại nhiều hơn là tương lai. Nhưng họ cũng chưa chắc đã nhìn thấy hạnh phúc ở hiện tại, bằng chứng là họ mừng cho người thân đã chết đó thôi, mừng cho một con người vừa rời bỏ, trút cái gánh nặng làm người ở hiện tại đó thôi! Nói vậy thôi, chứ người miền Nam cũng có lúc thuê những đội khóc thuê, họ vẽ mặt mày diêm dúa và có nét hơi giống với kiểu mặt tuồng của miền Trung, những người này sẽ vào khóc ơi hời, khóc đau đớn, khóc đến khản tiếng để tiễn đưa người chết, vừa khóc vừa kể lể những công lao lớn lao của người chết lúc còn ở dương thế. Đương nhiên các công lao này hoàn toàn không có, nó được vẽ nên bởi trí tưởng tượng của người khóc thuê. Nó khác với đám tang ở miền Trung, chính người thân khóc than, nhưng không phải khóc than kể lể công lao của người chết mà khóc kể khổ của bản thân, kể về mối quan hệ thân thiết giữa người khóc với người chết. Ví như "cha ơi bớ cha, chớ cha ra đi làm chi mà để con cháu mồ côi mồ cút, mới sáng hôm cách, cách nay chưa đầy nửa tháng cha còn bảo con đi mua bún xương cho cha ăn, rứa mà răng cha không ráng mà sống, mà đợi con mua bún xương cho cha ăn, cha chết mất rồi bỏ tô bún xương cho ai ăn đây ơi hỡi cha ơi là cha...!", hoặc "cha ơi bớ cha, chớ cha chết làm chi mà bỏ con một mình, con thương cha nhứt trên đời, đất đai cha rộng mênh mông bỏ lại làm chi mà ai cuốc cỏ đây cha hỡi bớ cha...". Hầu hết những khúc khóc có bài bản, có lý luận đều khóc cho ông cha, còn với bà mẹ, hình như khóc không có kể lể là mấy, chủ yếu người ta khóc kêu "mẹ ơi là mẹ, mẹ đi rồi, mẹ lạnh ai mà lo cái áo ấm cho mẹ, mẹ đói ai mà lo cho mẹ ăn, mẹ lo cho con từ nhỏ tới lớn mà con để mẹ đói khổ, thiếu thốn, con để mẹ buồn, mẹ ơi là mẹ...". Người ta khóc mẹ tùy ngẫu hứng. Nhưng hình như sau này, chừng hai mươi năm trở lại đây, hay nói chính xác hơn là từ những năm đầu thế kỉ 21 trở lại đây, cả miền Trung, miền Nam và miền Bắc đều bỏ tục khóc cha mẹ, kể lể như trước, và tục lệ mặc áo the đen, đeo khăn mỏ quạ đen đi tiễn đám của người miền Bắc cũng đã bỏ gần hết. Thay vào đó là áo quần tinh tươm, lịch sự, ai có áo veston đen hay áo dài đen thì mặc màu đen, không có thì mặc màu trắng hoặc màu khác cũng được, không sao, miễn sao khi đưa tiễn, người ta chú tâm cầu nguyện cho người quá cố được vãng sanh cực lạc hay về nước Chúa là đủ.

Không như trước. Thời bây giờ, đám tang, người chết là địa hạt thăng hoa cho các nghi thức tôn giáo, nó giúp cho tôn giáo củng cố ý nghĩa và niềm tin, giá trị đặc thù về một lời hứa nào đó sau khi người thuộc tôn giáo đó chết đi.

Thế còn đám tang giữa mùa dịch thì thảm hơn nhiều, không người thân đưa tiễn, không kèn trống, thậm chí ở thành phố lớn như Sài Gòn, Bình Dương, người chết chất thành một khối đông lạnh, việc lưu trữ xác chết chờ phiên hỏa thiêu trở thành nỗi ám ảnh của người sống và gánh nặng không chịu nổi với nhà đòn. Họ phải làm việc quần quật, lo lắng, sợ hãi vì những cái chết do dịch cúm, họ trở nên hoảng loạn và những cái chết cứ nối đuôi nhau, chất chồng.

Thằng Sung may mắn hơn những người thành phố, vì hắn chết ở quê, ít ra cũng có người đến viếng, mặc dù nhà nước có qui định không được tập trung quá ba mươi người. Nhưng chính cái qui định này khiến cho ngày đưa thằng Sung ra nghĩa trang chẳng có mấy người. Mà hình như số phận của hắn là vậy, một số phận hẩm hiu và buồn tủi, từ nhỏ đã không có mẹ, lớn lên sống chui nhủi trộm cắp, bữa đói bữa no, khi có vợ thì đời có thay đổi được vài năm nhờ vợ ăn nên làm ra nhưng bù vào đó hắn dính vào con đường nghiện ngập, bất lực, ngửa tay xin tiền vợ và bị khinh khi. Đó là chưa nói đến hạnh phúc trong hôn nhân của hắn có lắm éo le. Lẽ ra hắn chưa chết, bởi hắn vẫn còn có thể tự an dưỡng, tự tập thể dục và giảm bớt rượu, nhưng không, hắn đã chọn rượu để nhanh kết thúc cuộc đời, trước đây hắn uống say, nhưng chưa có thói quen rượu đứng. Từ ngày hắn biết chuyện vợ hắn từng để người ta quì khóc, van lạy xin lại cái túi trôi trong nước lụt nhưng vẫn giả lơ và chối phăng, rồi mở cái tiệm buôn phế liệu, tiền bạc rủng rẻng, rồi đưa tiền cho thằng Đặng, rồi lên trên ủy ban xã chửi bới, bêu chuyện hai đứa làm tình trong nhà trọ của ông Huy ra, Sung chẳng còn mặt mũi nào nhìn bà con hàng xóm. Cái câu hỏi lúc nhỏ của Sung là "mình làm gì đây để sống?", đến khi có vợ, Sung lại hỏi chây lì hơn "mình chọn ăn cái gì đây để uống?" và bây giờ, sau khi phải chứng kiến quá nhiều cay đắng, sáng dậy, Sung run rẩy, bàn tay với những sợi cơ không đủ ấm do chưa có rượu, cái tay run rẩy của Sung đưa lên vuốt mặt, dụi mắt và đi thẳng ra quán, làm năm ngàn rượu đế, tợp một cái khà, hơn nửa xị rượu đế trôi tuột vào cuống họng, xuống ruột già ruột non, đốt cháy và làm ấm cơ thể, mọi run rẩy trôi qua, Sung nghe phừng phừng một câu hỏi khác "bao giờ mình được chết đây?". Cái câu hỏi ấy đeo đẳng cho đến ngày Sung nhắm mắt.

Khi Sung chết, cũng không có ai khóc ngoài Ngọc, người vợ bội bạc của Sung. Ngọc khóc thảm thiết, sướt mướt, đau đớn. Ngọc chỉ khóc và gào đúng mấy câu "Anh ơi anh" hoặc "Em xin lỗi anh" và "Em biết lỗi của mình rồi, ôi em đau đớn quá anh ơi, em hối hận quá!".

Sau đám tang, Ngọc đóng cửa nhà, nhờ mấy người em chồng tối tối sang thắp nhang, Ngọc về ở hẳn với cha mẹ, bởi Ngọc không còn mặt mũi nào ở lại đất nhà chồng, Ngọc không thiết bất kì thứ gì nữa và Ngọc cũng hối hận bởi trước đây từng nghe lời thằng Đặng, từng nghĩ đến chuyện cướp trắng miếng đất của bà Phán, rồi thêm chuyện nợ một mớ tiền trọ trên nhà ông Huy. Bữa đám tang chồng của Ngọc, ông cũng tới phúng điếu và thái độ ân cần chia sẻ của ông khiến cho Ngọc thấy tủi thân, xấu hổ và hối hận, ê chề, thậm chí Ngọc thấy nhục, Ngọc chỉ muốn bỏ đi đâu thật xa, nhưng nếu bỏ đi thì mấy đứa nhỏ ai nuôi. Nhưng giờ, liệu chúng tổn thương như thế nào, làm sao Ngọc biết được, bởi chúng biết chuyện của Ngọc, chính Ngọc đã làm cho mọi chuyện đổ vỡ như thế này. Bữa Ngọc nhận số tiền thằng Đặng trả do nhà nước cưỡng chế, Ngọc định mua cho thằng lớn chiếc xe máy để nó đi học nhưng nó lắc đầu từ chối mà không nói rõ vì sao từ chối. Điều này khiến cho Ngọc đau đớn. Ngọc ước chi lúc này là lúc Ngọc mới gặp Sung, là lúc hai vợ chồng còn nghèo khổ, Ngọc sẽ gọi Sung dậy để giúp Ngọc lùa con heo nái lên cái cũi chứ không phải để nó sổng chuồng rồi bơi theo, rồi muốn buông tay theo dòng nước, rồi gặp cái túi tiền ấy, cái túi chứa những đồng đô la mồ hôi xương máu của một cặp vợ chồng lao động nước ngoài mới về quê. Và không biết giờ này họ đang ở đâu? Khi mất tiền rồi, họ có liều lĩnh thả mình trôi theo dòng để sang Anh, sang châu Âu trong những cái thùng lạnh? Nghĩ đến đây, Ngọc lại khóc, nhất là nghĩ tới dòng nước bạc năm ấy, rồi nghĩ tới dòng nước đen đang xô số phận của mình trôi theo một hướng nào đó bất định, lại phải nghĩ đến chuyện thả tay hay tiếp tục bơi lần nữa. Ngọc khóc, khóc cho đến bao giờ không còn muốn khóc nữa thì thôi!

4. Gươm báu

"**X**in ngài chỉ cho con, mẹ con đang ở đâu?" – Nàng quì lạy, xin thánh giúp.

"Ta cũng đang nhờ những vị ở bên Trung Hoa họ báo cho ta biết mẹ con đang ở đâu. Nhưng cho đến lúc này, họ vẫn chưa tìm thấy con ạ. Có khi nào mẹ của con vẫn còn quanh quẩn đâu đó tại Việt Nam, để ta liên lạc thử!" – Thánh phán.

"Con nghe cha con nói là mẹ con đã bị bắt cóc sang bên đó...".

"Ta không nhĩ vậy, để ta xem thử, đây nè, rõ ràng mẹ con đang ở một nơi rất gần, con thử tìm chỗ chiếc xe mà mẹ con chở cải bắp ngày đó thử sao?".

"Dạ, chiếc xe đó vẫn nằm chỗ nhà người quen".

"Ồ, ta thấy rồi, mẹ con vẫn còn sống, nó ở ngay chỗ đó, con hãy đến, nó đang bị nhốt dưới hầm, nhưng sao nhìn nó thảm hại thế này nhĩ! Con phải đến đó ngay. Nhưng phải có chuẩn bị, vì kẻ này chủ mưu, nó nhốt mẹ con mấy mươi năm nay, giờ nó cũng ngán rồi, có vẻ như nó đã bỏ bê. Mẹ của con bị hãm hại mấy mươi năm nay".

"Con có nên báo công an không thưa ngài?".

"Ta nghĩ là con nên tìm cách đưa mẹ con ra khỏi nơi này, chắc các con đủ bản lĩnh đó. Còn nếu không làm được thì hãy báo công an, vì mục đích là đưa mẹ con ra khỏi nơi này thôi, kẻ kia đã có bản án, không cần đến bản án của tòa dương thế đâu, con yên tâm đi!".

"Dạ, xin ngài hãy chỉ cho con cách đến đó để đưa mẹ con về tốt nhất!".

"Con hãy đi, mọi thứ ta sẽ lo cho con!"

Bây giờ là lúc chị đại Diễm kêu gọi đàn em, đến lúc Hùng Bò và Vinh cần có mặt, mi cũng đóng vai trò đàn em của nàng trong lúc này, anh em được tập hợp, chia thành ba cánh để phối hợp tấn công, mọi chiến thuật được bàn tới bàn lui kĩ càng, ước lượng đối phương và dự tính các phản ứng của hắn.

Ba mũi nhọn do mi, Vinh và Hùng Bò dẫn đầu, mỗi mũi hai chục người đi theo, vị chi sáu mươi ba người cho cuộc chiến này. Cái "người bạn Nùng", quen với bố Phèng, bố chồng cũ của nàng, chuyện này bố Phi không thể nào ngờ rằng hắn là tên thổ phỉ hàng đầu trên đất Lạng Sơn, hắn có thể muốn làm gì thì làm, tùy thích, với bên ngoài là một người bán hạt dẻ và buôn rau củ quả, hắn kì thực đi nắm tình hình ngoài chợ và nhắm đến những đối tượng cần nhắm, hắn tên Nùng, cha hắn đặt tên dân tộc Nùng cho con mình với tham vọng sau này, con mình sẽ là một ông vua Nùng. Cha hắn là một người thuộc thành phần mười mấy đời bần cố nông, nhưng do giỏi làm ăn, biết buôn bán và tình cờ mua được một thanh kiếm cổ của bà đồng nát, thoắt cái đổi đời, ông ta nghĩ rằng Trời đã ban lệnh làm đế vương cho ông, cũng giống như Lê Lợi được rùa vàng trao kiếm báu vậy.

Ông nghĩ rằng có thể câu chuyện kiếm báu của rùa hồ Gươm chỉ là chuyện bịa đặt, không chừng nhà vua đã phóng kiếm vì sợ hãi khi nhìn thấy con rùa quá to lớn đang đến gần, theo thói quen, rùa đớp mồi, lúc này là một thanh gươm sắt, lặn xuống đáy. Nhưng tại sao nhà vua phải bịa đặt như vậy? Đó là vì khi công cuộc chống giặc đã đã thành công, việc đầu tiên, người ta phải loại bỏ công trạng của các chiến hữu, người ta muốn nói rằng sự thành công này là nhờ vật vô tri kia, nhờ sức mạnh của cá nhân họ cùng với cái vật do thần linh ban tặng, còn những con người như Nguyễn Trãi, Lê Lai chỉ là những kẻ phò tá, cũng không hơn thanh gươm kia là mấy nếu không muốn nói là chưa bằng. Nhưng nó cũng cho thấy rằng, muốn nắm lịch sử, người anh hùng áo vải như Lê Lợi phải biết biến mình trở thành thần thoại, phải khác thường và phải vượt qua cái thân phận chân lấm ruộng phèn. Công trạng lớn nhất lại thuộc về một thanh gươm sắt.

Ông đã nuôi gia nhân và rước thầy về dạy học cho Nùng, mục đích là Nùng học được chữ để đi thi mà làm quan. Thế nhưng Nùng có tính khí võ biền, hung hãn cộng với nham hiểm nhưng không có trí thông minh để học chữ. Cuối cùng, Nùng đi theo con đường luyện võ và luyện bùa chú. Sẵn thế lực trong tay, Nùng không từ nan bất kì thứ gì hắn đã ưa. Nếu không thương lượng được thì hắn cướp. Trong số những người Nùng hắn quen biết, có vẻ như hắn sợ Phèng, con của một trưởng bản ở Lộc Bình. Hắn rất khôn, hắn muốn tránh Phèng, bởi Phèng là bộ đội đặc công, từng tham chiến ở chiến trường miền Nam. Hắn luôn tránh đụng chạm với Phèng. Hắn biết Long là người tình của Phi, bạn Phèng, hai người già nhân ngãi non vợ chồng, đã có với nhau một mặt con. Hắn cũng biết Long là người phụ nữ đặc biệt, âm hộ của Long sạch sẽ, không có cọng lông nào, người đời rất sợ, họ cho rằng xui xẻo, nhưng với Nùng, nó là đại phước đức cho kẻ nào có được. Nó giúp cho công lực cũng như thế lực của người đó tăng trưởng đến mức thượng đẳng, sự nghiệp bá chủ sẽ vào tay. Hắn muốn có Long.

Thời Long còn bán phở lợn, Nùng đã có vợ nhưng nhiều lần đến đặt thẳng vấn đề rằng muốn ngủ với Long. Bị từ chối, hắn nhiều lần rắp tâm chiếm đoạt Long, nhưng đây là thời gian chuẩn bị tổng động viên, lực lượng bộ đội về tuyển binh và huấn luyện tân binh rất đông, họ bủa dày đặc, hắn không dám hành sự. Phi lên đường vào chiến trường miền Nam, hắn lại tìm cơ hội. Nhưng cái cơ hội ấy chẳng đến được vì nhiều lần hắn đến nhà Long đều không có nàng ở nhà, quán đóng cửa, hắn cho đàn em đi tìm nhưng tìm không ra. Cho đến lúc Long dắt đứa bé về ở với bà nội nó, cơ hội để Nùng ra tay lại đến, Nùng chỉ muốn hãm hiếp và hành hạ Long, biến Long thành một thứ nô lệ tình dục của hắn cho bõ ghét lâu nay Long đã từ chối hắn.

Nhiều đêm hắn cho người phục kích ở nhà Phi nhưng không tài nào vào nhà được, bởi đám lâu la của hắn rất sợ vào nhà Phi, chúng kể với hắn rằng khi chúng chuẩn bị vào nhà thì bị một ông hộ pháp to lớn, cắp đao bước ra từ ngôi miếu trước nhà Phi, chúng chỉ biết cắm đầu cắm cổ mà chạy. Nùng không tin đám lâu la, hắn mang theo bùa chú và cặp thanh đao trảm long của sư phụ truyền cho hắn. Hắn cũng phục kích, lần này hắn không phục kích để bắt cóc Long mà muốn phục kích để chém đầu vị hộ pháp chỗ miếu thần kia. Nhưng xui cho hắn, chưa được gặp vị hộ pháp thì hắn bị một con ve chó chui vào tai, hắn đau đớn ôm đầu quay về. Hơn một tuần đau đớn, cuối cùng hắn được thầy phù thủy, cũng là sư phụ hắn cúng vái, làm phép và dùng thuốc nhử con ve ra khỏi hốc tai để cho ông thợ cạo gắp ra ngoài. Lần đó, hắn đâm sợ nhưng vẫn chưa thôi tức giận, hắn chuyển từ sự ham muốn sang tức giận và bây giờ là thù hận. Bởi không chịu thua ai điều gì nên hắn càng rắp tâm. Và cái cơ hội ấy đã tới, những người buôn rau củ quả từ Trung Quốc sang chợ Đồng Đăng mua rau. Hắn đóng vai người bán hạt dẻ để làm quen với các con buôn Trung Quốc, sau đó rủ vợ chồng họ về nhà ăn cơm, ở lại, chừng đã thân quen, hắn đặt thẳng vấn đề với họ về vụ bắt cóc và hứa trả họ một số tiền hậu hĩnh. Các con buôn Trung Quốc ban đầu sợ sệt, từ chối, nhưng sau khi nghe hắn nói kế hoạch thì nhận lời. Hắn hứa xong việc sẽ trả cho họ mỗi người ba lạng vàng.

Những người Trung Quốc kia đưa rau củ quả về nước và dắt thêm người sang để hành động, họ đi năm người, trong đó hai người đàn ông ở nhà của Nùng chờ cơ hội, ba người phụ nữ ra chợ suốt nửa tháng cứ mua rau củ quả đưa về cửa khẩu rồi lại quay lại chợ, cho đến Rằm tháng Mười thì họ gặp Long đi chợ bán rau, họ mua tất cả rau trong chợ và mua luôn bắp cải của Long với giá cao hơn bình thường, họ hỏi Long nếu còn thì mai mang đến bán cho họ với giá cao gấp đôi. Long mừng khấp khởi, về rủ mẹ chồng cùng bẻ bắp cải để sáng mai chất lên xe cút kít mà kéo lên chợ, chở xong chuyến thứ nhất, cầm tiền về, họ hứa mua thêm, Long lại chở tiếp chuyến thứ hai, lúc này đã mười giờ sáng, họ trả tiền cho Long và hỏi nếu còn thì chở lên tiếp một chuyến nữa để họ chất đủ một xe tải chở về nước. Long lại tiếp tục bẻ bắp cải. Từ sáng sớm chưa ăn uống gì, Long ăn vội mấy củ khoai mì rồi chở bắp cải lên chợ. Những người buôn rau hành nói Long ghé đến chỗ trọ của họ lấy tiền và luôn tiện kéo xe bắp cải tới cho họ. Tới nơi, họ mời Long vào nhà trọ ngồi uống nước. Long ngồi đợi họ trả tiền nhưng không uống nước, bởi cô nhận thấy ánh mắt của họ có gì đó khiến cô bất an. Chờ một lúc không thấy ai ra trả tiền, cô thấy lo lắng, gọi hỏi nhưng không thấy người đáp. Cô nghĩ phải đi khỏi chỗ này, và xem như mất một xe cải bắp cuối cùng, nếu may mai mốt gặp lại đòi cũng không sao, cô đứng dậy toan đi ra thì người buôn rau mang tiền ra trả cho cô. Cô mở tiền ra đếm, vừa mở xấp tiền thì Long hoa mắt, chóng mặt, sau đó cô không biết gì nữa, khi cô tỉnh dậy thì thấy mình bị trói, miệng bị bịt kín, không thể nào kêu. Nùng xuất hiện, hắn tới gở miếng băng bịt miệng cho Long. Cô kêu cứu nhưng hắn cười.

"Ở đây em có kêu cũng chẳng ai nghe đâu, cho dù em có bắc loa cũng chẳng ai nghe được đâu!"

"Tôi xin ông, ông cho tôi về với con tôi!".

"Tôi cũng xin cô, cô bớt miệng mồm lại đi, cô có bắc loa mà kêu gào thì cũng không ai nghe được đâu!" – Nùng tiếp tục cởi trói cho Long.

"Nhưng ông cho tôi biết tại sao ông cứ nhắm vào tôi vậy?".

"Vì tôi thích em, đơn giản mà, gần mười năm trời, có hàng vạn cô chỉ mong tôi mở mồm thì nhảy vào, tiền bạc, tình cảm, tình dục, tôi có đủ, tôi có thể làm cho em lên tận mây xanh, và chưa có con nào dám từ chối tôi, vậy mà em dám!".

"Ông thật là bỉ ổi!".

"Nói bỉ ổi thì em chưa nhìn thấy hết đâu. Tôi nói luôn để em biết là tại sao tôi phải nhờ bọn tàu khựa nó bắt cóc em ngoài chợ trong khi đàn em tôi rất đông, chúng nó có thể rinh em về giữa chợ. Em muốn biết chứ gì? Bởi vì chỉ có bọn nó mới đảm bảo bí mật cho tôi. Đảm bảo vì mấy đứa chúng nó được trả nhiều tiền hả? Không phải đâu, chúng nó lấy được tiền của tôi thì chúng nó sẽ tiêu xài thỏa chí, đến lúc hết tiền chúng nó sẽ đe dọa tôi để tống tiền. Tôi quá biết bọn này, chính vì cái tính phản trắc của chúng nó mà khi Tần Thủy Hoàng chết, ông đã dặn tới mấy lớp quần thần khanh tướng, để cho bọn khiêng quan tài vào thì bọn bên ngoài bịt mộ, đổ thủy ngân vào, đến bọn đổ thủy ngân làm việc xong thì bọn tướng võ xông vào chém, bọn tướng võ chém xong bọn đổ thủy ngân thì bọn thị vệ xông vào giết bằng ám khí, bọn thị vệ nghĩ mình được tin tưởng, về tới triều đình thì đã có sẵn án chém cho bọn chúng, qua nhiều lớp như vậy, đố thằng nào biết được xác Tần Thủy Hoàng nằm ở lăng mộ nào, bởi có đến hàng chục cái lăng giống nhau, cái nào cũng có cơ quan bên trong. Thì tôi cũng vậy thôi, bọn nó có sống sót để tiêu tiền không mới là chuyện, ở đây là rừng núi mà em, rồi biên giới thì cách nhau có vài bước chân, em biết rồi đó. Đừng mong chuyện này lọt ra ngoài, em hiểu chưa!".

Nói một lèo xong, Nùng bỏ ra ngoài, hai đứa thanh niên xông lại trói Long vào chỗ cũ. Chuyện cứ lặp đi lặp lại như vậy một thời gian dài, không chừng cả tháng trời, bởi dưới hầm, Long không thể biết được đêm hay ngày, khi nào cũng thấy nhờ nhờ ánh sáng đèn. Long mệt mỏi, đau đớn nhưng cô không tuyệt vọng, cô quyết phải giữ mạng sống để về với con. Long không từ chối ăn uống, cơm mang đến Long ăn sạch, nhưng không tắm, bởi với thằng này, nó chỉ chờ cơ hội Long sạch sẽ, hắn sẽ hành sự. Long quyết để cơ thể cô dơ dáy, bốc ra mùi hôi thối mà chính cô cũng không chịu được.

Thằng Nùng có rất ít trắc ẩn cần thiết của con người, nên hắn không làm được cách này thì lại có cách khác, thay vì đưa gia nhân vào ép Long tắm rửa, hắn không làm, bởi làm như vậy khác nào khai với bọn gia nhân rằng có cô ta ở dưới hầm. Và hai đứa gia nhân canh Long được chia canh gác suốt bấy lâu nay, chưa chắc tính mạng của bọn chúng đã an toàn. Bằng chứng là thằng Nùng đã giết mấy người Trung Quốc làm thuê cho hắn. Hắn hẹn trả tiền cho họ và sau đó cho đàn em xử trên đường về, ở hẻm núi, mọi chuyện coi như xong. Bởi ở vùng biên cương này, việc một vài người mất tích khi sang nước khác là chuyện cơm bữa. Bởi người ta chỉ nghĩ là những kẻ đói vượt biên, đang trốn chui trốn nhủi ở một xưởng làm việc nào đó bên nước bạn. Cũng giống như có biết bao nhiêu cô gái H'Mong, Tày, Nùng, Thái, Việt, Mường đã mất tích sau khi hẹn hò với một người Trung Quốc nào đó. Gia đình của người mất tích cũng nghĩ rằng họ đã vượt biên sang bên kia để làm thuê. Cho đến khi quá lâu không thấy liên lạc mới nghi ngờ, lo lắng rồi đổ xô đi tìm, lúc đó thì mọi chuyện đã quá muộn và mọi đầu mối cũng đã tiêu tán, chỉ mong sao đem được xác về quê là quí lắm rồi. Thân phận của người nghèo, người đi làm thuê lúc nào cũng nhỏ nhoi chả kém con sâu, cái kiến.

5. Ngày mất dấu

Thấy con dâu chở bắp cải đi ra thì mình bị giật mí mắt phải liên tục, bà Hường đâm lo sợ, gọi nó lại, nhưng nó chỉ nói vói lại rằng chút nó về ăn cơm. Nhưng rồi đến chiều, vẫn chưa thấy nó về. Bụng bà Hường nóng như có lửa đốt, bà cũng lấy làm lạ vì tâm trạng này, vì bà biết hầu hết những người mẹ chồng đều có hai tính cách na ná nhau, nhất là các bà mẹ có con trai độc nhất giống như mình. Đó là không bao giờ chấp nhận sự có mặt của con dâu, bởi nó xuất hiện trong gia đình cũng giống như kẻ chiếm đoạt đã tới chiếm mất phần yêu thương, ân cần mà con trai dành cho mình, nó xuất hiện thì con trai không còn là con trai mình nữa, nó là kẻ tội phạm, kẻ chiếm đoạt, kẻ độc ác… Và một thứ tâm lý nữa là ghen thay cho con trai, ghen bóng ghen gió, theo dõi con dâu từng li từng tí, thấy con dâu đi đâu lâu thì hoài nghi, đặt đủ các câu hỏi để cuối cùng đi đến kết luận về sự đi lại bất minh của nó. Thực ra thứ tâm lý này chứa lòng ghen ghét, đố kị, cố gắng moi móc cho ra cái xấu của người bị xem là đối thủ, thậm chí bệnh hoạn hơn, đó được xem là tình địch, kẻ đã chiếm mất tình cảm của đứa con của mình và bằng mọi giá đấu tố nó, mà máu đấu tố thì con người đâu có thiếu, nhất là đàn bà không chồng, hầu hết những vụ đấu tố kinh khủng trong lịch sử đều do các bà nạ dòng, tức khí mà ra, bao nhiêu ẩn ức, bao nhiêu cay đắng, bao nhiêu thèm muốn, thù hận, ức chế… các bà dồn hết vào mồm để trả thù đời, cho dù cái người bị đấu tố kia chẳng liên quan gì đến nỗi khốn khổ, đau đớn, cô độc mà các bà phải nếm trải. Thế rồi có bao nhiêu uất ức, các bà ném vào các cuộc đấu tố, việc đấu tố cũng giống như cơ hội, sân chơi để các bà xả bao phẫn uất, khổ nhục, xả cho đã, người ta chết đau khổ trước mặt càng khiến các bà máu me hơn. Nhưng cũng không thiếu loại đàn ông chả kém các bà. Nhưng dù sao thì giữa giống đực và giống cái, khác nhau về giới tính một chút cũng có cái hay, đỡ cay cú, xâu xé hơn, ví như các ông cha chồng hành xử giống y các bà mẹ chồng thì chắc chắn chẳng có nàng dâu nào chịu nổi, thi thoảng cũng gặp loại cha chồng như vậy, hoặc loại cha chồng cứ nhìn ngực con dâu, cũng không hiếm trên xứ sở này. Và rồi các nàng dâu nào trụ lại, chịu đựng bao khổ nhục, uất ức, đến khi có con dâu, lại trút mọi uất ức đó lên con dâu, thậm chí còn ghê gớm hơn cả bà mẹ chồng đã từng. Cuộc đời cứ như vậy mà sinh con, đẻ cái rồi lại sinh con, hận chồng chất hận một cách vô nghĩa.

Có đôi khi bà Hường tự hỏi liệu có phải do con trai bà đã hi sinh nên bà dành hết tình thương yêu cho con dâu, đứa con dâu tội nghiệp chưa có miếng trầu hay lát cau bỏ lễ, đứa con dâu âm thầm đẻ cháu cho bà, một đứa cháu mà mới nhìn, bà đã nhận ra nó là cháu nội của bà, bà và con dâu trở thành mẹ con ruột tự lúc nào, bà không rõ. Nhiều lúc là có một linh cảm rất lạ, bà luôn sợ mất đứa con dâu yêu quí, hay đúng hơn là bà sợ mất đứa con gái yêu dấu của mình, bà chỉ còn mỗi nó, bà không cần bất kỳ thứ gì khác. Nhiều khi bà tự trách mình, bà tự thấy mình tệ, bởi khi không có con trai bên cạnh, bà rất mực yêu quí con dâu, xem nó như con gái. Nhưng rồi nhỡ như có con trai bà bên cạnh, bà có hành xử giống như bao bà mẹ chồng khác hay không? Rồi thêm nữa, không hiểu sao bà luôn có linh cảm con trai bà còn sống, bởi mỗi khi đám giỗ chồng, bà khấn thêm thằng Phi, thì cái linh cảm của bà lại cho thấy chỉ mỗi mình chồng bà về, con trai bà vẫn còn sống đâu đó. Mà cái linh cảm này đâu chỉ riêng bà, cả Long cũng có cảm giác Phi đang sống lây lất ở một nơi nào đó, Phi sẽ trở về. Điều làm bà thương Long nhiều nhất ở chỗ Long lớn tuổi hơn Phi, và Long kể thật với bà là vì lỡ trót dại, hai đứa lao vào nhau, giờ Long nghĩ lại, thấy mình lớn tuổi, Long chỉ biết lo lắng, sợ một lúc nào đó Phi trở về, sẽ không nhận Long. Là đàn bà với nhau, bà thấu hiểu được, bà thương Long.

Thế rồi sau một buổi chợ, Long đi mãi không về, bà cõng con bé đi tìm, quanh quẩn ở chợ, hỏi ai cũng không biết, có người nói sáng hôm ấy nhìn thấy Long kéo xe bắp cải theo mấy người Trung Quốc. Bà hỏi đi hỏi lại cho rõ, thế thì thôi rồi, bà choáng váng, bởi chắc chắn Long, con dâu, con gái yêu dấu của bà đã bị chúng nó bắt cóc. Chuyện bắt cóc phụ nữ Việt về bên đó ép làm vợ một thằng cà ngất hoặc ép làm vợ tập thể cho một lũ bệnh hoạn đã xảy ra nhiều lần trên biên giới. Bà cõng con bé đi coi thầy, lên điện nhờ các cô đồng chỉ giùm, nghiệt nỗi, hầu hết đều nói Long vẫn chưa ra khỏi nước, còn nói rằng Long đã làm vợ một ai đó. Như vậy thì lẽ nào, bà không tin rằng Long đã theo một đứa nào đó, bỏ con, bỏ bà, trong khi bà từng nhiều lần khuyên Long lấy chồng, bà xem Long như con gái, bà muốn Long bắt rể cho bà. Bởi cùng là đàn bà, bà hiểu được nỗi thiếu thốn của một người đang tuổi son trẻ như Long, nhưng nó từ chối. Nhưng sao Long lại đang làm vợ ai đó, thôi thì nhiều thầy thối ma, nhiều người ta thối cứt, rặt một đám phán xằng. Nghĩ vậy, bà không đi coi bói nữa, bà chờ đợi Long về.

Thế rồi cả ba năm trời không thấy Long về, con bé hằng đêm khóc nhớ mẹ tỉ tê, nó làm bà đau lòng không tài nào ngủ được. Nhưng bà phải sống, phải ráng chợp mắt một chút để mà dưỡng sức sau mỗi ngày làm việc. Số phận rồi, số bà hẩm hiu, có đứa con trai thì biền biệt ở chiến trường miền Nam, gặp con dâu chưa kịp mừng vui thì đã mất. Thôi thì bà còn con bé Diễm, bà phải nuôi nấng, chăm sóc nó thật là tốt, để không phụ lòng con gái yêu dấu của bà, Long ơi!

*

"Vậy lá thư mà mẹ đã gửi cho bố, nói về đặc điểm của con, là gửi bao giờ? Bởi hầu như trong chuyện này, mẹ con đâu có tính trước được chuyện mình bị bắt?".

"Lá thư ấy bố tìm thấy trong bọc vải, cất riêng trên đầu giường của mẹ, bỏ trong áo gối con à".

"Thế ra mẹ có ý định bỏ đi?".

"Cũng vì lá thư này mà bố trách mẹ con một thời gian. Bố nghĩ rằng mẹ viết để bỏ đi. Nhưng nghiệm lại, không phải thế, bởi chiến tranh, ai biết được mình sẽ chết giờ nào, nên để lại thư về những gì cần nói nhất là một cách chọn. Hơn nữa, có thể mẹ sẽ ở như vậy cho đến ngày bố về, nếu thấy bố lạnh nhạt, mẹ sẽ bỏ đi. Bố nghĩ là vậy, mẹ con sống trong chờ đợi và mặc cảm!". Ông Phi đưa tay quệt nước mắt, những giọt nước mắt hiếm hoi lần đầu tiên Diễm nhìn thấy. Bởi chưa bao giờ ông tỏ ra mềm yếu trước con gái mình, dù bất kỳ hoàn cảnh nào.

"Bây giờ, bố nghĩ mình tấn công bằng cách nào?".

"Bố thực sự lo lắng con ạ. Bởi liệu thánh nói chính xác bao nhiêu phần trăm. Nhưng rõ ràng phải tin thánh, bởi giả sử như chú Định kia bịa chuyện, thì chú làm sao biết chuyện gia đình mình, một chuyện mà ngay cả con cũng không biết để mà bịa. Hơn nữa, bố thấy chú Định không phải diễn ăn tiền, bởi với lượng con nhang như vậy, chú ăn tiền thì giàu to rồi, đằng này toàn làm không tiền, có mà tụi bay giàu thì có, tụi bay bán quán, hốt bạc so với chú Định, sau này nhớ chia sẻ cho chú ấy nhé con! Bố nghĩ cách hay nhất là nhờ bố Phèng của con, ông ấy rành hơn bố, ông ấy từng là trinh sát đặc công".

*

Đã lâu không gặp lại người bạn cũ, cũng là ông sui, thực ra, tình bạn giữa hai người vẫn không có gì thay đổi, thế nhưng cái chết của người con trai độc nhứt khiến cho ông Phèng đau buồn, mọi thứ trở nên xa lạ. Đứa con dâu từ khi rời xa gia đình nhà chồng, đứng ra làm đầu lĩnh cho một băng nhóm khai thác đá quí cũng khiến cho ông Phèng thấy xa lạ với nó. Nhưng biết làm sao, nó còn trẻ, nó có đời sống của nó, lẽ nào nó bám lấy gia đình chồng trong khi chồng đã chết, hai đứa chưa có con với nhau. Nói gì thì nói, đứa con giống như sợi dây buộc chặt người phụ nữ với gia đình chồng. Nhưng giờ, nó phải sống cho cuộc đời của nó chứ. Hơn nữa, bà vợ của ông, bà ngay từ đầu đã không mấy thiện cảm với con dâu ông, bởi bà cho rằng chính con dâu đã lấy mất tình mẹ con của bà, nó đã nhảy vào giữa hai người và hất dạt con trai bà ra khỏi bà. Đôi khi bà tỏ ra oán hận Diễm. Nhưng câu chuyện sẽ còn cứu vớt được nếu như Nhì không chết, đằng này đùng một cái, chứng cảm nước chuyển qua thương hàn, rồi kiết lị, rồi lao phổi, ba bốn bệnh vây lấy con trai bà, nó chết không kịp ngáp, nó chết không có bà, chỉ có con Diễm với nó trong trạm xá, làm sao bà không oán được. Càng nghĩ bà càng đau, bởi chính cái tướng sát phu của nó, cái tướng mà tình cờ, bà hoảng hồn khi nhìn thấy lúc nó tắm suối, tình mẹ chồng con dâu trở nên xa lạ cũng từ đó. Thế rồi thằng Nhì chết, nó ở thờ chồng đủ ba năm thì nó xin phép ông Phèng về nhà nó, rồi nó lang thang sang mạn Tây Bắc, Lục Yên để làm ăn. Dường như nó đi là để dứt hẳn mọi thứ dây mơ rễ má với bà. Bà đâm ghét nó, oán hận nó, còn ông Phèng thì ái ngại, chẳng biết ăn nói làm sao với người bạn nối khổ, cũng là anh sui của mình. Giờ tình cờ anh sui gọi điện nhờ vả, ông thấy đời sống của mình còn có ý nghĩa với bạn, ông thấy mình vẫn còn hiện hữu trong người bạn của mình, và trong cả đứa con dâu ông rất mực yêu thương nhưng chẳng bao giờ dám thổ lộ chút tình cảm nào vì sợ bà vợ sẽ nổi điên, sẽ nói quàng xiên, gây đau khổ thêm cho gia đình.

"Chuyện này tôi có nằm mơ cũng không tưởng tượng ra được anh Phi à!".

"Tôi cũng vậy anh Phèng ơi! Tôi vẫn nghĩ là Long đã chết lâu rồi, anh thấy đó, tôi mới vừa cất bài vị của Long. Nhưng tôi vẫn hoang mang lắm...".

"Tôi hiểu mà... Giờ anh cần tôi làm gì, tôi hứa sẽ giúp hết lòng, anh yên tâm, và cũng đừng bận tâm vì bất cứ suy nghĩ gì, anh còn nhớ tới tôi là tôi hạnh phúc lắm anh Phi ạ, Diễm ạ, bố rất là hạnh phúc khi con nhờ vả bố!".

"Dạ, con cám ơn bố! Còn cũng xin lỗi bố vì lâu quá không về thăm bố mẹ!".

"Mình từng là người một nhà, hiểu nhau, và có thể thay đổi chỗ ở, thay đổi nhiều thứ, nhưng cái số phận ấy nó gắn liền rồi, không nên khách sáo với nhau con ơi!".

"Dạ!".

Việc đầu tiên ông Phèng cần làm lúc này là cho người theo dõi nhà Nùng, bởi tay này đủ tinh ranh để nghi hoặc về sự xuất hiện tình cờ ở nhà hắn, hắn thừa biết mối quan hệ giữa ông với ông Phi và Diễm. Nhưng bắt đầu tìm manh mối từ chỗ nào? Hơn nữa mọi động tịnh lúc này sẽ gây nguy hiểm cho Long, chuyện mấy chục năm mà không xì ra ngoài, điều này chứng tỏ rằng Nùng đã tính toán kĩ lưỡng, sít sao đến từng chi tiết. Bây giờ nếu có động tịnh gì mà không thành công thì coi như chính người thân đang đọc án tử cho Long.

6. Nghiệp

Lão Nùng bị bệnh liệt dương gần mười năm nay, kể từ cái ngày ấy. Nó giống như nghiệp, nó ám lấy lão. Nghiệp là một thứ gì đó vô hình, nó khiến cho thứ anh muốn thì chẳng bao giờ có, thứ anh có thì chẳng bao giờ muốn. Nhưng đó là ở cấp độ nhẹ, nếu nặng hơn nữa, thời bây giờ, tốc độ sống của con người tăng chóng mặt, hoàn vũ cũng tăng tốc, tốc độ nghiệp báo cũng trở thành quả báo nhỡn tiền chứ không như trước đây người ta bảo nghiệp do tiền kiếp hay vô lượng kiếp gì đó báo ứng. Đơn giản, anh suốt ngày nghĩ tới chuyện chiếm đoạt ai đó, thì cũng có ai đó cũng chiếm đoạt vợ anh, anh dành thời gian và năng lượng quá nhiều cho chuyện gái gú, gây tan nát gia đình người ta, thì cũng chính gia đình anh bị tan nát y kiểu như vậy, tức cũng có một thằng nào đó đến phá gia đình anh tan nát. Mọi thứ đều có báo ứng, rất rõ, rất nhanh.

Và trả nghiệp, người ta đau đớn, quần quại với tham vọng không thành, người ta lồng lộn, tráo trở với ngày mai của mình, người ta cay cú, muốn trả thù một thứ gì đó vô hình, nó giống như con rắn độc tích nọc, tích càng nhiều nọc thì nó càng mau chết bởi đến một lúc nào đó, túi nọc sưng tấy, bung vỡ, ngấm ngược vào thịt da của nó, nó quần quại rồi chết. Mọi thứ đều có nghiệp, bởi nghiệp là tập khí, hằng ngày anh làm gì, nghĩ gì, ăn ở như thế nào sẽ tích tập vào anh, trở thành một loại tính khí mà anh thụ động tích tụ và phát ra với thế giới chung quanh, và rồi cũng chính anh đón nhận những thứ ấy quay trở lại với bản thân mình. Nghiệp là cái bóng, nó theo anh, trong bóng tối, anh cứ ngỡ chỉ mình anh, nhưng khi bước ra ánh sáng, nó sẽ xuất hiện. Hiểu nôm nà là vậy đi, cho dễ thở, nhưng thực ra thì chẳng dễ thở tí nào, bởi người lành có cái nghiệp của người lành, cũng chẳng phải an lạc, hạnh phúc lắm đâu, người ác có cái nghiệp của kẻ ác, có khi lại thấy may mắn, sung sướng, thấy mình có để thỏa mãn nhiều thứ, cho đến lúc quả báo ập tới.

Lão Nùng không tin vào nghiệp, lão nghĩ rằng chính con mẹ Long, một con đàn bà ác thú trong mắt lão, nó đã hại lão, bởi trước đó không lâu, lão là một kẻ mạnh mẽ, cường tráng, chỉ cần một ly mắt mèo rượu cao khởi trộn cao hổ cốt sau khi ăn tối, lão có thể làm tình cả đêm với mấy ả gia nhân, khiến cho các ả mãn nguyện. Từ bữa đụng chạm với mụ Long tới nay, lão chẳng làm ăn được gì nữa, mà mụ Long thì lúc nào cũng phơi phới gọi mời. Mụ phơi phới đến độ lão đâm căm giận, rõ ràng mụ càng phơi phới lão càng đau khổ. Mụ gặp lão thì đòi hỏi, mụ ào vào lão như thể đang ăn tươi nuốt sống lão, còn lão thì lo lắng, ngần ngừ và tránh trớ, rõ ràng, trong mối quan hệ với mụ Long, dù không nói ra nhưng có vẻ như mụ đang cười thầm, mụ đang khinh rẻ khả năng đàn ông của lão. Và lão càng tức giận hơn khi mụ đến với lão không hề có chút tình cảm nào, đó là một kiểu nuốt chửng, làm cho vật vã và dày vò, làm cho lão khiếp sợ, đi thì không nỡ ở thì không xong. Gần như cả cuộc đời toàn bắt kẻ khác phục tùng mình dù muốn hay không muốn, dù thích hay không thích, cam chịu hay thù hận, một khi đã dưới tay của lão, được lão giải quyết bằng tiền thì chưa bao giờ lão chịu thua ai, thế mà gặp mụ Long, mọi thứ tan nát.

Bởi cuộc đời của lão biết nhìn trước nhìn sau, lão biết chọn đối tượng, lão không dại gì đụng tới kẻ có quyền thế, lão chỉ chọn những người yếu thế hơn lão, những người cần tiền, nghèo khổ, những con người lão có thể huấn luyện để thành chó săn cho lão để theo lão về nhà. Lựa chọn của lão lúc nào cũng sáng suốt, lão luôn tin điều này. Thế nhưng cũng chính cái niềm tin của lão bị bóp mũi bởi con mụ tưởng chừng như dễ ăn, tưởng chừng như đã chinh phục được này. Bởi lão nhìn thấy điểm yếu của mụ Long, đó là mụ ẩn chứa năng lực tình dục ghê gớm, mụ như một quả bom bị khóa ngòi, chỉ cần kích nổ thì nó sẽ phá tan tành những thứ như chung thủy hay phẩm hạnh hay cái ngớ ngẩn gì đó tựa như vậy. Mụ này rất thương gia đình chồng, thương con gái, nên mụ chẳng dám chết đâu, mụ luôn ăn sạch cơm của lão đưa xuống, mụ luôn cố gắng giữ sức để chờ ngày thoát ra, lão biết vậy. Thì lão cũng cho mụ toại nguyện với cái âm mưu trốn chạy của mụ, lão cho những thứ đồ ăn bổ dưỡng, luôn là đồ ăn bổ dưỡng, thậm chí còn cho thêm sâm, đông trùng hạ thảo vào thức ăn của mụ. Chẳng mấy chốc, mụ hồng hào, phơi phới. Nhưng lão vẫn chưa thể tấn công mụ được, lão chỉ âm thầm theo dõi. Cho đến một bữa lão cho hẳn một liều thuốc kích dục không mùi, không màu vào thức ăn, mụ ăn xong thì quằn quại, lão ra tay, mọi thứ thật đơn giản, cửa thành kín cỡ nào cũng có cách đánh.

Thế nhưng cái bữa thành công của lão, lại là bữa kết thúc cuộc đời kiêu ngạo và thỏa mãn của lão. Mụ mạnh đến độ vắt cạn kiệt lão, mọi thứ cứ bị mụ kích hoạt và mụ vắt lão giống như người ta vắt rượu táo mèo, vắt cho đến khi còn cái xác táo, lại đổ thêm rượu vào, rung lắc cho ngấm vào cái xác đó rồi lại vắt, vắt xong lại đổ y cái thứ vừa vắt được đó vào hủ trở lại và rung lắc, rung lắc đến khi chiếc bình chịu không nổi nữa, nứt toác, người ta mới tạm dừng để tiếp tục vắt chỗ rượu và táo mèo còn sót lại. Cái âm thanh phát ra kêu 'rắc' đầy tai ương lần đó khiến cho mọi thứ trả về số không, lão bị sưng tấy mấy ngày và sau đó là chuỗi ngày tức tưởi, xìu xìu ễnh ễnh chẳng ăn nhằm vào đâu. Khốn nỗi bây giờ mụ liên tục đòi hỏi lão, chỉ cần thấy mặt lão thì mụ vồ vập, mụ chẳng cần biết lão như thế nào, mụ cũng chẳng còn nghĩ tới chuyện thoát ra khỏi cái hầm này, mụ chỉ cần ăn ngon, mặc sạch, thấy lão là mụ như ăn tươi nuốt sống.

Lão chuyển từ chỗ thèm muốn, ham hố, rắp tâm chiếm đoạt rồi quyết tâm cưỡng bức, tính tới tính lui đủ đường để rồi lão chẳng biết tính sao, bởi nếu thả mụ ra thì câu chuyện xem như tan nát, lão sẽ đối diện với rất nhiều tai họa phía trước, mụ sẽ đi tố cáo lão và sau đó là bọn gia nhân trong nhà lão sẽ làm theo, bởi lão biết một khi dậu đổ thì bìm leo. Hơn nữa, lúc này, khi mà khả năng đàn ông của lão bị tụt xuống mức quá thấp, tiền bạc lão cũng không còn dồi dào như trước, bởi những đầu mối cung cấp hoa anh túc và nha phiến của lão đã bị phát giác, có nhiều cánh đồng hoa anh túc bên Bát Xát, Lào Cai, trên Hà Giang bị đốt sạch, chủ của nó bị bắt thì nguồn cung của lão cũng mất. Và đầu ra thì lại đang thúc giục lão trả hàng, bởi lão đã nhận tiền cọc quá lâu nhưng chưa giao được hàng. Mà luật giang hồ thì không đơn giản chút nào, chỉ cần sai một chi tiết thì sai cả cuộc đời, cả sinh mệnh.

"Ông ơi, con mới có đầu mối cung cấp hoa" – Thằng Vện, đệ tử ruột, cũng là cháu nuôi của lão thưa.

"Mày nói khẽ thôi, ở đâu?".

"Dạ, trên Bát Xát".

"Coi chừng bẫy, vì trên đó làm gì còn nữa!".

"Dạ, còn! Còn nhiều nữa là đằng khác! Đây, mẫu của họ đây, ông coi thử đúng không!".

Lão cầm nắm hoa anh túc khô, nhìn một lúc rồi đưa lên ngửi mấy lần kiểm tra chất lượng, xong lão bẻ một trái ra, lại ngửi, nếm.

"Ai đã gặp mày? Thứ tao cần là tươi kia!".

"Dạ, ông ơi, người ta nói rằng đây là hàng mẫu, còn hàng thật thì phải gặp, trao đổi. Con gặp họ ngoài chợ, họ dắt con vào quán nước trao đổi, họ nói là người thân của những gia đình kia!".

"Thôi được rồi, mày hẹn họ cho tao gặp, chiều mai nhé!".

"Dạ".

*

Trong đám gia nhân, thằng Vện được lão tin cậy và hay giao việc, hắn là cháu nuôi của lão, hắn xưng lão bằng ông ngoại. Kỳ thực, mẹ hắn là cô gái người Nùng, một cô gái trẻ, bị hãm hiếp và mang thai, cô này đã không phá thai, không nhai lá ngón kết thúc cuộc đời mà chờ khi sinh nở xong thì mang đứa bé đến bỏ trước cổng nhà lão, trong gói tả lót có bỏ theo chiếc nhẫn vàng đính viên phỉ thúy đậu khanh chủng hạng xoàng. Bà vợ nghe tiếng trẻ khóc, chạy ra xem, khi cổng mở ra thì con chó vện xông vào ngoạm, bà vợ đánh con chó vện, ẵm đứa bé vào nhà, thấy mặt mũi nó dễ thương, sáng sủa nhưng lại rất buồn, có nét giống với đứa con gái đã mất vì bệnh đậu mùa của bà, bà quyết định giữ đứa bé nuôi làm cháu ngoại để sau này nó thờ phượng mẹ nó. Vì thằng bé thoát chết từ miệng con chó vện nên bà đặt tên cúng cơm của nó là Vện, như để nhắc một kỉ niệm và cũng là cách trộm vía cho nó khỏi khóc đêm.

Vện được cưng chiều hơn so với các gia nhân trong nhà, nhưng Vện cũng ngủ chỗ của các gia nhân, các gia nhân khác thấy thương Vện vì thân phận côi cút của nó, chẳng ai dám hé răng kể về thân phận thật cho nó. Nó đinh ninh mình là cháu ngoại của ông bà Nùng, nhưng vì là cháu ngoại, khác dòng máu nên được ngủ với gia nhân, không được ngủ trong nhà chính. Vì biết thân phận cháu ngoại nên Vện cúc cung tận tụy với ông bà ngoại, có đôi lần Vện hỏi ông bà ngoại về gia đình bên nội thì ông ngoại nổi điên, đòi vác gậy đánh Vện vì ông cho rằng "Thứ vô ân bạc nghĩa đó mày còn nhắc tới làm gì!". Từ đó, Vện không dám hỏi về bên nội nữa.

Vện chỉ biết cúc cung phục vụ ông bà ngoại, xem như trả ơn ông bà đã cưu mang mình giữa lúc mồ côi mẹ, cha thì vô ơn bạc nghĩa. Cuộc đời Vện dường như không khác các gia nhân trong nhà cho mấy, nếu có khác chăng thì Vện được sai bưng trà, rót nước và mang họ ngoại. Ngoài việc được gần gũi ông bà ngoại, thỉnh thoảng, Vện được ông bà cho cái bánh, cây kẹo, và khi nào ăn trứng vịt lộn, ông bà ngoại cũng gọi Vện tới để cho cục chì cho đỡ thèm, cục chì trứng vịt lộn là cái phần lòng trắng chưa kịp biến thành con vịt, nó bị luộc chín và rất cứng, ăn chẳng có vị gì đặc biệt ngoài bùi bùi, khô khô và nhai sựt sựt. Nhưng dù sao thì nhờ vậy mà Vện cũng biết được thế nào là trứng vịt lộn.

Vện nhiều lần rắp tâm sẽ có một ngày nào đó, Vện có tiền, Vện mua cả chục trứng vịt lộn để ăn cho đã thèm. Nhưng hình như cái ngày ấy còn lâu lắm, bởi cuộc đời của một đứa cháu ngoại, được ông bà cho đến trường và bắt buộc khi tan trường phải về ngay nhà, không được la cà chơi với lũ bạn, nếu không sẽ bị đánh đòn nặng. Vện chẳng có đi chơi đâu được, mà Vện cũng chẳng có tiền để mà mua chục trứng ăn cho đã thèm. Vện học không vào, con chữ cứ rối mù, Vện không thích làm toán nhưng lại thích đánh nhau, thằng to thằng nhỏ gì đụng tới Vện là Vện phang tuốt, chúng nó sợ Vện, chúng nó coi Vện như đại ca, đứa nào bị Vện đánh thì nó gọi Vện là chó điên. Chúng nó không dám chơi thân với Vện bởi vì đứa nào chơi thân cũng bị Vện bắt cho mình quay cóp. Chúng tránh Vện. Vện bỏ học năm lớp sáu, ông bà ngoại không la rầy mà giao cho Vện nhiều việc nhà hơn, mỗi khi bà ngoại đi chợ thì Vện lẽo đẽo đi theo để vác đồ về nhà. Thi thoảng, mệt quá, bà lại ghé chỗ cô bán trứng vịt lộn để ăn, những lúc như thế, bà ngoại có cho Vện một trứng và cho Vện mấy miếng chì nữa. Cô bán trứng thi thoảng liếc nhìn Vện và nhìn thấy Vện ăn ngon lành miếng chì, cô bốc trứng bỏ thêm lên bàn nhưng bà ngoại nói thôi chừng đó đủ rồi, sức của bà chỉ ăn nổi ba trứng. Cô bán trứng nói nếu bà mua năm trứng thì cô sẽ lấy chẵn mười đồng thay vì mười một đồng rưỡi, còn nếu chỉ ăn bốn trứng thì cũng đã gần mười đồng rồi. Nhưng bà ngoại nói thôi, chừng đó cũng đủ. Lúc bà từ chối, cô bán trứng có vẻ không vui.

*

"Vện à, hôm nay sao cháu đi chợ có một mình? Lại ăn đến ba quả trứng cơ đấy! Bà ngoại đâu?" – Câu hỏi của cô bán trứng vịt lộn làm Vện giật mình, Vện đâm lo lắng, bởi bà ngoại chỉ cho tiền Vện ăn một quả trứng, nhưng Vện thèm quá, ăn đến ba quả.

"Dạ, bà cháu bị ốm" – Vện ấp úng trả lời.

"Vì hôm nay nhà cô vừa có lộc, cô chỉ lấy tiền của cháu một quả thôi, cô tặng cho cháu ăn thêm nhiều quả tùy thích!".

"Ơ… thế cô… Thôi cháu không dám nhận đâu!"

"Cô mời cháu đấy mà, cháu ăn đi cho cô vui, ăn thêm hai quả nữa nhé, cô có lộc, nào thôi, cháu ăn nhanh đi rồi về kẻo muộn rồi. Vì cô có lộc lớn nên hôm khác, cháu lại ghé tới ăn, không cần trả tiền đâu! Cô sẽ tặng cho cháu!" – Nói xong, cô bán trứng lấy thêm hai quả trứng bỏ ra dĩa, cô cho nhiều mắm gừng, dưa đu đủ, muối tiêu và rau răm cho Vện. Cô ngồi nhìn Vện ăn một lúc rồi quay mặt đi.

7.   Trong trắng vụt bay

Bóng thằng bé đi khuất vào dãy núi, nó rẽ sang hướng trái, lần nào cũng vậy, nó ra chợ, nó liếc nhìn vào chỗ bán trứng của Huệ như thể dán cả đôi mắt thèm thuồng của nó vào chiếc thúng. Mỗi lần bắt gặp ánh mắt này, Huệ đau lòng, Huệ muốn khóc, nhưng dường như nước mắt đã không còn, Huệ chỉ thấy một thứ gì đó nghèn nghẹn, chất chồng, khó tả, Huệ thấy mình là một đám mây xốp, nó đã mắc kẹt trên một ngọn cây, trước ngôi đền cổ này, Huệ đã từng đôi lần khóc hết nước mắt khi vào thắp nhang, khấn Đức Thánh Mẫu thương tình mà tha thứ cho Huệ, tha thứ cho mọi lỗi lầm của Huệ. Huệ cũng đã từng nằm mơ, Mẫu hiện về, nói với Huệ rằng con hãy bình tâm, mọi nỗi đau rồi sẽ qua, đó là Nghiệp, không ai tránh khỏi nghiệp của mình. Huệ biết vậy, từ ấy, mỗi khi buồn, Huệ lại tới đền, quì lạy Mẫu, trò chuyện và khấn xin Mẫu phù hộ cho đứa bé tội nghiệp.

"Con đã trót dại bỏ nắm ruột của con. Nhưng lúc ấy con thực sự bế tắc!" – Huệ đã kể với Mẫu như vậy trong một phiên hầu đồng ở đền Mẫu.

"Nhưng con đã giữ đứa bé lại, con đã giữ một sinh linh, cho đến ngày nó chào đời, trời đất biết ơn con vì điều này. Con ạ, trời đất có đức hiếu sinh, con đã chịu đựng cay đắng, tủi nhục để giữ một mạng sống, chừng đó cũng đủ rồi, con cũng đã thoát nghiệp của con".

"Mẫu ơi, xin mẫu hãy cho con biết con bị nghiệp gì?".

"Thực ra, nói là nghiệp thì cũng không đúng, bởi con bán trứng vịt lộn, mỗi cái trứng khi con luộc đều có tiếng kêu của nó. Nhưng ta nghĩ, vật dưỡng nhân, con đừng suy nghĩ quá nhiều về nghiệp. Nói nghiệp tức không nghiệp, nói không nghiệp tức nghiệp, con không cần suy nghĩ về điều đó nhiều".

"Vậy con phải nghỉ việc này hay sao Mẫu?".

"Trời đất không ép ai đến đường cùng, kế sinh nhai là lẽ tự nhiên, nếu con có việc khác thì con hãy chọn. Nhưng theo ta thấy thì con chưa bỏ được nghề này đâu, vì con còn phải gặp con trai con!".

"Con không hiểu, thưa Mẫu!".

"Từ từ rồi con sẽ hiểu, thằng bé cần có con!".

Huệ không bỏ cái nghề bán trứng vịt lộn, với Huệ, đó là cái nghề, là kế sinh nhai duy nhất, bởi Huệ không có bao nhiêu ruộng, làm ruộng không đủ ăn, Huệ phải lội khắp nơi để mua từng cái trứng, từng cọng rau răm, trái đu đủ để về luộc trứng, muối dưa đu đủ rừng, làm muối tiêu rau răm mang ra chợ ngồi bán, chợ nhìn sang cổng đền Mẫu, mỗi khi buồn, Huệ nhìn vào đền, như thể đang tìm Mẫu, như thể trò chuyện với Mẫu. Cuộc đời nghèo khổ, làm con mọn, một mình gánh cha mẹ già đau ốm, bữa nào mẹ khỏe thì luộc giúp Huệ một nồi trứng trong lúc Huệ bán ngoài chợ, để trưa về Huệ ăn miếng cơm, nghỉ ngơi một chút rồi chiều lại mang ra chợ bán, bữa nào mẹ mệt, Huệ về phải bón cháo cho cha, rồi dọn cơm cho mẹ, rồi vừa ăn cơm vừa luộc trứng, chiều lại mang ra chợ ngồi bán. Tiền thuốc men, tiền cúng kính, phải trái trong gia đình đều dựa vào thúng trứng, thậm chí thúng trứng giúp cho Huệ có tiền mà mua con cá, lát thịt về cho cha mẹ. Cuộc đời Huệ chưa bao giờ vui. Từ lúc mới lớn, Huệ ước mong sau này sẽ làm một thợ dệt thổ cẩm, sẽ phục chế những chiếc cửi dệt của người Nùng, bởi gần như trong các loại thổ cẩm, người ta không còn nhìn thấy thổ cẩm của người Nùng, mẹ của Huệ vốn là một thợ dệt giỏi, bà sẽ truyền nghề cho Huệ. Ước mơ ấy lớn dần nhưng Huệ không biết lấy đâu ra tiền để mua dụng cụ, để sửa chữa bộ cửi và các suốt quay tơ. Thế rồi Huệ đi làm thuê cho lão Nùng.

Công việc làm thuê với mức lương năm đồng một tháng đối với Huệ là quá tốt, Huệ tính rằng chỉ sau một năm, Huệ có thể mua sắm được các dụng cụ để dệt. Tiền kiếm được có thể không nhiều nhưng đó là ước mơ của Huệ và niềm hạnh phúc của gia đình Huệ, đặc biệt là với mẹ, mẹ sẽ rất hạnh phúc, Huệ biết điều này. Thế nhưng rồi mọi chuyện không như Huệ mong muốn, chỉ làm chưa đầy ba tháng, tai họa ập đến với Huệ. Lão Nùng gọi Huệ vào nhà nói chuyện, lão cho Huệ mười đồng, lão nói vì tháng này Huệ làm giỏi nên lão thưởng, tiền lương thì mai mốt bà vợ lão về sẽ trả, bà vợ lão đi Hà Nội thăm con mấy ngày nay. Huệ nhận tiền, lão bảo Huệ cứ ngồi chơi, lão cho Huệ ăn chè bưởi, một loại chè của người miền Nam, có những miếng vỏ bưởi dòn, sựt, thơm và ngọt vừa, có đậu xanh bóc vỏ thơm nức và có một ít bột năng làm cho chén chè dẽo, bùi. Huệ thích lắm.

Huệ ăn hết chén chè và uống ngụm nước chè, đứng dậy tạm biệt ông chủ, cúi đầu cảm ơn ông. Thế nhưng khi Huệ đứng dậy, không gian như quay cuồng, đầu óc choáng váng, Huệ ngã nhào về phía trước, lão Nùng chồm tới ôm Huệ, ẵm vào giường. Khi vào trong giường, Huệ nằm lơ mơ và nghe tiếng nhạc, một loại nhạc chỉ toàn tiếng trống gõ bong bong liên hồi, Huệ thấy bứt rứt trong người, bụng dưới nóng rang và Huệ chỉ muốn dội nước hay thò tay xuống đó để làm một thứ gì đó, nó rất khó chịu. Lão Nùng đã làm thay cho Huệ, lão ấn tay vào chỗ dưới bụng, lão dùng ngón tay ấn rồi thả. Huệ vừa muốn chống cự, lại vừa có cảm giác khoan khoái, khi lão thả tay ra thì Huệ lại khó chịu. Cuối cùng lão trói hai tay của Huệ vào giường, lão buộc hai cẳng chân của Huệ bằng hai sợi vải vào chân giường, chân của Huệ được buộc bằng một sợi dây dài, bù cho tay bị buộc sát vào thanh giường. Lão từ từ cởi hết áo quần Huệ, Huệ cố la nhưng lão đã nhét một chiếc khăn mùi soa vào miệng Huệ, lão từ từ hôn khắp thân thể Huệ, rồi lão thè lưỡi liếm vào nhủ hoa của Huệ, một cảm giác vô cùng khó chịu, nó như muốn vỡ tung, lão từ từ đưa cái lưỡi của lão vào chỗ của Huệ, lão làm như một con chó đang liếm chén chè, lão cởi quần, đưa cái ấy của lão vào chỗ của Huệ, lão cạ quanh nó một lúc, làm cho huệ thấy bứt rứt, muốn kêu gào, vừa như kêu cứu vừa như muốn nói lão hãy kết thúc cho nhanh. Một lúc sau, lão cho nó vào một tí rồi lấy ra, chừng chín, mười lần gì đó, lão ấn mạnh vào. Huệ có cảm giác như hàng trăm con kiến lửa đang đốt dưới ổ bụng của mình, đau đớn không thể nào chịu được. Huệ cố la nhưng không được. Lão để nguyên cái của lão trong người Huệ một lúc rồi bắt đầu chuyển động, lúc này Huệ chỉ thấy đau, cái cảm giác khoan khoái ban đầu hình như không còn, lão làm nhanh và mạnh dần một lúc thì cái của lão rục rịch trong người Huệ, lão thở dốc. Sau đó lão lấy cái của lão ra khỏi Huệ, lão từ từ liếm sạch giữa hai chân Huệ rồi uống một ngụm rượu. Huệ biết mình đang bị chảy máu, lão đã uống rượu cùng với máu của Huệ. Huệ chỉ muốn giết lão, nhưng chân tay của Huệ tê dại, đau đớn. Lão dùng khăn ấm lau sạch và hôn khắp người Huệ lần nữa rồi mặc quần áo lại cho cô, sau đó lão ngồi uống rượu. Lão đi ra khỏi phòng, một lúc sau có một người phụ nữ vào mở trói cho Huệ, bà ta xoa dầu vào những vết bầm do bị trói trên tay chân Huệ.

Chạng vạng, Huệ ngồi dậy, lửng thửng đi về, người đàn bà nhét vào tay Huệ một chiếc nhẫn đính viên ngọc xanh, bà nói; "Cái này ông Nùng cho cô, cô cầm về mà làm vốn!". Huệ không từ chối, cũng không thấy mừng, Huệ chỉ thấy rằng ngay lúc này, cô cần phải về nhà thật sớm, thật tươi tỉnh như không hề có chuyện gì xảy ra, cô phải ghé chợ mua một ít thức ăn, cô phải mua một bát khâu nhục về cho bố mẹ.

Khâu nhục là món thi thoảng bố của Huệ vẫn làm cho Huệ ăn lúc cô còn nhỏ, hồi đó gia đình cô chưa đến nỗi nghèo rách như bây giờ, cha của cô là một thợ mộc lành nghề, ông được giới làm nghề phong cho danh hiệu anh cả, nghệ nhân, bởi tất cả những bộ bàn, ghế, tủ, gụ, sập đi qua tay ông đều trở nên lấp lánh, có linh hồn, không bộ nào giống bộ nào. Và mỗi khi được thưởng tiền, ông ghé chợ mua một miếng thịt lợn ba chỉ, thường là ba chỉ bụng, còn dính mấy núm vú nhỏ xíu trên đó.

Ông dùng cái dao nạo mặt gỗ của mình để cạo sạch lớp da, sau đó rửa sạch, rồi rạch, khía thành những múi nhỏ trên da và tẩm gia vị như nước lá mắc mật, quế, hồi, húng lìu, mật ong và hạt ngò hoặc hạt thì là đâm nhuyễn, sau đó ông quạt một lò than, cho vào đáy lu và xiên miếng thịt lợn trên miệng lu để quay, bao giờ miếng thịt chín vàng ruộm thì lấy ra, cắt thành từng thỏi dài, cho vào đáy chiếc bát lớn. Hạt sen, đậu, dưa cải, kim châm, mộc nhĩ, nấm hương, riềng, gừng, khoai môn và một số thứ gia vị, một ít đường, mắm, nước tương đã xào chín, cho lên bên trên thịt rồi đậy kín lá chuối, sau đó chưng cách thủy với nước dừa đến khi nào thịt chín mềm, mùi thơm của hạt sen, đậu quyện với dưa cải, quế, hồi bay ra thơm nức. Đợi nguội một chút, úp chiếc bát vào chiếc dĩa lớn, nguyên một lớp thịt ba chị quay thơm nức nằm xếp tròn trên khoai môn, hạt sen, đậu, các loại nấm... Mâm cơm được dọn ra, chỉ cần thêm một dĩa cải ngồng xào tỏi nữa thì cả một thế giới sang trọng đang bày ra trước mắt.

Thế nhưng những tháng ngày đầm ấm, hạnh phúc ấy qua mau, khi người ta mở các xưởng mộc công nghiệp rồi làng nghề được phục chế, những người thợ may mắn, có mối quan hệ quen biết để chạy những văn bằng nghệ nhân, thợ lành nghề, họ tập hợp làng nghề về chỗ họ và họ cũng không muốn cha của Huệ xuất hiện, bởi lúc này ông cũng đã già, hơn nữa nếu ông xuất hiện thì bất tiện cho họ, vậy là không ai thuê ông làm, ông thất nghiệp, buồn bã, kinh tế gia đình dần suy yếu, cả nhà sống dựa vào củi rừng, đám ruộng nhỏ và ai thuê gì làm nấy. Cuộc sống dần khốn khó, eo hẹp.

8. Nhà sàn cũ

Xóm nhà Huệ không có có căn nhà trình tường nào, một xóm nhà sàn, nhà giàu có thì dùng các loại gỗ quí như lim, gụ, gõ, căm xe, chò để làm cột, kèo nhà, mít để xẻ ván đóng rường và nứa làm sàn, có nhà dùng cả mít để làm sàn, nhà lợp ngói âm dương hoặc ngói vảy trút, nhưng cả xóm chỉ có hai nhà lợp ngói, đó là nhà trưởng bản và nhà thầy mo, các nhà khác lợp tôn hoặc tranh, hầu hết lợp tranh, nhà nghèo thì rặt tranh và tranh thôi. Nhà lợp tranh không tốn tiền, chỉ cần ra ngoài bìa rừng, cắt cỏ tranh, phơi cho héo rồi mang về bó thành từng bó, đợi khô hẳn, trong thời gian đợi tranh khô, người ta chẻ tre ngâm làm hom. Tre ngâm đã được ngâm dưới đáy bùn, khi bỏ tre xuống, nó sẽ nổi lên, người ta đóng cọc sâu xuống bùn và đè tất cả các cây tre chìm xuống, sau đó khóa hai đầu cọc chéo vào nhau bằng dây buộc, bỏ đá đè trên bè tre để phòng nó nổi lên nhổ bật cọc, đúng một năm sau người ta dở tre, lúc đó, mùi tre ngâm sẽ vô cùng thối, để phơi nắng, phơi mưa nửa tháng thì tre khô, săn lại, chỉ còn mùi hơi inh ỉnh, lúc này có thể lấy ra làm. Hom tranh chẻ bằng tre ngâm có độ bền cao hơn gấp ba, bốn hom tre bình thường, khi tranh hư hỏng, mục đi thì vẫn có thể dùng hom đó để đánh những tấm tranh mới, nhưng chẳng mấy ai dùng lại. Tre ngâm không bị mối mọt bởi mùi hôi thối của nó khiến cho các loài này không tài nào tấn công được, các loại gỗ quí cũng vậy, mủ của lim, gụ, huỳnh đàn, kiền kiền rất đắng, mối mọt không thể ăn, nó khác với những loại gỗ mềm như keo lá tràm, bạc hà, dương liễu, ngo có vị ngọt, mối rất ưa. Nhưng các gia đình nghèo thường ngâm gỗ giống như ngâm tre để chống mối mọt, nên gỗ nhà nghèo tuy dỏm nhưng cũng chẳng có mối mọt nào xông.

Người ta phân biệt sự khác nhau giữa nhà giàu và nhà nghèo bằng mùi nhà. Bước vào nhà khá giả, giàu có, người ta sẽ nghe được mùi thơm của các loại gỗ quí như huỳnh đàn, pơ mu, lim, gụ, kiền kiền, nhà trở nên thanh thoát, thơm tho. Còn khi bước vào nhà nghèo, nhà có mùi thum thủm của gỗ và tre ngâm, người sống lâu năm trong nhà sẽ bị ngấm cái mùi này vào da thịt, khi đi ra đường, không lẫn vào đâu được. Chính vì cái mùi nhà cũng như mùi hương liệu của núi rừng mà bất kì người dân tộc miền núi nào còn ở nhà sàn, khi bước ra, họ có mùi giàu, nghèo rất rõ. Sau này, hầu hết người thiểu số đều xây nhà bằng xi măng, nhà sàn làm bằng bê tông cốt thép và các loại gỗ quí để trang trí, nhà nghèo thì cố gắng xây tường gạch và lợp tôn, cũng không làm sàn như ngày xưa vì bây giờ chẳng còn thú rừng nào vào nhà nữa mà sợ, mà phải làm sàn. Người thiểu số hay người Việt đi ra đường đều có mùi xà phòng hay nước hoa na ná nhau, ăn mặc na ná nhau, nếu không nói ra, chẳng biết ai là người nào. Nhà của Huệ cũng bắt đầu xuống cấp, những cọng tranh đã bắt đầu mục, thi thoảng, trời mưa, có những búi tranh mục rụng xuống theo nước, chúng để lại một kẽ hở nào đó làm nước giọt, có đôi khi đang nằm ngủ, nước mưa giọt vào mặt, vậy là phải che áo mưa lên mùng mà ngủ.

Người Tày, người Nùng có tập tục đặt chiếc bếp ngay giữa nhà sàn, ngay trước bàn thờ, bởi phúc thần của người Tày, Nùng chính là ông bà tổ tiên, chiếc bếp đặt ngay trước bàn thờ là để ông bà luôn được ấm áp và khi con cháu nấu ăn phải sạch sẽ, phải giữ ý nghĩ tốt đẹp, mọi uất ức hay thù ghét đều bỏ bên ngoài bếp ăn, bữa ăn phải được thanh sạch đúng nghĩa của nó, người ta không thể ăn trong lúc thù hận hoặc nấu ăn bằng lòng thù hận, mọi thù hận đều vứt bên ngoài cầu thang để bước lên nhà và nấu ăn. Bếp được lót bằng một tấm tôn dày đặt trên sàn nhà, bên trên tấm tôn đặt chiếc ông kiền. Bếp lộ tứ bề, lửa bếp có thể sưởi ấm căn nhà vào mùa đông. Thay vì thuê người đi lấy tranh, Huệ quyết định tự mình đi lên rừng lấy tranh, sau đó tự phơi khô và đánh tranh để lợp nhà, dường như cô chẳng còn biết sợ điều gì, bởi thứ đáng sợ nhất cô đã trải qua rồi thì còn thứ gì để cô thấy sợ. Và khi trải qua nó rồi, cô mới hiểu sự khác nhau giữa kẻ giàu có, quyền thế và một người nghèo khổ, cô đơn, nói cho cùng, kẻ quyền thế, giàu có bao giờ cũng được hưởng nhiều đặc ân và công bằng, còn kẻ nghèo khó, cô đơn như cô, có khác nào con sâu cái kiến hay khóm lan rừng, may mắn thì ở lại với rừng mà trổ hoa, không may bị người ta hái mang về nhà, thích thì trồng, không thích thì vứt lăn lóc đâu đó, rồi lại khô héo, chết đi. Và cô cũng thừa biết rằng lão Nùng sẽ còn tìm cô, nhưng lần này lão không đợi cô đến nhà mà lão lên thẳng trên rừng cỏ tranh để tìm, cô đã quá mệt mỏi, đau khổ vì cái nghèo, cái nhục của mình, cô để mặc lão làm gì thì làm tùy thích, cô xem như mình chưa từng tồn tại. Thế rồi cô mang thai, cô chửa hoang, cô đẻ con. Cha mẹ cô dù rất buồn nhưng cũng trông mong cái ngày đứa cháu ra đời để bồng bế. Nhưng cô lại không nghĩ vậy, cô không muốn đứa con của mình tiếp tục một cuộc đời nghèo khổ giống mẹ nó, để rồi người ta đè đầu cưỡi cổ giống như con vật, thích thì vuốt ve, không thích thì đánh đập, xài xể và coi thường.

*

"Vện ơi, tại sao cháu lại có tên Vện, bà có nói cho cháu biết không?". – Huệ hỏi thằng Vện, hôm nay nó lại đi chợ, nó lại ghé đến ăn trứng vịt lộn.

"Dạ, bà nói do bà thương cháu, mong cháu ăn khỏe như con Vện trong nhà nên đặt cháu tên đó".

"Thế cháu có biết bố cháu, ông bà nội cháu là ai không?'.

"Ông bà ngoại nói rằng bố cháu là người bạc bẽo, đã làm mẹ cháu đau khổ đến chết và ông ấy không xứng đáng để cháu nhìn".

"Nhưng cô biết về bố cháu đấy, nếu cháu thích nghe, bữa nào cô sẽ kế'.

"Giờ cô kể cho cháu được không?".

"Cháu phải bí mật với ông bà ngoại, nhé!".

"Dạ, cháu hứa!".

"Được rồi, hứa là tốt rồi, bữa nào cô sẽ kể'.

"Sao giờ cô không kể cho cháu đi, cháu muốn nghe lắm!".

"Chưa được đâu, cứ từ từ".

"Cô hứa với cháu rồi đấy nhé!".

Thằng Vện ra về, mặt nó tuy nhìn hơi thất vọng nhưng trong mắt nó lại chứa niềm vui, long lanh hi vọng và có gì đó sáng ra trông thấy, nó khác với ánh mắt u buồn mỗi khi gặp, một đứa trẻ mười lăm tuổi đầu, là con trai nhưng phải đi chợ thay cho đàn bà trong nhà, phải dè sẻn tính từng đồng và nhón chỗ này một chút, nhón chỗ kia một chút để ăn cái trứng vịt lộn, có bữa thì ăn trứng nướng cho đỡ thèm, rõ ràng nó phải thiếu chất, nó mới thèm ăn, bởi hồi nhỏ, nó chỉ được ăn miếng chì trứng, mỗi lần ăn, chắc nó thèm được ăn cả quả trứng lắm. Nghĩ đến đây, Huệ thấy xót xa, và Huệ thầm cảm ơn Mẫu đã dặn Huệ cứ tiếp tục với cái nghiệp bán trứng của mình, Huệ hiểu ra vì sao Mẫu cho Huệ bán trứng. Bởi ít nhất lúc này, Huệ giúp cho Vện không phải lo dè sẻn, ăn chặn từng đồng của gia đình nó, nó được đãi trứng, nó không phải tập sống gian dối để tồn tại.

Nó chơi thân với Huệ, càng lúc nó càng gắn bó với Huệ một cách lạ lùng. Có bữa, nó bẫy được gà rừng, nó mang thẳng tới chợ cho Huệ thay vì mang về nhà, đào được củ gì ngon nó cũng mang cho Huệ, dần dần, hình như nó cũng không còn thèm trứng như trước, nó chỉ tới thăm Huệ, ngồi chơi, uống ly nước, hỏi han vài câu rồi đi chợ, Huệ mời nó ăn, nó bảo hôm nay nó no quá, không có chỗ để chứa trứng. Nghe vậy Huệ cũng mừng. Nhưng Huệ cũng không biết nên bắt đầu câu chuyện với nó như thế nào, bởi nó là đứa cá tính, cục mịch, nó mà giận thì chắc là bỏ đi luôn, không bao giờ nhìn mặt. May sao nó lành tính, nó không nham hiểm và rắp tâm giống cha nó, dường như nó giống ông ngoại nhiều hơn cha. Xem như Mẫu còn thương Huệ, chí ít Mẫu không cho Huệ phải chứng kiến một đứa trẻ hung hăng, độc ác và rắp tâm. Huệ nên bắt đầu như thế nào đây, Huệ chưa nghĩ ra, và Huệ biết mấy ngày nay nó không ăn trứng mà vẫn ghé tới thăm Huệ là nó muốn nghe câu chuyện về cha nó, nó không phải no đến mức không có bụng để chứa trứng đâu, mà nó bắt đầu có suy nghĩ, nó bắt đầu có lòng tự trọng. Nghĩ đến đây, tự dưng Huệ thấy sống mũi cay cay.

IX

TRẬN CHIẾN
THỜI HẬU CHIẾN

1. Hoa anh túc

"**M**ày gặp họ ở đâu?" – Lão Nùng hỏi Vện lần nữa, mắt dò xét thái độ của nó.

"Dạ, ngoài chợ, lúc con đi mua rau" – Vện trả lời, nhìn vào mắt ông ngoại, Vện nhìn thấy những tia máu trong mắt ông. Hình như ông ngoại chưa bao giờ nhẹ nhàng và ân cần với Vện, ông luôn đối đãi với Vện như một đứa ở, chỉ có thỉnh thoảng, lúc bà ngoại đi vắng, ông giấu cho Vện cái bánh hay cây kẹo, những lúc đó Vện cảm nhận được hơi ấm của tình ông cháu, nhưng khi đụng tới công việc thì ông tỏ ra lạnh lùng và gay gắt, rất khó chịu. Vện nhiều lần tự đặt câu hỏi về việc này, nhưng Vện chỉ hỏi là hỏi, không cần suy nghĩ nhiều lắm, nó khác với bây giờ, khác xa lắm, Vện đã trưởng thành, hình như Vện cũng đã biết đau khổ, Vện thực sự đau khổ.

"Thế người ta nói với mày như thế nào, mày phải nói chi tiết, rành mạch cho tao nghe coi!".

"Dạ, họ nói họ cần gặp ông?".

"Rồi mày nói với họ sao?".

"Dạ, cháu nói để cháu hẹn, nhưng họ đưa cái này, họ bảo không được mở ra, mang về cho ông. Sau đó cháu đi về, họ đi theo cháu, cháu vào đến ngõ thì họ đi'.

"Thế sao mày biết nó là hoa?".

"Dạ, cháu sợ họ lừa cháu một thứ gì đó, lỡ mang về đưa, ông mở ra thì nguy hiểm, nên cháu mở trước xem thử có an toàn không…".

"Tao hiểu rồi, họ hẹn gặp ở đâu?".

"Dạ, ở nhà mình".

"Tốt, nói họ mai tới đây!". Lão Nùng yên tâm hẹn vì lão tin đây là người cần bán thật, nếu cớm thì họ sẽ không theo thằng Vện về nhà, vì cớm đủ khôn để không làm vậy, làm vậy lão Nùng sẽ nghi, không làm ăn, còn những người kia cần bán hàng cho lão, họ sợ thằng Vện mở ra giữa đường sẽ hỏng chuyện, hơn nữa họ không đón nó trước cổng nhà để gởi mà gởi ngoài chợ, chỗ vắng người. Việc còn lại là ngày mai gặp họ, thử họ một số thứ là được. Giờ thì lão cũng hết đường lui, bởi nếu bị cớm bắt, có khi còn sống lâu dài hơn một chút trong tù, mà cũng có lý do để trả lời với bọn chúng, để sống sót, chứ nếu không có hàng giao cho bọn chúng, thì chúng sẽ đánh mùi ra sự sa sút của lão, chúng biết lão yếu thế rồi làm khó, chúng sẽ đòi đền bù hợp đồng, có khi chúng nhân lên cả trăm lần hoặc qui ra mạng người thì hết đường chạy, lão giờ sức khỏe chẳng còn gì, lão sẽ làm cho xong món nợ này rồi gác kiếm.

Vện biết đây là một lần thay đổi số phận của mình, tuy Vện học chữ không được, Vện chỉ giỏi đánh nhau, nhưng trong sâu thẳm của Vện luôn có câu hỏi tại sao mình lại học dốt đến vậy, có phải do mình thực sự dốt hay do mình thiếu nhiều thứ quá, thiếu sách vở, thiếu bữa ăn sáng để tới lớp khỏi buồn ngủ, thiếu cả không gian để học bài, vì khi về nhà cần phải học bài, ôn bài, soạn bài, nhưng học về xong thì lo phụ nấu ăn, làm việc, đến tối thì chui vào mùng ngủ, bởi khu nhà của gia nhân không được thắp đèn quá lâu, họ chỉ sinh hoạt cùng với ông bà ngoại, đến giờ thì về ngủ, chỉ thắp đèn để bỏ mùng rồi lại tắt. Nhà ông bà ngoại rộng lớn, xây và ốp đá, bên trong toàn gỗ quí, các cậu, dì có phòng riêng, chắc hẳn mẹ cũng có phòng riêng, thế sao ông bà không cho Vện ở căn phòng của mẹ mà cho Vện ngủ chung với các gia nhân như một đứa ở, hay là do bố của Vện đã đối xử quá tệ với mẹ nên ông bà đày Vện như một sự trừng phạt. Vện đâu đến nỗi kém thông minh, Vện nhìn được cuộc sống, hiểu được tâm tính mỗi người và Vện nhìn ra cái nguyên nhân khiến cho Vện không học được, đó là do Vện thiếu hẳn một bàn tay người mẹ chăm sóc, ân cần, khi Vện buồn chuyện gì, Vện chỉ biết im lặng mà giấu đi vì sợ ông bà biết, đánh mắng, quở trách. Có lúc Vện ước ao mình được như những đứa bạn, chúng con nhà nghèo, nhưng chúng được cha mẹ cho ngủ chung, cho ăn no, lo cho từng cuốn tập và đưa chúng tới trường khi trời mưa, trong những ngày văn mùa. Nhìn thấy chúng được cha mẹ ân cần, đôi khi Vện thấy buồn mà chẳng dám nhìn.

Đây là một sự thay đổi lớn, Vện hiểu ra rồi, con cá còn biết lội về nguồn, con chim còn biết bay về tổ, con hoẵng khi mất mẹ nó kêu gào đau đớn, nhưng con chó con mất mẹ khóc liền mấy ngày, sau đó người ta ném cho cục xương thì nó vẫy đuôi và quen dần với đời sống mới, số phận mới, nó trung thành hết mực với chủ. Hèn gì ông bà đặt cho Vện cái tên của một con chó trung thành. Vện không lấy làm buồn vì điều này, bởi đó là số phận của Vện. Nhưng ông ấy nói rằng mọi con người đều có thể thay đổi hoàn cảnh sống, mà hoàn cảnh sống là cái đế của số phận, giả sử số phận của anh là một chậu cây yếu ớt, nhưng nếu được đặt bởi một cái đế tốt, ở một chỗ có nhiều ánh sáng và tưới tắm thường xuyên, cho thêm phân tro, thì nó sẽ tốt hơn với việc đặt nó ở chỗ âm u, toàn bóng tối và thi thoảng người ta đái vào đó. Vện hiểu rồi, làm người, Vện là Vện nhưng Vện không phải là Vện. Bởi Vện cần làm một con người bình thường, sáng rõ về thân phận, cho dù nó nghiệt ngã cỡ nào, Vện vẫn phải làm người sáng rõ.

*

"Việc này ngoài khả năng dự đoán của tôi, nhưng thôi, số trời đã thế!". – Ông Phèng thở dài.

"Nói vậy nghĩa là sao? Tôi vẫn chưa hiểu anh nói gì?" – Ông Phi vừa hỏi vừa khều cái điếu cày.

"Là thế này, ban đầu tôi chỉ thăm dò đường đi nước bước, thằng nhỏ hầu như không biết đến căn hầm đó, tôi chỉ cho nó cách theo dõi, cuối cùng nó cũng tìm ra chỗ căn hầm, hóa ra không phải ngay trong nhà của Nùng, tấm ván dưới cái xe cút kít chính là miệng hầm, một cái hầm dài dẫn ra tận ngoài núi, đây là cái hầm thoát thân của gia đình Nùng, nó có đường thông sang hẻm đá và từ đó có thể đi theo đường rừng mà vượt biên. Lão này tính toán kinh thật. Mà ghê gớm nhất là lão đã xây dựng một cơ ngơi bên trong hầm, có cả máy sục oxy và máy phát điện. Hầm có nhiều phòng, nó như một cái ma trận, thằng nhỏ vẫn chưa tìm thấy căn phòng chị Long bị nhốt".

"Thằng nhỏ nào? Nó có đủ bản lĩnh để theo dõi không, anh cẩn thận kẻo thêm một nạn nhân đó nhá!'.

"Anh yên tâm, tôi đã tính toán kĩ, không có chi tiết sai sót nào đâu. Vấn đề bây giờ là chọn giờ G để bố trí anh em, bố trí sớm thì hắn sẽ biết, hắn thấy động ổ thì mình mệt".

"Anh nghĩ mình có nên báo cho công an họ biết?".

"Tôi nghĩ là không, tuyệt đối giữ bí mật chuyện này. Bởi tôi nghĩ công an đã có tay trong tay ngoài, chứ chuyện kéo dài mấy chục năm, cả mấy hecta hoa anh túc bị phát giác, bị phá và chủ của nó bị phạt tù, mà kẻ buôn hàng vẫn cứ nhởn nhơ thì anh phải hiểu chuyện gì đang xảy ra chứ!".

"Anh đúng là tính toán như thần, sao tôi không nghĩ ra vụ này nhỉ!".

"Anh là người trong cuộc, còn tính toán, nghĩ đến việc gọi tôi là đã quá hay rồi, đừng đòi hỏi mình nhiều quá thế. Bây giờ kế hoạch thế này nhé...".

Hai ông cựu binh ngồi hút thuốc lào, uống nước chè, rỉ rả nói chuyện, họ nói vừa đủ nghe, cho đến chiều thì ông Phi gọi điện cho con gái, kêu nó về gặp ông, con gái ông về chơi, thắp nhang cho bà nội nó, khấn vái một lúc rồi thì hai vợ chồng nó chở hai ông già đi ăn tối. Bữa đó, chồng của Diễm uống với ông Phèng và ông Phi say khướt, họ nói chuyện trên trời dưới đất, vỗ vai, choàng tay, bá cổ, cũng có lúc câu chuyện lắng xuống, mắt Diễm đỏ hoe. Ăn uống xong, ba người đàn ông say bí tỉ, cô đưa ba người lên xe chở về.

Đêm đó hình như rằm cuối năm, trăng sáng vằng vặc, núi đồi khoác một lớp áo sương mỏng, cô vừa lái xe chầm chậm, vừa liếc nhìn ra chung quanh, lần đầu tiên cô vừa đi vừa ngắm cảnh với một tâm trạng chật cứng hạnh phúc và nước mắt như thế này. Những ngọn đồi quen, những ngọn núi đá vôi cứng khô khan, lưa thưa vài cây chịu đựng với giá lạnh, với nắng cháy, chúng tồn tại và đứng trơ gan, sừng sững. Xa xa là nàng Tô Thị mờ ảo, trăng sáng vằng vặc, xa xa chân trời, mờ đục hơi sương đỉnh núi. Nơi đây, con đường này, lúc nhỏ bà và Diễm từng đi qua nhiều lần, có bữa Diễm than đau vai, bà cháu ngồi lại bên đường, bà xoa vai cho Diễm và khen vai của Diễm tròn trịa, săn chắc nhưng vẫn rất mềm mại, nữ tính. Bà nói rằng cuộc đời của Diễm tốt về đường hậu vận, chứ tiền vận thì cô đơn, trung vận cũng lắm éo le. Bà nói xong thì thở dài, bởi bà nói rằng tiền vận của Diễm gắn liền với bà, với mẹ Long, ngày ấy bố chưa về, và Diễm cũng đâu biết gì về nỗi khổ của bố trên chiến trường miền Nam. Đời sống cư như một giấc chiêm bao, nó ngây ngây vui mà cũng âm âm buồn, khó nói…

2. Hành động

Vện dắt những người kia vào gặp ông ngoại, khi họ vào tới phòng thì ông ngoại trò chuyện với họ một lúc rồi cùng họ ra xe. Lúc này, chỉ có mỗi bà ở nhà, Vện lo sửa soạn cơm tối để mời bà và các cậu dì cùng ăn. Thường thì dọn cơm xong, Vện và các gia nhân trong nhà sẽ dọn một bữa cơm khác, ở dưới nhà lều, bữa cơm của các gia nhân muộn hơn bữa cơm của gia chủ chừng nửa giờ. Mà nếu có cho ăn sớm thì các gia nhân cũng cứ chờ. Bởi họ còn trông chờ vào một ít thức ăn thừa của gia chủ. Họ cũng có thức ăn riêng, cũng không đến nỗi quá thiếu thốn, nhưng gia chủ thường có thêm bát khâu nhục và dĩa cá chiên to tướng đặt giữa bàn, đó là món bắt buộc phải có vào buổi trưa và buổi tối, và hầu như là cho có vậy thôi chứ gia chủ cũng chẳng dùng gì mấy, thò đũa tìm mấy miếng da, mấy lát dưa cải và mấy miếng nạc, còn lại hầu hết hạt sen, các loại đậu và thịt vẫn còn y, dĩa cá cũng chòi đũa, vẽ mấy miếng cho vui, còn lại bỏ. Gia nhân béo khỏe nhờ vào mấy món này, nhờ vào cái phước hưởng lại từ chủ.

Mười giờ đêm, mọi người bắt đầu ngủ say, hầu như hiếm có ai ngủ muộn, trừ cậu út đi chơi đêm, những gia nhân trong nhà bắt đầu đi ngủ sau khi dọn dẹp chén bát của bữa tối, rửa sạch và bỏ lên chạng, gia đình ông bà ngoại cũng đi ngủ sớm, chừng chín giờ thì đã ngon giấc, hầu hết việc theo dõi truyền hình, coi phim bộ đều dành vào ban ngày, lúc các gia nhân đi làm rừng. Vện bắt đầu công việc của mình, đầu tiên là làm sao chuồn khỏi giường ngủ mà không ai biết, Vện chỉ sợ thằng Khá, thằng này rất thính và tỉnh ngủ, nó mà phát giác thì gay to, nhưng dù sao lúc tối, Vện cũng đã lén cho nó một ít thuốc ngủ, theo chỉ dẫn của ông Phèng. Giờ là việc xuống hầm bí mật, tìm cho ra căn phòng của bà Long. Vện nằm cố nhớ lại mình đã đi như thế nào, đã hết đường hầm hay chưa? Chính xác là Vện đã đi hết đường hầm, đã vào được mười sáu phòng, nhưng có một chi tiết, giờ Vện nhớ lại là phòng thứ mười lăm rất chật hẹp, không rộng thoáng như các phòng kia, nó có một cánh cửa tủ âm vào tường, hơn nữa khoảng cách giữa hai cánh cửa phòng lại rất xa, như vậy có thể có một căn phòng nằm sau lưng cánh cửa tủ kia.

Vện lén xách đèn pin, mở cửa bước xuống hầm. Việc mở cửa cũng không khó là mấy, bên dưới cái ụ hơi nhô khỏi mặt đất đang đặt chiếc xe cút kít có một tấm ván, tưởng như nó là cái bệ để xe khỏi bị bám đất, nó như một chiếc xe kỉ niệm thời khốn khó, nhưng kì thực, khi đẩy chiếc xe này đi, khỏa lớp lá cây và đất cát bẩn dày, mở tấm ván ra sẽ gặp ngay các bậc tam cấp bước vào hầm. Tuy rằng trong hầm nhưng không bị ngột ngạt, những bước đầu hơi ngộp thở và tối tăm, nhưng đi vài bước theo đường dẫn, rẽ ngoặt sang trái vào đường hầm chính thì đèn điện sáng choang. Và trong hầm này, Khá, Huấn được chia phần canh giữ, hai thằng này thuộc diện đầu óc ngu si tứ chi phát triển, chúng không cần suy nghĩ gì nhiều, chỉ cần chủ bảo sao làm vậy, may sao chủ không bảo chúng cắn người, nếu bảo, không chừng chúng cũng cắn thật. Thằng Khá đã ngủ say, nhưng thằng Huấn không thấy, rất có thể hắn ở đâu đó dưới hầm.

Vện tắt đèn pin, đi qua các phòng, Vện cũng đã chuẩn bị sẵn câu trả lời và tinh thần để đối phó với thằng Huấn, đương nhiên nếu có nó ở đây thì tốt biết mấy, bởi nó không được quyền hành hung Vện, dù sao Vện cũng là cậu chủ nhỏ, trên danh nghĩa đi chăng nữa thì nó vuốt mặt cũng phải nể mũi chứ. Các cửa phòng khóa im lìm, Vện tiếp tục đi, cho đến lúc có một bàn tay bấu vào vai làm Vện đau điếng, Vện trấn tỉnh, hít thở sâu để gồng cơ cổ cho cứng, khỏi bị bóp sâu, rồi gật đầu, xoay cổ và bước xoạc quay người lại, loang tay tống thẳng vào cằm đối phương một cú chỏ. Đương nhiên cú chỏ rước của Vện không trúng cằm mà trúng vào xương ức dưới ngực của Huấn, vì nó cao to. Nó nhảy lùi, đứng lờm Vện.

“Mày đi đâu đây?”

“Tao cũng đang hỏi mày đi đâu dưới này?” – Vện đáp trả.

“Ơ cái thằng này, tao đang hỏi mày đấy!”.

“Mày không được phép mày tao với tao, mày phải gọi tao là cậu chủ mới đúng, tao hỏi lại là mày làm gì ở đây? Ai cho phép mày xuống dưới này?”.

"Ơ cái thằng này, cậu với chả tớ! Gớm, tao đi bảo vệ chứ đi đâu, lúc mày chưa sạch cứt mũi thì tao đã được giao bảo vệ nơi này nhá!".

"Ủa, thế sao ông ngoại không nói với tao nhỉ?!".

"Ơ, thế ông ngoại cho mày biết chuyện này rồi à? Sao ông không nói với tao nhỉ?".

"Biết là biết cái nỗi gì, ông bảo tao tối nay phải chỉ huy và coi ngó dưới hầm, tao phải đi kiểm tra tình hình để sáng mai báo cáo với ông!".

"Ơ, mày một phát lên mây hay nhỉ, thế sao ông không nói gì với tao?".

"Lúc chiều ông đi gấp quá, ông chỉ nói với tao, dặn tao phải gặp mày để nói chuyện".

"Ừ, tao hiểu rồi, nhưng mà mày sướng thiệt đó, tao cũng cháu giống mày, à, mà tao cháu nuôi, mày cháu… à cháu ruột. Khác nhau mà. Thôi, ông tin đứa nào cũng được, mình phải hiểu nhau là được".

"Mày đã kiểm tra hết các phòng chưa? Kiểm tra xong thì lên chứ ở gì dưới này?".

"Ông dặn tao phải trông chừng bà ấy".

"Giờ bà ấy ra sao rồi?" – Vện hỏi, cố nén niềm vui đang trổ cờ trong lòng.

"Bà ăn khỏe như trâu mày à, nhưng sao hai bữa nay có vẻ ít ăn, thường ngày ông ghé thăm, nhưng thời gian gần đây ông không xuống, bà cứ hỏi thăm ông hoài à!".

"Hỏi thăm gì nữa, ông đã nhắn vậy rồi mà hỏi thăm gì!".

"Ông nhắn gì vậy mày?".

"Ủa, ông không nhắn mày à, mà đúng rồi, lúc chiều ông mới nhắn, mày thì không có mặt lúc đó, thôi mày để tao vào nhắn!".

"Nhưng ông dặn tao không cho ai vào phòng trừ ông và thằng Khá, giờ mày nhắn cho tao, tao nhắn lại!'.

"Ơ cái thằng này, vậy thôi tao để mai ông nhắn trực tiếp với mày đi nhá! Ông gấp nên nhắn tao, giờ mày nói vậy thôi tao đi ngủ, mai hẳn nhắn!" – Nói xong, Vện quay ra cửa hầm.

"Này này, thôi nào, sao mày nóng nảy thế, mày từ từ nào, để tao dắt mày vào mày nhắn với bà ấy, tao chỉ đùa chút thôi mà! Mày theo tao".

Vện đi theo Huấn, cố nín cười bởi cái tính dễ tin người và hơi ngu nhưng lúc nào cũng tỏ ra nguy hiểm của Huấn. Hắn tự thấy mình còn con nít quá, trong lúc dầu sôi lửa bỏng như thế này mà còn cười được, nhỡ ông ngoại dậy bất ngờ, thấy cửa hầm mở thì ôi thôi, chết, bởi lần nào tụi nó xuống cũng có một trong ba người khéo léo đậy nắp hầm, ngụy trang trở lại. Và ca trực của tụi nó luôn là một ngày một đêm, tối mai lại có đứa thay phiên vào giấc khuya, trong nhà chẳng ai biết ngoài ba người, trước đây có một người phụ nữ nữa biết chuyện, nhưng sau này bà ta đãng trí rồi điên loạn, ông đưa bà vào viện tâm thần. Thật là nguy hiểm nếu như có ai phát giác lúc này, coi như hỏng tất, cách hay nhất là vào dòm bà Long một cái, nói rằng ông ngoại đã tha thứ cho bà, nói xong bà hiểu gì thì hiểu, rồi đi lên.

Huấn mở cửa phòng, ổ khóa phòng 15 là là ổ khóa số, Huấn bấm bấm lia lịa, Vện không tài nào nhớ nổi, cửa phòng bật mở, hắn dắt Vện đi qua một hẻm tối và sau đó là một cánh cửa thứ hai, cũng có số, nhưng lần này là số xoay, hắn làm chậm hơn, Vện ghi nhớ từng ký tự hắn xoay, hóa ra đây là tên của ông ngoại, không có dấu. Cửa bật mở, hai đứa bước vào, một người đàn bà ngồi rũ rượi, không thể nói rằng bà ta có đầu óc bình thường được, bà đang ngủ ngồi, tóc bà bạc trắng, da bà cũng trắng bệt như sáp, nhưng đôi mắt của bà rất sáng và nó chứa đầy sự thù hận cũng như nỗi tuyệt vọng. Vện nói to rằng ông đã tha thứ cho bà rồi đó. Người đàn bà không đáp trả, Vện đi ra ngoài, bà ta cười một tràn nghe rợn cả gai ốc. Vện đi thật nhanh ra ngoài, cố giữ để tràn cười kia không đánh vào những ký tự lởn vởn trong đầu, chỉ có một chữ Nưng thôi chứ gì đâu, nhưng sao Vện cứ ớn lạnh, lẽ nào đó là cô Long, vợ của ông Phi, người đàn ông còn trẻ, trẻ hơn ông ngoại, nhưng người đàn bà kia thì quá già nua. Vện rùng mình, toang bước ra cửa hầm thì thằng Huấn giữ lại.

"Mày đi đâu đấy, tối nay mày trực với tao chứ!".

"Ông dặn tao chỉ xuống kiểm tra rồi quay lên!".

"Nhưng tao sợ quá mày ơi!".

"Ơ hay cái thằng này, lâu nay mày trực rồi, sao bữa nay lại sợ".

"Tao nghe bà ta cười rợn gai ốc quá, lâu nay bà ta đâu có cười như vậy, mày có thấy ánh mắt của bà ta không, tao sợ quá!".

"Mày cố gắng chút tao quay lại, tao phải đi gọi thằng Khá nó xuống với mày, còn tao quản lý chung".

Vện ra ngoài, đậy nắp hầm lại, thở phào nhẹ nhõm. Vện đi ra phía ngoài cổng, lấy chùm chìa khóa trong túi mở cổng cho ông Phi, ông Phèng và mười mấy người nữa vào bên trong, xuống hầm. Đầu bên hẻm núi đá, nhóm của Diễm cũng đang phục kích bên đó, giờ nếu Huấn cõng bà Long chạy ra ngã đó thì gặp ngay phục kích. Ông Phèng nói với Vện là mục đích chính lần này phải cứu lấy bà Long ra khỏi hầm, đưa bà đến một chỗ an toàn, rồi sau đó tính tiếp, tránh đụng chạm, bởi tụi thằng Khá và Huấn đều có súng, gia nhân trong nhà có một số người được ông Nùng cấp súng, họ sẽ nổ súng khi thấy nguy hiểm cho gia chủ. Ban đầu Vện rất ngạc nhiên chuyện mọi người có súng, nhưng rồi sau đó, để ý kĩ, Vện mới hiểu ra là lâu nay, mình là đứa trẻ không được tin tưởng gì, và có thể, ông Phèng đã nói đúng, cô Huệ mới là mẹ của Vện, Vện cũng được nuôi như thằng Huấn với thằng Khá thôi chứ chẳng hơn gì tụi nó.

3.   Xin con hãy tha thứ cho mẹ!

Huệ muốn nói với con trai rằng nó có mẹ, mẹ nó còn sống chứ không phải là đã chết, mẹ nó rất ân hận vì đã không nuôi nấng nó, không phải mẹ không đủ cơm cho nó ăn, bởi có nghèo cỡ nào, có dắt con đi xin ăn người ta vẫn có thể kiếm cơm cho con mình, huống chi Huệ có khả năng buôn bán, eo sèo các buổi chợ. Nhưng lúc đó cô quá tuyệt vọng, cô nhìn mái tranh lổ chổ lủng của nhà mình, cô nhìn đâu cũng thấy đói và tuyệt vọng, cô không muốn con cô rồi cũng sẽ tái lặp cuộc đời của một con người dưới đáy xã hội, cô muốn nó ngóc đầu lên. Nhưng rồi khi biết được nó làm cháu ngoại của cha nó, nó được sử dụng như một đứa ở, thậm chí còn tệ hơn đứa ở, nó được nuôi lớn bằng canh thừa cá cặn, nó được ăn cùng các gia nhân trong nhà, nó cũng chờ đợi, dòm ngó bát khâu nhục của chủ nhà, kẻ mà nó gọi bằng ông bà ngoại, cô cậu...

Nghĩ đến đây, Huệ đau đớn, Huệ tin rằng con trai mình cần tình thương của mẹ, Huệ sẽ bù đắp những tháng ngày cô đơn và thiệt thòi cho nó. Nhưng bù đắp bằng cách nào đây? Nói với nó như thế nào đây? Liệu việc nói ra sự thật có làm cho nó vui, hay làm nó tổn thương thêm một lần nữa, nó đã bị tổn thương từ lúc còn là một hòn máu trong bụng mẹ. Nghĩ đến đây, Huệ đau khổ và chỉ muốn bỏ đi một nơi nào đó, Huệ không dám nhìn vào sự thật. Chưa có lần nào sự xuất hiện của nó trong chợ khiến cho Huệ hồi hộp và lo lắng như lần này, Huệ cố gắng giữ im lặng.

"Con chào mẹ!" – Thằng Vện xưng bằng mẹ khiến Huệ chết điếng, cô nghĩ tại sao số phận lại trêu ngươi đến vậy, lúc cô thật tình với đời sống thì số phận lại đùa với cô, thằng Vện đùa, xưng cô bằng mẹ lúc này khác nào thả một hạt muối vào vết thương của cô.

"Ờ... cô chào cháu, sao sáng nay cháu đi chợ sớm thế? Ăn mở hàng giùm cô nhá buổi sáng ăn trứng vịt, uống một chút xíu rượu tốt lắm, buổi sáng sẽ kích hoạt cơ thể mình ấm lên, trời lạnh lắm cháu ạ, bữa nay cô chỉ nhờ cháu ăn mở hàng, cô không lấy tiền đâu, cháu nhẹ vía...".

"Mẹ ơi, sao mẹ bỏ con, bộ con tệ lắm hả mẹ?".

Câu hỏi của thằng Vện làm Huệ chết điếng lần nữa, rõ ràng là nó nghiêm túc chứ không chơi đùa.

"Làm sao con biết?".

"Con đã biết chuyện này từ hôm trước, cái bữa mà mẹ nói rằng mẹ có lộc, con thấy nghi nghi, bởi ánh mắt của mẹ, cho đến khi ông Phèng kể với con mọi chuyện, có mới hiểu ra".

"Ông Phèng là ai?".

"Chuyện dài dòng lắm, rồi con sẽ kể cho mẹ nghe sau. Bây giờ, con xin mẹ, mẹ dắt con về thăm ông bà ngoại đi! Con muốn được gặp ông bà ngoại, nhưng mà...".

"Sao hả con? Con ơi, con cho mẹ xin lỗi con, mẹ hoàn toàn không bao giờ nghĩ rằng đời con lại phải khổ sở như vậy, mẹ cứ nghĩ rằng lão ta sẽ có cách để giúp con, chứ mẹ đâu có ngờ...".

"Con hiểu rồi mẹ ơi, con chỉ cần hỏi mẹ, là mẹ có thương con không?".

"Con là con của mẹ, không thương con thì thương ai? Mẹ chỉ mong con tha thứ cho mẹ!".

"Thế sao mẹ không tìm con sớm hơn, mẹ không nói với con mà để con phải tìm mẹ?".

"Con ơi, mẹ xin con, con đừng hỏi mẹ thêm nữa! Mẹ xin lỗi con!".

Lần đầu tiên Vện khóc, nó khóc tức tưởi, nó khóc hạnh phúc, nó khóc như thể trút mọi ưu phiền ra khỏi thân thể vốn chịu đựng và quen đánh nhau của nó, nó khóc như thể nó sẽ tan ra sau một hồi khóc. Huệ cũng khóc nức nở, mọi người đi chợ cứ nhìn hai người ngồi khóc, họ thì thầm nhỏ to với nhau gì đó, rồi một lúc thì có chiếc xe cảnh sát dừng lại trước cổng chợ, gần đó có chiếc xe cấp cứu, người ta đang đưa bà Long đi bệnh viện, có lẽ là bệnh viện tâm thần, bởi sau quá nhiều chấn động, gặp lại con gái, bà đổ gục và cào cấu vào thân thể mình đến rớm máu. Người ta tiêm cho bà mũi thuốc an thần và đưa đi điều trị.

Cô Diễm thì chỉ biết nhìn mẹ rồi khóc, cô ôm ghì lấy mẹ. Một buổi sáng có quá nhiều cuộc hội ngộ, nhưng có vẻ như cuộc hội ngộ hạnh phúc nhất dành cho hai mẹ con người đàn bà nghèo bán trứng vịt lộn, chịu cay đắng mười mấy năm dài, và hình như đó cũng là luật bù trừ của trời đất, cuộc hội ngộ của họ êm êm và dịu vợi, không đến nỗi khốc liệt và đau đớn như những cuộc hội ngộ khác.

Nhưng, Vện còn phải lên đồn công an để hợp tác khai báo về hành tung bắt cóc, nhốt người, hành hạ và tội buôn bán ma túy của ông Nùng, một sự hợp tác không dễ chịu chút nào, bởi Vện biết rằng mình đang khai báo để người ta đủ cơ sở kết án cha ruột của mình.

*

"Ta muốn hỏi ngươi, tại sao ngươi lại độc ác đến độ như vậy?".

"Vì cuộc đời ta không tin rằng có sự lương thiện trong thế giới này!".

"Ngươi đúng là đồ súc sinh!".

"Bởi vậy ta mới sinh ra!".

"Ở đây là cõi người, không có chỗ cho súc sinh!".

"Ta thì nghĩ ngược lại, ở đây là cõi súc sinh, không có chỗ cho người!".

"Nhưng ông ngươi, cha ngươi, bản thân ngươi cũng từng xem mình là bần cố nông, là kẻ lương thiện đấy thôi!'.

"Vì ta lương thiện nên ta mới là bần cố nông".

"Vì ngươi tham vọng, ngươi muốn thao túng cả tộc người Nùng, rồi ngươi thao túng rộng hơn, nên ngươi bất chấp!".

"Vì ngươi không biết đấy thôi, lịch sử này thuộc về bần cố nông!".

"Vì sao?"

"Vì chỉ có bần cố nông mới đủ liêm khiết và thanh bần, có đủ kiên nhẫn và chịu đựng, có đủ đau đớn và khổ nhục, có đủ gian truân và vĩ đại để làm nên lịch sử!".

"Nhưng ngươi chỉ là một con buôn trá hình, một loại con buôn mất nhân tính!".

"Ngươi thật là nhầm lẫn, ta đâu có nói là bần cố nông thì có nhân tính và không biết buôn, ta chỉ nói lịch sử thuộc về bần cố nông!".

"Ngươi mới nói rằng bần cố nông thanh liêm, chịu đựng, đau khổ gì đó thôi!".

"Đúng, ta đã nói vậy, bởi bần cố nông của chúng ta đã bị các người vắt đến giọt mồ hôi cuối cùng, chúng ta phải lấy lại nó, nhân danh...".

"Nhân danh thứ gì?".

"Bần cố nông".

"Ngươi đúng là hết thuốc chữa! Tại sao ngươi hành hạ chị Long ra nông nổi như vậy?".

"Ngươi phải hỏi tại sao mụ ấy hành hạ ta ra nông nổi này, ta có làm gì mụ ấy đâu!".

"Ngươi đã bắt cóc, nhốt chị ấy vào một hệ thống đường ngầm mà ngươi đã tính trước đó rất lâu, ngươi đã làm cho người ta trở nên điên loạn, ngươi phá hoại hạnh phúc của người khác, vậy sao ngươi nói ngươi không làm gì?".

"Thực ra, con người phải có lý tưởng, mà lý tưởng của kẻ mạnh bao giờ cũng là chuẩn mực, lý tưởng của ta là một hệ thống, nếu ai tuân thủ cái hệ thống lý tưởng ấy, ta xem họ là đồng minh, đồng chí, đồng ý, đồng tâm. Nếu ai phá hoại cái lý tưởng của ta, ấy là kẻ thù, nếu ai không chấp nhận cái hệ thống đường ngầm của ta, ấy là kẻ phá hoại và chống đối, họ phải bị trừng phạt và sống chết với cái hệ thống ấy".

"Ngươi đúng là hết thuốc chữa, thôi, ngươi hãy sống trọn vẹn với cái hệ thống lý tưởng của ngươi đi! Tạm biệt bần cố nông vĩ đại" – Ông Phèng nói lời chào tạm biệt, chua chát cười và bước ra khỏi bệnh viện tâm thần, dường như lão Nùng đã bị tâm thần thật sự chứ không phải giả tâm thần như một số tội phạm cộm cán mỗi khi vào trại giam, nào là đau dạ dày, ung thư, tâm thần, đái đường... có một ngàn lẻ một loại bệnh của bọn chúng. Bệnh như một thứ phiếu thông hành trước pháp đình và tòa án là cái bệnh viện chuyên cung cấp thuốc cho loại bệnh nhân này.

*

"Rốt cuộc, cái lọ xá lợi này là thật hay giả hả anh?" – Nàng hỏi mi, đã nhiều lần nàng hỏi câu này.

"Nó không có gì là thật!".

"Vậy tại sao anh đưa cho em? Và ai đã đưa nó cho anh?".

"Định đã đưa nó cho anh"

"Anh ấy có nói với anh nó từ đâu mà có không?".

"Có, nó bảo của bố Phi, và trước đó là một vị sư đã đưa cho ông ấy. Nhưng mọi thứ đều không đáng tin cậy".

"Lẽ nào chúng ta đã bị một ông sư lừa đảo?".

"Không đâu, anh không nghĩ là vậy, cái ông ấy đưa cho chúng ta là ngón tay chỉ hướng, còn thứ chúng ta cần nhận biết là mặt trăng".

"Sao nói nó là của một vị Thái thượng hoàng?".

"Đúng rồi, vì trước đó người ta đã nói vậy!".

"Ai đã nói thế?".

"Một vị sư, nhưng không phải những vị mà anh đã kể với em".

"Rốt cuộc nó từ đâu nhỉ?".

"Anh cũng đang hỏi vậy".

"Vậy anh đưa nó cho em làm gì?".

"Một sự hi vọng, anh cũng hi vọng!".

"Bọn trẻ đang tính một kế hoạch như thế này, em thấy không ổn, nhưng em không bàn, bởi vì biết đâu chúng nó đúng".

"Kế hoạch gì vậy em?".

"Chúng nó định tự làm căn cước bằng cách của chúng nó".

"Là sao?".

"Cướp để được bắt, khi bị bắt, chúng sẽ khai họ tên, và cái họ tên đó sẽ là căn cước cho chúng nó sau này".

"Chẳng những nguy hiểm mà… Lẽ nào bế tắc vậy sao? Mà có bế tắc thì cũng không nên chọn con đường này!".

"Con gái thì đi làm đĩ, con trai thì đi ăn cướp, giấc mơ thẻ căn cước của xóm Việt Kiều chừng đó đó, không hơn đâu!".

*

Thằng Định nhận ông Lương và ông Huy làm đệ tử, kể từ ngày thằng Sung chết, ông Lương không muốn ở trong căn nhà của mình nữa, ông xin tới chùa làng để tu nhưng được mấy tháng thì không chịu được, ông thấy đau đầu triền miên vì những chuyện thị phi chốn cửa chùa. Ông bỏ ra Bắc sau khi gọi điện thoại cho Định, nó hứa sẽ giúp đỡ ông, đảm bảo cơm ngày ba bữa, có chút tiền giắt lưng, bởi nó cũng không giàu có gì. Ông Lương ra ở với Định được gần nửa tháng thì ông Huy cũng ra theo, mọi thứ có được ông giao cho bà vợ và mấy đứa con quản lý, ông cần một chỗ nào đó không quá tịch mịch mà cũng không xô bồ. Cuối cùng, Định nhận hai ông này làm đệ tử, phụ với Định bốc thuốc bằng lá cây cho người bệnh. Hóa ra, mọi chuyện đều có căn duyên của nó, giờ mi mới hiểu tại sao từ nhỏ, thằng Định chỉ giỏi về tất cả các loại lá cây, hắn biết đặc tính từng loại cây mà không cần học ai. Hắn rất giỏi về cây cỏ nhưng lại học rất dốt và tính tình cổ quái, chẳng giống ai.

*

"Anh sẽ về lại quê" – Mi nói với nàng.

"Anh về miền Trung à?" – Nàng hỏi.

"Không, anh về Bắc, sau đó mới về Trung".

"Vậy nghĩa là sao?".

"Anh cần đón Diễm cùng về quê với anh".

"Nhưng cô ta đã bỏ anh, cô xua đuổi anh ra khỏi nhà, cô đã ném mọi thứ của anh đi, và anh đến với em. Bây giờ…".

"Cả anh, em và Diễm lâu nay vẫn nhầm giữa điều mình cần và điều mình muốn, mình thích. Chúng ta nhầm tưởng sự muốn và thích của mình là điều mình cần. Thực ra không phải thế, chúng ta đã nhầm".

"Anh càng nói em càng rối mù".

"Nàng đã làm như vậy với anh, anh tổn thương lắm, nhưng thực ra, nàng không đuổi anh ra khỏi nhà, lúc đó anh không hiểu được tâm ý của nàng mà thôi!".

"Là sao?".

"Nàng bị sốc do nhìn thấy mẹ, và dường như lúc đó, sự khác biệt giữa bố Phi với mẹ Long quá lớn, cái hố ngăn cách tuổi tác giữa anh và Diễm hình thành từ chỗ đó, nhưng thời gian năm năm trời cũng quá đủ để anh tin anh cần gì, em cần gì và Diễm cần gì, có một thứ anh tin rằng mình đã đúng".

"Đó là thứ gì?".

"Suốt năm năm trời, nếu thực sự bỏ anh, Diễm đã đơn phương ra tòa, nhưng cô ấy không làm thế, bởi cô cần anh, cũng như anh cần cô. Còn với em, chúng ta thích nhau, nhưng chưa phải cần nhau. Và thứ em cần, là nó, giờ nó chưa có giá trị, nhưng rồi sẽ có, lúc đó em sẽ mãn nguyện. Mọi thứ cần có thời gian để nhìn rõ em ạ!".

"Em cũng muốn như vậy, bởi em không muốn anh nhìn thấy em về những ngày sau!".

"Vì sao?".

Nàng im lặng, không trả lời mi. Hình như mi cũng mơ hồ đoán ra chuyện gì, từ bữa nàng hẹn đi lấy thẻ tới nay, dường như nàng trốn tránh mi. Mi xuôi về Đồng Nai, rồi lại sang Sài Gòn, xuống miệt Tây Nam Bộ, ra Hà Tiên, sang đất Campuchia rồi trở về chỗ này. Hơn một năm dài trôi qua, mọi thứ vẫn không có gì thay đổi, ngoại trừ nhan sắc của những căn lều thêm nhàu nát, và dung nhan của nàng có phần tàn tạ. Mi lục túi lấy một ít tiền để mua vé xe, số còn lại, mi đưa cho nàng. Trưa hôm ấy, mi ghé ngân hàng rút hết tiền trong thẻ để đưa cho nàng, dù biết chẳng để làm gì, vì lúc này, mọi sự đã khá là muộn mằn. Nhưng dẫu sao, như vậy mi cũng có chút yên tâm trước khi lên xe.

*

Những ngày lạnh co ro, cái rét đã chiếm mất nhiều mảng nắng hạ tuổi trẻ của mi và Diễm, nó không phải là những tháng ngày tuổi trẻ vồ vập và cháy bỏng, nó mang đến một sự êm dịu và trầm tĩnh cần thiết, nó giúp Diễm thấy nguôi ngoai mỗi khi cả gia đình chở nhau đi thăm mẹ Long. Và hủ xá lợi đỏ, nó mãi là xá lợi của một vị nào đó không rõ, nó không bán được nữa vì khi các thanh niên trong khu Việt Kiều nghe phong thanh về giá trị của nó, họ đã cướp lấy. Và cái vụ cướp đầu tiên của họ chẳng giúp họ thay đổi được thân phận Việt Kiều bên bờ hồ. Chưa biết đến bao giờ họ mới thực sự có quê hương, có tổ quốc. Diễm đã nghe mi kể lại hành trình của mình, những ngày bên bờ hồ Dầu Tiếng, nàng tỏ ý muốn giúp cho cô gái điếm tội nghiệp từng quen biết và yêu đương với mi. Nhưng nàng không tài nào liên lạc được.

*

"Thưa ngài, con muốn biết sự thật về hủ xá lợi đỏ, xin ngài hãy cho con biết, rốt cuộc, nó là gì?" – Mi hỏi thánh ở Điện Ông Định.

"Nó là xá lợi của một vị bồ tát không có thân phận trong giáo hội và cũng không có thân phận trong xã hội".

"Vậy vị ấy là ai?".

"Là một bồ tát đã phát nguyện cứu độ chúng sanh, nhưng rất tiếc!".

"Dạ...?".

"Ngài ấy phát nguyện mang lại tự do, an lạc và hạnh phúc cho người nào thủ đắc được xá lợi của ngài?".

"Vậy rốt cuộc những người cần căn cước thì sao?".

"Nó không tốt, cũng không xấu, do con người không xứng đáng với nó nên nó trở thành tai họa! Nó là một sai lầm!".

"Ai sai lầm thưa ngài?".

"Ngài đã gieo giấc mộng an lạc, đó là một tai họa!".

Nói đến đây, thánh thăng, Định lại bay qua cửa sổ, cắm đầu xuống nền xi măng, ông Lương và ông Huy ra đỡ Định dậy, lau mặt, quạt và xoa bóp hai bả vai của Định.

*

Thi thoảng mi ngồi nhớ những chuyến bay, chúng bay ngang bầu trời, tiếng gầm vừa phải của nó khi chuyển chế độ hạ cánh, chúng băng qua cánh đồng Tha La, nơi đây bây giờ đã là chợ thị trấn. Kể từ ngày dịch cúm hoành hành đến nay, những chuyến bay không thấy nữa, thi thoảng có vài chiếc trực thăng bay qua bầu trời, phá vỡ không gian im lặng, tiếng máy ùng ục của nó khiến bọn trẻ giật mình, chúng chạy ùa ra sân, nhìn lên trời, thích chí. Chúng làm mi nhớ đến cái thời trẻ con của mình, có những chuyến bay là đà sát cả ngọn tre, nó như chở một thế giới nào đó đến với làng.

Sau gần năm mươi năm, mọi thứ đã thay đổi đi nhiều. Cái nền lò gạch cũ bây giờ là một khu dân cư đông đúc, người ta chen chúc sống trên đó, nhưng không phải ai cũng may mắn có được một lô đất trên cái nền lò cũ kia. Chùa cổ mà ông Phi, ông Bôn và ông Hải từng đến tá túc trong thời chiến tranh, người ta đã thay đổi xây dựng nhiều thứ, các vị sư đã viên tịch từ lâu, chùa xây lại nhà trù và nhà nghỉ của các sư, nó là dãy nhà lầu hình hộp, có một dãy phòng rộng rãi. Cấu trúc thờ tự trong chùa cũng đã đổi thay. Những năm trước 1975, khi cụ Nghè qua đời, nhà chùa dùng gian bên trái chánh điện để thờ các vị sư và những người có công xây dựng chùa như gia đình cụ Nghè. Sau này, con cháu cụ Nghè tứ tán, mỗi người một phương và hình như cũng chẳng mấy ai tới được chùa, vì cổng chùa luôn im ỉm đóng, bên trong là một đàn chó dữ.

*

Diễm và mi đứng nhìn khu đất trống, nơi trước đây từng là lò ngói, nó đang được vây lại để xây một trạm phát sóng, và ranh giới tường rào của nó lấn khá sâu sang khuôn viên chùa cổ. Bên cạnh khu đất này, đám ruộng hương hỏa của nhà chùa đã được thu hồi, đền bù, nghe đâu số tiền kha khá từ việc đền bù đã phát sinh nhiều mâu thuẫn giữa chúng đạo với sư trụ trì, ruộng được đắp đất để xây chi cục thuế thị xã.

Diễm và mi đứng gọi cổng khá lâu, không nghe trả lời, mi toan bỏ đi nhưng nàng kéo tay mi, bảo hãy chờ đợi, vì bên trong có người, cửa chánh điện và các cửa phòng của các sư vẫn đang mở. Dễ chừng nửa giờ sau, một chú điệu ra mở cửa, hỏi mi đến có việc gì, mi nói cần vào thắp hương cho ông bà, chú bảo đứng chờ chú vào gọi sư phụ của chú ra. Mi và nàng đứng đợi, những con chó vện dòng Bắc Hà hung hãn nhưng rất khôn, chúng dừng sửa khi chủ bảo chúng yên lặng. Nhìn bầy chó, mi đoán có vẻ như trụ trì là một vị sư từ ngoài Bắc vào.

"Anh chị cần gì?" – Trụ trì trẻ, nói giọng lơ lớ Bắc, hỏi mi và nàng.

"Chúng tôi cần vào thắp nhang cho ông bà!".

"Cụ thể là ai?".

"Cụ Nghè Sách" – Nàng đáp, dường như lúc này, ánh mắt của nàng nhìn rất lạnh.

"Mời vào bên trong!". "Điệu ơi, đưa khách đi thắp nhang!".

Chú điệu đưa mi và nàng sang nhà bên phải chánh điện, mi nói với chú rằng ông của mi thờ ở gian bên trái chánh điện, nơi thờ những người có công xây dựng chùa và các vị chân sư. Chú điệu lắc đầu, nói rằng không có bên đó. Bàn thờ ông cố mi đã dời sang bên gian kia, gian dành cho các oan hồn uẩn tử.

Nói là bàn thờ, nhưng kì thực đây là một cái bệ xây bằng xi măng, không khí ẩm mốc và xám xịt, mi tìm nhang nhưng không thấy cây nhang nào, chú điệu giải thích rằng thầy trụ trì đã hưởng ứng lời kêu gọi của cơ quan văn hóa, không nên thắp nhang nhiều, gây ô nhiễm môi trường và cháy nổ. Chỗ thờ cụ Nghè rộng chừng nửa mét vuông, có tấm hình, bát nhang và các tấm hình khác nằm chen chúc trong diện tích ấy.

Mi và nàng vái ông cố xong thì quay ra, chú điệu hỏi nàng có vào cúng dường, Diễm gật đầu, đi vào chỗ nhà trai gặp thầy trụ trì, nàng rút ra hai tờ bạc và thưa: "Thưa thầy, vì chùa không dùng nhang nên con không cúng dường tiền thắp nhang, chùa cũng luôn đóng kín cổng cao tường và nuôi đàn chó rất khôn, con xin cúng khoản tiền này để mua thức ăn cho những con chó, để chúng giữ chùa!".

Sư trụ trì không nhìn Diễm, ông chỉ gật đầu, cắm cúi ghi chép vào sổ, dường như ánh mắt của ông ta không buồn nhìn người đối diện. Mi quan sát kĩ, sư có đôi môi mỏng, hơi thâm và gương mặt xương, da rỗ, chân mày rậm và mắt sâu. Gương mặt làm mi nhớ đến một chiếc mặt nạ tuồng đơn sắc. Trong nghệ thuật vẽ mặt nạ tuồng, có vẻ như mặt nạ đơn sắc là loại mặt nạ khó vẽ nhất, bởi để vẽ được nó, người ta buộc phải hóa thân vào nhân vật, một nhân vật ít biểu cảm nhưng hàm chứa tính khí của kẻ đa nhân cách, rất khó để nhận biết đâu là con người thật đằng sau chiếc mặt nạ đơn sắc, ít biểu cảm kia.

*

Mi và nàng đã chọn một chuyến đi, dường như nó giống mọi chuyến đi, của những con người vốn dĩ ưa xê dịch và ưa cả bất động trên cõi đời này. Có những lúc người ta thấy mình bất động trong lúc di chuyển, và thấy mình đang di chuyển trong lúc bất động. Nó cũng giống như dòng sông Thu này, mải miết xuôi dòng từ Trà Linh về Cửa Đợi, và có một dòng sông khác, cũng ngay trên chính dòng chảy này, tuôn trào bất tận từ Cửa Đợi về Trà Linh, băng qua Hòn Kẽm, Đá Dựng, băng qua dâu bể… tìm về khe thung mạch lạc đất trời.

Một dòng sông mà đôi khi mi và nàng ngỡ mình bị ma ám hoặc nghe tình cờ, một dòng chảy của những thanh âm, tiếng nhạc cao vút của kèn Saranai hòa quyện với tiếng trống hô hát bài chòi, thi thoảng có tiếng ơi hời khàn đục của một giọng tuồng, những thanh âm lẫn trong sương mờ, cố gắng đi vào ba ngàn thế giới, nơi những hạt sương mỏng, chúng mỏng đến độ có thể tan chảy bất kì giờ nào giữa xứ Trung Việt trắc ẩn và bí hiểm này.

Mùa thu 2021 – Mùa hè 2023

XÁ LỢI ĐỎ

Tiểu thuyết

LIÊU THÁI

PHÁT HÀNH TOÀN CẦU TRÊN AMAZON

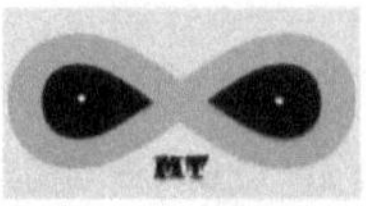

NHÀ XUẤT BẢN MŨI TÊN
2023

Dàn trang: Uyển Ca

Thiết kế bìa: Uyển Ca

Trình bày bìa: Uyên Nguyên Trần Triết

Liên hệ NXB: muitennxb@gmail.com

Liên hệ tác giả: lieuthai@gmail.com

9 781088 140291